பாகிஸ்தான் போகும் ரயில்

குஷ்வந்த் சிங்

புகழ்பெற்ற நாவலாசிரியர், பத்திரிகையாளர். இலக்கியத்துறையில் இவர் ஆற்றிய பங்களிப்புக்காக இந்தியாவின் உயரிய விருதான 'பத்ம விபூஷன் விருது' வழங்கப்பட்டது. சமூகம், மதம், அரசியல், பாலியல் ஆகியவை சார்ந்த வெளிப்படையான கருத்துகளைத் துணிந்து பேசியவர். அரை நூற்றாண்டுகளுக்கும் மேலாக மிகச்சிறந்த எழுத்தாளராகவும், திறமையான பத்திரிக்கையாளராகவும் தனி முத்திரை பதித்தவர்.

'பாகிஸ்தான் போகும் ரயில்' (Train to Pakistan) இந்தியா-பாகிஸ்தான் பிரிவினையை மையக்கருவாகக் கொண்டு எழுதப்பட்ட படைப்பு. முஸ்லிம்கள், இந்துக்கள், சீக்கியர்கள் இடையேயான நட்புறவு இந்தியப் பிரிவினைக் காலகட்டத்தில் எப்படிச் சிதைகிறது என்பதை உணர்வுபூர்வமாக அற்புதமாக வெளிப்படுத்தி இருப்பார்.

தி மார்க் ஆஃப் விஷ்ணு அண்ட் அதர் ஸ்டோரிஸ், தி ஹிஸ்டரி ஆஃப் சீக்ஸ், தி வாய்ஸ் ஆஃப் காட் அண்ட் அதர் ஸ்டோரீஸ், ஐ ஷெல் நாட் ஹியர் த நைட்டிங்கேல், தி பால் ஆஃப் பஞ்சாப், ட்ராஜெடி ஆஃப் பஞ்சாப், எண்டு ஆஃப் இந்தியா, தில்லி என மேலும் பல நாவல்களையும் சிறுகதைகளையும் நகைச்சுவை புத்தகங்களையும் படைத்துள்ளார்.

பாகிஸ்தான் போகும் ரயில்

குஷ்வந்த் சிங்

தமிழில்:

ராமன் ராஜா

கிழக்கு

பாகிஸ்தான் போகும் ரயில்
Pakistan Pogum Rail
by Kushwanth Singh ©

© First published in Tamil by *New Horizon Media Private Limited*
in arrangement with *Penguin Books India Private Limited.*

Originally Published in English as *Train to Pakistan.*

First Edition: September 2011
208 Pages

ISBN 978-81-8493-668-1
Kizhakku - 639

Kizhakku Pathippagam
177/103, First Floor,
Ambal's Building, Lloyds Road,
Royapettah, Chennai 600 014.
Ph: +91-44-4200-9601

Email : support@nhm.in
Website : www.nhm.in

Cover Image: Shutterstock

Kizhakku Pathippagam is an imprint of New Horizon Media Private Limited.

என் மகள் மாலாவுக்கு...

1

கொள்ளை

இந்தியாவில் 1947-ன் கோடைக் காலம் எப்போதும் போல இல்லை. அந்த வருடம் பருவ நிலையே கொஞ்சம் ஒரு மாதிரியாகத்தான் இருந்தது. வழக்கத்தைவிட வெயில். வழக்கத்தை விட வெப்பம், வறட்சி, புழுதி!

கோடை முடிவில்லாமல் நீண்டுகொண்டேபோவது போல் இருந்தது. எந்த வருடத்திலாவது மழை வருவதற்கு இவ்வளவு தாமதமாகி இருக்கிறதா? யாருக்கும் நினைவில்லை. பற்றாக்குறை மேகங்கள் வாரக் கணக்கில் ஏதோ நிழலடித்துவிட்டுப் போய்க் கொண்டே இருந்தன. மழை என்ற பேச்சே இல்லை. ஊர் மக்கள், 'இது நம் பாவங்களுக்காகக் கடவுள் கொடுக்கும் தண்டனை போலிருக்கிறது' என்று பேசிக் கொள்ள ஆரம்பித்தார்கள்.

பாவம் செய்துவிட்டோம் என்று அவர்கள் நினைத்ததற்குக் காரணம் இருக்கிறது.

அதற்கு முந்தின கோடையில்தானே மதக் கலவரங்கள் வெடித்துப் புறப்பட்டன! தேசத்தை இந்து இந்தியா, முஸ்லிம் பாகிஸ்தான் என்று இரண்டு கூறாகப் பிரிக்கிற யோசனை முதலில் வந்தது. அதைத் தொடர்ந்து கலவரம் வந்தது. கல்கத்தாவில் தொடங்கிக் கலவரம் பரவ ஆரம்பித்தது.

சில மாதங்களுக்குள்ளேயே சாவு எண்ணிக்கை பல ஆயிரங்களைத் தாண்டிவிட்டது.

கலவரத்தை இந்துக்கள்தான் திட்டமிட்டு ஆரம்பித்தார்கள் என்றார்கள் முஸ்லிம்கள். இந்துக்களைக் கேட்டால், பழியை முஸ்லிம்கள்மீது போட்டார்கள். ஆனால் இரண்டு தரப்பிலும் கொலைகள் நடந்தன என்பதே நிஜம். இரண்டு மதத்தினரும் துப்பாக்கியால் சுட்டுக்கொண்டார்கள். கத்தியால், ஈட்டியால், குண்டாந்தடியால் தாக்கிக்கொண்டார்கள். அவர்களைப் போலவே இவர்களும் சித்திரவதை செய்தார்கள்; பாலியல் வன்முறையில் ஈடுபட்டார்கள்.

கல்கத்தாவில் ஆரம்பித்த கலவரம் வடக்கே, கிழக்கே, மேற்கே எங்கெங்கும் பரவியது. கிழக்கு வங்காளத்தில் உள்ள நவகாளியில் முஸ்லிம்கள் இந்துக்களைப் படுகொலை செய்தார்கள். பிகாரில் இந்துக்கள் முஸ்லிம் களைக் கொன்று குவித்தார்கள். பஞ்சாபின் எல்லைப் பகுதிகளில் முல்லாக்கள் பெட்டி நிறைய மண்டை ஓடுகளை எடுத்துக்கொண்டு அலைந்தார்கள். அவை பிகாரில் கொல்லப்பட்ட முஸ்லிம்களுடையவை என்று காட்டிக் கொண்டு திரிந்தார்கள். வடகிழக்கு எல்லைப் பிராந்தியங்களில் நூற்றாண்டு களாக வாழ்ந்து வந்த லட்சக்கணக்கான இந்துக்களும் சீக்கியர்களும், வீடு வாசலையெல்லாம் அப்படி அப்படியே போட்டுவிட்டு வெளியேற வேண்டியதாயிற்று. அவர்கள் கிழக்கே தம் இனத்தவர்கள் பெரும்பான்மை யாக இருந்த பகுதிகளுக்குக் குடிபெயர்ந்தார்கள்.

கால் நடையாகச் சிலர். மாட்டு வண்டிகளிலும் லாரிகளிலும் அடைத்துத் திணிந்துகொண்டு சிலர். ரயிலின் கூரை மேலும் பக்கவாட்டிலும் தொங்கிக் கொண்டு சிலர் என்று எப்படியெல்லாமோ பயணம் செய்தார்கள். போகிற வழியில், எதிர்ப் பக்கம் பயந்து ஓடிக்கொண்டிருக்கும் முஸ்லிம்களுடன் மோதிக்கொண்டார்கள். ஆற்று மணல் திட்டுக்களிலும் சாலைச் சந்திப்பு களிலும் ரயில் நிலையங்களிலும் மோதல்கள். எங்கெங்கும் கலவரம்தான் நிலவரம்!

1947-ல் பாகிஸ்தான் என்ற புதிய தேசம் பிறந்திருப்பதாக அறிவிக்கப்பட்ட போது, முஸ்லிம்கள், இந்துக்கள், சீக்கியர்கள் என்று ஒரு கோடி மக்கள் கிழக்கும் மேற்குமாகத் தப்பித்து ஓடிக்கொண்டிருந்தார்கள். மழைக் காலம் ஆரம்பித்தபோது அவர்களில் ஏறக்குறையப் பத்து லட்சம் பேர் பலியாகி விட்டார்கள். வட இந்தியா முழுவதும், ஒன்று ஆயுதத்தைத் தூக்கிக்கொண்டு அலைந்துகொண்டிருந்தது அல்லது பயத்தில் உறைந்து போய் ஒடிந்துகிடந்தது.

அந்த நிலையிலும் பாலைவனச் சோலை போல ஆங்காங்கே சில அமைதிப் பூங்காக்களும் இருந்தன. எல்லைப்புறத்தில் எங்கோ தொலைவில் சிதறிக் கிடந்த சிறு சிறு கிராமங்கள்தான் அவை.

அவற்றில் ஒன்று, மானோ மாஜரா!

மானோ மாஜரா மிகச் சிறிய கிராமம். ஊரிலேயே மொத்தம் மூன்று கல் கட்டடங்கள்தான். அவற்றில் ஒன்று, வட்டிக் கடை நடத்தி வந்த லாலா ராம்லாலின் வீடு. மற்ற இரண்டில் ஒரு சீக்கியக் கோவில், ஒரு மசூதி. இந்த மூன்று கட்டடங்களுக்கு மத்தியில் முக்கோண வடிவில் ஒரு ஊர்ப் பொது இடம். அதன் நடுவே பெரிய அரச மரம் ஒன்று.

மற்றபடி கிராமம் முழுவதும் சம தளமான கூரை அமைத்த மண் வீடுகள் தாம். தாழ்வான சுவருடன் நடுவில் ஒரு முற்றம். ஊர் நடுவில் ஆரம்பித்து நாலு புறமும் ஓடும் குறுகிய சந்துகள். சந்துகள் கொஞ்ச தூரத்திலேயே ஒற்றையடிப் பாதையாகி, சுற்றியுள்ள வயல்களில் புகுந்து மறைகின்றன. கிராமத்தின் மேற்குக் கோடியில் ஒரு குளம். அதன் கரையெங்கும் வேலி போட்டதுபோல் சீமைக் கருவேல மரங்கள்.

மானோ மாஜராவில் சுமார் எழுபது குடும்பங்கள். அதில் ராம்லால் மட்டும்தான் ஒரே இந்துக் குடும்பம். மற்றவர்கள் சீக்கியர்கள் அல்லது முஸ்லிம்கள். இருவரும் கிட்டத்தட்ட சம எண்ணிக்கையில் இருந்தார்கள். கிராமத்தைச் சுற்றியிருந்த வயல்கள் எல்லாம் சீக்கியர்களுக்குச் சொந்த மானவை. முஸ்லிம்கள் அனைவரும் குடிக்கூலிகள். அவர்கள் முதலாளி களுடன் சேர்ந்து வயல் வேலை செய்தார்கள்.

ஊரில் இதைத் தவிர ஒரு சில சுத்திகரிப்புத் தொழிலாளர் குடும்பங்கள் இருந்தன. இவர்கள் என்ன மதம் என்பது தெளிவாகத் தெரியவில்லை. அவர்கள் தங்கள் ஆள்கள்தான் என்று முஸ்லிம்கள் சொந்தம் கொண்டாடு வார்கள். ஆனால் எப்போதாவது அமெரிக்கப் பாதிரியார்கள் மானோ மாஜராவுக்கு வரும்போது சுத்திகரிப்புப் பணியாளர்களும் அவர்கள் வீட்டுப் பெண்களும் காக்கியில் சோளா தொப்பி அணிந்து ஹார்மோனியம் வைத்துக் கொண்டு பஜனைப் பாட்டு பாடுவார்கள். சில சமயம் அவர்கள் சீக்கியக் கோவிலுக்கும் போவது உண்டு.

ஆனால் ராம்லால் உள்பட மானோ மாஜராவில் இருந்த எல்லோருமே வழிபடும் தெய்வம் ஒன்று உண்டு. அது குளத்துக்குப் பக்கத்தில் கருவேல மரத்தடியில் நட்டுக் குத்தலாக நிற்கும் மூன்றடி உயரக் கல். அதுதான் கிராம தேவதை. இந்துவோ, முஸ்லிமோ, சீக்கியர்களோ அல்லது போலிக் கிறிஸ்த வர்களோ - எல்லோருக்கும் பிரத்தியேகமாக தெய்வீக அருள் தேவைப்படும் சமயங்களில் இந்தக் கடவுளிடம்தான் ரகசியமாக வந்து முறையிடுவார்கள்.

மானோ மாஜரா சட்லெஜ் நதிக் கரையில் அமைந்திருக்கிறது என்று பெயர்; இருந்தாலும் அரை மைல் உள்ளே தள்ளித்தான் ஊர் இருக்கிறது. இந்தியா வில் நதிக் கரைக்கு மிக அருகில் கிராமம் இருந்தால் பிரச்னைதான். இந்திய நதிகள் திடுதிப்பென்று மனநிலை மாறும்; பருவத்துக்கு ஏற்பத் தடம் மாறும்.

பஞ்சாபிலேயே பெரிய நதி சட்லெஜ்தான். மழைக் காலம் வந்ததும் அதன் விசாலமான மணல் படுகைகளில் நீர் மட்டம் உயர்ந்து இரு புறமும் மண்

கரைகளில் அலை மோதும். கண்ணுக்கு எட்டினவரையில் ஒரு மைல் அகலத்துக்கு சுழித்துக்கொண்டு செல்லும் பழுப்புக் கடல்! வெள்ளம் வடிந்த பிறகு நதி ஆயிரம் சிற்றோடைகளாகக் கிளை பிரிந்து, சின்னச் சின்ன சதுப்புத் தீவுகளின் ஊடே சாவகாசமாக நடை போடும்.

மானோ மாஜராவுக்கு ஒரு மைல் வடக்கில், சட்லெஜின் குறுக்காக ஒரு பெரிய ரயில் பாலம் இருக்கிறது. அற்புதமான பாலம் அது! அதன் பிரம்மாண்டமான பதினெட்டு வளைவுகளும் தூணுக்குத் தூண் அலை அலையாகத் தாவிச் செல்கின்றன. பாலத்தின் இரண்டு கரைகளிலும் ரயில் தண்டவாளங்களுக்காகக் கல் பாவி கெட்டிப்படுத்தியிருக்கிறார்கள். கிழக்குப் பக்கம், ரயில் நிலையம்வரை நீளும் கல் சுவர்.

மானோ மாஜராவின் ரயில் நிலையம் புகழ்பெற்ற ஒன்று. பாலத்தின் மீது ஒரே ஒரு இருப்புப் பாதைதான். ஆனால் நிலையத்தில் சிறிய பக்கவாட்டுத் தண்டவாளங்கள் நிறைய இருந்தன. முக்கியமான ரயில்கள் அவற்றில் காத்திருந்து, தன்னைவிட முக்கியமான ரயில்களுக்கு வழி விடும்.

நிலையத்தைச் சுற்றிலும் கடைகள், சிறு வியாபாரிகள் என்று ஒரு சிறு குடியிருப்பே உருவாகியிருந்தது. ரயில் பயணிகளுக்குச் சாப்பாடு, வெற்றிலை பாக்கு, சிகரெட், டீ, பிஸ்கட், இனிப்புகள் விற்கும் கடைகள். இதனால் நிலையம் எப்போதும் பரபரப்பாக இருப்பதுபோல் ஒரு தோற்றம் ஏற்பட்டு, அதன் ஊழியர்களுக்கு ஓர் அநாவசிய முக்கியத்துவம் கிடைத்து வந்தது. சொல்லப்போனால் ஸ்டேஷன் மாஸ்டர்தான் ஒரு புறாக் கூண்டு வழியாக டிக்கெட் கொடுப்பவர். அவரேதான் வாசல் அருகில் நின்று டிக்கெட்டைத் திரும்ப வாங்கிக்கொள்பவர். மேஜை எதிரே உட்கார்ந்து 'கட்டுக் கட, கட்டுக் கட' என்று தந்தி அனுப்புவதற்கும் அவரை விட்டால் ஆள் கிடையாது. யாராவது தன்னைக் கவனிக்கிறார்கள் என்று தெரிந்தால் பிளாட்பாரத்துக்கு வந்து நிற்பார்; அங்கே நிற்காமல் விரையும் ரயில்களுக்குப் பச்சைக் கொடி ஆட்டுவார்.

ஸ்டேஷன் மாஸ்டருக்கு உதவியாளர் ஒருவரும் உண்டு. இவர் கண்ணாடி அறைக்குள் சிக்னலுக்காக இருக்கும் நெம்புகோல்களைத் தள்ளுவார், இழுப்பார். இல்லாவிட்டால் கையால் பாயிண்ட் அடித்து ஷண்டிங் எஞ்சின்களைத் தண்டவாளம் மாற்றிக்கொண்டிருப்பார். மாலை வேளையில், நடைமேடையில் நீண்ட வரிசையாக இருக்கும் விளக்குகளை ஏற்றுவதும் அவர் வேலை. கனமான அலுமினிய விளக்குகளை சிக்னல் கம்பத்துக்கு எடுத்துப்போய், சிவப்பு-பச்சைக் கண்ணாடிக்குப் பின்னால் பொருத்துவார். பொழுது விடிந்ததும் அவற்றைத் திரும்ப எடுத்து வருவார்; பிளாட்பாரத்து விளக்குகளை அணைப்பார்.

மானோ மாஜராவில் அப்படி ஒன்றும் ஏராளமான ரயில்கள் வந்து நிற்பதில்லை. எக்ஸ்பிரஸ் வண்டிகளுக்கு இங்கே நிறுத்தமே கிடையாது. இரண்டே இரண்டு பாசஞ்சர் வண்டிகள் மட்டும் நத்தையாக ஊர்ந்துவந்து நிற்கும். காலையில் தில்லி-லாகூர் பாசஞ்சர். மாலையில் லாகூரிலிருந்து

தில்லி திரும்பும் வண்டி. இரண்டும் மானோ மாஜராவில் சில நிமிடம்தான் நிற்கும். மற்ற ரயில்கள் ஏதாவது கட்டாய சூழ்நிலையில் நின்றால்தான் உண்டு.

மானோ மாஜராவின் ரெகுலரான வாடிக்கையாளர்கள் என்றால் அது கூட்ஸ் வண்டிகள்தான். இந்த நிலையத்தில் யாரும் சரக்குகள் ஏற்றப்போவதோ, இறக்கப்போவதோ இல்லை. இருந்தாலும் அதன் உபரியான தண்டவாளங் களில் எப்போதும் வரிசை வரிசையாக சரக்கு ரயில் பெட்டிகள் நின்று கொண்டு இருக்கும். இந்தப் பக்கம் கடந்து செல்லும் ஒவ்வொரு கூட்ஸ் வண்டியும் மணிக்கணக்காகப் பெட்டிகளை உதிர்த்துக்கொண்டும் இணைத்துக்கொண்டும் இருக்கும். இருட்டியதும் கிராமமே ஆழ்ந்த நிசப்தத்தில் உறங்கும்போது, நிலையத்தில் மட்டும் எஞ்சின்களின் நீராவிப் பெருமூச்சுகளும் விசில் ஒலியும், தடார் தடார் என்று பெட்டிகள் மோதும் சத்தமும், இரும்பு கப்ளிங்குகளின் க்ளிங் க்ளாங் சத்தமும் கேட்டுக்கொண்டே இருக்கும்.

ரயில் என்பது மானோ மாஜராவின் வாழ்க்கையில் ஒரு பகுதி. பொழுது விடிவதற்கு முன்பு லாகூர் மெயில் பதறிக்கொண்டு வரும். பாலத்தை நெருங்கும்போது எப்போதுமே டிரைவர் இரண்டு முறை நீளமாக விசில் ஊதுவார். அவ்வளவுதான்; அந்த ஒரே கணத்தில் மானோ மாஜராவே விழித்துக்கொண்டுவிடும்! கருவேல மரத்துக் காக்கைகள் கத்த ஆரம்பிக்கும். வௌவால்கள் வரிசையாகச் சத்தமில்லாமல் சுற்றிச் சுற்றிப் பறந்து, அரச மரத்தில் யார் எங்கே தொங்குவது என்று போட்டியிட ஆரம்பிக்கும்.

மசூதியின் முல்லாவுக்கு அதுதான் காலைப் பிரார்த்தனை ஆரம்பிக்கும் நேரம். சீக்கிரம் கைகால் கழுவிக்கொண்டு மேற்கு நோக்கி நின்று காதில் கை வைத்துக்கொண்டு 'அல்லாஹ்-ஓ-அக்பர்' என்று நீளமாக, இனிமையாக இழுப்பார்.

முல்லா அல்லாவைக் கூப்பிட்டு முடிக்கட்டும் என்று சீக்கியக் கோவிலின் குரு, படுக்கையிலேயே படுத்துக் காத்திருப்பார். பிறகு அவரும் எழுந்து கோவில் முற்றத்தில் உள்ள கிணற்றிலிருந்து ஒரு வாளி தண்ணீர் இறைத்துத் தலையில் கொட்டிக்கொள்வார். தண்ணீர் அலப்பும் சத்தத்துடன் அவருடைய பிரார்த்தனையும் சன்னமாக ஒலிக்கத் தொடங்கும்.

தில்லியிலிருந்து பத்தரை மணி பாசஞ்சர் வருவதற்குள் மானோ மாஜரா தன் மந்தமான தினசரிக் கடமைகளில் ஆழ்ந்துவிடும். ஆண்கள் எல்லாம் வயல் வெளியில் வேலை செய்யப் போய்விட, பெண்கள் சுறுசுறுப்பாக தினப்படி வேலைகளைக் கவனிப்பார்கள். குழந்தைகள் ஆற்றங்கரையில் ஆடு மாடு மேய்க்கப் போகும். நீர் இறைக்கும் கமலைச் சக்கரங்கள் முனகிக் கிறீச்சிடும். அவற்றை இழுக்கும் காளை மாடுகளை வேகமாக ஓடச் சொல்லித் திட்டுவார்கள்; பின்புறத்தில் தார்க் குச்சி போடுவார்கள். அவை பாவம், எல்லாவற்றையும் பொறுத்துக்கொண்டு சுற்றிச் சுற்றி வரும். கூரைகளின் மேல், குருவிகள் நீளமான வைக்கோலை அலகில் இழுத்துக்கொண்டு

பறக்கும். தெரு நாய்கள் மண் சுவர் நிழலில் ஒதுங்கும். வெளவால்கள் தமது சண்டையை முடித்துக்கொண்டு இறக்கையை மடக்கித் தூங்கப் போய்விடும்.

நடுப்பகல் எக்ஸ்பிரஸ் வண்டி ஊரைக் கடந்து செல்லும்போது மானோ மாஜரா சற்றே நின்று ஓய்வெடுக்கும். வெளியில் போனவர்கள் எல்லாம் சாப்பிட்டுவிட்டு ஒரு தூக்கம் போடலாம் என்று வீட்டுக்கு வருவார்கள். ஆண்கள் எல்லோரும் அரச மர நிழலில் மர பெஞ்சுகளில் உட்கார்ந்து பேசியபடியே கண் அயர்வார்கள். பையன்கள் எருமை மாட்டின்மேல் அமர்ந்து அதைக் குளத்துக்குள் செலுத்துவார்கள். மாட்டின் முதுகிலிருந்து குதித்து, கலங்கலான தண்ணீரைச் சிதறடிப்பார்கள். பெண் குழந்தைகள் மரத்தடியில் விளையாடுவார்கள். பெண்மணிகள் ஒருவருக்கு ஒருவர் கூந்தலில் நெய் தடவி வாரிவிடுவார்கள்; குழந்தைகளின் தலையில் பேன் பார்ப்பார்கள். அவர்கள் பேச்சில் பிறப்பு, இறப்பு, திருமணம் என்று ஆரம்பத்திலிருந்து முடிவுவரை மனித வாழ்க்கை முழுவதும் அலசப்படும்.

மாலையில் லாகூர் பாசஞ்சர் வரும் நேரம் எல்லோரும் வேலைக்குத் திரும்புவார்கள். ஆண்கள் மாடுகளை வளைத்துப் பிடித்து வீட்டுக்கு ஓட்டிப்போய், பால் கறந்துவிட்டு, கொட்டடியில் அடைப்பார்கள்; பெண்கள் இரவுச் சமையல் வேலையில் மும்முரமாவார்கள். பிறகு ஒவ்வொரு குடும்பமாக அவரவர் வீட்டு மொட்டை மாடிக்குப் போகும். கோடை காலம் முழுவதும் மொட்டை மாடியில்தான் தூக்கம். கயிற்றுக் கட்டிலில் உட்கார்ந்து காய்கறிகள், சப்பாத்தியுடன் சாப்பாடு. பெரிய செப்புக் குவளை நிறைய ஏடு புடைத்த பால்.

தூங்குவதற்கான சிக்னல் வரும்வரை நேரத்தைக் கடத்தியாக வேண்டும். கூட்ஸ் வண்டி நீராவிப் பெருமூச்சு விட்டுக்கொண்டு ஊருக்குள் நுழையும் போது 'கூட்ஸ் வண்டி' என்று ஒருவருக்கொருவர் சொல்லிக் கொள்வார்கள். அதுதான் அவர்களுடைய 'குட் நைட்'. முல்லா மறுபடி விசுவாசிகளைப் பிரார்த்தனைக்கு அழைப்பார். 'அல்லாவே பெரியவர்' என்று அறிவிக்கும் அவருடைய குரலுக்கு, மக்கள் அவரவர்கள் வீட்டு மொட்டை மாடியி லிருந்து 'ஆமென்' என்று தலையாட்டுவார்கள்.

அதே நேரத்தில் சீக்கியக் கோவிலில் பூசாரியின் எதிரில் ஆண்களும் பெண்களுமாகச் சில வயசானவர்கள் அரைத் தூக்கத்தில் அரை வட்டமாக நின்றுகொண்டிருக்க, பூசாரி இரவுப் பிரார்த்தனையை முணுமுணுப்பார். கருவேல மரங்களில் காக்கைகள் சன்னமாகக் கரையும். கவிந்து வரும் இருளில் வெளவால் குஞ்சுகள் படபடக்கும். பெரிய வெளவால்கள் அநாயாசமாக அழகான வட்டமடித்துப் பறக்கும்.

நிலையத்தில் கூட்ஸ் வண்டி நீண்ட நேரம் நிற்கும். அதன் எஞ்சின் முன்னும் பின்னும் ஓடிப் பெட்டிகளை இடம் மாற்றும். கடைசியில் வண்டி ஒரு வழியாகப் புறப்படும்போது குழந்தைகள் எல்லோரும் தூங்கியிருப்பார்கள். பெரியவர்கள், பாலத்தின் மீது ரயில் போகும் கடகடா சத்தத்தின் தாலாட்டில் மெல்லத் தூக்கத்துக்குள் நழுவுவார்கள்.

மானோ மாஜராவில் வாழ்க்கையே உறைந்து நின்றுவிடும். ராத்திரி கடந்து செல்லும் ரயில்களைப் பார்த்து நாய்கள் குரைக்கும் சத்தம் தவிர வேறு ஒன்றும் இருக்காது.

மானோ மாஜராவின் வாழ்க்கை இப்படித்தான் சீராகப் போய்க் கொண்டிருந்தது. 1947ன் கோடைக் காலம் வரும்வரை.

★

ஆகஸ்ட் மாதத்தில் ஒரு நாள்.

ஆழ்ந்த இரவு. மானோ மாஜராவுக்கு அருகே ஒரு சீமைக் கருவேல மரத் தோப்பிலிருந்து ஐந்து ஆசாமிகள் வெளியே வந்தார்கள். சத்தமே செய்யாமல் மெல்ல ஆற்றங்கரைப் பக்கம் நழுவினார்கள்.

அவர்கள் தொழில்முறைக் கொள்ளைக்காரர்கள். ஒருவனைத் தவிர மற்ற அனைவரிடமும் ஆயுதங்கள் இருந்தன. இரண்டு பேரிடம் குத்தீட்டிகள். மற்ற இருவர் தோளிலிருந்து கார்பைன் துப்பாக்கிகள் தொங்கிக்கொண்டி ருந்தன. ஐந்தாவது ஆள் குரோமியம் பளபளக்கும் மின்சார டார்ச் வைத்திருந் தான். அவன்தான் தலைவன்.

ஆற்றங்கரைக்கு வந்ததும் அவன் டார்ச்சை ஒரு முறை ஏற்றி அணைத்தான்.

'இங்கேயே காத்திட்டிருப்போம்.' ஆற்று மணலில் உட்கார்ந்தான்.

மற்றவர்கள் அவனைச் சுற்றிலும் ஆயுதங்களை மணலில் ஊன்றிக்கொண்டு குனிந்து நின்றார்கள்.

டார்ச் வைத்திருந்தவன் ஒரு ஈட்டி வீரனிடம் கேட்டான்: 'நம்ம ஜக்காவுக்குக் கொடுக்கவேண்டிய வளையல் எல்லாம் கொண்டு வந்திருக்க, இல்லே?'

'ஓ! சிவப்புலயும் நீலத்துலயும் கண்ணாடி வளையல் ஒரு டஜன் இருக்கு. இந்த ஊருக் குட்டிங்களுக்கு ரொம்பப் பிடிக்கும்.'

'ஆனா அந்த ஜக்காப் பயலுக்கு மட்டும் சுத்தமாப் பிடிக்காது பாரேன்!'

தலைவன் சிரித்தான். டார்ச் லைட்டை உயரத் தூக்கிப் போட்டுப் பிடித்தான். சிரித்தபடியே டார்ச் லைட்டை வாய்க்குள் விட்டுக்கொண்டு ஸ்விட்சைத் தட்டினான். உள்ளிருந்து வரும் வெளிச்சத்தில் அவனுடைய கன்னங்கள் இரண்டும் இளஞ் சிவப்பாகத் தெரிந்தன.

'ஜக்கா இந்த வளையலை எடுத்துக்கிட்டுப் போயி அந்தத் தறிக்காரன் பொண்ணுக்குக் கொடுக்கலாம் இல்ல?' என்றான் மற்றொரு குத்தீட்டி. 'என்னமா மை பூசின பெரிய பெரிய கண்ணு, சின்னச் சின்னதா மாங்கா மாதிரி மாரு தெரியுமா? கையில இந்த வளையலையும் மாட்டிவிட்டா சும்மா நச்சுனு இருக்கும். அவ பேரு என்ன?'

தலைவன் லைட்டை வாயிலிருந்து எடுத்தான். 'நூரன்.'

'ம்..! நூரன்' என்றான் ஈட்டி. 'திருவிளாவுக்கு வந்திருந்தாளே - பார்த்தீல்ல? இறுக்கிப் பிடிக்கிற மாதிரி சட்டை போட்டிருக்கா; சட்டைக்குள்ள மாரு ரெண்டும் கும்முனு தெரியுது; தலை சீவிப் பின்னி, அதில சலங்கை மணியெல்லாம் குலுங்குது; சிலுக்குத் துணி சரக் சரக்னு அல்லாடுது. அள..கு!'

'டக்கர்!' என்றான் வளையல் வைத்திருந்தவன். 'தூள் டக்கர்!'

ஜக்காவுக்கு அவ என்னென்ன ஜாலியெல்லாம் கொடுப்பாளோ?' இதுவரை பேசாமல் இருந்த துப்பாக்கிக்காரன் வாய் திறந்தான். 'பகல்ல பார்த்தோம்னா, பால் பல்லு முளைக்காத பாப்பாபோல இருப்பா. ஆனா ராத்திரி ஆயிட்டா, கண்ணு நிறைய மை அப்பிக்கிட்டு வந்துருவா!'

துப்பாக்கிக்காரன் பெருமூச்சு ஒன்றை வெளியிட்டான். 'கண்ணுக்கு மை குளிர்ச்சியா இருக்கும்ல?'

'பாக்கறவங்க கண்ணுக்கும் குளிர்ச்சிதானே!'

'அப்பிடியே கொஞ்சம் உடம்புச் சூடும் தணிஞ்சா நல்லா இருக்கும்.'

'ஜக்காவுக்குத்தானே சொல்றே?' என்றான் தலைவன்.

திடீரென்று அவர்களில் ஒருவன் நிமிர்ந்தான். 'ஷ்! கூட்ஸ் வண்டி வந்திடிச்சு.'

மற்றவர்கள் சிரிப்பை நிறுத்தினார்கள். நெருங்கிக்கொண்டிருக்கும் ரயிலின் சத்தத்தை அமைதியாகக் கேட்டார்கள். ரயில் ஒரு குமுறலுடன் வந்து நின்றது. அதன் வாகன்கள் முனகிக் கிறீச்சிட்டன. கொஞ்ச நேரத்துக்குப் பிறகு எஞ்சின் மேலும் கீழும் பயணம் செய்து வாகன்களை விடுவிக்க ஆரம்பித்தது. விடுபட்ட பெட்டிகள் நின்றிருந்த பெட்டிகளுடன் டமால் டமால் என்று மோதும் சத்தம் கேட்டது. கடைசியில் எஞ்சின் திருப்தியுடன் ரயிலில்போய் மறுபடி இணைந்துகொண்டது.

'நம்ம ராம்லால் சேட்டைப் பாக்கற நேரம் வந்துருச்சு' என்றான் தலைவன். அவனுடைய தோழர்கள் மணலைத் தட்டிக்கொண்டு எழுந்தார்கள். வரிசையாகக் கை கோர்த்துக்கொண்டு நின்றார்கள். துப்பாக்கிக்காரன் ஓரடி முன்னால் வந்து முணுமுணுவென்று ஏதோ பிரார்த்தனை சொன்னான். அவன் முடித்தவுடன் எல்லோரும் கீழே மண்டியிட்டு நெற்றியால் நிலம் தொட்டு வணங்கினார்கள். பிறகு எழுந்து முண்டாசு நுனியால் முகத்தை மறைத்துக்கொண்டார்கள். கண்கள் மட்டும்தான் தெரிந்தன.

எஞ்சின் நீளமாக இரண்டு விசில் கொடுத்து விட்டுப் பாலத்தை நோக்கி நகர்ந்தது.

'போகலாம்' என்றான் தலைவன்.

மற்றவர்கள் அவனைத் தொடர்ந்து ஆற்றங்கரை மேட்டில் ஏறி இறங்கினார்கள். வயலுக்குக் குறுக்காக நடந்தார்கள். ரயில் பாலத்தில் ஏறிக்கொண்டிருந்தது. இவர்கள் குளத்தைச் சுற்றிக்கொண்டு கிராமத்தின் மைய

மைதானத்தை நோக்கி நடந்தார்கள். லாலா ராம்லாலின் வீட்டுக்கு எதிரே வந்து நின்றார்கள்.

தலைவன் ஒரு துப்பாக்கி ஆசாமியை நோக்கித் தலையசைத்தான். அவன் முன்னால் வந்து துப்பாக்கியின் பின் பக்கத்தால் கதவை இடித்தான்.

'ஏய்! சேட்டு!'

பதிலே இல்லை. கிராமத்து நாய்கள் எல்லாம் வந்தவர்களைச் சூழ்ந்து கொண்டு குரைக்க ஆரம்பித்தன. ஒரு திருடன் ஈட்டியைத் திருப்பி, அதால் சட்டென்று ஒரு நாயை அடித்தான். மற்றொருவன் துப்பாக்கியால் வானத்தில் சுட்டான். நாய்கள் கதறிக்கொண்டு ஓடி, ஒரு பாதுகாப்பான தூரத்தில் நின்று கொண்டு இன்னும் பலமாகக் குரைக்க ஆரம்பித்தன.

கொள்ளையர்கள் தங்கள் ஆயுதங்களால் கதவைச் சம்மட்டி அடி அடிக்க ஆரம்பித்தார்கள். ஒருவன் கதவில் ஈட்டியைச் செலுத்தினான். அது துளைத்துக்கொண்டு அந்தப்பக்கம் வந்துவிட்டது.

'தேவிடியா மவனே! கதவைத் திற. இல்லாட்டி வீட்டுல அத்தினி பேரையும் தீர்த்துருவோம்.'

இப்போது உள்ளேயிருந்து மெல்ல ஒரு பெண் குரல். 'ராத்திரி இந்த நேரத்தில வந்து யாரு கதவைத் தட்டுறது? லாலாஜி டவுனுக்குப் போயிருக்காரு.'

'திறடி கதவை. அப்பத்தான தெரியும், நாங்க யாருன்னு. நீயா திறக்கறியா, கதவை உடைக்கட்டுமா?'

'சேட்டுதான் இல்லேங்கறேன்ல? சாவியெல்லாம் அவர்கிட்டதான் இருக்குது. வீட்டில ஒண்ணுமே கிடையாது.'

கொள்ளையர்கள் கதவில் தோள் பட்டையை வைத்து அழுத்தி ஒத்திகை பார்த்தார்கள். இரண்டடி பின்வாங்கி, முன் சென்று ஆட்டுக் கிடாபோல் பாய்ந்து மோதினார்கள்.

மரத் தாழ்ப்பாள் தெறித்து விழுந்தது. கதவுகள் இரண்டும் விரியத் திறந்து கொண்டன.

ஒருவன் துப்பாக்கியுடன் கதவின் அருகே நின்றுகொண்டான். மற்றவர்கள் உள்ளே சென்றார்கள். ஒரு மூலையில் இரண்டு பெண்கள் கூனிக் குறுகிப் பதுங்கி உட்கார்ந்திருந்தார்கள். அதில் மூத்த பெண் அருகில் ஏழு வயதுப் பையன் ஒருவன், கறுத்த பெரிய கண்களுடன் பயந்து ஒட்டிக்கொண்டிருந்தான்.

'சாமி சத்தியமா சொல்றேன். இருக்கிற எல்லாத்தையும் எடுத்துக்க. நகை, கிகை அத்தனையும் இதோ இருக்கு...' பெரிய பெண்மணி கெஞ்சினாள். கை நிறையத் தங்க-வெள்ளி வளையல்கள், கொலுசு, தோடு ஆகியவற்றை நீட்டினாள். ஒருவன் லபக்கென்று அவள் கையிலிருந்து அத்தனையையும் பிடுங்கிக்கொண்டான்.

‘சேட்டு எங்கே?’

‘சாமி சத்தியமா, வீட்டுல இருந்தது எல்லாத்தையும் கொடுத்துட்டோம். சேட்ஜிகிட்ட இதுக்கு மேல ஒண்ணும் கிடையாது.’

ஆனால் முற்றத்தில் வரிசையாக நான்கு படுக்கைகள் இருந்தன.

துப்பாக்கி வைத்திருந்தவன் சிறுவனைப் பாட்டியிடமிருந்து பறித்தான். அந்தக் குழந்தையின் தலையில் துப்பாக்கியைப் பதித்தான். இரண்டு பெண்களும் தடாரென்று அவன் காலில் விழுந்து கெஞ்சினார்கள்.

‘அண்ணா! கொல்லாத, அண்ணா! குருசாமிமேல ஆணை!’

துப்பாக்கிக்காரன் அவளை உதைத்துத் தள்ளினான். ‘ஏண்டா, உங்க அப்பன் எங்கே?’

சிறுவன் பயத்தில் நடுநடுங்கி ‘மா..மா.. மாடியில’ என்று திக்கினான்.

துப்பாக்கிக்காரன் சிறுவனைத் திரும்ப அவள் மடியில் வீசினான். திருடர்கள் முற்றத்தில் நடந்து மாடிப்படி ஏறினார்கள். மேலே ஒரே ஒரு அறைதான் இருந்தது. அவர்கள் நேரத்தை வீணாக்காமல் தோள் பட்டையால் கதவை இடித்தார்கள். அது கீலுடன் பெயர்ந்து விழுந்தது.

அறை ஒரே களேபரமாக இருந்தது. டிரங்குப் பெட்டிகள் ஒன்றன் மேல் ஒன்றாகக் குவிந்து கிடந்தன. இரண்டு கட்டில்களின்மேல் சுருட்டி வைத்த மெத்தைகள்.

டார்ச் ஒளியின் வெண் வட்டம் அறையெங்கும் துழாவியது. ஒரு கட்டிலுக்குக்கீழே பதுங்கியிருந்த லாலாஜியின்மீது வந்து நிலைத்தது.

‘சாமி சத்தியமா, சேட்ஜி வெளியே போயிருக்காரு!’ கீச்சுக் குரலில் அந்தப் பெண்கள் போலவே பேசிக் காட்டினான் ஒருவன். ராம்லாலின் காலைப் பிடித்து வெளியே இழுத்துப் போட்டான்.

அந்த வட்டிக் கடை முதலாளி, திருடர் தலைவனிடம் புறங்கையால் அடி வாங்கினார். ‘வீட்டுக்கு வந்திருக்கிற விருந்தாளிங்களை இப்படியா வரவேற்கிறது? வாசல்ல நாங்க வந்து நிக்கறோம், நீ பாட்ல கட்டிலுக்குக் கீள வந்து ஒளிஞ்சுகிட்டிருக்கே?’

ராம்லால் முகத்தை முழங்கையால் மறைத்துக்கொண்டு கதற ஆரம்பித்தார். அவருடைய உட்காருமிடத்தில் ஒரு உதை கொடுத்தான் தலைவன். ‘இந்த பீரோவோட சாவி எங்கே?’

‘எல்லாத்தையும் எடுத்துக்குங்க. நகை, பணம், கணக்குப் புஸ்தகம்... எது வேணாலும் எடுத்துக்கிட்டுப் போங்க. யாரையும் ஒண்ணும் செஞ்சுராதீங்க...’ தலைவனின் இரண்டு கால்களையும் கெட்டியாகப் பிடித்துக்கொண்டு கெஞ்சினார் ராம்லால்.

'சாவி எங்கே?' தலைவன் அவரை மறுபடி உதைத்துத் தரையில் பரத்தினான். ராம்லால் எழுந்து உட்கார முயன்றார். அவர் உடம்பு முழுவதும் நடுங்கிக் கொண்டிருந்தது.

'இந்தாங்க' என்று பையிலிருந்து ஒரு கட்டு கரன்ஸியை எடுத்து ஐந்து கொள்ளையர்களுக்கும் பகிர்ந்து அளிக்க முற்பட்டார் ராம்லால். 'வீட்டில இருக்கிறதே இவ்வளவுதான். அத்தனையும் உங்களுக்குத்தான்.'

'பீரோ சாவி எங்கேன்னு கேட்டேன்.'

'பீரோல எதுவுமே இல்லை. கணக்குப் புஸ்தகம்தான் இருக்குது. குருசாமி மேல சத்தியம். எல்லாத்தையும் கொடுத்தாச்சு. எல்லாமே உங்களுதுதான். விட்டுருங்க!' ராம்லால் தலைவனின் காலை முழங்காலுக்கு மேலே பிடித்துக்கொண்டு விசும்ப ஆரம்பித்தார். 'விட்டுருங்க! குருசாமி மேல ஆணை!'

ஒருவன் தலைவனிடமிருந்து சேட்டை உரித்து எடுத்து, துப்பாக்கிக் கட்டையால் அவர் முகத்தில் அகலமாக, சப்பென்று அடித்தான்.

'ஐயோ, அப்பா!' உச்சபட்ச அலறலுடன் ரத்தம் துப்பினார் ராம்லால். முற்றத்தில் இருந்த பெண்கள் அவருடைய அலறலைக் கேட்டுவிட்டு, 'திருடன்! திருடன்!' என்று கூக்குரலிட ஆரம்பித்தார்கள். நாலா பக்கமும் நாய்கள் ரகளையாகக் குரைத்தன.

ஆனால் கிராமத்து மக்களில் ஒருவரும் வீட்டை விட்டு வெளியே எட்டிப் பார்க்கவில்லை.

திருடர்கள் வட்டிக்கடைக்காரரை அவர் வீட்டு மாடியிலேயே துப்பாக்கிக் கட்டையாலும் ஈட்டிக் கோலாலும் அடித்து, உதைத்து, குத்தி இம்சை செய்தார்கள்.

ராம்லால் குந்தி உட்கார்ந்து அழுதார். வாயிலிருந்து ரத்தம் வடிந்தது. இரண்டு பற்கள் உடைந்து போய்விட்டன. இருந்தும் அவர் பெட்டகத்தின் சாவியைக் கொடுப்பதாக இல்லை.

வெறுத்துப் போன திருடன் ஒருவன், குனிந்து உட்கார்ந்திருக்கும் ராம்லாலை நோக்கி நீட்டிய ஈட்டியுடன் பாய்ந்தான். சேட்டு ஒரு பெரிய கூச்சலுடன் மல்லாந்து விழுந்தார். வயிற்றிலிருந்து ரத்தம் பீறிட்டு அடித்தது.

கொள்ளைக் கூட்டத்தினர் வெளியே வந்தார்கள்.

ஒருவன் காற்றில் இரண்டு முறை சுட்டான். உடனே பெண்கள் கதறுவதை நிறுத்தினார்கள். நாய்கள் குரைப்பதை நிறுத்தின. மொத்த கிராமமே திடீரென்று மௌனமாகிப் போனது.

திருடர்கள் மாடியிலிருந்து வெளியே சந்தில் குதித்தார்கள். ஆற்றங்கரையை நோக்கி நடந்துகொண்டே ஒட்டுமொத்த உலகத்துக்கும் சவால் விட்டார்கள்: 'வாங்கடா! தைரியம் இருந்தா வெளில வாங்க! உங்க அம்மா, அக்கா, தங்கச்சி

எல்லாரையும் மல்லாக்கப் படுக்க வெச்சுருவோம். சூரப் புலிங்களா! வாங்க வெளில!'

ஒருவரும் பதில் சொல்லவில்லை. மானோ மாஜராவே மௌனத்தில் உறைந்து கிடந்தது.

கொள்ளையர்கள் கூவிக்கொண்டும் சிரித்துக்கொண்டும் சந்து வழியே நடந்து ஊர்க் கோடியில் ஒரு சின்னக் குடிசைமுன் வந்து நின்றார்கள். தலைவன் ஈட்டி வைத்திருந்தவனிடம் கை காட்டினான். 'இதுதான் நம்ம ஜக்கா வீடு. மறக்காம அவனுக்கு மொய் எளுதிருவோம்.'

ஈட்டிக்காரன் தன் உடைகளில் தேடி ஒரு பொட்டலத்தை வெளியே எடுத்தான். சுவருக்கு மேலாக வீசி எறிந்தான். உள்ளே வீட்டு முற்றத்தில் கண்ணாடி வளையல்கள் நொறுங்கும் சத்தம் லேசாகக் கேட்டது.

'ஓ ஜக்கா!' கீச்சுக் குரலில் கூவினான் ஈட்டி. 'ஜக்கய்யா! இந்த வளையலைப் போட்டுக்கடா. அப்படியே மருதாணியும் இட்டுக்கிட்டா அம்சமா இருக்கும்!' என்று நண்பர்களைப் பார்த்துக் கண்ணடித்தான்.

'அல்லது அந்த நெசவுக்காரப் பொண்ணுக்குக் கொண்டு போய்க் கொடுரா!' என்றான் ஒரு துப்பாக்கி.

'தூள்மா!' என்றார்கள் மற்றவர்கள். இச்சையுடன் முத்தம் கொடுப்பதுபோல் சத்தமாக உதட்டைச் சப்புக் கொட்டினார்கள். 'தூள் டக்கர்!' ஒரே சிரிப்பு. கும்மாளம். காற்றில் முத்தங்களைப் பறக்க விட்டுக்கொண்டே ஆற்றங் கரையை நோக்கி நடந்தார்கள்.

ஜக்கத் சிங்கிடமிருந்து பதில் வரவில்லை. அவன் காதில் இது ஒன்றும் கேட்கவில்லை. ஏனென்றால் அவன் அப்போது வீட்டிலேயே இல்லை.

★

ஜக்கத் சிங் வீட்டை விட்டுப் போய் ஒரு மணி நேரம் ஆகியிருந்தது. இரவு நேர கூட்ஸ் வண்டிச் சத்தமெல்லாம் அடங்கி, இனி எதுவும் பயமில்லை என்று நிச்சயித்துக்கொண்டுதான் வெளியே கிளம்பினான் ஜக்கா. கொள்ளை யர்களைப் போலவே அன்று அவனுக்கும், ரயில் வந்து நின்றதுதான் புறப்பட சிக்னல்.

தூரத்தில் சக்கரங்கள் உருளும் சத்தம் கேட்டபோது ஜக்கா ஓசைப்படாமல் கட்டிலிலிருந்து வழுக்கி இறங்கினான். தலைப்பாகையை எடுத்துச் சுற்றிக் கொண்டான். முற்றத்தில் பதுங்கி நடந்து, வைக்கோல் போருக்குள்ளிருந்து ஈட்டி ஒன்றை உருவி எடுத்தான். திரும்பக் கட்டிலுக்கு வந்து செருப்பைப் போட்டுக்கொண்டான். வாசற் கதவை நோக்கி நழுவினான்.

'எங்கப்பா கிளம்பிட்டே?'

ஜக்கத் சிங் நின்றான். அவன் தாயாரின் குரல் அது.

‘வயலுக்குப் போறேம்மா. நேத்து ராத்திரி காட்டுப் பன்னியெல்லாம் வந்து நாசம் செஞ்சிருக்குது.’

‘பன்னியா! யாருகிட்ட கதை விடுறே நீ? போலீஸ் உம் மேல இன்னும் கண்ணு வெச்சிருக்குது தெரியுமில்லே? பொளுது சாய்ஞ்சபெறகு நீ ஊரு எல்லையைத் தாண்டக்கூடாதுன்னு சொல்லியிருக்காங்கல்ல? அதுவும் இப்பிடி ஈட்டியும் கையுமாக் கிளம்பிட்டே! உன்னோட பங்காளிங்க பகையாளிங்க எல்லாம் கெவுனிச்சுக்கிட்டேதான் இருக்காங்க. நேராப் போயி போலீசுல போட்டுக் கொடுத்துருவாங்க. திரும்ப செயிலுதான் உனக்கு.’ அவள் குரல் அழுகையாக உயர்ந்தது. ‘பெறகு ஆடு மாடுங்களையும் வயலையும் யாரு கண்ணு பார்த்துப்பாங்க?’

‘நான் சீக்கிரம் வந்திருவேன் கிளவி’ என்றான் ஜக்கத் சிங். ‘கெடந்து அலட்டிக்காத. ஊரே அசந்து தூங்கிக்கிட்டிருக்கு.’

‘போகாத!’ என்று அழுதாள் தாய்.

‘வாயை மூடித் தொலை! சத்தம் போட்டு நீயே ஊரைக் கூட்டிடப் போற. கம்முனு கெடந்தா ஒரு மயிரும் ஆவாது.’

‘போ! எங்கியாச்சும் போய்த் தொலை! கெணத்தில குதிக்கறியா, குதி. நீயும் உங்க அப்பன் மாதிரியே தூக்கு மேடையில ஏறணும்னு இருந்துச்சுன்னா போய்த் தொங்கு, போ. எனக்கு அளுதளுது கண்ணால தண்ணி விடணும்னு தான் சோசியத்துல சொல்லியிருக்குது... எல்லாம் இங்க எளுதியிருக்கு...’ தலையில் அறைந்துகொண்டாள் தாய்.

ஜக்கத் சிங் கதவைத் திறந்து எச்சரிக்கையாக இரண்டு பக்கமும் கவனித்தான். ஒருவரும் இல்லை. சுவர் ஓரமாகவே நடந்து சந்து முனைவரை வந்தான். சாம்பல் நிழல் உருவங்களாக இரண்டு கொக்குகள் சேற்றில் மெல்ல மேலும் கீழும் நடந்து தவளைகளைத் தேடிக்கொண்டிருந்தன.

ஆள் நடமாட்டத்தை உணர்ந்துகொண்டு கொக்குகள் நின்று கவனித்தன.

ஜக்கா சுவருடன் ஒட்டிக்கொண்டு அசையாமல் நின்றான். கொக்குகள் மறுபடி அமைதியானதும் ஒற்றையடிப்பாதையில் இறங்கினான். வயல்களின் குறுக்கே நடந்து ஆற்றங்கரைக்குப் போனான். உலர்ந்த மணல் படுகையைத் தாண்டி மெல்லிய ஓடையாக நீர் ஓடிக்கொண்டிருந்த இடத்துக்கு வந்து நின்றான். ஈட்டியைத் திருப்பி மண்ணில் நட்டான். அதன் கூர் முனை வானத்தை நோக்கியிருந்தது.

ஜக்கா ஆற்று மணலில் கால் கைகளை நீட்டி மல்லாந்து படுத்துக்கொண்டான். கண் கொட்டாமல் வானத்தைப் பார்த்தபடி படுத்திருந்தான். பிரகாசமான எரிகல் ஒன்று பால் வீதியின் குறுக்கே பாய்ந்து சென்றது. கரு நீல வெல்வெட் வானத்தில் வெள்ளிக் கோடு கிழித்துக்கொண்டு போனது அந்த எரி நட்சத்திரம்.

திடீரென்று ஒரு கை அவன் கண்களைப் பொத்தியது. 'யாரு சொல்லு, பார்க்கலாம்!'

பெண் குரல்.

ஜக்கத் சிங் பின்னால் கைகளை நீட்டித் துழாவினான். அந்தப் பெண் உடல் கைக்கு அகப்படாமல் போக்குக் காட்டியது. ஜக்கத் சிங் தன் கண்ணைப் பொத்தியிருந்த கைகளில் ஆரம்பித்து மெல்லத் தடவிக்கொண்டே முழங்கை, தோள், முகம் என்று முன்னேறினான். பரிச்சயமான அந்தக் கன்னம், கண், மூக்கு எல்லாவற்றையும் அவன் கை வருடிக் கொடுத்தது. அவள் உதடுகளில் அவன் விரல்கள் தங்கி விளையாடின; முத்தம் கேட்டுக் கெஞ்சின.

பெண், வாயைத் திறந்து நறுக்கென்று நன்றாகக் கடித்தாள்.

ஜக்கத் சிங் சட்டென்று கையை எடுத்துக்கொண்டான். பாய்ந்து அந்தப் பெண்ணின் தலையை இரண்டு கையாலும் பற்றி, அவள் முகத்தைத் தன் முகத்துக்கு நேரே இழுத்தான். பிறகு இடுப்பின்கீழே கையைக் கொடுத்து அப்படியே அவளைத் தனக்கு மேலே காற்றில் தூக்கி நிறுத்தினான்.

அவள் பிடிபட்ட நண்டுபோல் கையைக் காலை உதைத்துக்கொண்டாள். ஜக்கா கை சலிக்கும்வரை அவளைச் சுழற்றிவிட்டு, தொப்பென்று தன்மேல் போட்டுக்கொண்டான். கையோடு கை, காலோடு கால். உடலோடு உடல்.

பெண் அவனை முகத்தில் அறைந்தாள். 'முன்ன பின்ன தெரியாத பொண்ணு மேல இப்பிடித்தான் கை வைக்கிறதா? வீட்ல அக்கா தங்கச்சிங்க இல்லை உனக்கு? வெக்கம் மானம் இல்லை? போலீஸ் டேசன்ல உன்னை ரௌடின்னு பதிவு செஞ்சிருக்காங்கன்னா சரியாத்தான் செஞ்சிருக்காங்க. இரு இரு. இன்ஸ்பேட்டர்ஐயாகிட்ட போய் நீ ஒரு சரியான போக்கிரிப் பையன்னு சொல்லிடறேன்!'

'நூரு, நான் உனக்கு மட்டும்தாண்டா கண்ணு போக்கிரிப் பையன்... அப்பிடியே நம்ம ரெண்டு பேரையும் புடிச்சுக்கிட்டுப் போயி ஒரே லாக்கப்ல அடைச்சா ஜோரா இருக்கும்ல?'

'வர வர நீ ரொம்பப் பேசக் கத்துக்கிட்டே. நான் வேற ஆளு யாராச்சும் தேட வேண்டியதுதான் போலிருக்கு.'

ஜக்கத் சிங் அவள் முதுகுக்குக் குறுக்கே கைகளைப் பின்னி இறுக்கினான்; அவளால் மூச்சே விட முடியாதபடி நொறுக்கினான். பேச முயற்சித்த போதெல்லாம் அவளைச் சுற்றி அவன் கைப்பிடி இறுகியது; அவள் தொண்டைக்குள்ளேயே வார்த்தை சிக்கிக்கொண்டது. கடைசியாக அவள் களைத்துப் போய்த் திமிறுவதைக் கைவிட்டாள்; அவன் முகத்தின்மீது தன் முகத்தைப் படிய வைத்துக்கொண்டு அப்படியே படுத்துவிட்டாள்.

ஜக்கா அவளை மெல்லத் தன் பக்கத்தில் கிடத்தினான். அவனுடைய இடது முழங்கை வளைவில் அவள் தலை வைத்திருக்க, வலது கையால் அவள் கூந்தலையும் முகத்தையும் தடவினான்.

கூட்ஸ் வண்டி இரண்டு முறை விசில் அடித்தது. ஏராளமாக முக்கி முனகிக்கொண்டு பாலத்தை நோக்கிப் பெருமூச்சு விட்டுக்கொண்டே சென்றது.

கொக்குகள் குளத்திலிருந்து எழும்பிப் பறந்தன. 'க்ரா..க், க்ரா..க்' என்று கிறீச்சிட்டுக்கொண்டே ஆற்றங்கரைவரை வந்துவிட்டு, பிறகு திரும்பக் குளத்துக்குப் பறந்தன. பாலத்தை ரயில் கடந்து சென்று, அதன் புஸ் புஸ்கள் அடங்கி வெகு நேரம் ஆன பிறகும் கொக்குகள் மாறி மாறிக் கூவிக் கொண்டிருந்தன.

இங்கே ஜக்கத் சிங்கின் தடவல்களில் மெல்ல மெல்ல இச்சை அதிகரித்தது. அவன் கைகள் அவளது முகத்திலிருந்து சரிந்து இறங்கி அவள் மார்பு, இடுப்பு என்று மேய்ந்தன. அவள் அந்தக் கைகளைப் பிடித்துக் கொண்டு போய் மறுபடி தன் முகத்தின்மீது வைத்துக்கொண்டாள்.

இப்போது ஜக்காவின் மூச்சு சன்னமாகி, ஒரு மோகத்துடன் இழைந்து வந்தது. அவன் கை, தற்செயலாகப் படுவதுபோல் அவள் மார்பில் பட்டது. பெண் அவன் கையில் பட்டென்று ஒரு அடி அடித்து விலக்கிவிட்டாள்.

ஜக்கா அவளுக்குத் தலையணையாகப் பயன்பட்டு வந்த தன் இடது கையை நீட்டி அவள் கையைக் கெட்டியாகப் பிடித்துக்கொண்டான். அவளுடைய மற்றொரு கை, ஏற்கெனவே இவன் உடம்பின் அடியில் சிறைப்பட்டிருந்தது. இப்போது அவளுக்குப் பாதுகாப்பே இல்லை.

'ஊகூம், ஊகூம்! விடு கையை! முடியாது! இனிமே உன் கூடப் பேசவே மாட்டேன்.' அவள் தலையைப் பலமாக இடமும் வலமும் ஆட்டினாள். பசியுடன் வேட்டையாடும் அவன் வாயைத் தவிர்க்க முயன்றாள்.

ஜக்கத் சிங் அவள் சட்டைக்கு அடியில் கையை நுழைத்தான். வேறு பாதுகாப்பு எதுவும் இல்லாமல் இருந்த அவள் மார்பின் வெளி விளிம்பு களைத் தடவி உணர்ந்தான். அவள் மார்பகங்கள் விறைத்துக்கொண்டன. காம்புகள் நிமிர்ந்து கெட்டிப்பட்டு, பதப்படுத்திய தோல்போல ஆகி விட்டன. ஜக்காவின் முரட்டுக் கை, பட்டும் படாமலும் அவளுடைய மார்புக்கும் வயிற்றுக்கும் மாறி மாறி அலைந்தது. அவளுடைய அடிவ யிற்றில் மயிர்க்கால்கள் சிலிர்த்துக்கொண்டன.

ஆனால் அவள் நெளிவதையும் முரண்டு பிடிப்பதையும் நிறுத்தவில்லை. 'வேணாம், வேணாம், வேணாம்! உன்னைக் கெஞ்சிக் கேக்கறேன். விட்டுரு. அல்லாவோட சாபம் உன் தலையில வந்து விடிய! நீ இப்பிடியெல்லாம் செய்வேன்னு தெரிஞ்சா, இனிமே உன்னைப் பார்க்கவே வரமாட்டேன்.'

ஜக்கத் சிங்கின் கை, அவளுடைய சல்வாரின் நாடாவைத் தேடித் துழாவிக் கண்டுபிடித்தது. ஒரு முனை கிடைத்ததும் அதை வெடுக்கென்று பிடித்து இழுத்தது. 'வேணாம்யா...!' என்று அவள் கதறியதில் குரல் உடைந்து போனது.

அப்போது திடீரென்று ஒரு துப்பாக்கி வெடிச் சத்தம் இரவின் நிசப்தத்தில் எதிரொலித்தது!

கொக்குகள் சலசலவென்று ஓசையுடன் குளத்திலிருந்து எழும்பிப் பறந்தன. கருவேல மரங்களில் காக்கைகள் கத்த ஆரம்பித்தன.

ஜக்கத் சிங் நிதானித்தான். இருளில் கிராமத்துப் பக்கம் கூர்ந்து பார்த்தான். அந்தப் பெண் சட்டென்று அவன் பிடியிலிருந்து விடுவித்துக்கொண்டு தன் உடைகளைச் சரி செய்துகொண்டாள். சற்று நேரத்தில் காக்கைகள் மறுபடி மரத்தில் உட்கார்ந்து அடங்கின. கொக்குகள் ஆற்றின் அக்கரைக்குப் பறந்து சென்றுவிட்டன. நாய்கள் மட்டும் குரைப்பதை நிறுத்தவில்லை.

'ஏதோ துப்பாக்கி வெடிச்ச சத்தம் மாதிரி இல்ல?' என்றாள் அவள் கவலையுடன். ஜக்கத் சிங் மறுபடி தன் காதல் லீலைகளை ஆரம்பித்துவிடப் போகிறானே என்று மற்றொரு கவலையும் கூடவே இருந்தது. 'ஊர் பக்கத்திலேர்ந்துதானே சத்தம் வந்துச்சு?' என்றாள்.

'தெரியலை. ஏய், எங்க ஓடப் பார்க்கறே? இப்போதான் எல்லாம் அடங் கிருச்சே?' ஜக்கத் சிங் அவளைத் தன் பக்கம் இழுத்துக்கொண்டான்.

'வெளையாட நேரமில்லைய்யா. ஊருல ஏதோ கொலை விளுந்துருச்சு போலிருக்கு. எங்க வாப்பா எந்திரிச்சுட்டா நான் எங்கேன்னு தேட ஆரம்பிச் சுருவாரு. உடனே வீட்டுக்குப் போவணும்.'

'நீ எங்கேயும் போக வேணாம். அவ்வளவு சீக்கிரம் உன்னை விட்டுருவேனா நானு? கேட்டா, யாராச்சும் சினேகிதப் பொம்பளைங்ககூடப் பேசிட்டிருந் தேன்னு சொல்லிரு.'

'சரியான பட்டிக்காட்டான் மாதிரி பேசறய்யா. எப்பிடி...' ஜக்கத் சிங் அவள் வாயைத் தன் வாயால் பொத்தினான். தன்னுடைய அபார கனம் முழு வதையும் அவள் மேல் கிடத்தினான். அவள் தன் கைகளை விடுவித்துக் கொள்வதற்குள் மறுபடி அவள் இடுப்பு நாடாவை அவிழ்த்துவிட்டான்.

'போறேன் விடுய்யா. விடு என்னை!'

ஜக்காவின் மிருக பலத்தைமீறி அவளால் திமிற முடியவில்லை. ஆனால், அவள் விடுபட விரும்பவும் இல்லை. திடீரென்று அவளுடைய உலகமே குறுகிச்சிறுத்துப் போயிற்று. இரு உடல்களின் ஜதி சேர்ந்த பெருமூச்சுக்களும் ஜுரம் வந்ததுபோல் சூடாகிவிட்ட ஈரத் தோல்களின் மணமும்தான் அந்த உலகத்தில் மீதமிருந்தன. அவன் உதடுகள் அவளுடைய கண்களிலும் கன்னத்திலும் கண்டபடி விளையாடின. அவன் நாக்கு, அவளுடைய காதுகளின் உட்புறத்தைத் தேடித் துழாவியது. அவள் தன்னை மறந்த ஆவேசத்தில் அவனுடைய இளந்தாடிக் கன்னத்தில் நகங்களைப் புதைத்தாள்; அவன் மூக்கைக் கடித்தாள்.

அவள் தலைக்கு மேலே இருந்த நட்சத்திரங்கள் பைத்தியக்காரத் தட்டா மாலை சுற்றின. கடைசியில் அவை குடை ராட்டினம் போல் மெல்லச்சுழன்று

நின்றன. உயிர் பழையபடி குளிர்ந்து அடங்கியது. அசைவில்லாமல் கிடந்த அந்த ஆணின் முழு கனமும் அவள்மேல் படிந்து கிடந்தது. அவள் காதில் ஆற்று மணல் கரகரத்தது. திறந்திருந்த அவள் அங்கங்களில் குளிர் காற்று சுதந்தரமாகத் தடவிச் சென்றது. விதவிதமான நட்சத்திரங்கள் அவளைக் கண்டிப்பதுபோல் வெறித்துப் பார்த்தன.

அவள் ஜக்கத் சிங்கை அப்பால் தள்ளினாள். அவன் புரண்டு அவளருகில் படுத்துக்கொண்டான்.

'உனக்கு வேண்டியதெல்லாம் ஒண்ணே ஒண்ணுதான். அதுவும் எப்பிடியாச்சும் உனக்குக் கிடைச்சுடுது. சரியான காட்டான் வெவசாயி! உன்னோட விதையை விதைக்கறதிலேயே எப்பவும் குறியா இருப்பியே. உலகமே அழிஞ்சாலும் சரி, 'அது' மட்டும் தப்பாம நடந்துரணும். ஊருல யார் வீட்டில துப்பாக்கி வேட்டு வெடிச்சாலும் கவலையில்லே.' அவள் தொணதொணக்க ஆரம்பித்தாள்.

'இப்போ யாரும் யாரையும் சுடலை. எல்லாம் உன் நெனப்புலதான்' என்றான் ஜக்கா. ஆனால் அவள் கண்ணைப் பார்க்காமல் எச்சரிக்கையாகத் தவிர்த்தான்.

அப்போது ஆற்றங்கரைப் பக்கம் மெல்லிய ஓலக் குரல்கள் மிதந்து வந்தன. அந்தக் காதல் ஜோடி நிமிர்ந்து உட்கார்ந்து கவனித்தது.

அடுத்தடுத்து இரண்டு துப்பாக்கி வேட்டுக்கள் எதிரொலித்தன!

கருவேல மரத்திலிருந்து காக்கைகள் பயங்கரமாகக் கத்தியபடி வெளியே பறந்தன. பெண் அழ ஆரம்பித்தாள். 'ஊருக்குள்ள என்னமோ நடந்துடுச்சி! எங்க வாப்பா எளுந்துரப் போறாரு. என்னைக் காணலைன்னா கொலையே செஞ்சுருவாரு!'

ஜக்கத் சிங் அவள் பேசியதைக் காது கொடுத்துக் கேட்கவில்லை. அவனுக்கும் என்ன செய்வதென்றே புரியவில்லை. அவன் கிராமத்திலிருந்து வெளியே நழுவியது தெரிந்தால் போலீசிடம் மாட்டிக்கொண்டு அல்லல் பட வேண்டியதுதான். அதுவாவது பரவாயில்லை; இந்தப் பெண்ணுக்கு வரக்கூடிய சங்கடங்கள் அதைவிட மோசம். மறுபடி நம்மைப் பார்க்கக்கூட வரமாட்டாள்.

அதையே அவளும் வாய் விட்டுச் சொல்லிவிட்டாள். 'இனிமே நான் உன்னைப் பார்க்கவே வரமாட்டேன். இந்த முறை மட்டும் அல்லா என்னை மன்னிச்சாருன்னா போதும். இனி ஒரு முறை இந்த மாதிரி தப்பு செய்ய மாட்டேன்.'

'வாயை மூடறியா, இல்லே மூஞ்சியப் பேர்த்துரவா?'

பெண் விசும்பி விசும்பி அழ ஆரம்பித்தது. ஒரு நிமிடம் முன்னால் தன்னிடம் காதல் செய்த அதே ஆண் மகன் இவன்தானா?

'உஷ்! யாரோ வர்றாங்க.' ஜக்கத் சிங் தன் முரட்டுக் கையை வைத்து அவள் வாயைப் பொத்தினான். இருவரும் இருட்டை வெறித்துப் பார்த்துக்கொண்டு அசையாமல் இருந்தார்கள்.

துப்பாக்கிகளும் ஈட்டிகளும் வைத்திருந்த ஐந்து பேர் இவர்களுக்கு சில அடி தூரத்தில் கடந்து சென்றார்கள். இப்போது அவர்கள் முகத்தை மூடியிருந்த துணியை எடுத்துவிட்டுப் பேசிக்கொண்டு போனார்கள்.

'திருடங்க போல இருக்குது! உனக்கு அவங்களைத் தெரியுமா?' கிசுகிசுத்தாள் பெண்.

'ம். டார்ச் வச்சிருக்கிறானே, அவன்தான் மல்லி.' ஜக்காவின் முகம் இறுகியது. 'சொந்த அக்கா தங்கச்சி கூடப் படுக்கிற பய! கொலை கொள்ளைக்கெல்லாம் இது நேரமில்லேடான்னு படிச்சுப் படிச்சு சொல்லியிருக்கேன். இப்போ அவன் கும்பலையும் கூட்டிக்கிட்டு என்னோட ஊருக்குள்ளயே நுளைஞ்சுட்டானா? இருக்கட்டும் இருக்கட்டும். அவனுக்கு இருக்கு என் கையில ஆப்பு!'

கொள்ளைக்காரர்கள் ஆற்றங்கரையோடு நடந்து, தெற்கே இரண்டு மைல் தள்ளி இருக்கும் மணல் திட்டுக்குப் போனார்கள். இரண்டு பறவைகள் திடுக்கிட்டுப் போய் இரவைக் கிழித்துக்கொண்டு கத்தின. டீட் - டிட்டீ டிட்டீ வூட் - டீட்டீவூட் - டீட்டீவூட் - டீட்டிட்டீவூட்!

'அவங்களைப் பத்திப் போலீசுகிட்ட சொல்லப் போறியா?'

வெறுப்புடன் சிரித்தான் ஜக்கத். 'முதல்ல போலீசுக்காரங்க என்னைத் தேடறதுக்கு முன்னாடி ஊருக்குள்ள போயிரலாம் வா.'

அந்தக் காதல் ஜோடி மானோ மாஜராவை நோக்கி நடக்க ஆரம்பித்தது. ஜக்கா முன்னால், பெண் சில அடிகள் தள்ளி அவன் பின்னால்.

அழுகைக் குரலும் நாய்களின் குரைப்பும் கேட்டது. பெண்கள் மொட்டை மாடிக்கு மாடி கத்திப் பேசிக்கொண்டிருந்தார்கள். மொத்த கிராமமும் விழித்திருந்தது!

குளத்தங்கரைக்கு வந்ததும் ஜக்கா நின்றான். 'நூரு, நாளைக்கும் வருவியா?' குரல் கெஞ்சியது.

'நாளையப் பத்திப் பேசறாரு இவுரு. இன்னிக்குத் தலை தப்பினாப் போதும்னு நான் தவிக்கறேன்... நான் செத்தாலுமே உனக்கு என்ன வந்துச்சு? உன்னோட வேலை ஆனாப் போதும் உனக்கு!'

'நான் உசிரோட இருக்கும்போது ஒரு பய உன் மேல கை வைக்க விட்டுருவேனா? மானோ மாஜராவிலயே எவனும் உன்னைப் பார்த்துக் கண்ணடிச்சான்னு வையி, என்கிட்டேயிருந்து அவன் தப்பிக்க மாட்டான். சும்மாவா நான் ரௌடின்னு பேர் வாங்கியிருக்கேன்?' என்றான் ஜக்கா பெருமையுடன். 'நாளைக்கோ, நாளன்னைக்கோ வந்து விவரமாச் சொல்லு என்ன ஆச்சுதுன்னு. முதல்ல இதெல்லாம் அடங்கட்டும். கூட்ஸ் வண்டி போனதுக்கு அப்புறம் வர்றியா?'

'முடியாது, முடியாது!' என்றது பெண். 'எங்க வாப்பாகிட்ட என்னய்யா சொல்றது? இத்தனை சத்தத்தில நிச்சயம் முளிச்சுட்டிருப்பாரு.'

'சும்மாதான் வெளியே போயிருந்தேன்னு சொல்லேன். வயிறு சரியில்லை - அது இதுன்னு ஏதாச்சும் சொல்லி சமாளி. துப்பாக்கி வேட்டுச் சத்தம் கேட்டுது, பயந்து அப்பிடியே பதுங்கிட்டேன். திருடங்க போனதும் வெளியே வந்தேன்னு சொல்லு. அப்ப, நீ நாளன்னிக்கு வரே. என்ன?'

'ஊகூம்' என்றாள் அவ்வளவு தீர்மானமில்லாமல். இந்தச் சாக்கைச் சொல்லி இன்றைக்குத் தப்பிக்க முடியும் என்றுதான் தோன்றியது. அவள் அப்பா கிட்டத்தட்ட குருடு. அதுவும் நல்லதற்குத்தான்; இவளுடைய சில்க் டிரெஸ், கண்ணில் பூசிய மை - ஒன்றையும் கவனிக்கமாட்டார்!

'இனி இந்த ஆளைப் பார்ப்பதற்கு வரவே போவதில்லை' என்று தனக்குத் தானே சபதம் போட்டுக்கொண்டே நூரன் இருட்டுக்குள் நடந்து மறைந்தாள்.

ஜக்கத் சிங் சந்தைக் கடந்து தன் வீட்டுக்குப் போனான். கதவு திறந்திருந்தது. முற்றத்தில் ஊர்க்காரர்கள் பல பேர் அவன் தாயாருடன் பேசிக்கொண்டு நின்றிருந்தார்கள்.

ஜக்கா ஓசைப்படாமல் திரும்பி ஆற்றங்கரையை நோக்கி நடந்தான்.

★

அரசாங்க அதிகாரிகள் மட்டத்தில் மானோ மாஜரா ஓரளவு பிரபலமான ஊர்தான். காரணம், ரயில் பாலத்துக்கு வடக்கே இருந்த அதிகாரிகள் ஓய்வு இல்லம்.

அது சமதளமான மாடி கொண்ட பங்களா. காவி நிறச் செங்கற்களால் கட்டியது. ஆற்றை நோக்கியபடி முன்னால் ஒரு வராந்தா. தாழ்வான காம்பவுண்ட் சுவர்.

ஒரு சதுர வடிவ மனையின் நட்ட நடுவே இருந்தது பங்களா. கேட்டிலிருந்து வராந்தாவரை தோட்டம். அதை ஊடறுத்துக்கொண்டு இரு புறமும் வரிசையாகச் செங்கல் வைத்த நடை பாதை. தோட்டம் என்று பெயர்தானே தவிர, ஒரு புல் பூண்டு கிடையாது. நன்றாக மெழுகப்பட்ட கட்டாந்தரை. வராந்தாவின் தூண்களுக்கும் பின்புறம் இருந்த பணியாளர் விடுதிகளுக்கும் இடையில் கொஞ்சம் மல்லிகைப் புதர் மட்டும் கண்டபடி வளர்ந்திருந்தது.

அந்த ஓய்வு விடுதி, ரயில்வே பாலத்தைக் கட்டின தலைமை எஞ்சினியருக்காக ஏற்படுத்தப்பட்டது. பாலம் கட்டி முடிந்தபிறகு பங்களா எல்லா சீனியர் அதிகாரிகளுக்கும் பொதுவான சொத்தாகிவிட்டது. ஆற்றங்கரைக்குப் பக்கத்தில் இருப்பதால்தான் அதற்கு இத்தனை மவுசு. சுற்றிலும் கண்ணுக்கு எட்டின வரை நாணலும் குல்மோஹர் மரங்களும் மண்டியிருந்தன. நீர்ப் பறவைகள் பொழுது விடிந்து பொழுது சாயும்வரை இணையைத் தேடிக் குரல் கொடுத்துக்கொண்டே இருக்கும். குளிர் காலத்தில் ஆறு வற்றிப் போய் ஓரத்தில் சிற்றோடையாக ஒதுங்கிக் கொண்டுவிடும். பிறகு

அந்தக் குட்டைகளிலும் சேற்றுச் சதுப்புகளிலும் கோரைப் புல் வளரும். கொக்கு, நாரை போன்ற நீர்ப் பறவைகள் வந்து போகும். பெரிய குட்டை களில் வித விதமான மீன் இனங்கள் துள்ளி விளையாடும்.

குளிர்காலம் முழுவதும் அரசாங்க அதிகாரிகள் சுற்றுப் பயணத்தின் இடையே மானோ மாஜராவில் கொஞ்ச நாள் தங்குவது போல் பயணம் போட்டுக்கொள்வார்கள். சூரியன் உதிக்கும்போது நீர்ப் பறவைகளை வேட்டையாடி மகிழக் கிளம்பிவிடுவார்கள். பிறகு வாத்து வேட்டை. மதிய வேளைகளில் மீன் பிடிப்பார்கள். மாலையில் வாத்துகள் வீடு திரும்பும்போது மறுபடி அவற்றை வேட்டையாடுவார்கள்.

வசந்த காலம் பிறந்தால், கவி மனம் படைத்தவர்கள் எல்லோரும் வாழ்க் கையை நின்று அசை போட இங்கேதான் வருவார்கள். மெல்ல விஸ்கியை உறிஞ்சியபடியே, ஆற்றங்கரைக்கு அப்பால் மறையும் சூரியனின் வண்ணக் கலவைகளையும் அதையும் வெட்கித் தலை குனிய வைக்கும் குல்மோஹர் மரங்களின் பிரகாசமான ஆரஞ்சு நிறத்தையும் பார்த்துக்கொண்டிருப்பார்கள். தாலாட்டுப் போல் ஒலிக்கும் தவளைகளின் குறட்டையையும் அருகே கடந்து செல்லும் ரயில்களின் முழக்கத்தையும் கேட்டுக்கொண்டிருப்பார்கள். பாலத்து வளைவுகளின் கீழிருந்து நிலா மேலே எழும்பி வரும்போது கோரைப் புற்களின் நடுவே தீப்பொறிகளாகத் திரியும் மின்மினிப் பூச்சி களைப் பார்த்து ரசிப்பார்கள்.

கோடை காலம் ஆரம்பித்தால், தனிமை விரும்பிகள் மட்டுமே மானோ மாஜரா ஓய்வு இல்லத்துக்கு வருவார்கள். ஆனால் மழைப் பருவம் தொடங்கியதுமே விருந்தினர் வருகை அதிகரித்துவிடும். சட்லெஜ் நதியின் நீர்ப் பெருக்கு பார்க்கப் பார்க்க அற்புதமான, அச்சம் தரும் காட்சி!

மானோ மாஜராவில் கொள்ளை நடந்ததற்கு முந்தின நாள் காலை.

ஓய்வு இல்லம், முக்கியமான விருந்தினர் ஒருவரை வரவேற்பதற்குத் தயாராகிக்கொண்டிருந்தது. விடுதியைக் கூட்டுபவர், பாத்ரூம்களை எல்லாம் கழுவி அறைகளைப் பெருக்கித்துடைத்து நடைபாதையில் தண்ணீர் தெளித்தார். விடுதிப் பணியாளரும் அவர் மனைவியும் கட்டில் மெத்தைகளை எல்லாம் நேராக்கித் தூசு தட்டி வைத்தார்கள். கூட்டுபவரின் மகன், கூரையிலிருந்து தொங்கிய பங்கா விசிறியின் கயிறைப் பிரித்துச் சுவரில் இருந்த ஓட்டை வழியே வெளியே எடுத்தான். அப்போதுதான் அவன் வராந்தாவில் இருந்தபடியே பங்காவை இழுக்க முடியும். அந்தச் சிறு பையன்கூடப் புதிய சிவப்புக் கோவணம் கட்டியிருந்தான். வராந்தாவில் உட்கார்ந்து, பங்கா கயிறில் முடிச்சுப் போடுவதும் அவிழ்ப்பதுமாக இருந்தான். சமையல் அறையிலிருந்து கோழி வறுபடும் நறுமணம் மிதந்து வந்தது.

பதினொரு மணிக்கு, ஒரு சப் இன்ஸ்பெக்டரும் இரண்டு கான்ஸ்டபிள்களும் சைக்கிளில் வந்து இறங்கி ஏற்பாடுகளைப் பார்வையிட்டார்கள். அதன்பிறகு இரண்டு டவாலி சேவகர்கள் வந்து சேர்ந்தார்கள். அவர்கள் வெள்ளை யூனிஃபார்ம் அணிந்து இருப்பில் சிவப்புப் பட்டி கட்டி, முன் பக்கம்

அகலமாகக் கோடு போட்ட வெள்ளைத் தலைப்பாகை வைத்திருந்தார்கள். தலைப்பாகையில் பஞ்சாப் அரசாங்கத்தின் பித்தளை வில்லை குத்தியிருந்தது. அதில், மாகாணத்தின் ஐந்து நதிகளைக் குறிக்கும் ஐந்து வளைவுக் கோடுகள் போட்டு, அதற்கு மேலே சூரியன் உதித்துக்கொண்டிருந்தது. இவர்களுடன் கிராமத்தினர் பலர் மூட்டை முடிச்சுகளைச் சுமந்து வந்தார்கள். அதிகாரபூர்வ சூட்கேஸ்கள் கறுப்பு நிறத்தில் பளபளத்தன.

ஒரு மணி நேரம் கழித்து ஒரு பெரிய சாம்பல் நிற அமெரிக்க கார் வந்து நின்றது. ஆர்டர்லி முன் சீட்டிலிருந்து இறங்கி வந்து எஜமானருக்காகப் பின் கதவைத் திறந்துவிட்டார். சப் இன்ஸ்பெக்டரும் போலீஸ்காரர்களும் அட்டென்ஷனுக்கு வந்து பளாரென்று சல்யூட் அடித்தார்கள். கிராமத்துக் காரர்கள் மரியாதையான தூரத்தில் ஒதுங்கி நின்றார்கள். விடுதியின் உதவி யாளர், பெரிய படுக்கையறைக்குச் சென்று கம்பி வலைக் கதவைத் திறந்து விட்டார்.

ஜில்லாவின் உதவி கமிஷனரும் மாஜிஸ்திரேட்டுமான ஹுகம் சந்த், தன்னுடைய பெருத்த உடலைக் காரிலிருந்து வெளியே பிதுக்கினார். காலை முழுவதும் பயணம் செய்ததில் சற்றுக் களைத்திருந்தார். அவருடைய கை கால்களில் தசை பிடித்துக்கொண்டிருந்தது. கீழ் உதட்டில் தொங்கிக் கொண்டிருந்த சிகரெட், அவரது கண்களை நோக்கி ஒரு மெல்லிய புகை ஓடையை அனுப்பியது. வலது கையில் ஒரு சிகரெட் டின்னும் அதன்மேல் தீப்பெட்டியும் வைத்திருந்தார்.

மாஜிஸ்திரேட் சப் இன்ஸ்பெக்டரிடம் நடந்து சென்று அவர் முதுகில் நட்புடன் தட்டிக் கொடுத்தார். சப் இன்ஸ்பெக்டர் அட்டென்ஷனிலிருந்து மாறாமல் விறைப்பாகவே நின்றார்.

'வாங்க இன்ஸ்பெக்டரய்யா. உள்ளே வாங்க' என்றார் ஹுகம் சந்த். சப் இன்ஸ்பெக்டரின் வலது கையைப் பிடித்து அறைக்குள் அழைத்துப் போனார். விடுதி உதவியாளரும் உதவி கமிஷனரின் அந்தரங்கப் பணி யாளரும் அவர்களைப் பின்தொடர்ந்தார்கள். காரிலிருந்து பெட்டி படுக்கை களை இறக்க டிரைவருக்கு உதவி செய்துகொண்டிருந்தார் கான்ஸ்டபிள்.

ஹுகம் சந்த் முதலில் நேராக பாத்ரூமுக்குப் போய்த் தன் முகத்தில் அப்பியிருந்த புழுதியைக் கழுவினார். முகத்தைத் துண்டால் துடைத்துக் கொண்டே வெளியே வந்தார். சப் இன்ஸ்பெக்டர் மறுபடி எழுந்து நின்றார்.

'உக்காருங்க, உக்காருங்க' ஆணையிட்டார் மாஜிஸ்திரேட். டவலைப் படுக்கை மீது வீசிவிட்டு, சாய்வு நாற்காலியில் சரிந்தார். பங்கா விசிறி தன் இறக்கையை முன்னும் பின்னும் வீச ஆரம்பித்தது. அதன் கயிறு சுவரில் இருந்த துளையில் உராயும்போது கர் கர்ரென்று சத்தமிட்டது. சேவகர் ஒருவர் மாஜிஸ்திரேட்டின் ஷூக்களையும் சாக்ஸையும் கழற்றிவிட்டு அவருடைய பாதங்களைத் தேய்த்துவிட்டார். ஹுகம் சந்த் சிகரெட் டின்னைத் திறந்து சப் இன்ஸ்பெக்டர் எதிரே நீட்டினார்.

சப் இன்ஸ்பெக்டர் அவருடைய சிகரெட்டை முதலில் பற்ற வைத்துவிட்டு, பிறகு தன் சிகரெட்டை ஏற்றினார்.

ஹுகம் சந்த் சிகரெட் பிடித்த ஸ்டைலிலேயே அவர் நடுத்தரக் குடும்பத்திலிருந்து வந்தவர் என்ற விஷயம் தெரிந்தது. கையை முஷ்டியாக மடக்கி அதில் வாய் வைத்து சத்தமாக உறிஞ்சினார். படாடோபமாக கையைச் சொடுக்கி சாம்பலை உதிர்த்தார். வயதில் இளைஞரான சப் இன்ஸ்பெக்டர் சற்று நாசூக்காக சிகரெட் பிடித்தார்.

'அப்போ... இன்ஸ்பெக்டர் சார், நாட்டு நடப்பெல்லாம் எப்படி?'

சப் இன்ஸ்பெக்டர் கையெடுத்துக் கும்பிட்டார். 'கடவுள் புண்ணியத்தில் ஒரு குறைச்சலும் இல்லை. உங்க தயவு ஒண்ணு இருந்தால் போதும்.'

'இந்த ஏரியாவில மதக் கலவரம் ஒண்ணும் இல்லையே?'

'இன்னி வரைக்கும் தப்பிச்சுட்டோம் சார். பாகிஸ்தானிலே இருந்து படை படையா இந்து, சர்தார் அகதிங்க வந்திருக்காங்க. இங்கே உள்ள சில முஸ்லிம்கள் வீட்டைக் காலி பண்ணிக்கிட்டுப் போயிட்டாங்க. ஆனா இதுவரை அசம்பாவிதம் ஏதும் நடக்கலை.'

'எல்லைக்கு இந்தப் பக்கம் லாரி லாரியா டெட் பாடி எதுவும் வரலையே. அதெல்லாம் அமிர்தசரஸ் ஏரியாலதான். லாரில ஒரு ஆளு கூட உயிரோட இல்லை. அந்தண்டைப் பக்கம் ஒரேயடியாக் கொலை நடந்திருக்குது.' ஹுகம் சந்த் 'போனால் போகட்டும் போடா' என்பதுபோல் இரண்டு கைகளையும் உயரே தூக்கி, படாரென்று தொடைமேல் போட்டார். அவருடைய சிகரெட்டிலிருந்து தீப்பொறிகள் பறந்து அவர் பாண்ட்டின்மீது விழுந்தன. சப் இன்ஸ்பெக்டர் ஒரு அடிமைத்தனமான அவசரத்துடன் அவற்றைத் தட்டிவிட்டார்.

'அங்கே என்ன நடந்துச்சு தெரியுமா?' மாஜிஸ்திரேட் தொடர்ந்தார். 'சர்தாருங்களும் பதிலுக்குப் பதில் அடிக்க இறங்கிட்டாங்க. முஸ்லிம் அகதிங்க போன ரயிலை நிறுத்தி அடிச்சாங்க. ஆயிரம் பிணத்துக்கு மேலே விழுந்துருச்சு. எஞ்சின் மேல 'பாகிஸ்தானுக்கு எங்களோட பரிசு'ன்னு எழுதியே அனுப்பினாங்க!'

சப் இன்ஸ்பெக்டர் சிந்தனையுடன் தரையைப் பார்த்துக்கொண்டே பதில் சொன்னார்: 'அந்தண்டைப் பக்கத்திலே நடக்கிற கொலைகளையெல்லாம் நிறுத்தணும்னா இதுதான் ஒரே வழின்னு சர்தார் ஆளுங்க சொல்றாங்க. ஆம்பளையைக் கொன்னா ஆம்பளை, பொம்பளைக்குப் பொம்பளை, குழந்தைக்குக் குழந்தை. ஆனா, நாம இந்துக்கள்தான் வேற மாதிரி ஜாதி. கத்திக் குத்து விளையாட்டெல்லாம் நமக்கு ஆட வராது. நேருக்கு நேரா சண்டைக்கு வர்றியா, வா. யாரா இருந்தாலும் கவலையில்லே. எல்லா ஊரிலயுமே இதான் நடந்திருக்கு. முஸ்லிம் கும்பலையெல்லாம் கண்ட இடத்துல அடிச்சு நொறுக்கிட்டாங்களே நம்ம ஆர்.எஸ்.எஸ் பசங்க! ஆனா இந்த ஊரு சர்தாருங்கதான் அவங்க பங்குக்கு ஒண்ணுமே செய்யலே.

எல்லாம் காயடிச்ச மாடு மாதிரி கெடக்கானுங்க. பேச்சு மட்டும்தான் வாய் கிழியுது. பார்டருக்கு இந்தப் பக்கம், சர்தாரு ஊருங்கள்ல எல்லாம் ஒண்ணுமே நடக்காததுபோலத்தான் முசல்மான்கள் இன்னும் நடமாடிக் கிட்டு இருக்காங்க. மானோ மாஜராவில நட்ட நடுவிலே, தினம் பொழுது விடிஞ்சா முல்லா நமாஸுக்குக் கூப்பாடு போட்டுகிட்டுதான் இருக்காரு. இதையெல்லாம் எப்படி சகிச்சுக்கிட்டு இருக்கீங்கன்னு இந்த சர்தார்ஜிங்க கிட்டக் கேளுங்க... 'முசல்மான்கள்லாம் எங்க அண்ணன் தம்பிதானே'ன்னு பதில் சொல்லுவாங்க. அவங்ககிட்டேர்ந்து நிச்சயம் காசு வாங்கறாங்கன்னு நினைக்கறேன்!'

ஹுகம் சந்த், தலை முடி பின்வாங்கிக்கொண்டிருக்கும் தன் நெற்றியைத் தடவினார். 'இந்தப் பக்கத்தில யாராவது பணக்கார முஸ்லிம்கள் இருக்காங்களா?'

'அந்த மாதிரி அதிகம் பேர் இல்லை சார். எல்லாரும் அநேகமா நெசவு நெய்யறவங்க, இல்லேன்னா சட்டி பானை செய்யறவங்க.'

'ஆனா, உங்க சண்டு நகர் நல்லா காசு புரள்ற போலீஸ் நிலையம்னு கேள்விப்பட்டேனே? ஏராளமாக் கொலை நடக்குது; கள்ளச் சாராயம் வேற காய்ச்சறாங்க. சர்தாருங்க எல்லாம் விவசாயம் செஞ்சு நல்ல துட்டு வெச்சிருக்காங்க. உங்களுக்கு முன்னால இருந்த இன்ஸ்பெக்டருங்க எல்லாம் ஊருக்குள்ள வீடு கட்டிட்டாங்களே!'

'ஐயா, என்னைக் கிண்டல் பண்றீங்க!'

'சரீ.., முடிஞ்ச வரைக்கும் சம்பாதிச்சுக்குங்க. நான் வேணாங்கலை. எதுலயும் ஒரு லிமிட்டோட இருக்கணும்; அவ்வளவுதான். எல்லாரும் செய்யாததை நாம என்ன பெரிசா செஞ்சுரப் போறோம்? ஆனா இப்போதிக்குக் கொஞ்சம் ஜாக்கிரதையா இருந்துக்குங்க. இந்தப் புது கவர்மெண்ட் வந்தப்புறம் இதை எல்லாத்தையும் ஒழிக்கப் போறேன்னுட்டு காச்சு மூச்சுனு கத்திகிட்டு கிடக்காங்க. கொஞ்ச நாள் பதவியில இருந்தபிறகு இந்த மாதிரி ஆர்வக் கோளாறெல்லாம் வடிஞ்சுரும். எல்லாம் பழையபடி ஆயிரும். ஒரே ராத்திரியில எல்லாத்தையும் மாத்திர முடியுமா என்ன?'

'அவங்க சும்மா பேசிப் பொழுதை வீணாக்கறவங்க இல்லீங்கய்யா. தில்லிலருந்து வர்ற யாரை வேணா கேட்டுப் பாருங்க; இந்த காந்தியோட சிஷ்யப் பிள்ளைங்க எல்லாம் எப்படி நோட்டு நோட்டா பணம் பண்றாங் கன்னு தெரியும். சைவக் கொக்கு கதைதான். பக்தியாக் கண்ணை மூடிக்கிட்டு சாமியார் மாதிரி ஒத்தைக் கால்ல நின்னுட்டிருப்பாங்க. மீனு, கீனு ஏதாச்சும் பக்கத்தில வந்ததுச்சுன்னா போச்சு. ஒரேயடியா ஏ...வ்!'

ஹுகம் சந்த் தன் காலை அமுக்கிவிட்டுக் கொண்டிருக்கும் வேலையாளை பியர் கொண்டு வரச் சொல்லி அப்பால் அனுப்பினார். இருவர் மட்டும் தனித்து விடப்பட்டதும், இன்ஸ்பெக்டரின் முழங்கால்மீது நட்புடன் கையை வைத்தார்.

‘குழந்தை மாதிரி படபடன்னு பேசிடறீங்க. ஒரு நாள் இல்லாட்டி ஒரு நாள் ஏதாச்சும் பிரச்னைல கொண்டுபோய் விட்டுரும். எல்லாத்தையும் பாத்துகிட்டு இருக்கணும், ஆனா ஒண்ணுமே பேசக் கூடாது. அதுதான் நல்ல பாலிசி. உலகம் வேக வேகமா மாறிக்கிட்டிருக்கு. இதில நாம முன்னேறணும்னா யாரையும் எந்தக் கொள்கையையும் கெட்டியாப் பிடிச்சுக்கிட்டு நின்னுரக் கூடாது. இதுதான் சரின்னுட்டு ஸ்ட்ராங்கா தோணும்; ஆனா எதையும் வெளியே காட்டிக்கவே கூடாது.’

சப் இன்ஸ்பெக்டரின் உள்ளம் நன்றியால் விம்மியது. ஹுகம் சந்த் தன்னுடைய கருத்துகளை அப்படியே ஒப்புக்கொள்கிறார் என்பது புரிந்தது. இன்னும் கொஞ்சம் பொறுப்பில்லாமல் பேசினால், இதேபோல அப்பா ஸ்தானத்திலிருந்து அறிவுரை வரும் என்று தோன்றியது.

‘சில சமயம் மனசு கேக்க மாட்டேங்குது ஐயா. தில்லியில உக்காந்துட்டு இருக்கற காந்திக் குல்லாய்ங்களுக்கு பஞ்சாபைப் பத்தி என்ன தெரியும்? அந்தப் பக்கம் பாகிஸ்தான்ல என்ன நடக்குதுன்னு துளிகூடக் கவலையே கிடையாது. ஏன், இவனுங்க வீடா அழியுது? இவனுங்க சொத்தா கொள்ளை போவுது? இவனுங்களோட அக்கா தங்கச்சி பொண்டாட்டியையா நடுத் தெருவுல வச்சு ரேப் பண்ணிக் கொல்றாங்க? ஷேக்கபுரா, குஜ்ரண் வாலாவிலே எல்லாம் முஸ்லிம் கும்பலுங்க சேர்ந்துகிட்டு, கடைத் தெருவில நம்ம ஆளுங்களை என்ன செஞ்சாங்கன்னு ஐயாவுக்குத் தெரியாததா? பாகிஸ்தான் போலீசும் ஆர்மியும் கூடச் சேர்ந்துதான் மொத்தக் கொலையும் செஞ்சுது. ஒரு உசிருகூட மிஞ்சலை. பொம்பளைங்க சொந்தக் குழந்தையைத் தன் கையாலேயே கொன்னு போட்டுட்டுக் கிணத்திலே குதிச்சாங்க. ஒவ்வொரு கிணறும் முழுக்கப் பிணமா ரொம்பிப் போச்சுதுங்களே!’

‘ஹே ராம்! ஹே ராம்!’ என்று ஹுகம் சந்த் நீண்ட பெருமூச்செறிந்தார். ‘எல்லாக் கதையும் எனக்குத் தெரியும். நம்ம இந்துப் பொண்ணுங்களே இப்படித்தான். அந்நிய மனுசன் கை தன் மேல படாம இருக்கறதுக்காக உசிரையே வேணாலும் விட்டுருவாங்க. அவ்வளவு சுத்தம். இந்துவா இருந்தா, பொம்பளைமேல கை ஓங்கவே மாட்டோம். ஆனா இந்த முசல்மானுங்க இருக்காங்களே, பொம்பளைன்னா ஒரு மரியாதையே சுத்தமா கிடையாது... சரி, இதுக்கெல்லாம் நாம என்ன செய்ய? இங்கயும் எல்லாக் கூத்தும் ஆரம்பிக்கறதுக்கு எத்தனை நேரம் ஆகப் போவுதோ?’

‘சாமி புண்ணியத்துல மானோ மாஜரா பக்கம் பிணம், கிணம் ஏத்திகிட்டு ரயில் எதுவும் வந்துரக் கூடாதுங்க. அப்பிடி ஏதாச்சும் நடந்துட்டா கெட்டுது! பழிக்குப் பழின்னு இவனுகளும் கிளம்பிடுவாங்க. நம்மால அவங்களை யெல்லாம் தடுக்கவே முடியாது. இந்தப் பக்கம் பூரா நூத்துக் கணக்குல சின்னச் சின்ன முஸ்லிம் கிராமங்கள் இருக்குது. மானோ மாஜரா மாதிரி சர்தாரு ஊருக்கு நட்ட நடுவில முஸ்லிம் குடும்பங்க இருக்குது.’ மாஜிஸ்தி ரேட்டை ஆழம் பார்த்தார் சப் இன்ஸ்பெக்டர்.

ஹுகம் சந்த் சத்தமாக சிகரெட்டை ஊதிக்கொண்டு விரலைச் சொடுக்கினார். கொஞ்ச நேரம் மௌனம். பிறகு, 'என்ன ஆனாலும் நாம சட்டம் ஒழுங்கைக் காப்பாத்தியே ஆகணும்' என்றார். 'முடிஞ்சா, முஸ்லிம்களையெல்லாம் அமைதியா காலி பண்ணிக்கிட்டு போயிடச் சொல்லுங்க. ரத்தக் களறி நடந்துச்சுன்னா யாருக்குமே லாபமில்லை. ரௌடிப் பசங்கதான் பூந்து எல்லாத்தையும் சுருட்டிகிட்டுப் போவாங்க; உயிர்ச் சேதம் ஆயிருச்சுன்னு கவர்மெண்ட் நம்ம தலைல பழியைப் போடும். இப்ப நான் மட்டும் கவர்மெண்ட் சர்வண்ட்டா இல்லைன்னு வெச்சுக்குங்க, இந்த பாகிஸ் தான்காரப் பசங்களை என்ன செஞ்சிருப்பேன்னு எனக்கே தெரியாது!'

ஹுகம் சந்த் தொடர்ந்தார்: 'அத விடுங்க இன்ஸ்பெக்டர் சார்; இப்ப நானோ நீங்களோ என்ன நினைக்கறோம்கறது பிரச்னை இல்லை. இங்கே கொலை கொள்ளை எதுவும் நடந்துரக் கூடாது. அதனால முசல்மான்களையெல்லாம் இங்கேருந்து போயிடச் சொல்லுங்க. ஆனா ஒண்ணு, அவங்க ஜாஸ்தி பொருள் எதையும் கையோட எடுத்துகிட்டுப் போயிராம பாத்துக்குங்க. பாகிஸ்தானில இருந்து இந்துக்களையெல்லாம் வெளியே போகவிடறதுக்கு முன்னால கையில இருந்த அத்தனையையும் பிடுங்கிக்கிட்டுதான் விட்டாங்க. பாகிஸ்தானி மாஜிஸ்திரேட்டுங்க எல்லாம் ஒரே நாள்ல லட்சாதிபதி ஆயிட்டாங்க! நம்ம சைடுலகூட ஒரு சில பேர் கொஞ்சம் நல்லாவே சம்பாதிச்சுகிட்டிருக்காங்க. கொலை, நெருப்பு வைக்கறதுன்னு நடந்த ஒரு சில இடங்கள்ல மட்டும்தான் கவர்மெண்ட் சில பேரை சஸ்பெண்ட் பண்ணாங்க. அல்லது ட்ரான்ஸ்பர் பண்ணாங்க. அதனாலதான் சொல்றேன், கொலை கிலை எதுவும் நடக்கக் கூடாது. அமைதியா எல்லாரையும் வெளியேத்தணும்.'

இரண்டு பியர் பாட்டில்களுடன் வந்தார் விடுதி உதவியாளர். அவற்றை ஹுகம் சந்துக்கும் சப் இன்ஸ்பெக்டருக்கும் எதிரே வைத்தார்.

சப் இன்ஸ்பெக்டர் தன் கிளாஸைக் கையால் பொத்திக்கொண்டார். 'சே சே! ஐயாவுக்கு முன்னால போயி நான் குடிக்கிறதா? அது மரியாதை இல்லீங்க.'

மாஜிஸ்திரேட் அந்த ஆட்சேபணையைப் புறங்கையால் ஒதுக்கித் தள்ளினார். 'நீங்க எனக்கு கம்பெனி கொடுத்தே ஆகணும். இது என்னோட உத்தரவு. யோவ்! இன்ஸ்பெக்டர் ஐயாவோட கிளாஸை ரொப்பு. அப்பிடியே அவருக்கும் சேர்த்து சாப்பாடு ரெடி பண்ணு.'

சப் இன்ஸ்பெக்டர் தன் கிளாஸை நிரப்புவதற்காக நீட்டினார். 'ஐயாவே உத்தரவு போட்டபிறகு நான் எப்பிடிங்க மாட்டேன்னு சொல்றது?' மெல்ல சுதாரித்துக்கொள்ள ஆரம்பித்தார். தன் தலைப்பாகையைக் கழற்றி டேபிள்மீது வைத்தார். அதை சீக்கியர்களின் டர்பன்போல ஒவ்வொரு முறையும் அவிழ்த்துப் பிரித்துக் கட்டத் தேவையில்லை. ஒரு நீல நிறக் குல்லாயின்மீது மொடமொடவென்று கஞ்சி போட்ட மூன்று கஜம் காக்கித் துணி; அவ்வளவுதான். எனவே தொப்பிபோல சுலபமாக எடுத்து வைத்து விடலாம், அணிந்துகொள்ளலாம்.

‘மானோ மாஜராவில நிலவரம் என்ன?’

‘இன்னி வரைக்கும் ஒண்ணும் பிரச்னை இல்லாமத்தான் போயிக்கிட்டிருக்கு. தலையாரி அப்பப்போ வந்து நிலவரத்தைச் சொல்லிட்டுப் போறாரு. இந்தக் கிராமத்துப் பக்கம் அகதிங்க யாரும் இதுவரை வரலை. பிரிட்டிஷ்காரங்க போயிட்டாங்கங்கறதோ, தேசமே இந்தியா - பாகிஸ்தான்னு ரெண்டாப் பிரிஞ்சதோ மானோ மாஜராவில யாருக்கும் நிச்சயம் தெரிஞ்சிருக் காதுங்கய்யா! சில பேருக்கு காந்தியைப் பத்தித் தெரியும். ஆனா ஜின்னாங்கற பேரைக்கூடக் கேள்விப்பட்டிருப்பாங்களாங்கறது சந்தேகம்.’

‘அதுவும் நல்லதுக்குத்தான். எதுக்கும் மானோ மாஜரா மேல ஒரு கண்ணு வெச்சுக்குங்க. பார்டருக்குப் பக்கத்தில இருக்கறதால இது கொஞ்சம் முக்கியமான கிராமம். பாலத்துக்கு வேற இவ்வளவு பக்கமா அமைஞ்சு போச்சு... கிராமத்தில ரௌடிங்க யாராவது உண்டா?’

‘ஒரே ஒருத்தன்தான் சார். பேரு ஜக்கா. அவனை கிராமத்தை விட்டு வெளியே போகக்கூடாதுன்னு ஐயாதான் உத்தரவு போட்டீங்க. தினம் தலையாரிகிட்ட போய் ஆஜர் கொடுத்துகிட்டிருக்கான். வாரம் ஒரு தரம் போலீஸ் ஸ்டேஷனுக்கு வந்துட்டுப் போறான்.’

‘ஜக்காவா? யாரு அவன்?’

‘ஜக்கத் சிங்கை ஞாபகம் இருக்குமுங்களே? அந்தக் கொள்ளைக்காரன் இல்லே, ஆலம் சிங், ரெண்டு வருஷம் முந்தி தூக்குல போட்டமே, அவனோட மகன். நல்லா வாட்டசாட்டமா இருப்பான். இந்த ஏரியாவுலயே அவன்தான் உயரமான ஆளு. ஆறடி நாலங்குலம் இருப்பான்போல. அதுக்கேத்த அகலம். சரியான பொலி காளை!’

‘ஓ, எஸ். அவனா? தகராறு எதுவும் பண்ணாம எப்பிடி இருக்கான் அவன்? மாசா மாசம் எதாவது ஒரு கேஸ்ல மாட்டி என் முன்னால வந்து நின்னுருவானே!’

இன்ஸ்பெக்டர் அகலமாகச் சிரித்தார். ‘சார்! பஞ்சாப் போலீஸால செய்ய முடியாததை, ஒரு பதினாறு வயசுப் பொண்ணு கண்ணுல இருக்கற மேஜிக் சாதிச்சுடுச்சு.’

இப்போது ஹுகம் சந்தின் ஆர்வம் பீறிட்டுக் கிளம்பியது.

‘ஏதாச்சும் தொடர்பு, கிடர்பு வெச்சிருக்கானா என்ன?’

‘ஒரு முஸ்லிம் தறிக்காரப் பொண்ணுகூடச் சுத்தறான். கறுப்பாத்தான் இருப்பா. ஆனா அவளோட கண்ணு ரெண்டும் அதை விடக் கறுப்புன்னா பார்த்துக்குங்க! அவதான் ஜக்காவை ஊருக்குள்ளயே கட்டிப் போட்டு வெச்சிருக்கா. அதனால, முஸ்லிம்களைப் பத்தி யாருக்கும் ஒரு வார்த்தை சொல்லத் துணிச்சல் இல்லை. அவளோட அப்பாவுக்கு ரெண்டு கண்ணும் குருடு. அவர்தான் மசூதியோட முல்லாவா இருக்காரு.’

உதவியாளர் சாப்பாடு கொண்டுவரும்வரை இரண்டு பேரும் குடித்துப் புகைத்துத் தீர்த்தார்கள். பிற்பகல் முழுவதும் குடித்து, சாப்பிட்டுக்கொண்டே மாவட்டத்து நிலைமையை அலசினார்கள். பியரும் பலத்த சாப்பாடும் சேர்ந்து ஹுகம் சந்தின் கண்களை அழுத்தின. வராந்தாவில் கண்ணைக் கூசும் மத்தியான சூரியனுக்காகத் தட்டிகளை இறக்கிவிட்டிருந்தார்கள். முன்னும் பின்னும் மெல்ல அலைந்த பங்கா விசிறி களைத்துப் புலம்பியது. உணர்வு முழுவதும் மரத்துப்போய், தூக்கத்துக்குள் நழுவ ஆரம்பித்தார் ஹுகம் சந்த். தன்னுடைய வெள்ளிப் பல் குத்தியை எடுத்துப் பல்லைக் குத்திவிட்டு, அதை மேஜை விரிப்பில் துடைத்தார். அப்படியும் தூக்கத்தை விரட்ட முடிய வில்லை.

மாஜிஸ்திரேட்டின் தலை தொய்வதைக் கண்ட சப் இன்ஸ்பெக்டர் விடை பெற எழுந்தார். 'ஐயா உத்தரவு கொடுத்தீங்கன்னா... நான் புறப் படட்டுங்களா?'

'கொஞ்ச நேரம் ரெஸ்ட் எடுக்கணும்னா, இங்க படுக்கை ஏதாவது இருக்குமே?'

'ஐயாவுக்குத் தங்கமான மனசுங்க. ஆனா ஸ்டேஷன்ல கொஞ்சம் வேலை இருக்குது. இங்கே ரெண்டு கான்ஸ்டபிள்களை நிறுத்திட்டுப் போறேன். ஐயா முன்னே நான் ஆஜராகணும்னா அவங்க உடனே வந்து சொல்லுவாங்க.'

'ம்.. சரி' என்றார் மாஜிஸ்திரேட் தயக்கத்துடன். 'அப்புறம்... சாயங் காலத்துக்கு ஏதாவது ஏற்பாடு செஞ்சிருக்கீங்களா?'

'ஓ, அதை மறப்பேனுங்களா? அவ மட்டும் உங்களை முழுசா திருப்திப்படுத்தலைன்னா, என்னை வேலையை விட்டே நீக்கிருங்க! பார்ட்டியை எங்கே போய் பிக் அப் பண்ணிக்கணும்னு நான் டிரைவர்கிட்ட சொல்லிடறேன்.'

சப் இன்ஸ்பெக்டர் ஒரு சல்யூட் அடித்துவிட்டு விலகினார். மாஜிஸ்திரேட் ஒரு மத்தியானத் தூக்கம் போடுவதற்காகக் கட்டில்மீது பரவினார்.

கார் பங்களாவை விட்டுப் புறப்படும் சத்தம் கேட்டபோதுதான் ஹுகம் சந்தின் தூக்கம் கலைந்தது. வராந்தாவில் இருந்த பிரம்புத் தட்டிகளைப் பெரிய பெரிய சுருள்களாக சுருட்டித் தூண்களில் கட்டியிருந்தார்கள். வராந் தாவின் பளீரென்ற வெள்ளைச் சுவர்கள், சாயும் சூரியனின் மென்மையான ஆம்பர் வெளிச்சத்தில் ஊறிக்கொண்டிருந்தன. வீடு கூட்டும் சிறுவன் பங்காவின் கயிற்றைப் பிடித்தபடியே வராந்தாவில் சுருண்டு படுத்திருந் தான். அவன் அப்பா வீட்டைச் சுற்றிலும் தண்ணீர் தெளித்துக்கொண்டி ருந்தார். நனைந்த பூமியின் வாசனையும் மல்லிகைப் பூவின் மணமும் வலைக் கதவு வழியே மிதந்து வந்தன.

வீட்டின் முன்னால் வேலையாள்கள் ஒரு பெரிய கயிற்றுப் பாயை விரித்திருந் தார்கள். அதன் நடுவே ஒரு கம்பளம். கம்பளத்தின் ஒரு கோடியில் பெரிய பிரம்பு நாற்காலி போடப்பட்டிருந்தது. அதனருகில் டேபிள்மீது ஒரு விஸ்கி

பாட்டில், இரண்டு தம்ளர்கள். தட்டுத் தட்டாக நொறுக்குத் தீனி. மேஜைக்குக் கீழே சோடா பாட்டில்கள் அணி வகுத்து நின்றன.

ஹுகம் சந்த் குளிப்பதற்குத் தயார் செய்யச் சொல்லி வேலையாளுக்குக் குரல் கொடுத்தார். ஷேவிங் செய்ய வெந்நீர் எடுத்துவைக்கச் சொன்னார். ஒரு சிகரெட்டை ஏற்றிக்கொண்டு விட்டத்தை வெறித்துப் பார்த்தபடி படுத்திருந்தார்.

அவருடைய தலைக்கு நேர் மேலாக இரண்டு பெரிய மரப் பல்லிகள் சண்டைக்குத் தயாராகிக் கொண்டிருந்தன. க்ராக்-க்ராக் என்று சின்னச் சின்னதாக ஒலி எழுப்பிக்கொண்டே அவை ஒன்றை ஒன்று நோக்கி முன்னேறின. அரை இஞ்ச் தூரத்தில் வந்து நின்று தத்தமது வாலை மெல்ல, பயங்கரமாகச் சுழற்றின. அடுத்து நடந்தது, நேருக்கு நேர் மோதல்!

ஹுகம் சந்த் திடுக்கிட்டு நகர்ந்துகொள்வதற்குள் பல்லிகள் இரண்டும் அவருடைய தலையணைக்குப் பக்கத்தில் வந்து 'சொத்'தென்று விழுந்தன.

ஹுகம் சந்தின் அடி வயிற்றில் சிலீரென்று ஈரமான உணர்ச்சி ஒன்று ஏற்பட்டது. படுக்கையை விட்டுக் குதித்தெழுந்து பல்லிகளை வெறித்துப் பார்த்தார். பல்லிகள் பதிலுக்கு அவரை முறைத்தன. இன்னும் அவை முத்தமிடுவதுபோல் ஒன்றை ஒன்று பல்லால் கவ்விக்கொண்ட பிடியை விடவில்லை. மாஜிஸ்திரேட்டும் பல்லிகளும் மந்திரத்தில் கட்டுண்டது போல் ஒருவரை ஒருவர் பார்த்துக்கொண்டு நின்றார்கள்.

உதவியாளரின் காலடிச் சத்தம்தான் மந்திரத்தைக் கலைத்தது. பல்லிகள் இரண்டும் படுக்கையிலிருந்து இறங்கி ஓடிச் சுவரில் தாவிக் கூரைக்குப் போய்விட்டன.

ஹுகம் சந்த் தன் கையாலேயே பல்லிகளைத் தொட்டுவிட்டது போல் அருவருப்பாக உணர்ந்தார். சட்டை நுனியில் கைகளைத் தேய்த்துக் கொண்டார். ஆனால் அதுவோ துடைத்தாலும் கழுவினாலும் போகிற அருவருப்பாக இல்லை.

உதவியாளர் ஒரு குவளை வெந்நீரும் முகச்சவர சாதனங்களும் கொண்டுவந்து டேபிள்மீது சீராகப் பரப்பினார். எஜமானரின் உடைகளை நாற்காலிமீது சாத்தினார். ஒரு மெல்லிய மஸ்லின் சட்டை. தொளதொளவென்ற தாராளமான பாண்ட். அதைத் தாங்கிப் பிடிக்க, மயில் நீல நிறத்தில் ஜரிகை பின்னிய பட்டுக் கயிறு.

உதவியாளர் மாஜிஸ்திரேட்டின் லேசான கறுப்புக் காலணிகளை, பளபளப்பாகும் வரை பிரஷ்ஷால் தேய்த்து நாற்காலிக்கு அருகே வைத்தார்.

ஹுகம் சந்த் மிகக் கவனமாக ஷேவ் செய்து குளித்தார். குளியல் ஆனதும் முகத்திலும் கைகளிலும் லோஷன் பூசிக்கொண்டு மணக்க மணக்க டால்கம் பவுடர் அடித்துக்கொண்டார். கை விரல்களை யுடிகோலானில் நனைத்துக் கொண்டார். தலைக்கு க்ரீம் தடவி வாரினார். முடிகள் நனைந்து படிமான

மானதும், வேர்க்கால்களின் அருகே வெள்ளை நிறம் தெரிந்தது. இரண்டு வாரமாகத் தலைக்கு சாயம் பூசவில்லை.

பிறகு தன் அடர்த்தியான மீசைக்கு மெழுகு எண்ணெய் தடவி முறுக்கு முறுக்கென்று முறுக்கிவிட்டார். மீசை நுனி இரண்டும் அவர் கண்களைக் குறி பார்த்தன. மீசை மயிர்க் கால்களில் கூடப் பழுப்பும் வெள்ளையும் தலை காட்டின. மெல்லிய மஸ்லின் சட்டையினூடே அவருடைய ஏர்டெக்ஸ் பனியன் பளிச்சென்று தெரிந்தது. கஞ்சி மொட மொடப்பில் பாண்ட், மடிப்பு மடிப்பாக இறங்கியது. ஜவ்வாது-அத்தர் செண்ட்டை ஒரு பஞ்சில் தோய்த்து உடைகளின் மீது தேய்த்துக்கொண்டார். புறப்படத் தயாரானார். ஏனோ ஒரு முறை நிமிர்ந்து கூரையைப் பார்த்தார். பல்லிகள் இன்னும் அங்கேதான் இருந்தன. இரண்டும் பளிச்சென்ற கரிய ஊசி போன்ற விழிகளால் இவரையே பார்த்துக்கொண்டிருந்தன.

அவருடைய அமெரிக்க கார் வந்து நின்றது.

ஹுகம் சந்த் மீசையை முறுக்கியபடியே எழுந்துபோய் வலைக் கம்பிக் கதவு வழியே கவனித்தார். இரண்டு ஆண்களும் இரண்டு பெண்களும் காரை விட்டு இறங்கினார்கள். ஒருவன் கையில் ஆர்மோனியம். மற்றவனிடம் இரண்டு தபலாக்கள்.

பெண்களில் ஒருத்தி வயதானவள். அவளுடைய வெள்ளை முடிக்கு மருதாணி பூசி ஆரஞ்சு நிறத்தில் ஜொலித்தது. மற்றவள், இளம் பெண். வாயில் வெற்றிலை குதப்பிக்கொண்டிருந்தாள். சப்பையான மூக்கில் ஒற்றை வைரம் பளீரிட்டது. கையில் ஒரு சின்ன மூட்டை வைத்திருந்தாள். காரிலிருந்து இறங்கியபோது அந்த மூட்டை கலீர் கலீர் என்று குலுங்கியது. நால்வரும் கம்பளத்தின்மீது உட்கார்ந்தார்கள்.

ஹுகம் சந்த் கண்ணாடியில் தன்னைக் கவனமாகப் பார்த்துக்கொண்டார். மயிர்க் கால்களில் வெண்மை தெரிவதைக் கவனித்துவிட்டு முடியைப் படர விட்டுக்கொண்டார். ஒரு சிகரெட் பற்ற வைத்தார். தன் வழக்கப்படி சிகரெட் பெட்டிமீது தீப்பெட்டியை வைத்துக் கையில் எடுத்துக்கொண்டார். வலைக் கதவைப் பாதி திறந்து 'யோவ்! விஸ்கி கொண்டு வா!' என்று குரல் கொடுத்தார்.

விஸ்கி ஏற்கெனவே மேஜைமீது இருக்கிறது என்பது அவருக்கும் தெரியும். நான் வருகிறேன் என்பதை வெளியே இருந்தவர்களுக்கு அறிவிக்கத்தான் குரல் கொடுத்தார். வெளியே வந்து கதவைச் சத்தமாக அடித்துச் சாத்தினார். பளபளக்கும் காலணிகள் கிறீச்சிட திடமாக அடி வைத்துப் பிரம்பு நாற்காலியை நோக்கி நடந்தார்.

மாஜிஸ்திரேட்டை வரவேற்பதற்காக இசைக் குழு எழுந்து நின்றது. இரண்டு இசைக் கலைஞர்களும் தலையை மிகத் தாழ்த்திக் குனிந்து சலாம் வைத்தார்கள். வயசான பொக்கை வாய்க் கிழவி, பாட்டுப் பாடுவதுபோல் ராகம் போட்டு அவர் புகழைப் பாட ஆரம்பித்தாள். 'ஐயாவோட பேரும்

புகளும் அமோகமா வளரட்டும்! ஐயாவோட பேனா ஆயிரமும் லெச்சமுமா எளுதட்டும்!'

சின்னப் பெண் மௌனமாகத் தன் மையிட்ட பெரிய கண்களால் இவரை வெறித்துப் பார்த்தது.

மாஜிஸ்திரேட் அவர்களை உட்காரச் சொல்லிக் கையசைத்தார். கிழவியின் குரல் அழுவதுபோல் தேய்ந்து மறைந்தது. நால்வரும் கம்பளத்தில் உட்கார்ந் தார்கள்.

உதவியாளர் தன் எஜமானருக்காக விஸ்கியும் சோடாவும் ஊற்றித் தந்தார். ஹுகம் சந்த் ஒரு பெரிய முழுங்கு குடித்துவிட்டுப் புறங்கையால் மீசையைத் துடைத்துக்கொண்டார். மீசை நுனியை முறுக்கி விட்டுக் கொண்டார். சற்று படபடப்பாக இருந்தார்.

அந்தப் பெண் தன் பொட்டலத்தைத் திறந்து இரண்டு சலங்கைகளை எடுத்துக் காலில் கட்டிக்கொண்டாள். ஆர்மோனியம் வாசிப்பவர் ஒற்றைக் கட்டையை அழுத்தினார். தபலாக்காரர் சின்ன மரச் சுத்தியால் தபலாவின் விளிம்பைச் சுற்றிலும் தட்டிப் பார்த்துவிட்டு, கட்டைகளைத் தட்டித் தட்டித் தோல் வாரை இறுக்கினார். இழுத்துக் கட்டப்பட்ட தொப்பியை விரல்களால் தட்டி ஆர்மோனியத்துடன் சுருதி கூட்டிக்கொண்டார். பக்க வாத்தியம் தயார்.

இளம் பெண் வெற்றிலைச் சாறுடன் எச்சில் துப்பிவிட்டுத் தொண் டையைக் கனைத்துக்கொண்டாள். அவள் ஆழ்ந்து அடி வயிற்றிலிருந்து இருமியபோது கோழை வெளிப்பட்டது.

வயதான பெண் மாஜிஸ்திரேட்டைப் பார்த்து, 'ஏளை பாளைங்களோட ராசாவே! ஐயாவுக்கு என்ன பாட்டுப் பாட? பளைய கீர்த்தனைங்களா, இல்லே, காதல் பாட்டுப் பாடலாங்களா?'

'கீர்த்தனமெல்லாம் வேண்டாம். சினிமாப் பாட்டு பாடு, கேப்போம். நல்ல பஞ்சாபிப் பாட்டா இருந்தா தேவலை.'

இளம் பெண் சலாம் போட்டது. 'ஐயா உத்தரவுங்க.'

இசைக் குழுவினர் தலைகளை முட்டிக்கொள்வதுபோல் கிட்டே வந்து கலந்து ஆலோசித்தார்கள். பாட்டுப் பெண்ணிடமும் பேசிவிட்டு வாசிக்க ஆரம்பித் தார்கள். தபலாக்காரர் தகிட தகிட என்று ஆவேசமாக ஆரம்பித்தார். பிறகு ஆர்மோனியமும் சேர்ந்துகொள்ளட்டும் என்று அடக்கி வாசித்தார். இவர்கள் இருவரும் வாசிப்பதை அந்தப் பெண் சுவாரசியமில்லாமல் பார்த்துக் கொண்டிருந்தாள்.

ஆரம்ப இசை முடிந்ததும் ஒரு முறை மூக்கைச் சிந்தினாள். தொண்டையை மறுபடி கனைத்தாள். இடது கையால் ஒரு காதைப் பொத்திக்கொண்டு மறு கையை மாஜிஸ்திரேட்டை நோக்கி நீட்டியபடியே கிறீச்சென்று பொய்க் குரலில் பாட ஆரம்பித்தாள்.

காதலா காதலா
பிரிஞ்சுபோன காதலா
உசிரு கெடந்து துடிக்குது
ஓடிப் போக மறுக்குது
கண்ணு தண்ணி சொரியுது
காட்சி ஒண்ணும் தெரியலே
பேச்சு நெஞ்சில் முட்டுது
மூச்சுக் காத்து வேகுது

விளக்கு கிட்ட வந்துதாம்
விட்டில் பூச்சி செத்துதாம்
நெஞ்சு நெறையத் தீயைத்தான்
மூட்டி நானும் சாவத்தான்
வானப் பொட்டை எண்ணியே
ராவு கரைஞ்சு போகுது
நாளைப் போதை எண்ணியே
கண்ட கனா கொஞ்சமா

குதிரை வாரைப் பிடியய்யா
வீட்டுப் பக்கம் திருப்பய்யா
வட்ட நிலா மூஞ்சியை
கிட்ட நானும் பார்க்கவே.

பெண் சற்று நிறுத்தினாள். இசைக் கலைஞர்கள் மறுபடி சேர்ந்து கொள்ள, பல்லவியைப் பாடினாள்.

கடிதாசே கடிதாசே
காதலரைப் போய்க் கூட்டியா
காணாம தவிச்ச பொண்ணு
கரி வெறகா வேகும் முன்னே.

அவள் பாடி முடித்தவுடன் ஹுகம் சந்த் ஓர் ஐந்து ரூபாய்த் தாளை எடுத்துக் கம்பளத்தின்மீது வீசினார். பெண்ணும் பக்க வாத்தியங்களும் தலை தாழ்த்தி வணங்கினார்கள். கிழவி பணத்தை எடுத்துப் பத்திரப்படுத்திக்கொண்டு ‘எசமான் ஆட்சி என்னென்னிக்கும் நிலைக்கும். ஐயாவோட பேனா லெச்ச லெச்சமா எளுதும்’ என்று பிரகடனம் செய்தாள்.

மறுபடி பாட்டு தொடங்கியது. ஹுகம் சந்த் ஸ்ட்ராங்காக ஒரு விஸ்கி ஊற்றிக்கொண்டு ஒரே மடக்கில் குடித்தார். மீசையைக் கையால் துடைத்துக் கொண்டார். அந்தப் பெண்ணை நன்றாக ஏறிட்டுப் பார்க்க இன்னும் அவருக்கு தைரியம் வரவில்லை.

அவள் பாடிய பாட்டு, ஹுகம் சந்துக்குத் தெரிந்த பாட்டுதான். அவருடைய மகள்கூட அதை முணுமுணுப்பாள்:

வாடைக் காத்தில் பறக்குதே - என்
முகத்தை மூடின முக்காடு
செவப்பு மஸ்லின் முக்காடு
அய்யா சாமீ! அய்யய்யா சாமீ!

ஹுகம் சந்துக்குச் சங்கடமாக இருந்தது. மறுபடி விஸ்கியை உறிஞ்சிக் கொண்டு மனச்சாட்சியை நாடு கடத்தினார்.

மனித வாழ்க்கை மிகவும் குறுகியது. இதில் மனச்சாட்சியையெல்லாம் பற்றிக் கவலைப்பட்டுக்கொண்டிருக்க நேரமில்லை. பாட்டின் தாளத்துக்கு ஏற்ப அவர் விரல்கள் சொடுக்க ஆரம்பித்தன. ஒவ்வொரு ‘அய்யய்யா’வுக்கும் கைகள் தொடையில் தாளம் போட்டன.

அந்தி வானத்தின் வெளிச்சம், அமாவாசை இரவுக்கு இடம்விட்டு ஒதுங்கிக்கொண்டது. ஆற்றங்கரைச் சேற்று நிலத்தில் தவளைகள் கனைத்தன. நாணலில் ராக்கோழிகள் கத்தின. உதவியாளர் உஸ்ஸென்று இரைச்சலிடும் பெட்ரோமாக்ஸ் லைட்டைக் கொண்டுவந்து வைத்தார். அது நீல நிறம் தடவிய பிரகாசமான வெளிச்சத்தை வீசியது.

விளக்கின் வெளிச்சம் ஹுகம் சந்தின்மீது நிழலடித்தது. கண் கூசாமல் கையால் மறைத்துக்கொண்டு உட்கார்ந்திருந்த அந்தப் பெண்ணை இப்போது நன்றாக உற்றுப் பார்த்தார்.

அவள் குழந்தையாகத் தெரிந்தாள். அப்படி ஒன்றும் அழகாக இல்லா விட்டாலும் இளமையும் கை படாத புதுமையும் தெரிந்தன. அணிந்திருந்த பிராவை நிரப்புவதற்கு அவளுடைய மார்பு சிரமப்பட்டுக் கொண்டிருந்தது. ஓர் ஆணின் தொடுகை அவற்றுக்குத் தெரிந்திருக்காது.

அவள் தன் மகளைவிட வயதில் சின்னவளாக இருப்பாள் என்ற எண்ணம் ஹுகம் சந்தின் மனத்தில் ஒரு கணம் தோன்றியது. அவசரமாக அந்த எண்ணத்தை ஒரு முழுங்கு விஸ்கியால் கழுவி உள்ளே தள்ளினார்.

வாழ்க்கை என்பதே இப்படித்தானே. வருவதை அப்படியே ஏற்றுக்கொள். வேறு வழியில்லை. அபத்தமான தர்ம நியாயங்கள் எல்லாம் வெறும் வாய்ப் பேச்சுக்குத்தான் உதவும். இவளுக்குத் தேவை என் பணம். எனக்குத் தேவை அவள்...

போகட்டும். எப்படிப் பார்த்தாலும் கடைசியில் அவள் ஒரு விலை மாது. பார்ப்பதற்கும் அப்படித்தான் தெரிந்தாள். அவளுடைய கறுப்புப் புடவையில் வெள்ளி ஜிகினா மினுமினுத்தது. அவள் மூக்குத்தியின் ஒற்றை வைரம் நட்சத்திரம்போல் ஜொலித்தது. மிச்சம் மீதி சந்தேகம் ஏதாவது இருந்தால் அதையும் கொஞ்சம் விஸ்கி ஊற்றிக் கரைத்தார் ஹுகம் சந்த்.

இந்த முறை சில்க் கைக்குட்டையால் மீசையைத் துடைத்துக்கொண்டார். பாட்டை பலமாக முணுமுணுத்தபடியே உற்சாகமாகக் கைச் சொடுக்க ஆரம்பித்தார்.

பாட்டுக்கு மேல் பாட்டாக சினிமாப் பாடல்கள் வந்து விழுந்தன. குத்துப் பாட்டு, குதியல் பாட்டு என்று ஹுகம் சந்துக்குத் தெரிந்திருந்த அத்தனை இந்தியத் திரை இசையும் தீர்ந்துவிட்டது.

'உனக்குத் தெரிஞ்ச வேறு ஏதாவது பாடு' என்று போனால் போகிறதென்று அனுமதித்தார் எஜமானர். 'ஏதாவது புதுசா. ஜாலியா!'

பெண் நிறைய ஆங்கில வார்த்தைகளைக் கொண்ட பாட்டு ஒன்றை ஆரம்பித்தாள்.

ஸண்டே வந்தது
ஸண்டே போனது
லைஃபே கழிந்தது
காலண்டர் காகிதமா
கன்னிப் பருவமும்
கிழிஞ்சு போனது

ஹுகம் சந்த் 'சபாஷ்!' என்று ஆரவாரமாக வெடித்து ரசித்தார். பெண் பாட்டை நிறுத்தியபோது ஐந்து ரூபாய் நோட்டைத் தூக்கி எறிவதற்கு பதிலாக, தன் கையிலிருந்தே வாங்கிக்கொள்ளச் சொல்லி நீட்டினார்.

'சர்க்காரே ஒன்னைக் கூப்பிடுறாங்க, போயேண்டி' என்றாள் கிழவி. பெண் எழுந்து டேபிள் அருகே வந்தாள். பணத்தை வாங்கிக் கொள்ளக் கை நீட்டினாள். ஆனால் ஹுகம் சந்த் கையை இழுத்துக் கொண்டுவிட்டார். ரூபாய்த் தாளைத் தன் நெஞ்சின்மேல் ஒட்டிக்கொண்டு காமுகத்தனமாக இளித்தார்.

பெண், தன் தோழர்கள் யாராவது உதவிக்கு வரமாட்டார்களா என்று திரும்பிப் பார்த்தாள். ஹுகம் சந்த் நோட்டை மேஜைமீது போட்டார். அவள் அதை எடுப்பதற்குள் மறுபடி கவர்ந்து தன் மார்பு மீது போட்டுக்கொண்டார். அவர் சிரிப்பு இன்னும் அகலமாயிற்று.

பெண் பேசாமல் திரும்பிப் போக முயன்றாள். ஹுகம் சந்த் மூன்றாவது முறையாகப் பணத்தை நீட்டினார்.

'சர்க்கார்கிட்ட போடி' என்று கிழவி இறைஞ்சினாள். பெண் கீழ்ப்படிந்து மாஜிஸ்திரேட் அருகில் சென்றாள். ஹுகம் சந்த் அவளது இடுப்பைச் சுற்றிக் கை போட்டார். 'ரொம்ப நல்லா பாடற.'

பெண் அகலக் கண்களை இன்னும் விரித்துத் தன் சகாக்களைப் பார்த்தாள்.

'சர்க்கார் உங்கிட்ட பேசறாருல்ல? பதில் சொல்லேண்டி' என்று அதட்டினாள் கிழவி. 'சர்க்கார், பொண்ணு ரொம்பச் சின்னது. அதான் வெக்கப்படுது. போகப் போக எல்லாம் கத்துக்கும்!'

ஹுகம் சந்த் விஸ்கி க்ளாஸை அவள் உதட்டின் அருகில் பிடித்தார். 'கொஞ்சம் குடி... எனக்காக. ஒரே ஒரு வாய் குடிக்க மாட்டியா?' என்று கெஞ்சினார்.

பெண் வாயே திறக்காமல் கற்சிலை போல் நின்றிருக்க, கிழவிதான் மறுபடி பேசினாள். 'சர்க்கார், இவளுக்குக் குடி, கிடியெல்லாம் என்ன ஏதுன்னே தெரியாது. பதினாறு வயசுகூட ஆவலை. ஒலகம் தெரியாத பொண்ணு. இதுவரை இவ ஒரு ஆம்பளை பக்கத்திலகூடப் போனதில்லை. ஐயாவோட சந்தோசத்துக்காகவே இவளை வளர்த்திருக்கேன்.'

'குடிக்காட்டி பரவாயில்லை. ஏதாவது சாப்பிடுவா இல்லையா?' என்றார் ஹுகம் சந்த். கிழவியின் பேச்சின் பிற்பகுதியைக் கண்டுகொள்ளாததுபோல் விட்டுவிட்டார். தட்டிலிருந்து ஒரு மட்டன் கோளா உருண்டையை எடுத்துப் பெண்ணின் வாயில் ஊட்டிவிட முயன்றார். அவள் அதைக் கையில் வாங்கி லபக்கென்று விழுங்கினாள்.

ஹுகம் சந்த் அவளைத் தன் மடி மீது இழுத்துக்கொண்டு அவள் தலை முடியுடன் விளையாட ஆரம்பித்தார். நிறைய எண்ணெய் தடவி, மட்டமான ப்ளாஸ்டிக் க்ளிப்புகளால் பொருத்தப்பட்டு அலை அலையாக இருந்தது கூந்தல். இரண்டொரு க்ளிப்புகளை அகற்றிவிட்டு, பின் பக்கம் இருந்த கொண்டையைத் தளர்த்தினார். கூந்தல் அவள் தோளில் படர்ந்தது.

இசைக் குழுவும் கிழவியும் எழுந்தார்கள். 'அப்ப, நாங்க போய் வரட்டுங் களா ஐயா?'

'ம். செய்ங்க. டிரைவர் உங்களைக் கொண்டுவிடுவாரு.'

வயதான பெண் மறுபடி சத்தமாக ராகம் போட்டுத் துதி பாட ஆரம்பித்தாள். 'ஐயாவோட பேரும் புகளும் ஓகோன்னு வளரணும். ஐயாவோட பேனா ஆயிரம் ஆயிரமா - இல்லே, லச்ச லச்சமா எளுதணும்.'

ஹுகம் சந்த் ஒரு கட்டு நோட்டுகளை எடுத்து அவள் எதிரே மேஜைமீது போட்டார். இளம் பெண்ணை மாஜிஸ்திரேட்டின் மடியிலேயே விட்டு விட்டு இசைக் குழு காரில் ஏறிக்கொண்டது.

விடுதி உதவியாளர் உத்தரவுக்காகக் காத்திருந்தார். 'சாப்பாடு பரிமாறலாங் களா ஐயா?'

'வேண்டாம். அப்படியே டேபிள்ல வெச்சுட்டுப் போ. நாங்களே சாப்பிட்டுக்கறோம். நீ போகலாம்.'

அவர் இரவு உணவை மேஜை மீது படைத்துவிட்டு, ஊழியர் குடியிருப்பில் இருந்த தன் வீட்டுக்குப் போய்விட்டார்.

ஹுகம் சந்த் கையை நீட்டிப் பெட்ரோமாக்ஸ் விளக்கை அணைத்தார். உஸ்ஸென்ற பெரிய இரைச்சலுடன் அடங்கியது விளக்கு.

இப்போது இருவரும் முழு இருளில் இருந்தார்கள். உள்ளே பெட்ரூமில் சிணுங்கிக்கொண்டிருந்த விளக்கின் வெளிர் மஞ்சள் ஒளி மட்டுமே தெரிந்தது. ஹுகம் சந்த் திறந்த வெளியிலேயே இன்னும் கொஞ்ச நேரம் இருக்க முடிவு செய்தார்.

கூட்ஸ் வண்டி மானோ மாஜராவில் கழற்றிவிடவேண்டிய பெட்டிகளை விட்டுவிட்டு நிலையத்தை விட்டுப் புறப்பட்டது. பாலத்தை நோக்கி இரைச்சலுடன் ரயில் வருகையில் எஞ்சினின் புகை போக்கியிலிருந்து நெருப்புப் பொறிகள் பறந்தன. பாய்லரில் கரியைத் தள்ளிக் கிளறிக் கொண்டிருந்தார்கள். அதன் பிரகாசமான மஞ்சள்-சிவப்பு வெளிச்சம் பாலத்தின் கர்டர்கள் ஊடே பயணம் செய்து மறுபுறம் இருந்த தோப்புக்குள் மறைந்தது. ரயிலின் குமுறல் மெல்ல தூரத்தில் போய்த் தேய்ந்தது.

ரயில் போனவுடன் ஹ‌ுகம் சந்துக்குத் தனித்து விடப்பட்டது போல் ஆசுவாசமாக இருந்தது. மற்றொரு விஸ்கி ஊற்றிக்கொண்டார். அவர் மடியிலிருந்த பெண் பயந்து விறைத்துப்போய் உட்கார்ந்திருந்தது.

'என்கிட்ட கோவமா கண்ணு? பேசக்கூட மாட்டியா?' என்று அவளைத் தன்னுடன் சேர்த்து அழுத்திக்கொண்டார்.

பெண் பதில் பேசவில்லை. இவரை ஏறிட்டும் பார்ப்பதாக இல்லை.

மாஜிஸ்திரேட் அதைப் பற்றிக் கவலைப்படுபவராகத் தெரியவில்லை. 'இது எல்லாவற்றுக்கும் சேர்த்துத்தான் பணம் கொடுத்திருக்கிறேன்.' பெண்ணின் முகத்தை அருகில் இழுத்து அவள் பின் கழுத்திலும் காதுகளிலும் முத்தமிட ஆரம்பித்தார்.

இப்போது கூட்ஸ் வண்டியின் சத்தமே கேட்கவில்லை. ரயில் கிராமத்தைத் தன்னந்தனிமையில் விட்டுவிட்டுப் போய்விட்டது. ஹ‌ுகம் சந்த் தன் மூச்சு சூடாவதை உணர்ந்தார். அந்தப் பெண்ணின் பிராவில் இருந்த கொக்கிகளை விடுவித்தார்.

அப்போதுதான், இரவின் அமைதியைச் சிதறடித்துக்கொண்டு ஒரு துப்பாக்கி வெடிச்சத்தம் கேட்டது!

பெண் தன்னை விடுவித்துக்கொண்டு எழுந்துவிட்டாள்.

'அந்த வேட்டுச் சத்தம் கேட்டதா உனக்கு?'

பெண் தலையாட்டினாள். 'வேட்டையாடறாங்க போல இருக்கு.' இப்போதுதான் முதல் முறையாக இவரிடம் பேசுகிறாள். பிராவைத் திரும்ப அணிந்துகொண்டுவிட்டாள்.

'இந்தக் கும்மிருட்டுல யாராவது வேட்டையாடுவாங்களா?'

இருவரும் சிறிது நேரம் மௌனமாக நின்றார்கள். அவருக்குக் கவலையாக இருந்தது. அவளுக்கோ அந்தக் காதலனின் கவனம் கலைந்தது கண்டு சற்று ஆறுதலாக இருந்தது. என்ன ஆள் இவர்! மூச்சிலேயே விஸ்கியும் புகையிலையும் பயோரியா பல்பொடியும் நாறுகிறதே!

மறுபடி எல்லாம் அமைதியானதும் ஒன்றும் பிரச்னை இல்லை என்று தெளிந்தார் ஹ‌ுகம் சந்த். இன்னும் சற்று தெம்பூட்டிக்கொள்வதற்காக

மற்றொரு விஸ்கி அடித்தார். 'சரி, இன்றைக்கு நாம் தப்பிக்க முடியாது போலிருக்கிறது' என்பது பெண்ணுக்குப் புரிந்தது.

'பட்டாசு ஏதாவது வெடிச்சிருப்பாங்க. யாருக்கோ கல்யாணம் நடக்கிறதுபோல' என்று அந்தப் பெண்ணைச் சுற்றிலும் கைகளைப் போட்டு வளைத்துக்கொண்டார் ஹுகம் சந்த். அவள் மூக்கில் முத்தமிட்டார். 'வா. நாமளும் கல்யாணம் பண்ணிக்கலாம்!' என்றார் அவளை அசிங்கமாகப் பார்த்துக்கொண்டே.

பெண் பதில் சொல்லவில்லை. அவர் தன்னை இழுத்து மேஜைமேல் பரத்துவதையும் அங்கே தட்டுத் தட்டாகக் காய்ந்துகொண்டுகிடந்த கோளா உருண்டைகளையும் சிகரெட் சாம்பலையும் பொறுத்துக்கொண்டாள். ஹுகம் சந்த் அவற்றை ஒரு கையால் வீசிக் கடாசிவிட்டுத் தன் காதல் லீலையைத் தொடர்ந்தார். தன் உடலைத் தொடும், தடவும், பிறாண்டும் கைகளை அவள் எதிர்ப்பே இல்லாமல் ஏற்றுக்கொண்டாள்.

பிறகு ஹுகம் சந்த் அவளை மேஜையிலிருந்து அப்படியே தூக்கினார்; கார்ப்பெட்டின்மீது குவிந்து கிடந்த தட்டு, தம்ளர், பாட்டில்களுக்கு நடுவே படுக்கவைத்தார். அவள் புடைவை முந்தானையால் முகத்தை மூடிக்கொண்டாள். அவருடைய மூச்சு வாசனையிலிருந்து தப்பிப்பதற்காக முகத்தைத் திருப்பிக்கொண்டாள். ஹுகம் சந்த் அவளுடைய ஆடைகளுடன் போராட ஆரம்பித்தார்.

அப்போது மானோ மாஜராவிலிருந்து ஆள்கள் கூச்சலிடும் ஒலியும் நாய்கள் கலவரத்துடன் குரைக்கும் சத்தமும் எழுந்தன!

ஹுகம் சந்த் நிமிர்ந்து பார்த்தார். இரண்டு முறை வேட்டுச் சத்தம் கேட்டது. குரைப்பும் கூக்குரலும் சட்டென்று அடங்கின.

வாய் விட்டுத் திட்டிக்கொண்டே பெண்ணைவிட்டு விலகினார் ஹுகம் சந்த். அவள் எழுந்து புடைவையை நீவிச் சரி செய்துகொண்டாள். பணியாளர் விடுதியிலிருந்து உதவியாளரும் வீடு கூட்டுபவரும் பரபரப்புடன் விளக்குகளை எடுத்துக்கொண்டு ஓடி வந்தார்கள். கொஞ்ச நேரத்துக்கெல்லாம் டிரைவர் வண்டியைக் கொண்டுவந்து நிறுத்தினார். அதன் முகப்பு விளக்கு பங்களாவின் முன்புறத்தை வெளிச்சம் போட்டுக் காட்டியது.

★

கொள்ளை நடந்ததற்கு அடுத்த நாள்.

ரயில்வே நிலையத்தில் வழக்கத்தைவிடக் கூட்டமாக இருந்தது. பத்தரை மணி தில்லி - லாகூர் பாசஞ்சரை வேடிக்கை பார்ப்பதற்காக வழக்கமாகச் சில பேர் வந்து நிற்பதுண்டு. இங்கே ஏறி இறங்குகிற சொற்ப பயணிகளைப் பார்ப்பதில் அவர்களுக்கு ஏதோ ஓர் ஆனந்தம். வண்டி இன்றைக்கு எவ்வளவு தாமதமாக வந்தது, கடைசியாக எப்போது அது சரியான நேரத்துக்கு வந்தது என்றெல்லாம் ஓயாமல் விவாதிப்பதில் ஏதோ ஒரு சுவாரசியம்.

நாடு இரண்டாகப் பிளவுபட்டபிறகு ரயிலின்மேல் அவர்களுக்கு இன்னும் சுவாரசியம் அதிகரித்துவிட்டது. இப்போதெல்லாம் ரயில்கள் நாலு, ஐந்து மணி நேரம், சில சமயம் இருபது மணி நேரம்கூட, தாமதமாக வர ஆரம்பித்தன. பாகிஸ்தானிலிருந்து ரயில் வந்து நின்றால் இந்து-சீக்கிய அகதிகளாக இருந்தார்கள். இந்தியாவிலிருந்து போகும்போது முஸ்லிம் அகதிகளாக நிரம்பி வழிந்தார்கள். கூரைமீதெல்லாம் காலைத் தொங்கப்போட்டுக்கொண்டு மக்கள் உட்கார்ந்திருந்தார்கள். இரண்டு பெட்டிகளுக்கு நடுவே தூளி கட்டிக்கொண்டு படுத்திருந்தார்கள். சிலர் கப்ளிங் மீது ஆபத்தான முறையில் உட்கார்ந்து பயணம் செய்தார்கள்.

அன்றைக்குக் காலையில் ரயில் ஒரு மணி நேரம்தான் லேட்டாக வந்தது. யுத்தத்துக்கு முன்பெல்லாம்தான் ரயில் இவ்வளவு ஒழுங்காக வருவது வழக்கம். நீராவி கக்கிக்கொண்டு வண்டி உள்ளே நுழைந்தபோது பிளாட்பாரத்தில் வியாபாரிகளின் கூச்சலையும் பயணிகள் இறங்கி ஓடியாடி ஒருவரை ஒருவர் கூப்பிட்டுக்கொண்டு கத்திப் பேசுவதையும் பார்த்தால் நிறையப் பேர் இறங்கப் போகிறார்கள் என்றுதான் தோன்றும். ஆனால் கார்டு விசில் கொடுத்ததுமே இறங்கினவர்கள் அனைவரும் திரும்ப வண்டியில் ஏறிவிட்டார்கள். கடைசியாக பிளாட்பாரத்தில் ஒரே ஒரு சீக்கிய விவசாயி மட்டும்தான் விற்பனையாளர்களுக்கு நடுவே நின்றிருந்தார். கையில் இரும்புப் பூண் போட்ட மூங்கில் தடி வைத்திருந்தார். அவருக்குப் பின்னால் இடுப்பில் குழந்தையுடன் அவர் மனைவி.

சுருட்டிக் கட்டின படுக்கையைத் தலைக்குமேல் தூக்கி வைத்துக்கொண்டு ஒற்றைக் கையால் அதைச் சமாளித்துக்கொண்டே நடந்தார் சர்தார்ஜி. மற்றொரு கையில் பெரிய நெய் டின் ஒன்று. கக்கத்தில் இடுக்கிய மூங்கில் தடியின் முனை தரையைத் தேய்த்துக்கொண்டே வந்தது. அவருடைய மேல் உதட்டிலிருந்து புறப்பட்டு வழிந்து தாடியுடன் கலந்துகொண்டிருந்த மீசைக்குக் கீழே, இரண்டு பச்சை நிற டிக்கெட்டுகளை வாயில் கௌவிக்கொண்டிருந்தார்.

விவசாயியின் மனைவி, ஸ்டேஷனின் இரும்புக் கிராதிகளுக்கு இடையிடையே எட்டிப் பார்க்கும் தலைகளைக் கண்டாள்; முகத்தை மறைத்து முக்காட்டை இழுத்து விட்டுக்கொண்டாள். சரளைக் கல்லில் சப்பல்கள் அளைய, வெள்ளி நகைகள் ஏராளமாகக் குலுங்க, கணவனுக்குப் பின்னே நடந்தாள்.

ஸ்டேஷன் மாஸ்டர் விவசாயியின் வாயிலிருந்து டிக்கெட்டைப் பறித்துக்கொண்டு அவர்களை வெளியே அனுமதித்தார். கேட்டுக்கு வெளியே கால் வைத்தவுடனே நடந்த உற்சாக வரவேற்பு, ஆரவாரம், கட்டித் தழுவல்களில் அவர்கள் கரைந்து போனார்கள்.

கார்ட் மறுபடி விசில் ஊதிப் பச்சைக் கொடி காட்டினார்.

அப்போதுதான் எஞ்சினுக்கு அடுத்த பெட்டியிலிருந்து அவர்கள் இறங்கினார்கள். பன்னிரண்டு ஆயுத போலீஸ்காரர்கள். கூடவே சப் இன்ஸ்பெக்டர்.

எல்லோரிடமும் ரைஃபிள் இருந்தது. அவர்களுடைய ஸாம் பிரவுன் பெல்ட் முழுவதும் குண்டுகள் பதிக்கப்பட்டிருந்தன. இரண்டு பேரிடம் சங்கிலியும் விலங்கும் இருந்தன.

அதே சமயம், வண்டியின் மறு கோடியில், கார்டு பெட்டிக்கு அருகிலிருந்து இளைஞன் ஒருவன் இறங்கினான்.

அவன் வெள்ளை நிறத்தில் நீளமாக ஒரு சட்டை அணிந்திருந்தான். முரட்டுக் காட்டனில் செய்த பிரவுன் நிறக் கோட்டு. தொள தொளவென்று பைஜாமா. கையில் ஹோல்டாலைப் படுக்கையாகச் சுருட்டி வைத்திருந்தான். ரயிலிலிருந்து எச்சரிக்கையுடன் இறங்கித் தன் கலைந்த தலைமுடியை அழுத்தி விட்டுக்கொண்டு நாலா பக்கமும் பார்த்தான்.

உருவத்தில் சின்னதாக, சற்றே பெண்மையின் சாயலுடன் இருந்தான். போலீஸ்காரர்களைப் பார்த்தவுடன் அவனுக்குத் தைரியம் வந்துவிட்டது போலிருந்தது. ஹோல்டாலைத் தோளுக்கு மாற்றிக்கொண்டு கேட்டை நோக்கித் தெம்பாக நடந்தான்.

கேட் அருகே நின்றிருந்த ஸ்டேஷன் மாஸ்டரை நோக்கி இளைஞனும் போலீஸ்காரர்களும் எதிர் எதிர்த் திசையிலிருந்து நடந்து வருவதை கிராமவாசிகள் அனைவரும் ஆவென்று வேடிக்கை பார்த்தார்கள். ஸ்டேஷன் மாஸ்டர் போலீஸ் பார்ட்டிக்காகக் கதவை விரியத் திறந்து வைத்துக்கொண்டு சப் இன்ஸ்பெக்டரைப் பார்த்து ஒரு கூழைக் கும்பிடு போட்டார்.

இளைஞன்தான் முதலில் கதவை அடைந்தான். ஸ்டேஷன் மாஸ்டர் அவசரமாக அவனிடமிருந்து டிக்கெட்டை வாங்கிக்கொண்டார். ஆனால் இளைஞன் நகர்வதாகவும் இல்லை, சப் இன்ஸ்பெக்டருக்கு வழி விடுவதாகவும் காணோம்.

'எஸ்.எம் சார், இந்த ஊர்ல எனக்குத் தங்கறாப்பல இடம் ஏதாவது இருக்குமா?' என்று விசாரித்தான்.

நிலைய அதிகாரி எரிச்சலானார். ஆனால் வந்திருப்பவனின் நகரத்து உச்சரிப்பு, அவன் தோற்றம், அவன் ஆடைகள், ஹோல்டால் இவற்றைப் பார்த்துத் தன் எரிச்சலை அடக்கிக்கொண்டார்.

'மானோ மாஜராவில ஹோட்டலும் கிடையாது, சத்திரமும் கிடையாது' என்றார் பணிவு கலந்த கிண்டலுடன். 'ஒரே ஒரு குருத்வாரா இருக்குது. ஊருக்கு நடுவுல மஞ்சளா அதோ கொடிக் கம்பம் தெரியுதே, அதான்.'

'தாங்க் யூ சார்!'

இப்போது போலீஸ் கோஷ்டியும் ஸ்டேஷன் மாஸ்டரும் இளைஞனை அச்சம் கலந்த மரியாதையுடன் பார்த்தார்கள். இந்தப் பக்கமெல்லாம் யாரும் யாருக்கும் 'தாங்க் யூ' சொல்வதில்லை. அதெல்லாம் வெளி நாட்டில் படித்துவிட்டு வரும் கும்பலுக்குத்தான் பழக்கம். இப்போதெல்லாம் வசதியான பல இளைஞர்கள் இங்கிலாந்தில் படித்துவிட்டு விவசாயி உடை

களை மாட்டிக்கொண்டு கிராம முன்னேற்றம் செய்கிறேன் பேர்வழி என்று வந்து இறங்கிவிடுகிறார்கள். அதில் பலர் கம்யூனிஸ்ட் ஏஜெண்டுகள். சிலர் லட்சாதிபதி வீட்டுப் பிள்ளைகள் அல்லது உயர் அதிகாரிகளின் பையன்கள். எல்லோரும் வம்புக்கென்றே அலைபவர்கள்! நிறைய சத்தம் எழுப்பக் கூடிய வர்கள். இவர்களிடமெல்லாம் ஜாக்கிரதையாக இருக்கவேண்டும்!

இளைஞன் நிலையத்தை விட்டு வெளியேறி ஊருக்குள் போனான். போலீஸ்காரர்களுக்கு சில தப்படிகள் முன்னால், வேண்டுமென்றே நெஞ்சை நிமிர்த்திக்கொண்டு விறைப்பாக நடந்தான். எல்லோரும் தன்னையே கவனிக்கிறார்கள் என்பதை உணர்ந்திருந்தான். அவர்கள் தன்னைப் பற்றித் தான் பேசிக்கொள்கிறார்கள் என்று பிடறியில் குறுகுறுத்தது. சொறிந்து கொள்ளத் துடித்த கையை அடக்கிக்கொண்டு, திரும்பிப் பார்க்காமல் மிலிட்டரி நடை போட்டுச் சென்றான்.

மண் குடிசைகளுக்கு நடுவே, மஞ்சள் துணி சுற்றிய கொடிக் கம்பம் நின்றிருந்தது. அதில் ஒரு முக்கோண வடிவக் கொடி பறந்துகொண்டிருந்தது. கொடியில் கறுப்பில் சீக்கிய சின்னம் பொறித்திருந்தது: ஒரு சக்ராயுதம். அதன் நடுவே குறுவாள் செருகியிருக்கிறது. கீழே எக்ஸ் வடிவத்தில் இரண்டு உடை வாள்கள்.

அவன் புழுதிப் பாதையில் நடந்தான். பாதையின் இரு புறமும் கொசகொச வென்று சப்பாத்திக் கள்ளிப் புதர்கள். அதற்கு அப்பால் வயல்தான். பாதை மண் வீடுகளின் இடையே குறுகலாக வளைந்து சென்று நடுவே இருந்த மைதானத்தில் சென்று முடிந்தது. அங்கே வட்டிக் கடைக்காரர் வீடு, மசூதி, கோவில் மூன்றும் எதிர் எதிராக இருந்தன.

அரச மரத்தடியில் தாழ்வான மர பெஞ்சில் அரை டஜன் கிராமவாசிகள் உட்கார்ந்து பேசிக்கொண்டிருந்தார்கள். போலீஸ்காரர்களைக் கண்டவுடன் அத்தனை பேரும் எழுந்து அவர்கள் பின்னாலேயே ராம்லாலின் வீட்டுக்குள் சென்றார்கள். புதிய இளைஞனை ஒருவரும் கவனிக்கவில்லை.

இளைஞன் கோவிலின் திறந்த முன் முற்றத்தில் நுழைந்தான். மறு கோடியில் ஒரு பெரிய ஹால். அங்கேதான் புனித கிரந்தப் புத்தகம் ஒரு வெல்வெட் விதானத்தின் கீழே, அடிக்க வரும் நிறத்தில் இருந்த பட்டுத் துணிகளில் பொதித்துவைக்கப்பட்டிருந்தது.

ஹாலின் ஒரு புறம் இரண்டு அறைகள். சுவரை ஒட்டி ஒரு செங்கல் படிக்கட்டு மேலே சென்றது. முற்றத்தைத் தாண்டினால், உயரமான கைப்பிடிச் சுவருடன் ஒரு கிணறு. அதற்குப் பக்கத்தில் நாலடி அகலத்துக்கு இருந்த கல் மேடையில் பதித்து ஓங்கிய கொடி மரம். காலுக்கு சாக்ஸ் போட்டதுபோல் மஞ்சள் துணி உறை அணிந்திருந்தது அந்தக் கம்பம்.

யாரும் கண்ணில் படவில்லை. இளைஞன் சுற்று முற்றும் பார்த்தான். பின்னாலிருந்து கல்லில் துணி துவைக்கிற சத்தம் கேட்டது. தயக்கத்துடன் கிணற்றைச் சுற்றிக்கொண்டு மறு பக்கம் போய்ப் பார்த்தான். ஒரு வயதான

சர்தார்ஜி எழுந்து வந்தார். அவருடைய தாடியிலிருந்தும் வெள்ளை நிஜாரிலிருந்தும் தண்ணீர் சொட்டிக்கொண்டிருந்தது.

'சத் ஸ்ரீ அகால்.'

'சத் ஸ்ரீ அகால். இங்கே இரண்டு மூன்று நாள்கள் தங்க இடம் கிடைக்குமா?'

'தாராளமா! இது குருத்வாரா - குருநாதரோட வீடு. யார் வேணாலும் தங்கிக்கலாம். ஆனா ஒண்ணு: தலையைத் திறந்து போட்டுக்கிட்டு வரக் கூடாது. இங்கே பீடி, புகையிலை எதுவும் கொண்டு வரக்கூடாது. சிகரெட்டு ஊதக் கூடாது.'

'நான் சிகரெட் பிடிக்கறதில்லை.' இளைஞன் ஹோல்டாலைக் கீழே வைத்துவிட்டுக் கைக்குட்டையை எடுத்துத் தலை மீது பரப்பிக்கொண்டான்.

'பரவாயில்லை, தம்பி. கிரந்தப் புஸ்தகத்துகிட்டே போகும்போது மட்டும்தான் செருப்பைக் களட்டிட்டுத் தலைமேல துணி போட்டுக்கணும்... உங்க பொட்டி படுக்கையை அந்த ரூமுல வெச்சுக்குங்க. இது உங்க வீடுபோல. ஏதாச்சும் சாப்பிடறீங்களா?'

'ரொம்ப நன்றி. ஆனா நான் கையோட சாப்பாடு கொண்டு வந்திருக்கேன்.'

கிழவர் அவனுக்கு அறையைக் காட்டிவிட்டுத் திரும்பக் கிணற்றடிக்குப் போனார். இளைஞன் அந்த அறையில் நுழைந்தான். அறையின் நடுவே ஒரே ஒரு கட்டில் மட்டும்தான் இருந்தது. சுவரில் ஒரு பெரிய வண்ண காலண்டரில் குதிரைமேல் குருநாதர் அமர்ந்திருந்தார். அவர் கையில் ஒரு கழுகு உட்கார்ந்திருந்தது. காலண்டர் பக்கத்தில் உடை மாட்டுவதற்கு ஆணிகள் இருந்தன.

வந்தவன் தன் ஹோல்டாலைக் காலி செய்தான். காற்றுப் படுக்கையை ஊதிக் கட்டில்மேல் விரித்தான். படுக்கை மீது பைஜாமாவையும் சில்க் நைட் கவுனையும் எடுத்துவைத்தான். டப்பாவில் அடைத்த மீன் ஊறுகாய், ஆஸ்திரேலிய வெண்ணை, ஒரு பாக்கெட் காய்ந்த ரொட்டி இவற்றை எதிரில் பரத்திக்கொண்டான். தண்ணீர் பாட்டிலைக் குலுக்கிப் பார்த்தான். அது காலியாக இருந்தது.

நீண்ட தாடியைக் கோதிக்கொண்டே வந்தார் கிழவர். 'உங்க பேரு என்ன தம்பி?' விசாரித்துக்கொண்டே கதவு நிலைப் படியில் உட்கார்ந்தார்.

'இக்பால். உங்க பேருங்க?'

'இக்பால் சிங்தானே?' என்ற கிழவர் பதிலுக்குக் காத்திராமல் தொடர்ந்தார். 'நான்தான் கோவிலைப் பார்த்துக்கறது. பூசாரி மீத் சிங்னு கூப்பிடுவாங்க. அது சரி, மானோ மாஜராவில என்ன வேலையா வந்திருக்கீங்க, இக்பால் சிங்ஜி?'

கிழவர் முதலில் கேட்ட கேள்விக்கு பதிலை வற்புறுத்தாமல் மேலே போய்விட்டது இளைஞனுக்கு ஆறுதலாக இருந்தது.

இக்பால் என்ற பெயரின் பின் பாதி என்ன என்று விவரிக்கத் தேவை யில்லாமல் போய்விட்டது. அவன் இக்பால் முகம்மது என்ற முஸ்லிமாக இருக்கலாம். இக்பால் சந்த் என்றால் ஜெயின். இக்பால் சிங் என்றால் சீக்கியன். மூன்று சமூகங்களுக்கும் பொதுவாக இருக்கும் ஒரு சில பெயர்களில் இது ஒன்று. ஒரு சீக்கிய கிராமத்துக்கு வந்தால் இக்பால் சிங் என்று சொல்லிக்கொள்வதே சௌகரியம். அவன் தலையை கிராப் வெட்டிக் கொண்டு தாடியை ஷேவ் செய்துவிட்ட சர்தார்ஜியாக இருந்தாலும் பரவா யில்லை. இக்பாலைப் பொருத்தவரை அவனுக்கு அப்படி ஒன்றும் மத நம்பிக்கைகள் கிடையாது.

'நான் சமூக சேவை செய்யறேன். நம்ம கிராமங்கள்ல எல்லாம் எவ்வளவோ செய்யவேண்டியது இருக்கு. தேசப் பிரிவினை ஆனதும் எங்க பார்த்தாலும் ரத்தக் களறி ஆயிட்டிருக்கு. இதையெல்லாம் நிறுத்தறதுக்கு யாராவது, ஏதாவது செய்யணுமா வேண்டாமா? அகதிங்க போய் வரதுக்கு இந்த ஊர் ஒரு மையமான இடமா இருக்கறதால, எங்க கட்சியில என்னை இங்கே அனுப்பியிருக்காங்க. இங்கே ஏதும் கலவரம், கிலவரம் ஆரம்பிச்சுதுன்னா பெரிய நாசமாயிடும்.'

இக்பாலின் சமூகப் பணிகளில் கிழவருக்கு ஆர்வம் ஏற்பட்டதாகத் தெரியவில்லை. 'நீங்க எங்கே இருந்து வற்றீங்க, இக்பால் சிங் தம்பி?'

இந்தக் கேள்வி தன் பயணம் பற்றியதல்ல, தன் முன்னோர்களைப் பற்றியது என்பது இக்பாலுக்குப் புரிந்தது.

'எங்க பூர்வீகம் ஜீலம் பக்கம். இப்ப பாகிஸ்தானுக்குப் போயிடுச்சு. ஆனா நான் ரொம்ப நாளா வெளிநாட்டுலயே இருந்துட்டேன். வெளி உலகத்தை யெல்லாம் பார்த்திட்டு வந்தபிறகுதான் நாம எவ்வளவு தூரம் பின் தங்கி இருக்கோம்னு புரியுது. இதுக்கு ஏதாவது செய்யணும்னு தோணுது. அதனாலதான் சமூக சேவையில சேர்ந்தேன்.'

'உங்களுக்கு சம்பளம் என்ன வருது?'

இந்த மாதிரிக் கேள்விகளையெல்லாம் தப்பாக எடுத்துக்கொள்ளக்கூடாது என்று இக்பால் கற்றுக்கொண்டிருந்தான்.

'சம்பளம்னு அப்படி ஒண்ணும் இல்லை; என்னோட செலவுக்கு மட்டும் தந்துடுவாங்க.'

'அப்ப, உங்களோட குடும்பம், குளந்தை குட்டிங்க செலவெல்லாம்?'

'அதெல்லாம் கிடையாதுங்க. எனக்கு இன்னும் கல்யாணமே ஆகலை. சொல்லப் போனா நான்-'

'உங்களுக்கு என்ன வயசாகுது?'

'இருபத்தேழு. ஆமாம், வேற யாராவது சமூக சேவகங்க இந்த ஊருக்கு வரது உண்டா?' மீத் சிங்கின் குறுக்கு விசாரணையை எதிர் கொள்வதற்கு ஒரே வழி,

தானும் கேள்வி கேட்க ஆரம்பிப்பதுதான் என்று முடிவு செய்துவிட்டான் இக்பால்.

'சில சமயம் வெளிநாட்டு அமெரிக்காக்காரங்க வருவாங்க!'

'உங்க கிராமத்துக்குள்ள வந்து அவங்க கிறிஸ்தவ மதத்தைப் பரப்புவாங்களே, அது உங்களுக்குப் பரவாயில்லீங்களா?'

'எல்லாருக்கும் அவங்க அவங்க மதத்தை வெச்சுக்கறதுக்கு உரிமை இருக்குதுல்ல? இதோ இங்கியே பாருங்க; இந்தப் பக்கத்துக் கட்டடம் ஒரு மசூதி. நான் எங்க குருநாதருக்கு இங்கே பூஜை பண்ணுவேன். அதே நேரம் பக்கத்துல இமாம் பக்ஷ் மாமா, அவங்க அல்லாவைக் கூப்பிட்டு கிட்டிருப்பாரு! அது சரி, சீமையில எவ்வளவு மதங்கள் இருக்குது தம்பி?'

'அவங்க எல்லாருமே ஒவ்வொரு விதத்துல கிறிஸ்தவங்கதான். ஆனா நாம இங்க மதத்தை வெச்சுக்கிட்டு சண்டை போட்டுக்கிறமாதிரி அவங்க சண்டை போடறதில்லை. மதத்தைப் பத்தி அவங்க அவ்வளவா சட்டை பண்றதுகூடக் கிடையாது.'

'நான் கூடக் கேள்விப்பட்டேன் தம்பி' என்றார் மீத் சிங், சிந்தனையுடன். 'அதனாலதான் அவங்களுக்குத் தப்புத் தவறு எதுவுமே தெரியறதில்லே. ஐயாமாருங்களும் அம்மாமாருங்களும், மத்த ஐயாமாருங்க, அம்மாமாருங்ககூடப் படுக்கப் போயிருவாங்க! இதெல்லாம் நல்லாவா இருக்குது தம்பி?'

'ஆனா அவங்க நம்மைப் போலப் பொய் பித்தலாட்டம் எல்லாம் செய்யறதில்லை. நம்ம ஊரு மாதிரி அங்கே லஞ்ச ஊழலெல்லாம் கிடையாது' என்றான் இக்பால்.

டின் திறக்கும் ஓப்பனரை எடுத்து மீன் டப்பாவைத் திறந்தான். காய்ந்த ரொட்டியின் மீது மீனைத் தடவிச் சாப்பிட்டுக்கொண்டே பேசினான். 'ஒழுக்கம்கறது என்னங்க? எல்லாம் உங்க கையில எவ்வளவு காசு இருக்குங்கறதைப் பொருத்தது. ஏழை பாழைங்களுக்கு ஒழுக்கம் என்ன, நடத்தை என்ன? அதனாலதான் அவங்க கையில மதத்தைக் கொடுத்து வெச்சிருக்காங்க. இப்ப நம்பளோட முதல் பிரச்னை, அவங்களுக்கு சாப்பாடு, துணிமணி, மத்த வசதியெல்லாம் செஞ்சு கொடுத்தாகணும். அதுக்கு முதல் படி, பணக்காரங்க சுரண்டலை நிறுத்தணும். மிட்டா மிராசுகளையெல்லாம் ஒழிச்சுக் கட்டணும். அதுக்கு ஒரே வழி, கவர்மெண்டை மாத்தறதுதான்.'

அந்த இளைஞன் சாப்பிடுவதைப் பார்ப்பதற்கு மீத் சிங்குக்கு அருவருப்பாகவும் இருந்தது, வசீகரமாகவும் இருந்தது. மீனின் தலை, கண், வால் ஒன்றையும் விட்டுவைக்காமல் மொத்தமாக விழுங்கிக்கொண்டிருந்தான். மற்றபடி அவன் பேசியது எதுவும் இவர் காதில் ஏறவில்லை. இக்பாலின் வாயிலிருந்து ரொட்டித் துகள்களுடன் கூடவே கிராமக் கடன் பிரச்னை, சராசரி தேசிய வருமானம், முதலாளித்துவச் சுரண்டல் போன்ற எல்லாவகையான கருத்துகளும் சிதறிக்கொண்டிருந்தன.

இக்பால் சாப்பிட்டு முடித்ததும் மீத் சிங் எழுந்து போய்த் தன் கூஜாவிலிருந்து ஒரு கிளாஸ் தண்ணீர் கொண்டுவந்து கொடுத்தார். அப்போதும் இக்பால் பேசுவதை நிறுத்தவில்லை. பெரியவர் வெளியே போயிருந்தபோதுகூடக் குரலை உயர்த்திப் பேசினானே தவிர, அவன் சொல்மழை தடைப்படவில்லை.

பைக்குள்ளிருந்து ஒரு ப்ளாஸ்டிக் பாக்கெட்டை எடுத்தான் இக்பால். அதிலிருந்து வெள்ளை நிற மாத்திரை ஒன்றை எடுத்து தம்ளர் தண்ணீரில் போட்டான். மீத் சிங் தண்ணீர் கொண்டுவந்தபோது தம்ளருக்குள் கட்டைவிரலை விட்டுக் கொண்டுவந்ததையும் அந்த விரல் நகத்தில் கறுப்புப் பிறை வடிவத்தில் அழுக்கையும் கவனித்திருந்தான். இது கிணற்றுத் தண்ணீர் வேறு. சுத்தம் செய்ய க்ளோரினா போட்டிருக்கப் போகிறார்கள்?

அவன் மாத்திரை கரைவதற்காகக் காத்திருக்கும் போது, 'என்ன தம்பி, ஏதாவது உடம்பு கிடம்பு சரியில்லையா என்ன?' என்று கேட்டார் மீத் சிங்.

'அதெல்லாம் இல்லீங்க. ஜீரண மாத்திரைதான். என்னை மாதிரிப் பட்டணத்து ஆளுங்களுக்கு இதெல்லாம் தேவைப்படும்.'

இக்பால் மறுபடி தன் சொற்பொழிவை ஆரம்பித்துவிட்டான். 'இந்த போலீஸ் டிப்பார்ட்மெண்ட் இருக்குதே, அதுதான் எல்லாத்தையும்விடக் கொடுமை. எந்தப் பொது ஜனங்களைக் காப்பாத்தறதுக்குன்னு வெச்சோமோ, அவங்களையே கேவலமா நடத்தறது. லஞ்சம், ஊழல்லதான் அவங்க பிழைப்பே ஓடுது... உங்களுக்குத் தெரியாததா?'

கிழவர் தலையை ஆட்டினார். அவர் பதில் சொல்வதற்குள் இளைஞன் மறுபடி தொடர்ந்தான். 'ஒரு போலீஸ் பார்ட்டி, இன்ஸ்பெக்டர் எல்லாரும் என் கூடத்தான் ரயில்ல வந்து இறங்கினாங்க. போறதுக்குள்ள இந்த ஊர்ல இருக்கற கோழி, சேவல் எல்லாத்தையும் கேட்டு வாங்கி, தின்னு தீர்த்துட்டுதான் போகப் போறாங்க! இன்ஸ்பெக்டர் தனக்குன்னு கொஞ்சம் காசு தேத்திப்பாரு. அவ்வளவுதான். அடுத்த ஊருக்குப் போயிருவாங்க. ஜனங்களை ஒட்டக் கறந்து உறிஞ்சறதைத்தவிர வேற என்ன செய்யத் தெரியும் இவனுங்களுக்கு?'

இதுவரை சுவாரஸ்யமில்லாமல் கேட்டுக்கொண்டு வந்த கிழவர், போலீஸ் பற்றிக் கேட்டதும் நிமிர்ந்து உட்கார்ந்தார். 'ஓ! போலீஸ் வந்தாச்சா? போய் அவங்க என்ன செய்யறாங்கன்னு பார்க்கணும். வட்டிக் கடையார் வீட்டுல தான் இருப்பாங்க. நேத்து ராத்திரி யாரோ அவரைக் கொலை செஞ்சுட்டாங்க. நம்ம குருத்வாராவுக்கு நேர் எதிர்லதான் வீடு. திருடங்க பூந்து ஏகப்பட்ட பணத்தை அள்ளிக்கிட்டுப் போயிட்டாங்க. வீட்டுப் பொம்பளைங்ககிட்ட இருந்து தங்கம், வெள்ளின்னு ஐயாயிரம் ரூபாய்க்குமேல சுருட்டிக்கிட்டுப் போயிட்டாங்க.' இது இளைஞனின் சுவாரசியத்தை எழுப்பிவிட்டது.

'நான் போயிப் பார்த்துட்டு வரேன். இந்நேரம் கிராமம் முச்சூடும் அங்க தான் இருக்கும். உடம்பை சோதனைக்காக ஆஸ்பத்திரிக்கு எடுத்துகிட்டுப்

போயிருவாங்க. ஒரு ஆளைக் கண்ணெதிரில கொலை செஞ்சுட்டாக்கூட, டாக்டர் வந்து அவன் செத்துட்டான்னு சொல்லணும். அப்போதான் எரிக்க விடுவாங்க!' கிழவர் கசப்புடன் சிரித்தார்.

'கொலையா! என்ன... யாரு... யாரைக் கொன்னுட்டாங்க?' என்று பதற்றத்துடன் குழறினான் இக்பால். பக்கத்து வீட்டில் ஒரு கொலை நடந்திருக்கிறது, இதுவரை மீத் சிங் சொல்லவே இல்லையே!

'ஏதாவது மதக் கலவரமா என்ன? வந்து... நான் இந்த நேரத்துல இங்க தங்கறதுல பிரச்னை எதுவும் வராதே? கொலை, கிலைன்னு ஊரே பரபரப்பா இருக்கற நேரத்தில நான் இங்கே வந்து பெரிசா என்னத்தைக் கிழிச்சுடப் போறேன்?'

'என்ன சின்னய்யா? நீங்க எங்க ஊருக்கு வந்திருக்கிறதே கொலையெல்லாம் தடுக்கறதுக்குத்தானே? இந்த ஒரு கொலைக்கே இப்படிப் பதற்றீங்களே?' என்று புன்னகைத்தார் மீத் சிங். 'கொலையைத் தடுக்க வந்தீங்க, சந்தோசம். ஆனா மானோ மாஜராவில உங்களுக்கு எந்த பயமும் வேண்டியதில்லை. கொள்ளைக்காரங்க ஒரு கிராமத்துக்கு வருசத்தில ஒரு தடவைக்குமேல வர மாட்டாங்க! கொஞ்ச நாளில இன்னொரு ஊருக்குப் போவாங்க, இன்னொரு திருட்டு நடக்கும். அப்புறம் எல்லாரும் இதை மறந்துருவாங்க... சரி. நாம சாவகாசமா ஒரு நாள் பேசலாம். சாயங்காலம் பூஜை முடிஞ்சபிறகு கூட்டம் ஒண்ணு ஏற்பாடு செய்வோம். அப்போ நீங்க என்னெல்லாம் சொல்லணும்னு நினைக்கிறீங்களோ, விலாவரியாச் சொல்லுங்க. இப்பக் கொஞ்சம் காலை நீட்டிப் படுங்க. நான் அங்கே என்ன நடக்குதுன்னு பாத்துட்டு வரேன்.'

கிழவர் முற்றத்திலிருந்து தளர் நடை போட்டு வெளியேறினார். இக்பால் காலி டின், கத்தி, கரண்டி, தகரத் தட்டு ஆகியவற்றைக் கழுவுவதற்காகக் கிணற்றடிக்கு எடுத்துச் சென்றான்.

மதிய வேளையில் முரட்டுக் கயிற்றுக் கட்டிலில் மல்லாந்து படுத்து சற்றுத் தூங்க முயற்சித்தான். ராத்திரி முழுவதும் ரயிலில் ஒரு மூன்றாம் வகுப்புப் பெட்டியில் சுருட்டிய படுக்கைமீது உட்கார்ந்தே பயணம் செய்திருக்கிறான். கூட்ட நெரிசல் தாங்கவில்லை. சற்றுக் கண் அயரும்போதெல்லாம் ரயில் ஏதோ ஒரு பெயர் தெரியாத நிலையத்தில் நிற்கும். கதவைப் பலவந்தமாகத் திறந்துகொண்டு இன்னும் பல கிராமவாசிகள் தத்தமது மனைவியர், படுக்கைகள், தகரப் பெட்டி ஆகியவற்றுடன் வந்து அடைந்துகொள்வார்கள். தாயின் மடியில் தூங்கிக்கொண்டிருக்கும் ஏதாவது ஒரு குழந்தை கதற ஆரம்பிக்கும்; வாயில் ஒரு மார்பகத்தைத் திணித்தால்தான் அழுகையை நிறுத்தும். சத்தம், கூச்சல் கலாட்டா எல்லாம் நிலையத்தை விட்டுப் புறப்பட்ட பிறகும் நெடு நேரம்வரை தொடரும்.

ஒவ்வொரு ஸ்டேஷனிலும் திரும்பத் திரும்ப இதே கதைதான். ஐம்பது பேர் ஏறவேண்டிய பெட்டியில் கிட்டத்தட்ட இருநூறு பேர் ஏறிவிட்டார்கள்.

ஜனங்கள் தரையில், சீட்டில், சாமான் வைக்கும் பலகையில், பெட்டி படுக்கைகள் மேல், ஒருவர்மீது ஒருவர்... எப்படி வேண்டுமானாலும் உட்கார்ந்திருந்தார்கள். அல்லது மூலையில் நின்றுகொண்டே பயணம் செய்தார்கள். பெட்டிக்கு வெளியிலும் கைப்பிடிக் கம்பியைப் பிடித்துக் கொண்டு டஜன் கணக்கானவர்கள் ஃபுட் போர்டில் அபாயகரமாகத் தொங்கிக்கொண்டிருந்தார்கள்.

கம்பார்ட்மெண்டுக்குள் புழுக்கமும் நாற்றமும் தாங்க முடியவில்லை. அவரவர்கள் எரிச்சலில் இருந்தார்கள். நிமிடத்துக்கு நிமிடம் ஏதாவது ஒரு பிரச்னை கிளம்பிக்கொண்டிருந்தது. யாராவது கையையோ காலையோ சற்று அதிகமாக நீட்டியிருப்பார்கள். அல்லது லெட்ரினுக்குப் போகிற வழியில் யார் காலையாவது மிதித்திருப்பார்கள். உடனே பெரிய வாக்குவாதம் ஆரம் பித்துவிடும்! இரண்டு தரப்பிலும் உறவினர்கள், நண்பர்கள் கட்சி சேர்ந்து கொள்வார்கள். கடைசியில் மற்ற அத்தனை பேரும் சேர்ந்து இவர்களை விலக்கிவிடுவார்கள்.

இக்பால் ரயில் பல்பின் மங்கலான வெளிச்சத்தில் படிக்க முயன்றான். விளக்கைச் சுற்றிய விட்டில் பூச்சிகளின் நிழல்கள் புத்தகமெங்கும் அலைந் தன. ஒரு பத்திகூடப் படிக்கவில்லை; அதற்குள் பக்கத்தில் இருந்தவர் கவனித்துவிட்டார்.

'ஹிஹி. படிக்கிறீங்களா தம்பி?'

'ஆமாம். படிக்கிறேன்.'

'என்ன படிக்கிறீங்க?'

'புஸ்தகம்.'

பயனில்லை. பக்கத்து சீட்காரர் இவன் கையிலிருந்து புத்தகத்தை பலவந்த மாகப் பிடுங்கிப் புரட்டிப் பார்த்தார்.

'ஐ! இங்கிலீசு. நீங்க படிச்சவர் போல இருக்குதே!'

இக்பால் பதில் சொல்லவில்லை. அவன் புத்தகம் கம்பார்ட்மெண்டைச் சுற்றிப் பல கைகளுக்கு மாறியது; பரிசீலனை செய்யப்பட்டது.

இந்த ஆசாமி படித்தவன். எனவே இவன் வேறு ஜாதி. அநேகமாக அரசாங்க ஊழியனாகத்தான் இருக்கும்.

'தங்கள் திருநாமம் என்னவோ?' என்று விசாரித்தார் ஒருவர்.

'என் பேரு இக்பால்.'

'பிரமாதம்! உங்க இக்பால் (புகழ்) பெருகட்டும்!'

எதிரில் இருந்தவர் இவனை முஸ்லிம் என்று எடுத்துக்கொண்டுவிட்டார். அதுவும் நல்லதற்குத்தான். ரயிலில் இருந்த பயணிகள் அனைவருமே பாகிஸ்தானுக்குப் போய்க்கொண்டிருக்கும் முஸ்லிம்கள் மாதிரிதான் தெரிந்தார்கள்.

‘உங்க சொத்து சுகமெல்லாம் எங்கே இருக்கு, தம்பி?’

இக்பால் துளிகூட எரிச்சலடையாமல் ‘என்னோட குடிசை இருக்கறது ஜீலம் மாவட்டத்தில’ என்றான்.

இந்த பதில் அவன் முஸ்லிமாகத்தான் இருக்கும் என்று உறுதி செய்தது. ஜீலம் இருப்பது பாகிஸ்தானில்.

இப்போது பிற பயணிகளும் குறுக்கு விசாரணையில் கலந்துகொண்டார்கள். இக்பால் என்ன செய்கிறான், எப்படிச் சம்பாதிக்கிறான், கையிருப்பு எவ்வளவு, படித்தது எங்கே, இன்னும் ஏன் கல்யாணம் ஆகவில்லை - ஒரு வேளை ஏதாவது வியாதி, கீதி தாக்கிவிட்டதா - என்று எல்லாவற்றையும் அவர்களுக்கு விவரிக்கவேண்டியிருந்தது.

பதிலுக்கு அவர்களும் தத்தமது வீட்டுப் பிரச்னைகள், நோய் நொடிகள் எல்லாவற்றையும் பற்றித் தெரிவித்து இவனுடைய ஆலோசனையைக் கேட்டார்கள். வெள்ளைக்காரர்கள் ‘தளர்வடையும்போது’ ஏதாவது ரகசிய மருந்து மாத்திரை மூலிகை வகையறா சாப்பிடுகிறார்களா என்றும் விசாரித்தார்கள்.

இக்பால் படிக்கவோ தூங்கவோ முயற்சி செய்வது வீண் என்று முடிவு செய்தான். பொழுது விடியும்வரை பேச்சிலேயே கழிந்தது. அந்தப் பயணம், சகிக்க முடியாத வேதனை! ஆனால் இந்தியாவில் வெறுமே உயிர் வாழ்வதற்கே தினசரி எவ்வளவு போராடவேண்டியிருக்கிறது என்பதை நினைத்துப் பார்த்தால், இதெல்லாம் பரவாயில்லை என்றுதான் மனத்தைத் தேற்றிக்கொள்ளவேண்டும்.

ஒரு பெரிய நிம்மதிப் பெருமூச்சுடன்தான் மானோ மாஜராவில் இறங்கினான் இக்பால். புதிய காற்றை நெஞ்சு நிறைய சுவாசித்தான். நன்றாக ஒரு தூக்கம் போடுவதற்குக் கண்கள் கெஞ்சின...

ஆனால் இப்போது இக்பாலுக்குத் தூக்கம் வருவதாக இல்லை. அந்த குருத்வாரா அறையில் காற்றோட்டமே இல்லாமல் ஒரு புழுதி நெடி அடித்தது. மூலையில் அம்பாரமாகக் குவிந்திருந்த துணிகளிலிருந்து காரல் தட்டிய பழைய நெய்யின் நாற்றம் வீசியது. சுற்றிலும் ஒரே ஈ மொய்த்துக் கொண்டிருந்தது.

இக்பால் முகத்தின்மீது கைக் குட்டையைப் போட்டு மூடிக்கொண்டு தூங்க முயற்சித்தான். மூச்சு விடுவதே கஷ்டமாக இருந்தது. அத்தனைக்கும் நடுவில் ஒரு வழியாக மெல்லத் தூக்கத்துக்குள் நழுவிக்கொண்டிருந்தபோது மீத் சிங் ஒரு தத்துவத்தை உதிர்த்தபடியே உள்ளே நுழைந்தார்:

‘தன் சொந்த ஊர்க்காரன்கிட்ட திருடறதும் பெத்த அம்மாகிட்ட திருடறதும் ஒண்ணுதான். இக்பால் சிங் தம்பி, இது கலியுகம். பாவம் பெருத்துப் போச்சு. இல்லாட்டி கொள்ளைக்காரங்க தன்னோட பக்கத்து வீட்டிலயே பூந்து திருடுவாங்களா? உலகத்துல நீதி நேர்மை எல்லாம் செத்தே போயிருச்சு தம்பி!’

இக்பால் முகத்திலிருந்து கைக்குட்டையை விலக்கிப் பார்த்தான். 'என்னங்க ஆச்சு?'

கண்களை உருட்டினார் மீத் சிங். 'இன்னும் என்ன ஆகலைன்னு கேளுங்க! போலீஸ் நம்ம ஜக்காவைக் கூப்பிட்டுவிட்டிருக்காங்க. ஜக்கா ரௌடி நம்பர் பத்து. (ரௌடி லிஸ்டில் அவன் எண் அது.) பய எங்கியோ ஓடிப் போயிட்டான். ஆளையே காணோம். திருட்டு சாமான்லேர்ந்து ஒரு பை நிறைய வளையல் அவன் வீட்டுல கிடைச்சிருக்கு. இதிலியே தெரிஞ்சு போச்சுல்ல, யாரு திருடினதுன்னு? ஏற்கெனவே அவன் கொலைகாரன். அது அவன் ரத்தத்திலயே ஊறினது. அவங்க அப்பா, தாத்தா எல்லாருக்கும்கூடத் திருட்டுத் தொழிலுதான். கொலை செஞ்சுட்டுத் தூக்கு மேடைக்குப் போனாங்க. ஆனா ஒண்ணு: அவங்க சொந்த ஊர்ல மட்டும் திருடவே மாட்டாங்க. சொல்லப் போனா, அவங்க இருந்தபோதெல்லாம் எந்தத் திருடனுக்கும் மானோ மாஜராவுல கால் வைக்கவே துணிச்சல் கிடையாது. இந்த ஜக்கத் சிங் பய, அவன் குடும்பப் பேரையே நாசம் பண்ணிட்டான்!'

இக்பால் நெற்றியைத் தேய்த்துவிட்டுக்கொண்டு எழுந்து உட்கார்ந்தான். அவன் எல்லாவற்றையும் ஒரு ஐரோப்பியனின் பார்வையிலேயே பார்த்துப் பழக்கப்பட்டு விட்டவன். தன்னுடைய சக இந்தியர்களின் தர்ம நியாய மெல்லாம் அவனுக்குப் புரிவதே இல்லை. அதிலும் இந்தப் பஞ்சாபிகளின் நியாயம் இருக்கிறதே, அது இன்னும் சிக்கலானது: உண்மை, மரியாதை, பண விஷயத்தில் நேர்மை - இதெல்லாம் வேண்டியதுதான்; ஆனால் அதைவிட முக்கியம், தின்ற உப்புக்கு விசுவாசமாக இருப்பது. நண்பர்கள், ஊர்க்காரர்களை ஒருபோதும் விட்டுக் கொடுக்கக்கூடாது. நண்பர்களுக்காக கோர்ட்டில் வந்து பொய் சொல்லலாம். ஏமாற்றலாம். யாரும் தவறு சொல்ல மாட்டார்கள். மாறாக 'மனுசன்னா அவன்தாண்டா மனுசன்!' என்று பாராட்டவே செய்வார்கள். ஆட்சி அதிகாரம், போலீஸ், மாஜிஸ்திரேட், புனிதப் புத்தகத்தின்மீது செய்த சத்தியம் - எல்லாவற்றையும் துச்சமென எதிர்த்து நிற்கும் ஆண் சிங்கம் அவன். நட்புக்கு இலக்கணமாக நிற்பவன் அவன்.

கிராமத்தில் எல்லோரும் எல்லோருக்கும் ஒரு வகையில் உறவுக்காரர்கள். ஆகவே ஒருவரை ஒருவர் விட்டுக்கொடுக்கக்கூடாது. ஊருக்கு விசுவாசமாக இருக்கிறானா என்பதுதான் ஒரு மனிதனுக்கு உச்சபட்ச சத்திய சோதனை.

மீத் சிங் ஒரு கோவில் பூசாரி. இருந்தும் ஜக்கா ஒரு கொலையே செய்து விட்டான் என்பது அவருக்குப் பெரிய குற்றமாகப் படவில்லை. அவர் கவலையெல்லாம், சொந்த உள்ளூர்க்காரனின் ரத்தத்தால் அவன் கைகள் கறை பட்டுவிட்டனவே என்பதுதான். ஜக்கா மட்டும் இதையே பக்கத்து ஊரில் போய்ச் செய்துவிட்டு வந்திருந்தால் இவர் மகிழ்ச்சியுடன் கூண்டில் ஏறி அவனுக்காகச் சாட்சி சொல்வார். கொலை நடந்த நேரத்தில் அவன் குருத்வாராவில்தான் சாமி கும்பிட்டுக்கொண்டிருந்தான் என்று கிரந்த சாகிப் மீது சத்தியம் அடித்துச் சொல்லியிருப்பார்.

இக்பால் இந்த மாதிரி ஆசாமிகளுடனெல்லாம் விவாதித்து அலுத்து விட்டான். இவன் சொல்வது எதுவும் அவர்கள் மண்டையில் ஏறுவதில்லை. கடைசியாக, 'நாம் இவர்கள் கூட்டத்தில் சேர்த்தியில்லை; ஆகவே இந்த ஊரில் வசிக்கவே லாயக்கில்லை' என்று முடிவு செய்துவிட்டான் இக்பால்.

தன் பேச்சில் அவன் ஆர்வம் காட்டாததைப் பார்த்து மீத் சிங்குக்கு ஏமாற்றமாகிவிட்டது.

'நீங்க நாலு ஊரு பாத்திருக்கீங்க தம்பி... நாலு எளுத்துப் படிச்சிருக்கீங்க. ஆனா ஒண்ணு மட்டும் சொல்றேன், நல்லா ஞாபகம் வெச்சுக்குங்க. பாம்பு சட்டையை உரிக்கும்; ஆனா விசத்தை மட்டும் உரிச்சுப் போடாது. லட்சரூபா தரலாம் இதைச் சொன்னவனுக்கு.'

விலை மதிப்பு மிகுந்த அந்தப் பழமொழியையும் இக்பால் ரசித்ததாகத் தெரியவில்லை. மீத் சிங் தொடர்ந்து விளக்கினார்: 'இந்த ஜக்கா பய மவன் இருக்கானே, கொஞ்ச நாளா ஒளுங்காத்தான் இருந்துகிட்டிருந்தான். நாத்து நடவுக்குப் போனான், ஆடு மாடுங்களைப் பாத்துக்கிட்டான். ஊரை விட்டு வெளியே போகாம இருந்தான். தினம் தலையாரிகிட்ட போய் ஆஜர் கொடுத்துட்டு வந்தான். ஆனா அவனும்தான் எவ்வளவு நாளைக்கு நேர் வளியில போவான், சொல்லுங்க? அந்த ரத்தத்துலயே குத்தப் பரம்பரை இருக்குதே.'

'பிறவியிலயே நல்லவன் கெட்டவன்னு யாரும் கிடையாதுங்க' இக்பால் எழுந்து உட்கார்ந்தான். இது அவனுடைய செல்லக் கொள்கைகளில் ஒன்று. 'மனுசங்க ஏன் திருடறாங்க, கொள்ளை அடிக்கறாங்க, கொலை செய்யறாங்கன்னு யாராவது யோசிச்சுப் பார்க்கறாங்களா? கிடையாது. புடிச்சு ஜெயில்ல போடு, இல்லாட்டா தூக்குல போடு. அதுதான் சுலபம். தூக்குக்கும் ஜெயிலுக்கும் எல்லாரும் பயந்தாங்கன்னாதான் கொலை கொள்ளையெல்லாம் எப்பவோ நின்னு போயிருக்குமே... ஆனா நின்னுச்சா? இந்த ஜில்லாவிலேயே தினம் ஒரு ஆளைத் தூக்குல போடறாங்க. இருந்தும் இருபத்து நாலு மணி நேரத்துக்குள்ளே பத்து கொலையாவது நடக்குது... இல்லீங்க பூசாரி ஐயா. குற்றவாளிங்க பிறக்கறதில்லை. பசி, வறுமை, சுத்தி நடக்கற அநீதி எல்லாம்தான் அவங்களை அப்படி ஆக்கிடுது.'

தான் இப்படி வெற்றுப் பேச்சு பேசுவதை உணர்ந்து இக்பாலுக்கே அபத்தமாகப் பட்டது. சாதாரணமாகப் பேச ஆரம்பித்தால் பெரிதாக லெக்சர் கொடுக்க ஆரம்பித்துவிடுகிறோம். தொடங்கிய பிரச்னைக்கு மறுபடி வந்தான்.

'ஜக்காவைப் பற்றி எல்லாருக்கும் தெரியும்னா, ஈஸியா புடிச்சுருவாங்க இல்லை?'

'ம். எங்கே போயிரப் போறான்? ஒரு மைல் தூரத்துலருந்து பார்த்தாக்கூட அவனை அடையாளம் கண்டுக்கலாம். எல்லாரையும் விட ஒரு முளம் உசரமா இருப்பான். டெபுடி ஐயா அவனைத் தேடச் சொல்லி எல்லா போலீஸ் டேஷனுக்கும் உத்தரவு போட்டுட்டாரு.'

'இங்கே டெபுடி யாரு?' என்றான் இக்பால்.

'டெபுடி ஐயாவைத் தெரியாதுன்னா சொல்றீங்க!' என்று வியந்தார் மீத் சிங். 'பேரு ஹுகம் சந்த். பாலத்துக்கு வடக்கே டாக் பங்களா இருக்குதுல்ல, அங்கதான் தங்கியிருக்காரு... மனுசன்னா, அவருதான் மனுசன்! சாதாரண போலீஸ்காரராச் சேந்தாரு. இப்ப எங்க போயி நிக்கறாரு! துரைமாருங் களையெல்லாம் நல்லா சந்தோசப்படுத்தி வெச்சுகிட்டாரு. அவங்களும் வரிசையா இவருக்கு ப்ரமோசன் கொடுத்தாங்க. கடைசியா இருந்தவரு, தன்னோட இடத்தையே இவருக்குக் கொடுத்து டெபுடி ஆக்கிட்டுப் போயிட்டாரு. நான்தான் சொன்னேன்ல தம்பி... ஆம்பளைன்னா அவரு ஆம்பளை! புத்தியும் அதிகம். தன்னோட சினேகிதக்காரங்களை ஒரு நாளும் விட்டுக்கொடுக்க மாட்டாரு. அவங்களுக்கு எவ்வளவோ சகாயமெல்லாம் செஞ்சு கொடுத்திருக்காரு. தன்னோட சொந்தக்காரங்களையெல்லாம் டஜன் கணக்குல கூப்புட்டுக் கூப்புட்டு வேலை போட்டுக் கொடுத்திருக்காரு! நூத்துல ஒரு மனுசன்யா. குத்தம் குறை சொல்ல முடியாது.'

'அவரு உங்க சினேகிதருங்களா?' என்றான் இக்பால்.

'சேச்சே! அதெல்லாம் ஒண்ணும் கிடையாது தம்பி' என்று மறுத்தார் மீத் சிங். 'நான் ஏதோ ஒரு ஏளைப் பூசாரி. அவரு, ராசா! அவருதான் கவர்மெண்ட், கவர்மெண்டுதான் அவரு. நாமெல்லாம் வெறும் பிரஜைங்க... மானோ மாஜராவுக்குக்கூட வருவாரு. வந்தா நீங்களே பாருங்களேன்!'

உரையாடல் சற்றே தடைப்பட்டது. இக்பால் செருப்பில் காலை நுழைத்துக் கொண்டான். எழுந்து நின்றான். 'கொஞ்சம் காலாற நடந்து போனாத் தேவலாம் போல இருக்குது. எந்தப் பக்கம் போகலாம்?'

'எந்தப் பக்கம் வேணாலும் போங்களேன். ஊரு பூராவுமே திறந்த வெளிதான். ஆத்தங்கரைக்குப் போங்க. ரயிலு போறது, வர்றதைப் பார்த்துகிட்டிருக் கலாம். ரயில்வே லைனுக்கு அந்தப் பக்கம்தான் டாக் பங்களா. ஆனா ரொம்ப நாளி ஆக்கிடாதீங்க. காலம் கெட்டுக் கிடக்கு. இருட்டறதுக்கு முன்னாடி வீட்டுக்குத் திரும்பிடறது நல்லது. அது மட்டுமில்லே. நான் தலையாரிக்கும் மசூதியில இமாம் பக்ஷ் மாமாவுக்கும் நீங்க வந்திருக்கீங்கன்னு சொல்லி வெச்சிருக்கேன். அவங்க உங்களைப் பார்க்கறதுக்கு வந்தாலும் வருவாங்க.'

'சரிங்க. சீக்கிரமா வந்துடறேன்.'

இக்பால் குருத்வாராவை விட்டு வெளியே வந்தான். இப்போது பரபரப்பு எதுவும் தென்படவில்லை. இன்ஸ்பெக்டர் தன் விசாரணையை முடித்து விட்டார்போல் இருக்கிறது. அரை டஜன் போலீஸ்காரர்கள் அரச மரத்தடியில் கட்டில் போட்டு மல்லாந்திருந்தார்கள். ராம்லாலின் வீட்டுக் கதவு திறந்தே இருந்தது. முற்றத்தில் ஊர்க்காரர்கள் சிலர் தரையில் குந்தி உட்கார்ந் திருந்தார்கள். ஒரு பெண் நீட்டி முழக்கி ஒப்பாரி பாடிக்கொண்டிருந்தாள். ஒப்பாரி கடைசியில் ஓலத்தில் வந்து முடிய, மற்ற பெண்களும் அதில் சேர்ந்துகொண்டார்கள்.

ஒரே புழுக்கமாக இருந்தது. இலைகள்கூட அசையவில்லை. மண்சுவர்களின் மீது சூரியன் சுட்டெரித்துக்கொண்டிருந்தது.

இக்பால் குருத்வாரா சுவரின் நிழலிலேயே நடந்தான். சுவர் ஓரமெல்லாம் சிறுவர்கள் அசிங்கப்படுத்தி வைத்திருந்தார்கள். பெரியவர்களோ, குருத்வாரா சுவரைத்தான் அதிகாரப் பூர்வமான சிறுநீர் கழிப்பிடமாக உபயோகிக்கிறார்கள் போலும். சொறி பிடித்த பெட்டை நாய் ஒன்று பக்கவாட்டில் படுத்திருந்தது. எலும்பும் தோலுமாக இருந்த எட்டு குட்டிகள் நைநை என்று கத்திக்கொண்டே அதன் பால் காம்புகளை இழுத்துக் கடித்துக்கொண்டிருந்தன.

குளத்தின் கரைக்கு வந்ததும் சந்துத் தெரு சட்டென்று முடிவடைந்தது. சிறிய கலங்கலான குட்டை முழுவதும் ஊறிக் கிடந்த எருமை மாடுகள் தண்ணீர்ப் பரப்புக்கு வெளியே தலையை மட்டும் நீட்டிக்கொண்டிருந்தன. ஒற்றையடிப் பாதை ஒன்று குளத்தைச் சுற்றிக்கொண்டு வறண்ட வாய்க் காலின் கரை ஓரமாக ஓடியது; கோதுமை வயல்களுக்கு நடுவே புகுந்து ஆற்றங்கரைவரை சென்றது.

இக்பால் வாய்க்கால் வழியாகவே கவனமாகக் காலடி வைத்து நடந்தான். அவன் ஆற்றங்கரைக்கு வந்து சேர்வதற்கும் லாகூர் எக்ஸ்பிரஸ் பாலத்தில் நுழைவதற்கும் சரியாக இருந்தது. பாலத்தின் ஸ்டீல் கிராதிகளுக்கு இடையே ரயில் புகுந்து முன்னேறுவதை இக்பால் நின்று கவனித்தான்.

எல்லா ரயில்களையும் போலவே இதுவும் நிரம்பி வழிந்துகொண்டிருந்தது. கூரையின் மேலிருந்து கால் காலாகத் தொங்கிக்கொண்டிருந்தது. கதவு ஜன்னல் மேலெல்லாம் ஒரே கால் மயம்! ஜன்னல்களுக்கு உள்ளே முகங் களும் கைகளும் திணித்துக்கொண்டு தெரிந்தன. பெட்டிகளுக்கு நடுவே இருந்த கப்ளிங்மீது பயணிகள் உட்கார்ந்திருந்தார்கள். கடைசி கம்பார்ட் மெண்டின் வாலில் உட்கார்ந்திருந்த இருவரும் உற்சாகமாகக் காலை உதைத்துக் கையை வீசிக்கொண்டிருந்தார்கள்.

பாலத்தைத் தாண்டிய பிறகு வண்டி வேகம் பிடித்தது. எஞ்சின் டிரைவர் விசில் ஊத ஆரம்பித்தார். மானோ மாஜரா நிலையத்தைத் தாண்டிச் செல்லும்வரை விசில் சத்தம் ஒலித்துக்கொண்டே இருந்தது. 'அப்பாடா! பாகிஸ்தானை விட்டுத் தொலைத்து இந்தியாவுக்குள் நுழைந்துவிட்டோம்' என்கிற நிம்மதிப் பெருமூச்சு அது!

இக்பால் ஆற்றங்கரை மேட்டில் ஏறிப் பாலத்தை நோக்கி நடந்தான். பாலத்துக்கு அடியில் நுழைந்து டாக் பங்களா பக்கம் போக நினைத்தான். அப்போதுதான் பாலத்தின் கோடியில் இருந்த காவல் கோபுரத்திலிருந்து ஒரு சர்தார்ஜி சோல்ஜர் தன்னையே உற்றுக் கவனிப்பதை உணர்ந்தான். உடனே மனத்தை மாற்றிக்கொண்டு ரயில்வே லைன் மேட்டில் ஏறினான். தண்டவாளம்வரை துணிச்சலாக நடந்து மானோ மாஜரா நிலையத்தை நோக்கித் திரும்பினான். அந்தத் திருப்பத்தால் காவலரின் சந்தேகம் நீங்கியது. இக்பால் ஒரு நூறடி தூரம் நடந்துபோய், இயல்பாகத் தண்டவாளத்தின்மீது உட்கார்ந்தான்.

எக்ஸ்பிரஸ் வண்டி வந்து சென்றதில் மானோ மாஜராவின் பின்மாலைத் தூக்கம் கலைந்தது. சிறுவர்கள் குளத்து எருமைகள்மீது கல் வீசிக் கிளப்பி வீட்டுக்கு ஓட்டிச் சென்றார்கள். பெண்கள் அணி ஒன்று வயல் வரப்பில் இறங்கி அங்கங்கே புதர்களின் பின்னால் ஒதுங்கியது.

மாட்டு வண்டி ஒன்று ராம் லாலின் உயிரற்ற உடலைத் தாங்கிக்கொண்டு கிராமத்தை விட்டுப் புறப்பட்டு நிலையத்தை நோக்கி வந்தது. அதைச் சுற்றிலும் போலீஸ்காரர்கள் புடை சூழ்ந்து வந்தார்கள். ஊர்க்காரர்கள் பலர் வண்டியுடன் கொஞ்ச தூரம் போய்விட்டு, உறவினர்களுடன் சேர்ந்து வீடு திரும்பினார்கள்.

இக்பால் எழுந்து நின்றான். சுற்றும் முற்றும் பார்த்தான். இந்தப் பக்கம் ரயில்வே நிலையம். அந்தப் பக்கம், நாணல் புதர்களுக்கு அப்பால் தெரியும் ஓய்வு விடுதியின் கூரை. பாலம். கிராமம். மறுபடி நிலையம்.

அவன் கண்ணுக்கு எட்டியவரை மக்கள் சிதறி நின்றிருந்தார்கள். எங்கெங்கும் ஆண்களும் பெண்களும் ஆடு மாடு, குழந்தைகளும் நாய்களும் தான் தெரிந்தார்கள். ஆகாயத்தில் காற்றாடிகள் உயரத்தில் மிதந்துகொண்டிருந்தன. நீள வரிசையில் காக்கைகள் எங்கிருந்தோ புறப்பட்டு எங்கோ பறந்துகொண்டிருந்தன. மரங்களில் லட்சக்கணக்கான குருவிகள் கீச்சிட்டன. இந்தியாவில் உயிரோட்டம் நிரம்பித் ததும்பாத இடமும் உண்டா?

முதன் முதலில் தான் பம்பாயில் போய் இறங்கின நாள் இக்பாலின் நினைவுக்கு வந்தது. திரும்பின பக்கமெல்லாம் லட்சக் கணக்கில் தலைகள்! துறைமுகம், தெருக்கள், ரயில் நிலையம் எங்கெங்கும் ஜனக் கும்பல். ராத்திரியானால் பிளாட்பாரம் முழுவதும் மக்கள் படுத்திருந்தார்கள். மொத்த தேசமே நெரிசலான ஒரு பெரிய ரூம்போல இருந்தது. பின்னே, ஆறு நிமிடத்துக்கு ஒருவர் புதிதாகப் பிறந்துகொண்டே இருந்தால் வேறு என்ன ஆகும்? வருடத்துக்கு ஐம்பது லட்சம் பேர்! ஜனத் தொகைப் பெருக்கத்தினால் நம் தொழில் உற்பத்தி, விவசாயத் திட்டங்கள் எல்லாமே கேலிக் கூத்தாக மாறிக்கொண்டிருக்கிறது. அந்தப் பணத்தையெல்லாம் ஏன் ஜனத் தொகையைக் கட்டுப்படுத்துவதற்கு செலவழிக்கக் கூடாது?

ஆனால், அது நடக்கிற காரியமா? இது காமசூத்ரா பிறந்த நாடு. லிங்கத்தை வழிபடுகிற நாடு. பிள்ளைக் குழந்தைதான் பிறக்கவேண்டும் என்று ஜனங்கள் ஒற்றைக் காலில் நிற்கிற தேசம்...

திடீரென்று கீறீச்சிடும் சத்தம் ஒன்று இக்பாலின் கோபக் கனவைக் கலைத்து நனவுலகுக்குக் கொண்டுவந்தது. தண்டவாளத்தை ஒட்டிப் போய்க்கொண்டிருந்த சிக்னல் கம்பிகள் இழுபடும் சத்தம்தான் அது.

காவல் கோபுரத்துக்குமேல் இருந்த கைகாட்டி இறங்கியது. இக்பால் எழுந்து நின்று தூசு தட்டிக்கொண்டான்.

ஆற்றுக்கு அப்பால் சூரியன் மேற்கில் இறங்கிவிட்டது. செக்கர் வானம் சாம்பல் பூத்து, அதன் மெல்லிய ஒளி சமவெளியில் பரவியது. சுக்கிரனுக்குப்

பக்கத்தில் சன்னமாக வெட்டிப் போட்ட நகத் துண்டு போல் புதிய சந்திரன் முளைத்தது. தூரத்தில் வந்துகொண்டிருக்கும் ரயிலின் முழக்கத்தை மீறிக் கொண்டு முல்லாவின் குரல் மாலைப் பிரார்த்தனைக்கு அழைத்தது.

திரும்பிப் போக வழி கண்டுபிடிப்பது சுலபமாகவே இருந்தது. எல்லாத் தெருவுமே ஊருக்கு நடுவில் இருந்த முக்கோணத்தில்தான் போய் முடிந்தது. நடுவே அரச மரம். அதைச் சுற்றிலும் கோவில், மசூதி, வட்டிக் கடை வீடு.

ராம்லாலின் வீட்டிலிருந்து இன்னும் ஓலங்கள் கேட்டுக்கொண்டிருந்தன. மசூதியில் பத்துப் பன்னிரண்டு பேர் இரண்டு வரிசையாக நின்று மௌனமாக மண்டியிட்டு எழுந்துகொண்டு இருந்தார்கள். குருத்வாராவில் ஒரு கட்டிலின்மீது கிரந்தம் மஸ்லின் துணியில் மடித்து வைத்திருக்க, பக்கத்தில் மீத் சிங் உட்கார்ந்து பிரார்த்தனை ஓதிக்கொண்டிருந்தார். ஒரு அரிக்கேன் விளக்கைச் சுற்றி ஐந்தாறு ஆண்களும் ஒரு பெண்ணும் அரை வட்டமாக அமர்ந்து கேட்டுக்கொண்டிருந்தார்கள்.

இக்பால் நேராகத் தன்னுடைய அறைக்குப் போய் இருட்டில் தன் கட்டிலில் படுத்துக்கொண்டான். சற்றுக் கண்ணை மூடுவதற்குள் பக்தர்கள் சத்தமாக ஜபம் செய்ய ஆரம்பித்துவிட்டார்கள். நடுவில் இரண்டு நிமிடம் நிறுத்தி விட்டு மறுபடி மறுபடி ஜபம் தொடர்ந்தது. கடைசியாக சடங்கு முடிவடைந்தபோது 'சத் ஸ்ரீ அகால்!' என்று ஒரே கூச்சல்!

முரசு ஒன்று ஒலித்தது. பக்த கோடிகள் வெளியே வந்தார்கள். மீத் சிங் விளக்கைத் தூக்கிப் பிடித்து அவரவர்கள் தமது செருப்பைத் தேட உதவினார்.

வெளியே வந்ததுமே அவர்கள் சளசளவென்று பேச ஆரம்பித்தார்கள். அந்தக் குழப்ப வெள்ளத்தில் இக்பாலுக்கு 'தம்பி' என்ற ஒரு வார்த்தைதான் புரிந்தது. யாரோ ஒருவர் இவன் உள்ளே நுழைவதைப் பார்த்திருக்கிறார். உடனே விஷயம் எல்லோருக்கும் பரவியாயிற்று. கிசுகிசுப்பான குரல்கள். குழப்ப மான காலடி ஓசைகள். பிறகு நிசப்தம்.

இக்பால் மறுபடி கண்ணை மூடிக்கொண்டான். ஒரு நிமிடம் கழித்து மீத் சிங் கையில் விளக்குடன் அறை வாசல்படியில் தோன்றினார்.

'இக்பால் சிங் தம்பி, என்னது இது? சாப்பிடாம படுத்துட்டீங்க? இன்னிக்குக் கீரை சமையல். சாப்பிடறீங்களா? தயிரு, மோரு ஏதாச்சும்?'

'வேண்டாங்க. தாங்க்ஸ். நான் கையோட சாப்பாடு எடுத்துகிட்டு வந்திருக் கேன்.'

'ஹ்ம். எங்க மாதிரி ஏளைங்க வீட்டுச் சாப்பாட்டை நீங்கள்லாம்...' என்று பெரிதாக ஆரம்பித்தார் மீத் சிங்.

'இல்லீங்க, இல்லீங்க. அப்படியெல்லாம் ஒண்ணுமில்லை...' எழுந்து உட்கார்ந்து இடைமறித்தான் இக்பால். கையில கொண்டு வந்த சாப்பாட்டை வீணாக்கவேண்டாமேன்னுதான் பார்த்தேன்... கொஞ்சம் அசதியா இருந்துச்சு, தூங்கினாச் சரியாயிடும்.'

‘அப்படின்னா கொஞ்சம் பால் சாப்பிடுங்க. நம்ம தலையாரி பண்ட்டா சிங் உங்களுக்காகப் பால் கொண்டு வந்துகிட்டிருக்காரு. சீக்கிரம் கொண்டுவரச் சொல்றேன்; நீங்க நேரத்துக்குப் படுக்கணுமில்லே? மொட்டை மாடில உங்களுக்காக ஒரு கட்டில் போட்டிருக்கேன். இங்க தூங்க முடியாது. ரொம்ப வெக்கையா இருக்கும்.’

மீத் சிங் அரிக்கன் விளக்கை அறையிலேயே வைத்துவிட்டு இருட்டில் சென்று மறைந்தார்.

தலையாரியுடன் மற்றொரு உரையாடல் நடத்த வேண்டியிருக்குமோ என்று நினைத்தாலே இக்பாலுக்கு ஆயாசமாக இருந்தது. தலையணைக்கடியில் துழாவித் தன்னுடைய வெள்ளி ஃப்ளாஸ்க்கை எடுத்தான். விஸ்கியை தீர்க்கமாக ஒரு உறிஞ்சு உறிஞ்சிக்கொண்டான். காகிதப் பையிலிருந்து சில காய்ந்த ரொட்டிகளை எடுத்துத் தின்றான். மெத்தை, தலையணையை எடுத்துக்கொண்டு மொட்டை மாடிக்குப் போனான். அங்கே அவனுக்காகக் கட்டில் ஒன்று தயாராக இருந்தது. மீத் சிங் குருத்வாராவைக் காவல் காப்பதற்காக முற்றத்திலேயே படுத்துக்கொள்வார் போலிருந்தது.

இக்பால் கட்டிலில் படுத்துக்கொண்டு கசகசவென்று நட்சத்திரங்கள் நிரம்பிய வானத்தைப் பார்த்துக் கொண்டிருந்தான்.

சற்று நேரத்தில் பல குரல்கள் குருத்வாராவில் நுழைந்து மாடிப்படி ஏறி வந்தன. இக்பால் எழுந்து பார்வையாளர்களை வரவேற்கத் தயாரானான்.

‘சத் ஸ்ரீ அகால், சின்னய்யா.’

‘வணக்கம் சின்னய்யா.’

இக்பால் அவர்களுடன் கை குலுக்கினான். மீத் சிங் அவர்களை முறைப்படி அறிமுகப்படுத்த முனையவில்லை. இக்பால் வந்தவர்களுக்காகக் காற்றுப் படுக்கையைத் தள்ளி வைத்துக் கட்டிலில் இடம் ஒதுக்கினான். தான் தரையில் உட்கார்ந்துகொண்டான்.

‘வர்றதுக்குக் கொஞ்சம் நேரமாயிருச்சு சின்னய்யா. மன்னிச்சுக்கங்க. உங்களுக்காக ஒரு செம்பு பால் கொண்டு வந்திருக்கேன்’ என்றார் சர்தார்ஜி.

‘ஆமாங்க எசமான். சொல்றதுக்கே கூச்சமா இருக்கு. நீங்க எங்க வீட்டுக்கு வந்த விருந்தாளி. உங்களுக்கு எதுவும் சேவை செய்யக் குடுத்து வெக்கலியே… ஆறிப் போறதுக்குள்ள பாலையாவது குடிச்சுக்கங்க’ என்றார் இரண்டாமவர். அவர் உயரமாக ஒடிசலாக இருந்தார். தாடியைச் சுத்தமாகக் கத்தரித்து வைத்திருந்தார்.

‘இருக்கட்டுங்க. ரொம்ப நன்றி. பாவம் இன்னிக்கு முழுக்க போலீஸ், அது இதுன்னு நீங்களும் அலைஞ்சுகிட்டே இருந்திருப்பீங்க… ஆனா நான் பாலே குடிக்கறதில்லை. நெசமாத்தான் சொல்றேன். நாங்க பட்டணத்துக் காரங்கள்லாம்…’

இக்பாலின் நாசூக்கான ஆட்சேபனைகளைத் தலையாரி லட்சியம் செய்ய வில்லை. தான் கொண்டுவந்த பெரிய பித்தளை தம்ளர்மேல் போர்த்தியிருந்த அழுக்குக் கைக்குட்டையை விலக்கிவிட்டு, ஆள்காட்டி விரலைப் பாலுக்குள் செலுத்திக் கலக்க ஆரம்பித்தார்.

'இப்பத்தான் கறந்த பால். ஒரு மணி நேரம் முன்னாடிதான் எருமையைக் கறந்தேன். பொண்சாதியை சுட வெச்சுக் குடுடின்னு சொன்னேன். உங்களை மாதிரி படிச்ச புள்ளைங்க எல்லாம் பாலைக் காய்ச்சித்தான் குடிப்பீங்கன்னு தெரியும்... நிறையச் சர்க்கரை போட்டிருக்கேனா, அடியில தங்கிப் போச்சு' என்று கடைசியாக ஒரு கலக்குக் கலக்கினார். பிறகு பாலின் தரத்தை நிரூபிப்பதற்காக, அதன் மேலே கனமாகப் படிந்திருந்த ஆடையை விரலால் தூக்கிக் காட்டிவிட்டு மறுபடி தம்ளரிலேயே சுண்டிவிட்டார்.

'இந்தாங்க சின்னய்யா. ஆறிப் போறதுக்குள்ள குடிங்க.'

'இருக்கட்டும், இருக்கட்டும். ரொம்ப நன்றி' என்று ஆட்சேபித்தான் இக்பால். வந்தவர்களுடைய மனம் கோணாமல் இந்த இக்கட்டிலிருந்து தப்பிப்பது எப்படி என்று புரியவில்லை.

'நான் பாலே குடிக்கறதில்லை. ஆனா நீங்க சொல்றதாலே, வெச்சுட்டுப் போங்க. அப்புறம் குடிக்கறேன். நான் சூடா எதுவும் குடிக்கறதில்லை.'

'சரி, சரி. எப்பிடி வேணுமோ, அப்பிடியே குடிங்க' என்று உதவிக் கரம் நீட்டினார் முஸ்லிம் பெரியவர். 'பண்ட்டா சிங், தம்ளரை இங்கியே வெச் சுடுங்க. காலைல பூசாரி ஐயா எடுத்துகிட்டு வந்துருவாரு.'

தலையாரி தம்ளரைத் தன் கைக்குட்டையால் மூடிக் கட்டிலின் அடியில் வைத்தார். பிறகு ஒரு நீண்ட மௌனம் நிலவியது. கட்டி தட்டிப் போன ஆடையுடன் சேர்த்து தம்ளர் பாலையும் அப்படியே சாக்கடையில் கொட்டும் போது எப்படி இருக்கும் என்று இக்பால் இன்பமாகக் கற்பனை செய்து பார்த்தான்.

'அப்புறம் தம்பி..., ஏதாச்சும் பேசுங்களேன். ஊரு ஒலகத்துல என்ன நடக்குது? ஆமாம், இது என்னது புது கலாட்டா - பாகிஸ்தான், இந்துஸ் தான்னு பிரிச்சுப் பேசறாங்க?'

இப்போது தலையாரியும் அவருடன் சேர்ந்துகொண்டார். 'இந்தச் சின்ன கிராமத்துல சேதி ஒண்ணுமே தெரிய மாட்டேங்குது. சின்னய்யா, நீங்க சொல்லுங்க, வெள்ளைக்காரங்க ஏன் திடீர்னு புறப்பட்டுப் போயிட்டாங்க?'

இது போன்ற எளிமை நிறைந்த கேள்விகளுக்கு எப்படி பதில் சொல்வ தென்று இக்பாலுக்குப் புரியவில்லை. நாட்டுக்குக் கிடைத்திருக்கும் சுதந் தரம் என்பது இந்த மக்களுக்கு எந்தவிதத்திலும் பயனில்லாத சமாசாரம். இது தங்களுடைய முன்னேற்றத்தின் முதல் படி என்பதே இவர்களுக் கெல்லாம் தெரியாது. அரசியல் சுதந்தரம் என்பது ஒரு மாயை; அதைப் பொருளாதார சுதந்தரமாக மாற்றுவதுதான் இனி நம்முடைய ஒரே வேலை என்பதும் இவர்களுக்குப் புரியாது.

‘அவங்களுக்கு வேற வழியில்லை; போயிட்டாங்க. நம்மகிட்டே லட்சக் கணக்கான வயசுப் பசங்க யுத்தத்துக்குத் தயாராயிட்டாங்க. இந்த முறை எல்லார் கையிலயும் ஆயுதம் வேற கிடைச்சாச்சு. நம்ம கப்பல் படையே கலகத்தில இறங்கிடுச்சே, தெரியுமில்லே? அடுத்து சிப்பாய்ங்களும் முறைக்க ஆரம்பிச்சிருப்பாங்க. அதான் வெள்ளைக்காரன் பயந்துட்டான். ஜப்பான்காரன் இந்திய தேசிய ராணுவம்னு லட்சக்கணக்கில நம்ம ஆளுங்களைக் கொண்டுவந்து இறக்கிட்டான். அதுல ஒருத்தரையும் சுடறதுக்கு வெள்ளைக்காரனுக்கு தைரியம் இல்லை. இந்தியா மொத்தமும் தனக்கு எதிரா திரும்பிடும்னு பயம்.’

இக்பாலின் தத்துவத்தை மற்றவர்கள் ஏற்றதாகத் தெரியவில்லை. தலையாரி தயங்கித் தயங்கிச் சொன்னார்: ‘சின்னய்யா, நீங்க சொல்றதெல்லாம் சரிதான். ஆனா போன தரம் மெஸபடோமியாவிலயும் கல்லிபோலியிலயும் நடந்த சண்டையில நான் இருந்தேன். உண்மையைச் சொல்லப்போனா வெள்ளைக் கார ஆபீசருங்களையெல்லாம் எங்களுக்கு ரொம்பப் புடிக்கும். நம்ம ஆபீசருங்களைவிட அவங்க எவ்வளவோ தேவலாம்.’

‘ஆமாங்க தம்பி’ என்றார் மீத் சிங். ‘என் தம்பிகூட ஹவில்தாரா இருக்கான். நம்ம அதிகாரிங்களைவிட வெள்ளைக்காரங்கதான் உசத்தின்னு அவனும் சொல்றான். அவனோட கர்னல் வீட்டு அம்மா, இன்னிவரைக்கும் மருமகப் பொண்ணுக்கு லண்டன்லேர்ந்து அப்பப்போ ஏதாச்சும் அனுப்பிக்கிட்டே தான் இருக்காங்க. அவ கல்யாணத்துக்குக் கூடப் பணமெல்லாம் அனுப்பி யிருந்தாங்க. எந்த இந்தியாக்கார ஆபீசரோட சம்சாரம் இப்பிடிச் செய்வாங் கங்கிறேன்?’

இக்பால் அடித்து விளையாட முடிவு செய்தான். ‘அப்போ,.. உங்களுக் கெல்லாம் சுதந்தரம்கறதே வேணாமா? வாழ்நாள் முழுக்க அடிமையாவே இருக்கப் போறீங்களா?’

ஒரு நீண்ட மௌனம்.

கடைசியில் தலையாரி வாய் திறந்தார். ‘சுதந்தரம்னா அதுக்கு ஏதாச்சும் உபயோகம் இருக்கணும் தம்பி. எங்களுக்கு இதனால என்ன கிடைக்கப் போகுது? உங்களை மாதிரி படிச்ச புள்ளைங்க, வெள்ளைக்காரன் விட்டுட்டுப் போன உத்தியோகத்தையெல்லாம் கப்புனு பிடிச்சுப்பீங்க. ஆனா எங்களுக்கு? ஒரு அரைக் காணி நிலம் கிடைக்குமா அல்லது நாலு எருமைங்கதான் கிடைக்குமா?’

‘ம்ஹூம்’ என்றார் முஸ்லிம் பெரியவர். ‘படிச்சவங்கதான் சுதந்தரம் வேணுமுன்னு சண்டை போட்டாங்க. அவங்களுக்கு அது கிடைச்சுது. நாங்க, நேத்துவரைக்கும் வெள்ளைக்காரனுக்கு அடிமையா இருந்தோம். இனிமே படிச்ச இந்தியாக்காரனுக்கோ, பாகிஸ்தான்காரனுக்கோ அடிமையா இருக்கப் போறோம். அவ்வளவுதானே?’

இந்தக் கோணம் இக்பாலைத் திகைக்க வைத்தது.

'நீங்க சொல்றது நூத்துக்கு நூறு சரி' என்றான் வாஞ்சையுடன். 'உங்களுக்கு உபயோகமா இருக்கறா மாதிரி சுதந்தரம் வேணுமா? விவசாயிங்களுக்கும் தொழிலாளிங்களுக்கும் நல்லது நடக்கணுமா? அப்போ, நீங்க எல்லாரும் ஒண்ணா சேந்து போராடுங்க. இந்த காங்கிரஸ் பனியா கவர்மெண்டைத் தூக்கி எறியுங்க. ராஜா, மந்திரி, மிட்டா, மிராசு அத்தனை பேரையும் தூக்கி எறியுங்க... அதுக்கப்புறம் தெரியும், உண்மையான சுதந்தரம்னா என்னன்னு. நீங்க நினைக்கறா மாதிரியே நிலம் நீச்சு, மாடு, கன்னு எல்லாம் கிடைக்கும். கடனே இருக்காது!'

மீத் சிங் குறுக்கிட்டு, 'இதையேதான் அந்த ஆளும் சொன்னான்!' என்றார். 'அவன் பேரு... அவன் பேரு என்னங்க தலையாரி? காம்ரேட் - என்னவோ பேரு சொன்னானே? ஆமாம் தம்பி, நீங்களும் காம்ரேடா?'

'ம்.. இல்லியே!'

'நல்ல வேளையாப் போச்சுது. அந்த காம்ரேட் பயலுக்கு சுத்தமா சாமி நம்பிக்கையே கிடையாது. அவங்க கட்சி ஆட்சிக்கு வந்த உடனேயே, தரன்தாரன்ல இருக்கற கோவில் குளத்தையெல்லாம் தண்ணிய வடிச்சுட்டு நெல் வயலா ஆக்கப்போறோம்னு பேசினான். அதுதான் உருப்படியான உபயோகமாம்!'

'அபத்தமான பேச்சா இருக்குதே!' என்று இக்பாலும் ஆட்சேபித்தான். மீத் சிங் அந்த காம்ரேடின் பெயரை நினைவு வைத்திருந்தால் நன்றாக இருந் திருக்கும். தலைமையகத்துக்குத் தெரிவித்து அந்த ஆசாமிமீது நடவடிக்கை எடுக்கச் சொல்லவேண்டும்.

'ஆண்டவன் மேல மட்டும் நம்பிக்கை இல்லாமப் போச்சுதுன்னா, பிறகு நமக்கும் நாய் நரிக்கும் வித்தியாசமே இல்லாமப் போயிரும்' என்று சீரியஸாகச் சொன்னார் முசல்மான். 'கடவுள் பக்தி இருக்கறவனை உலகமே கையெடுத்துக் கும்பிடும். காந்தியைப் பாருங்க... வேதம், சாஸ்திரம் எல்லாத்தோடயும் கூடவே அவர் குர்ஆனையும் படிக்கிறார், பைபிளையும் படிக்கிறார்னு சொல்றாங்க. உலகத்துல எந்த மூலைக்கு வேணாலும் போய்க் கேளுங்க, அவர் பேரைச் சொல்லாதவங்களே கிடையாது. காந்தியோட பிரார்த்தனைக் கூட்டம் நடக்குது, பேப்பர்ல போட்டோ பாத்தேன், எத்தனை பேரு வெள்ளைக்கார அய்யா, அம்மா எல்லாம் காலை மடக்கிக் குந்திக் கிட்டிருக்காங்க தெரியுமா? ஒரு வெள்ளைக்காரப் பொண்ணு, கண்ணை மூடிக் கிட்டு உக்காந்திருக்குது. அதான் பெரிய துரையோட பொண்ணுன்னு சொல்லிக் கிட்டாங்க. பக்திமான்னா, வெள்ளைக்காரன்கிட்டகூடத் தனி மரியாதைதான், இல்லையா மீத்சிங்ஜி?'

'ஆமாமாம், சித்தப்பூ! நீங்க சொன்ன ஒவ்வொரு வார்த்தையும் ரூபாய்க்குப் பதினாறு அணாங்கற மாதிரி சத்தியமான பேச்சு' என்றார் மீத் சிங் தன் தொப்பையைத் தடவிக்கொண்டே.

இக்பாலின் ரத்தம் சூடாக ஆரம்பித்தது!

‘அவங்க கூட்டமே திருட்டுப் பசங்க! ஃபோர் ட்வெண்ட்டி!’ என்றான் ஆணித்தரமாக. ‘அவங்கள்லாம் எது சொன்னாலும் நம்பாதீங்க!’

தான் துப்பிய விஷம் மறுபடியும் குறி தவறிவிட்டது என்பது இக்பாலுக்கு உடனே உறைத்தது. ஆனால் என்ன செய்வது? அவனுக்கோ, பத்திரிகைக் காரர்கள் போட்டோ எடுக்கிறார்கள் என்றவுடனே கண்ணை மூடிக்கொண்டு காலை மடக்கி உட்கார்ந்து போஸ் கொடுக்கும் பெரிய துரையின் மகளையும் பிடிக்காது; பெரிய துரையையும் பிடிக்காது. அவர் என்னதான் ஆண் அழகராக இருந்தாலும், இந்துஸ்தானி பேசினாலும், முடி மன்னரின் ஒன்றுவிட்ட தம்பியாக இருந்தாலும், ஒரு கிறிஸ்தவ மிஷனரி போல இந்தியாவை நேசிப்பவராக இருந்தாலும் - பிடிக்காது என்றால் பிடிக்காதுதான்!

‘நான் அவங்க நாட்டிலயே போய் வருஷக் கணக்கா இருந்திருக்கேங்க. அவங்கல்லாம் நல்ல மனுசங்கதான், இல்லேங்கலை. ஆனா, அரசியல்னு வந்துட்டா, அவங்களைப் போல ஃப்ராடுப் பேர்வழிங்க உலகத்திலேயே கிடையாது! அவங்க மட்டும் நேர்மையா இருந்தாங்கன்னா உலகம் பூரா அவங்க ராஜ்ஜியத்தைப் பரப்பியே இருக்க முடியாது... சரி. அது வேற விஷயம். விட்டுருவோம்’ என்று பேச்சை மாற்றினான் இக்பால். ‘இனிமே என்ன நடக்கப் போறதுங்கறதுதான் இப்ப முக்கியம்.’

‘என்ன நடக்கப் போவுதுன்னுதான் எல்லாருக்குமே தெரியுமே’ என்றார் தலையாரி சற்று சூடாக. ‘நாடு முளுக்கப் புயல் அடிச்சு நாசமாப் போயிக் கிட்டிருக்கு. எங்க பார்த்தாலும் கொலை, கொலை, கொலை! இப்ப சுதந்தர மாத் திரியறவங்க யாரு தெரியுமா? திருடங்க, கொள்ளைக்காரங்க, கொலை காரங்க இவங்கதான்...’ என்றவர் சற்று சாந்தமடைந்து ‘வெள்ளைக்காரன் ஆட்சியிலயே நாம நல்லாத்தான் இருந்தோம். இந்த அளவுக்கு ஆபத்தாவது இல்லாம இருந்துச்சு’ என்று முடித்தார்.

சங்கடமான மௌனம் ஒன்று நிலவியது. ரயில்வே லைனில் ஒரு எஞ்சின் முன்னும் பின்னும் ஓடி சரக்கு ரயில் பெட்டிகளைக் கழற்றி மாட்டிக் கொண்டிருந்தது.

முஸ்லிம் பெரியவர் பேச்சை மாற்றினார். ‘கூட்ஸ் வண்டிகூட வந்துருச்சு. லேட்டாயிடுச்சுன்னு நினைக்கறேன். நீங்க களைச்சுப் போயிருப்பீங்க சின்னய்யா. நாங்க உங்களைத் தொந்தரவு செய்யக் கூடாது. ஏதாச்சும் வேணுமுன்னா ஒரு குரல் கொடுங்க. ஓடி வந்துருவோம்.’

எல்லோரும் எழுந்து கொண்டார்கள். இக்பால் கொஞ்சம்கூடக் கோபத்தைக் காட்டிக்கொள்ளாமல் வந்தவர்களுடன் கை குலுக்கினான். மீத் சிங் தலையாரி யையும் முஸ்லிம் பெரியவரையும் வெளி முற்றம்வரை கொண்டுபோய் விட்டுவிட்டு வந்து படுத்தார்.

இக்பால் மறுபடி படுத்துக்கொண்டு வானத்தை வெறித்தான். புல்கூட அசையாத பரந்த சமவெளியில் தூரத்தில் போகும் ரயிலின் கேவல்கள் மனத்தை என்னவோ செய்தன. இக்பாலின் மனத்தில் ஒரு தனிமை உணர்ச்சி வந்து கவிந்துகொண்டது.

நானோ ஒண்டி ஆள். தன்னந் தனியாக நிற்கிறேன். 40 கோடி மக்களைக் கொண்ட இந்த அகண்ட தேசத்தில் நான் என்ன சாதிக்கப் போகிறேன்? இந்த ரத்தக் களறியையெல்லாம் நம்மால் தடுத்து நிறுத்த முடியுமா? முடியாது! இந்து-முஸ்லிம், காங்கிரஸ்-லீக், அகாலி-கம்யூனிஸ்ட் என்று ஒருவர் பாக்கி இல்லாமல் அத்தனை பேரும் இந்தச் சகதியில் கால் வைத்துவிட்டார்கள்... பூர்ஷ்வாக்களின் புரட்சியை பாட்டாளிகளின் புரட்சியாக மாற்ற முயற் சிப்பது அபத்தம். அந்தக் கட்டத்துக்கு நாம் இன்னும் வரவில்லை. பாட்டாளி வர்க்கத்துக்கோ, அரசியல், சுதந்தரம், இந்துஸ்தான், பாகிஸ்தான் எதுவும் ஒரு பொருட்டல்ல. தங்களுக்கு இதில் ஏதாவது ஆதாயம் இருக்கிறதா என்றுதான் பார்க்கிறார்கள். வேற்று மதத்துக்காரனைக் கொன்றுவிட்டு அவனுடைய நிலத்தைக் கைப்பற்றிக் கொள்வதாக இருந்தாலும் சரி.

கொல்-கைப்பற்று என்பதுதான் ஆதாரமான மிருக உணர்ச்சி. அதை வேற்று மதத்தினருக்குப் பதிலாக முதலாளி வர்க்கத்துக்கு எதிராகத் திருப்பிவிட முடியும். வர்க்கப் புரட்சிக்கு அதுதான் சுலப வழி. ஆனால் அவனுடைய கட்சித் தலைவர்களுக்கு இது புரியவில்லை.

தனக்குப் பதிலாக மானோ மாஜராவுக்கு அவர்கள் வேறு யாரையாவது அனுப்பியிருக்கலாமே என்று நினைத்தான். இக்பாலினால் கொள்கையைச் செதுக்கித் தர முடியும். மக்களின் மனத்தில் அடைந்து கிடக்கும் தத்துவ ஒட்டடையை விலக்க முடியும். ஆனால் அவன் ஒரு பிறவித் தலைவன் அல்லன். அதற்கான தகுதிச் சான்றிதழ்கள் அவனிடம் இல்லை. அவன் உண்ணாவிரதம் இருந்தது கிடையாது. ஜெயிலுக்குப் போனது கிடையாது. தேவையான பிற தியாகங்கள் எதையும் செய்ததில்லை. எனவே யாரும் இவன் பேச்சைக் கேட்க மாட்டார்கள்.

நம் அரசியல் வாழ்க்கையை ஆரம்பித்த போதே ஏதாவது ஒரு சாக்கில் ஜெயிலுக்குப் போயிருக்கவேண்டும்...

அதனால் என்ன? இப்போது கூடக் காலம் கடந்துவிடவில்லை. தில்லிக்குத் திரும்பின உடனேயே அதற்கான வேலைகளை ஆரம்பித்துவிட வேண்டும். அப்போது இந்தக் குத்து வெட்டெல்லாம்கூட ஓய்ந்து போயிருக்கும். ஆபத்து எதுவும் இருக்காது.

கூட்ஸ் வண்டி நிலையத்தை விட்டுப் புறப்பட்டுப் பாலத்தின்மேல் கடந்துகொண்டிருந்தது. ஜெயிலில் போய் நிம்மதியான வாழ்க்கை வாழப் போவதாகக் கனவு கண்டபடியே இக்பால் தூக்கத்துக்குள் நழுவினான்.

★

மறு நாள் அதிகாலையில் இக்பால் கைது செய்யப்பட்டான்.

மீத் சிங் தன் பித்தளை லோட்டாவில் தண்ணீருடன் ஒரு கருவேலங் குச்சியைக் கடித்துக்கொண்டு வயல் வெளிப் பக்கம் சென்றிருந்தார். வந்து போகிற ரயில்களின் சத்தம், முல்லாவின் கூப்பாடு, பிற கிராமத்து ஓசைகள்

அனைத்துக்கும் நடுவில் இக்பால் தூங்கிக்கொண்டிருந்தான். அப்போது இரண்டு போலீஸ்காரர்கள் குருத்வாராவுக்குள் நுழைந்தார்கள்.

வந்தவர்கள் நேராகப் போய் இக்பாலின் அறையைக் குடைந்தார்கள். அவனுடைய ப்ளாஸ்டிக் கப், சாஸர்களைப் பரிசீலித்தார்கள். பளபளக்கும் அலுமினிய ஸ்பூன், கரண்டி, கத்தி, ஃப்ளாஸ்க் எல்லாவற்றையும் எடுத்துப் பார்த்துவிட்டு மொட்டை மாடிப் படிகளில் ஏறி வந்தார்கள். இக்பாலை முரட்டுத்தனமாக உலுக்கி எழுப்பினார்கள்.

இக்பால் கண்ணைக் கசக்கிக்கொண்டு எழுந்து உட்கார்ந்து திருதிருவென்று விழித்தான். உடனே நிலைமையைப் புரிந்துகொண்டு போலீஸ்காரர்களிடம் அடாவடியாகப் பேசியிருக்கவேண்டும். ஆனால் அதற்குள் தன் பெயர், வேலை எல்லாவற்றையும் அவர்களிடம் ஒப்பித்துவிட்டான்.

ஒரு போலீஸ்காரர் அச்சிட்ட மஞ்சள் நிறக் காகிதத்தில் அந்த விவரங்களைப் பூர்த்தி செய்து இக்பாலின் சிமிட்டும் விழிகளுக்கு நேரே நீட்டினார்.

'இதோ பாரு உன்னோட கைது வாரண்ட். எந்திரி!'

இரண்டாவது போலீஸ்காரர் பெல்ட்டிலிருந்து விலங்கை உருவி இக்பாலின் கையில் மாட்டத் தயாரானார்.

கை விலங்கைப் பார்த்தவுடன் இக்பால் நூறு சதவிகிதம் நனவுலகத்துக்கு வந்தான். படுக்கையிலிருந்து துள்ளி எழுந்து போலீஸ்காரர்களை நேருக்கு நேர் முறைத்தான்.

'என்னை இந்த மாதிரி அரெஸ்ட் பண்றதுக்கு உங்களுக்கு யாரு அதிகாரம் கொடுத்தது?' என்று இரைந்தான். 'என் கண்ணு முன்னாலதான் வாரண்ட்டையே எழுதினீங்க! இது இத்தோட முடியப்போற விஷயமில்லை, ஜாக்கிரதை. உங்க போலீஸ் ராஜ்ஜியமெல்லாம் மலையேறிப் போயாச்சு! என்மேல கை வெச்சுப் பாருங்க, உலகம் முழுக்கத் தகவல் பரவிடும். நாளைக்கு நியூஸ் பேப்பர் முழுக்க உங்களைப் பத்தியும், நீங்க எந்த லட்சணத்துல டூட்டி பாக்கறீங்கன்னும்தான் வரப் போகுது. அதுக்கு நான் காரண்ட்டி.'

இதைக் கேட்ட போலீஸ்காரர்கள் ஆடிப் போய்விட்டார்கள்.

அந்த இளைஞனின் உச்சரிப்பு, அவன் வைத்திருந்த ரப்பர் தலையணை மெத்தைகள், அவன் அறையில் காணப்பட்ட பொருள்கள், எல்லாவற்றுக்கும் மேலாக அவனுடைய முறைப்பான நடத்தை எல்லாவற்றையும் பார்த்துவிட்டு, அவர்களுக்குத் தாம் தவறு செய்துவிட்டோமோ என்ற கவலை வந்துவிட்டது.

ஒரு போலீஸ்காரர் பணிவுடன் 'சின்னய்யா, நாங்க எங்க கடமையைத்தான் செய்யறோம். எதுவா இருந்தாலும் நீங்க மாஜிஸ்திரேட் அய்யாகிட்ட பேசிக்குங்க' என்றார். மற்றவர் அசௌகரியத்துடன் விலங்கைத் தடவிக் கொண்டிருந்தார்.

'உங்க எல்லாருக்கும் வைக்கறேன் ஒரு நாள் வேட்டு! போலீஸ், மாஜிஸ் திரேட் யாரா இருந்தாலும் கவலையில்லை. அசந்து தூங்கற மனுஷனையா வந்து எழுப்பறீங்க? தப்பு! இதை நினைச்சுப் பின்னால வருத்தப்படப் போறீங்க.'

கான்ஸ்டபிள்களில் ஒருவனாவது கொஞ்சம் வாயைத் திறக்கட்டும், நாட்டில் சட்டம்-ஒழுங்கு பற்றி இன்னும் விளாசித் தள்ளிவிடலாம் என்று துடிப்புடன் காத்திருந்தான் இக்பால். ஆனால் போலீஸ்காரர்கள் பெட்டிப் பாம்பாக அடங்கிவிட்டார்கள்.

'சரி, சரி. கொஞ்சம் வெயிட் பண்ணுங்க. நான் முகம் கழுவி டிரெஸ் மாத்திக் கணும். என் பெட்டி படுக்கையெல்லாம் யார்கிட்டயாவது ஒப்படைச்சுட்டு தான் வர முடியும்' என்று கறாராகச் சொன்னான். இப்போதாவது ஏதாவது பேசுகிறார்களா என்று அவர்கள் முகத்தைப் பார்த்தான்.

'சரிங்க சின்னய்யா. மெள்ளமா வாங்க. ஒண்ணும் அவசரம் இல்லை.'

போலீஸ்காரர்களின் பண்பான நடத்தை இக்பாலின் கோபத்தை வடிய வைத்தது. தன் பொருள்களைச் சேகரித்துக்கொண்டு படி இறங்கி அறைக்குச் சென்றான். பிறகு கிணற்றடிக்குப் போய் ஒரு பக்கெட் தண்ணீர் இறைத்து நிதானமாக முகம் கை கால் கழுவ ஆரம்பித்தான். அவசரமே படவில்லை.

அப்போது பூசாரி மீத் சிங் சுறுசுறுப்பாகப் பல் தேய்த்துக்கொண்டே உள்ளே நுழைந்தார். கருவேலங் குச்சியின் ஒரு முனையை நார் நாராகக் கடித்து வைத்திருந்தார். குருத்வாராவுக்குள் போலீஸைக் கண்டு அவருக்கு ஆச்சரியம் ஏற்படவில்லை. அவர்கள் ஊருக்கு வரும்போதெல்லாம் ஒன்று தலையாரி வீட்டில் தங்குவார்கள்; அங்கே இடமில்லாவிட்டால் குருத்வாராவுக்குத்தான் வருவார்கள். வட்டிக் கடைக்காரர் கொலைக்குப் பிறகு எந்த நிமிடமும் போலீஸ்காரர்களை எதிர்பார்த்துக்கொண்டுதான் இருந்தார்.

தன் குச்சி பிரஷ்ஷைத் தூக்கி எறிந்துவிட்டு 'சத் ஸ்ரீ அகால்' என்றார்.

'சத் ஸ்ரீ அகால்' என்றார்கள் போலீஸ்காரர்கள்.

'டீ, கீ எதுனா சாப்பிடறீங்களா? அல்லது கொஞ்சம் மோரு?'

'நாங்க சின்னய்யாவுக்காகக் காத்துகிட்டிருக்கோம். அவரு ரெடி ஆவறதுக் குள்ள எதுனா கொடுத்தீங்கன்னா சந்தோசம்.'

மீத் சிங் இந்த விவகாரத்தில் தனக்கு ஆர்வமே இல்லாததுபோல் காட்டிக் கொண்டார். போலீஸ்காரர்கள் வாயைக் கிளறுவதோ, வாதாடுவதோ தன் வேலை அல்ல. அநேகமாக இந்த இக்பால் சிங் ஒரு காம்ரேடாகத்தான் இருப்பான். அவன் பேச்சையெல்லாம் பார்த்தால் அப்படித்தான் தோன்றியது.

'அவருக்கும் சேர்த்து டீ போடறேன்' என்றார் இக்பாலைப் பார்த்து. 'அல்லது உங்க ஃப்ளாஸ்க்குதான் பெரிசா இருக்குதே - டீ கொண்டாந்துட்டீங்களா?'

இக்பால் டூத் பேஸ்ட் நுரை வழியாக 'ரொம்ப தாங்க்ஸ்' என்றான். துப்பினான். 'ஃப்ளாஸ்குல இருக்கற டீ ரொம்ப ஆறிப் போயிருக்கும். சூடா ஒரு கப்

கிடைச்சா நல்லாத்தான் இருக்கும். அப்புறம், நான் போயிட்டு வரவரைக்கும் என் சாமான்களையெல்லாம் பாத்துக்கிறீங்களா? எதுக்காகவோ என்னை அரெஸ்ட் பண்ண வந்திருக்காங்க. எதுக்காகன்னு அவங்களுக்கே தெரியாது!'

மீத் சிங் ஒன்றும் காதில் விழாததுபோல் பாசாங்கு செய்தார். போலீஸ்காரர்கள் சற்று அசடு வழிந்தார்கள்.

'இதில எங்க தப்பு ஒண்ணும் இல்லை சின்னய்யா' என்றார் ஒரு கான்ஸ்டபிள். 'எங்க மேல ஏன் கோவிச்சுக்கிறீங்க? வேணும்னா மாஜிஸ்திரேட் அய்யா கிட்ட கோவிச்சுக்குங்க!'

இக்பால் அவர்களுடைய ஆட்சேபணைகளை முற்றிலும் நிராகரித்துவிட்டுக் கரகரவென்று பல் தேய்த்தான். முகத்தைக் கழுவிக்கொண்டு டவலால் துடைத்தபடியே அறைக்குள் வந்தான். மெத்தை தலையணைகளிலிருந்து காற்றைப் பிடுங்கிவிட்டு அவற்றைச் சுருட்டினான். ஹோல்டாலில் இருந்தவற்றைப் பிரித்துக் கொட்டினான். புத்தகங்கள், துணி மணி, டார்ச், ஒரு பெரிய வெள்ளிக் குப்பி. தன் உடைமைகளுக்கெல்லாம் ஒரு பட்டியல் போட்டு, மறுபடி உள்ளே வைத்துச் சுருட்டினான்.

டீயை எடுத்துக்கொண்டு வந்தார் மீத் சிங். அவரிடம் ஹோல்டாலைக் கொடுத்தான். 'பூசாரி ஐயா, என்னோட சாமான் எல்லாம் இதில இருக்கு. இதைப் பாத்துக்கறதில உங்களுக்குத் தொந்தரவு ஒண்ணுமில்லையே? கேடு கெட்ட இந்த நாட்டுல, போலீஸ்காரங்களை நம்பறதைவிட நான் உங்களைத் தான் நம்புவேன்!'

போலீஸ்காரர்கள் முகத்தைத் திருப்பிக்கொண்டார்கள். மீத் சிங்குக்குத் தர்ம சங்கடமாக இருந்தது.

'தாராளமா பாத்துக்கறேன் சின்னய்யா' என்றார் பலவீனமாக. 'நான் உங்களோட வேலைக்காரன். போலீசுக்கும் நான் வேலைக்காரன்தான்! இது கோவில். இங்கே யாரு வேணாலும் வரலாம், போகலாம்... உங்க கப்புலயே டீ தரட்டுங்களா?'

இக்பால் தன் ப்ளாஸ்டிக் கப்பையும் ஸ்பூனையும் எடுத்துக் கொடுத்தான். கான்ஸ்டபிள்கள் மீத் சிங் கொடுத்த பித்தளை தம்ளர்களை வாங்கிக் கொண்டார்கள். விரல்களை சூடான பித்தளை சுடாமல் இருப்பதற்காக, நீண்டு தொங்கும் டர்பன் நுனியில் தம்ளரைச் சுற்றிப் பிடித்துக் கொண்டார்கள். தங்கள் மனத்தைத் தாங்களே தேற்றிக் கொள்வதுபோல் சத்தமாக டீயை உறிஞ்சினார்கள்.

இப்போது நிலைமை முழுவதும் இக்பாலின் கட்டுப்பாட்டுக்குள் இருந்தது. அவன் கயிற்றுக் கட்டில்மீது அமர்ந்திருக்க, போலீஸ்காரர்கள் நிலைப் படியிலும் மீத் சிங் வெளியிலுமாகத் தரையில் உட்கார்ந்திருந்தார்கள். ஏதாவது சொன்னால், காரசாரமாகப் பதில் வரப் போகிறதே என்ற பயத்தில் ஒருவரும் பேசத் துணியவில்லை. கை விலங்கை வைத்திருந்த போலீஸ்காரர் ஓசைப்படாமல் அதைப் பைக்குள் போட்டுக்கொண்டு விட்டார்.

டீ குடித்து முடிந்ததும் அவர்கள் சங்கடமாக நிமிர்ந்து பார்த்தார்கள். இக்பால் முகத்தில் வெறுப்பு மண்டியிருக்க, அவர்கள் தலைக்கு மேலாக தூரத்தில் வெறித்துப் பார்த்துக்கொண்டிருந்தான். அந்தப் பார்வையே 'நான் எவ்வளவு முக்கியமான ஆள் தெரியுமா?' என்று சொல்லியது.

இக்பால் சூனியத்தை உற்றுப் பார்த்தபடியே அவ்வப்போது பெண் பிள்ளை மாதிரி நாசூக்காக டீயை உறிஞ்சிக்கொண்டான். குடித்து முடித்ததும் சட்டென்று எழுந்து நின்றான்.

'நான் ரெடி. உம். மாட்டுங்க விலங்கை!' என்றான் நாடகத்தனமாக.

'விலங்கெல்லாம் வேண்டாங்க சின்னய்யா. மூஞ்சியை வேணா மூடிக்குங்க. இல்லாட்டி பிறகு ஸ்டேசன்ல வெச்சு அடையாளம் கண்டுபிடிக்கச் சொல்லும் போது பிரச்னையாயிரும்' என்றார் போலீஸ்காரர்.

அதைப் பாய்ந்து பிடித்துக்கொண்டான் இக்பால். 'இதுதான் நீங்க வேலை செய்யற அழகா? என் கையில விலங்கு மாட்டணும்னு ரூல் இருந்தா மாட்டவேண்டியதுதானே? எனக்கு ஒண்ணும் யாரும் அடையாளம் கண்டு பிடிச்சுருவாங்களோன்னு பயமில்லை. நான் என்ன திருடினேனா, கொள்ளை அடிச்சேனா? நான் ஒரு அரசியல் தொண்டன். நான் எப்பிடி இருக்கேனோ, அப்பிடியே ஊருக்குள்ள போறேன். ஜனங்களும்தான் பார்க்கட்டுமே, தனக்கு வேண்டாதவங்களை போலீஸ் என்ன பாடு படுத்துதுன்னுட்டு.'

இந்தக் கடுகு வெடிப்பைக் கேட்டதும் கான்ஸ்டபிளுக்கு எரிச்சலை அடக்க முடியவில்லை. நறுக்கென்று பேசினார்: 'இது நல்லா இல்லை சின்னய்யா. நாங்களும் உங்ககிட்டே எவ்வளவோ தன்மையாத்தான் பேசிப் பாக்கறோம். வார்த்தைக்கு வார்த்தை அய்யா, அப்பான்னு சொல்லிகிட்டிருக்கோம். நீங்க என்னடான்னா தலை மேலயே ஏறி உக்காரப் பாக்கறீங்களே. நாங்க எங்க டூட்டியைத்தான் செய்யறோம்னு நூறு தரம் சொல்லிட்டோம். இருந்தும் ஏதோ முன் விரோதத்தை மனசில வெச்சுகிட்டுதான் இங்கே வந்திருக்கோம்னு பிடிவாதம் பிடிக்கறீங்களே?' என்றவர், தன் சகாவை நோக்கித் திரும்பி, 'நீ விலங்கை மாட்டு சொல்றேன். இந்த ஆளு மூஞ்சியை மூடிக்கணும்னா மூடிக் கட்டும், இல்லே, திறந்து போட்டுகிட்டு ஊர்கோலம் வரட்டும். எனக்கு இப்படி ஒரு மூஞ்சி அமைஞ்சிருந்துதுன்னா, நான் பொத்தி மூடிக்குவேன்! நாங்க சொல்லிப் பார்த்தும் கேக்கலை, முகத்தை மூடிக்க மாட்டேன்னுட் டான்னு ரிப்போர்ட் பண்ணிருவோம்.'

இந்த ஏளனத்துக்கு இக்பாலிடம் பதில் இல்லை. தன்னுடைய கொக்கி மூக்கைப் பற்றி அவனுக்கே எப்போதும் ஒரு கூச்சம் உண்டு. தன்னை அறியாமல் புறங்கையால் மூக்கைத் துடைத்துக்கொண்டான். தன் தோற்றத்தைப் பற்றி யாராவது பேசினாலே அவனுக்குப் பிடிக்காது.

இக்பாலின் கையில் விலங்கை மாட்டி, அதை கான்ஸ்டபிளின் பெல்ட்டுடன் சங்கிலியால் பிணைத்தார்கள்.

'சத் ஸ்ரீ அகால், பூசாரி ஐயா. நான் சீக்கிரம் வந்துடறேன்.'

‘சத் ஸ்ரீ அகால், இக்பால் சிங்ஜி. குருநாதர் உங்களைக் காப்பாத்துவார். சத் ஸ்ரீ அகால், போலீஸ்காரய்யா.’

‘சத் ஸ்ரீ அகால்.’

அந்த சிறு ஊர்வலம் கோவில் முற்றத்தைத் தாண்டி மறைந்தது. மீத் சிங் கையில் தேநீர்க் கெட்டிலுடன் பிரமித்து நின்றார்.

★

இக்பாலைக் கைது செய்வதற்காக இரண்டு கான்ஸ்டபிள்கள் சென்ற அதே வேளையில், பத்து போலீசார் கொண்ட படை ஒன்று ஜக்கத் சிங்கைப் பிடிப்பதற்காக மற்றொரு புறம் போயிற்று.

அவர்கள் ஜக்காவின் வீட்டை நாலா புறமும் சூழ்ந்து கொண்டார்கள். ரைஃபிள் வைத்திருந்த நான்கு போலீஸ்காரர்கள் அவன் வீட்டு வாசலிலும் கொல்லையிலும் பக்கத்து வீட்டுக் கூரைமீதும் நின்றுகொண்டார்கள். இன்னும் ஆறு பேர் ரிவால்வரை உருவிக்கொண்டு வீட்டு முற்றத்தில் பாய்ந்தார்கள்.

ஜக்கத் சிங் கயிற்றுக்கட்டிலில் தலை முதல் கால்வரை ஒரு அழுக்கு வெள்ளைப் போர்வையைப் போர்த்திக்கொண்டு படுத்திருந்தான். அவனிடமிருந்து அட்டகாசமாகக் குறட்டை வந்து கொண்டிருந்தது. இரண்டு இரவும் ஒரு பகலும் காட்டில் திறந்த வெளியில் சாப்பாடு இல்லாமல் கழித்திருந்தான். விடியற்காலையில் ஊரில் எல்லோரும் தூங்கியிருப்பார்கள் என்ற நம்பிக்கையில் வீட்டுக்கு வந்தான். ஆனால் அக்கம் பக்கத்து வீட்டுக்காரர்கள் விழிப்பானவர்கள்; உடனே போலீசுக்குச் சொல்லிவிட்டார்கள்.

ஜக்கா மார் நிறையச் சாப்பிட்டுவிட்டு நன்றாகத் தூங்கட்டும் என்று போலீசார் காத்திருந்தார்கள். ஜக்காவின் தாயார் கதவை வெளிப்புறம் தாழ்ப்பாள் போட்டுவிட்டு வெளியே சென்றிருந்தாள்.

தூக்கத்திலேயே ஜக்காவுக்குக் கை விலங்கு, கால் விலங்கு மாட்டப்பட்டது!

போலீஸ்காரர்கள் ரிவால்வரை உறையில் போட்டுக்கொண்டார்கள். ரைஃபிள் காவலர்களும் அவர்களுடன் வந்து சேர்ந்துகொண்டார்கள். துப்பாக்கியின் அடிக்கட்டையால் ஜக்காவைக் குத்தி எழுப்பினார்கள்.

‘ஏய் ஜக்கா! எந்திரி. மத்தியானம் ஆயிருச்சு! எப்பிடிப் பன்னி மாதிரி தூங்கறான் பாரு. உலகத்துல ஒரு கவலை இருக்கா?’

ஜக்கா சோர்வாக எழுந்து உட்கார்ந்தான். கண்ணைக் கண்ணைக் கொட்டினான். தன் கை காலில் மாட்டப்பட்டிருக்கும் விலங்குகளை ஒரு பற்றற்ற ஞானிபோல் உணர்ச்சியில்லாமல் வெறித்துப் பார்த்தான். கைகளை அகல விரித்து சத்தமாகக் கொட்டாவி விட்டான். மறுபடி தூக்கம் வந்தது; அவன் தலை தொய்ய ஆரம்பித்தது.

ஜக்கத் சிங்கின் தாய் திரும்பி வந்தாள். வீட்டு முற்றம் முழுவதும் ஆயுத போலீஸைப் பார்த்தாள். அவள் மகன் கட்டில்மீது உட்கார்ந்து விலங்கு

பூட்டிய கைகளில் தலையைப் புதைத்துக்கொண்டிருந்தான். அவன் கண்கள் மூடியிருந்தன.

மகனிடம் ஓடினாள் தாய். அவன் முழங்காலைப் பிடித்துக்கொண்டு மடியில் தலை வைத்துக் கதற ஆரம்பித்தாள்.

சிந்தனை வயப்பட்டிருந்த ஜக்கத் சிங் நனவுக்கு வந்தான். தாயாரை முரட்டுத்தனமாகப் பிடித்துத் தள்ளினான். 'இப்ப எதுக்காக ஒப்பாரி வெக்கறே? எனக்கு இந்தக் கொலையில ஒரு சம்பந்தமும் இல்லே.'

'அவன் செய்யலே. அவன் ஒண்ணுமே செய்யலீங்க. சாமி சத்தியமா அவன் ஒண்ணும் செய்யலே' என்று அலறினாள் தாய்.

தலைமைக் காவலர் 'அப்போ, கொலை நடந்த அன்னிக்கு ராத்திரி எங்க போயிருந்தான்?' என்று அதட்டினார்.

'வயலுக்குத்தான் போயிருந்தான். கொள்ளைக்காரங்ககூட இவன் போகலே. சத்தியமாச் சொல்றேன்.'

'இவனோ ரௌடிப் பய. பொழுது சாஞ்ச பிறகு ஊருக்கு வெளியே போகக் கூடாதுன்னு ஆர்டர் போட்டிருக்குல்ல? அதுக்காகவே எப்பிடியும் கைது செய்யலாம்.' தன் ஆள்களை நோக்கிக் கை காட்டினார். 'வீடு, கொட்டாய் எல்லாத்தையும் சோதனை போடுங்க.'

ஜக்கா தன்னுடைய சொந்த கிராமத்திலேயே கொள்ளை அடிப்பானா என்று ஹெட் கான்ஸ்டபிளுக்கே சந்தேகமாகத்தான் இருந்தது. அது மிகவும் அபூர்வம்.

நான்கு போலீஸ்காரர்கள் பரபரவென்று வீட்டுக்குள் புகுந்தார்கள். டிரங்குப் பெட்டி, தகர டப்பா எல்லாவற்றையும் கவிழ்த்துக் கொட்டினார்கள். வைக்கோல் போரைப் பிடுங்கி முற்றமெங்கும் இறைத்தார்கள்.

வைக்கோல் போருக்குள் ஒளித்துவைத்திருந்த ஈட்டி சுலபமாகவே அகப்பட்டது!

ஹெட் கான்ஸ்டபிள் அம்மாவைப் பார்த்து 'இதை யாரு - உங்க மாமன் கொண்டாந்து வெச்சிருக்கானா?' என்றார் வெறுப்பாக. 'ஈட்டி நுனில துணி சுத்தி எடுத்துக்குங்க. ரத்தக் கறை எதுனா இருக்கும்.'

'அதுல ஒண்ணுமில்லீங்க! ஒண்ணுமே இல்லே. பயிரை மேய வர்ற பன்னிங்களைக் குத்தறதுக்காகத்தான் வெச்சிருக்கான். சத்தியமா இவனுக்கு ஒரு பாவமும் தெரியாதுங்கய்யா!'

'பாக்கலாம், பாக்கலாம்' என்று அவளை உதாசீனம் செய்தார் ஹெட் கான்ஸ்டபிள். 'மாயிஸ்ட்ரேட் அய்யா கேப்பாரு. அப்ப சொல்றதுக்கு சாட்சி எதுனா தயார் செஞ்சு வச்சுக்க.'

கிழவி முனகலை நிறுத்திவிட்டாள். அவளிடம் சாட்சியம் இருந்தது; உடைந்த வளையல்கள்!

ஜக்காவிடம் இதுவரை அவள் வளையல் விஷயம் பற்றி வாயே திறக்கவில்லை. சொல்லியிருந்தால் அந்த ஏளனத்தை அவனால் பொறுக்க முடியாது. கோபத்தில் யாரையாவது போய் ஏதாவது செய்துவிட்டு வந்துவிடுவான். இப்போது கையில் விலங்கு ஏறிவிட்டதால் அவனால் கத்தத்தான் முடியும்.

'கொஞ்சம் இருங்க, போலீசு அண்ணாச்சி. சாட்சியத்தைக் கொண்டு வாரேன்.'

போலீஸ்காரர்கள் பார்த்திருக்க, கிழவி உள்ளே சென்று தன் டிரங்குப் பெட்டியின் அடியிலிருந்து பொட்டலம் ஒன்றைக் கொண்டு வந்தாள். பழுப்புக் காகிதத்தைப் பிரித்தால், சிறு சிறு தங்கப் பொட்டுக்களுடன் நீலமும் சிவப்புமாக உடைந்த வளையல்கள் இருந்தன. இரண்டு வளையல்கள் மட்டும் முழுசாக இருந்தன.

ஹெட் கான்ஸ்டபிள் பொட்டலத்தை வாங்கிக்கொண்டார்.

'சாட்சியா! இது என்னம்மா சாட்சி?'

'கொலை செஞ்சுட்டுப் போகையிலே கொள்ளைக்காரங்க எங்க வீட்டுக் குள்ள தூக்கி எறிஞ்சதுங்க இது. அவங்களோட கூட்டு சேரலைன்னுட்டு எங்க ஜக்காவைப் பரியாசம் பண்றாங்க' என்றவள், தன் கையைத் தூக்கிக் காட்டினாள். 'பார்த்துக்கிடுங்கய்யா. எனக்குக் கண்ணாடி வளையல் போடற வயசெல்லாம் தாண்டியாச்சுது. இதெல்லாம் என் கைக்கு ரொம்ப சிறிசு.'

'அப்போ, கொள்ளைக்காரங்க யாருன்னு ஜக்காவுக்கும் தெரியும்! சரி, வளையலை எறிஞ்சபோது என்ன சொன்னாங்க?'

'ஒண்ணுஞ் சொல்லலீங்க அய்யா. சும்மா, ஜக்காவைத் திட்டினாங்க.'

ஜக்கா கோபத்துடன் இடை மறித்தான். 'நீ வாயைப் பொத்திக்கறியா? கொள்ளைக்காரங்க யாரு என்னன்னெல்லாம் எனக்கு ஒண்ணும் தெரியாது. நான் அவங்க கூடப் போவலை. அவ்வளவுதான் தெரியும்.'

'பின்னே, யாரு உனக்கு இவ்வளவு ஆசையா வளையல் போட்டு விடறாங்க?' என்று சிரித்தார் ஏட்டு. வளையல் துண்டுகளை அவன் கண் எதிரே தூக்கிக் காண்பித்தார்.

ஜக்கா அடியோடு நிதானத்தை இழந்துவிட்டான். மாட்டிய விலங்குடனேயே தன் கையைத் தூக்கி ஹெட் கான்ஸ்டபிளின் கையை பலமாகத் தட்டி விட்டான். 'எந்தப் பெத்த அம்மா கூடப் படுக்கற பய வந்து என் வீட்டுல வளையலைத் தூக்கி எறிவான்?'

போலீஸ்காரர்கள் ஜக்காவைச் சூழ்ந்துகொண்டார்கள். உடனே அடி, உதை ஆரம்பித்தது. தடித்த பூட்ஸ் அணிந்த கால்கள் அவன் மீது விளையாடின. ஜக்கா குந்தி உட்கார்ந்து கையால் தலையை மறைத்துக்கொண்டான். அவன் தாயார் தலையில் அடித்துக்கொண்டு அழுதாள். போலீஸ் வளையத்தைத் தாண்டிச் சென்று மகன் மீது விழுந்தாள்.

‘அடிக்காதீங்க! அவனை அடிக்காதீங்க சாமீ! குருநாதர் சாவம் வந்து சேரும். ஒரு பாவமும் அறியாத புள்ளைங்க. எல்லாம் என் தப்பு. என்னை அடிங்க.’

அடி விழுவது நின்றது.

ஏட்டு தன் உள்ளங்கையில் புதைந்துவிட்ட கண்ணாடித் துண்டுகளை மெல்ல இழுத்தார். சதையைப் பிதுக்கி ரத்தத்தை வெளியேற்றினார். கர்ச்சீப்பால் துடைத்துக்கொண்டார்.

‘ஒன்னோட மவன் அப்பாவிதான். ஒத்துக்கறேன். இந்த சாட்சியையெல்லாம் உன்கிட்டயே வெச்சுக்க’ என்றார் கசப்புடன். ‘இந்தத் தேவடியா மவன்கிட்ட எப்பிடி உண்மையை வரவளைக்கிறதுன்னு எங்களுக்கா தெரியாது? டவுசரை அவுத்துட்டு சவுக்கால வீறினா தன்னால எல்லாத்தையும் கக்கிட்டுப் போறான். இளுத்துக்கிட்டுப் போங்க!’

ஜக்கா சிங்கை கை கால் விலங்குடன் வீட்டுக்கு வெளியே இழுத்துப் போனார்கள். அவன் தன் தாயாரைப் பற்றி எந்த உணர்ச்சியும் காட்டாமல் வெளியேறினான். தாய் தலையிலும் மார்பிலும் அடித்துக்கொண்டு அழுதாள். ஜக்காவின் கடைசி வார்த்தைகள் இவை: ‘நான் சீக்கிரமா வந்துர்றேன்... ஈட்டி வெச்சிருந்தேன், ஊருக்கு வெளியே போனேன்றதுக்கெல்லாம் ரெண்டு மூணு மாசத்துக்குமேல கொடுக்க முடியாது. சத் ஸ்ரீ அகால்!’

ஜக்கா கோபப்பட்ட வேகத்திலேயே திரும்ப அமைதியாகிவிட்டான். வாசல் படியைத் தாண்டியபோதே வளையல் - அடி உதை சம்பவத்தை மறந்து விட்டான். போலீஸ்காரர்கள்மீது எப்போதுமே அவனுக்கு ஆத்திரமோ வெறுப்போ கிடையாது. அவர்களையெல்லாம் சாதாரண மனிதர்களின் இனத்தில் சேர்க்க முடியாது. அவர்களுக்குப் பாசம், விசுவாசம், விரோதம் எதுவும் கிடையாது. அவர்கள் யூனிஃபார்ம் மாட்டிய மனித இயந்திரங்கள். அவ்வளவுதான். அவர்களிடமிருந்து முடிந்த வரை தள்ளி இருப்பதே நலம்.

தெருவில் போகும்போது முகத்தை மூடிக்கொள்வதால் பயனில்லை என்பது ஜக்காவுக்குத் தெரியும். அவனைத்தான் ஊருக்கே தெரியுமே! எதிரில் வருபவர்களுக்கெல்லாம் புன்னகையுடன், விலங்கிட்ட கைகளை உயர்த்தி வணக்கம் செய்துகொண்டே போனான். காலில் கம்பி மாட்டியிருந்ததால் காலை அகட்டி மெதுவாகத்தான் நடக்க முடிந்தது. இருந்தும் அவன் நடையில், ‘என்னதான் நடக்கும், நடக்கட்டுமே’ என்று ஓர் உற்சாகத் துள்ளல் இருந்தது. கவலையே இல்லாமல் தன் மெல்லிய பழுப்பு மீசையை முறுக்கி விட்டுக்கொண்டு, போலீஸ்காரர்களிடம் ஆபாச ஜோக் அடித்துக்கொண்டே வந்தான்.

ஆற்றங்கரையை அடைந்தபோது இக்பாலும் இரண்டு போலீஸ்காரர்களும் வந்து ஜக்கத் சிங்கின் குழுவுடன் சேர்ந்துகொண்டார்கள். அனைவரும் ஆற்றோட்டத்துக்கு எதிர்ப்புறமாக நடந்து பாலத்தை நோக்கிச் சென்றார்கள்.

தலைமைக் காவலர் முன்னால் போனார். கைதிகளின் பின்னாலும் பக்க வாட்டிலும் ஆயுதம் ஏந்திய காவலர்கள் பீடு நடை போட்டார்கள். அவர்

களுடைய காக்கி-சிவப்பு சீருடைக்கு நடுவில் இக்பால் இருக்கும் இடமே தெரியவில்லை. ஆனால் போலீஸ் டர்பன்களுக்கு மேலாக ஜக்கத் சிங்கின் தோளும் தலையும் தெரிந்தன. ஊர்வலத்தின் நடுவே யானை ஒன்று போவது போல் இருந்தது அந்தக் காட்சி. நல்ல உயரமும் அகலமுமாக இருந்த ஜக்கா, அலங்கார மணி ஓசை போல் சங்கிலிகள் சப்திக்க மெல்ல ஆடி அசைந்து நடந்தான்.

யாரும் பேசுகிற மனநிலையில் இல்லை. போலீஸ்காரர்கள் சங்கடமாக உணர்ந்தார்கள். தாங்கள் ஒரு தவறு - இல்லை இரண்டு தவறுகளைச் செய்து விட்டோம் என்பது அவர்களுக்குப் புரிந்தே இருந்தது. அதிலும் இந்த சமூக சேவகனைக் கைது செய்தது முட்டாள்தனம். இதனால் பிரச்னைகள் வரலாம். அவன் முறைப்பாக முறைத்துக்கொள்வதைப் பார்த்தால், தவறு எதுவும் செய்தவன்போல் தெரியவில்லை. அவன் மீது வழக்குப் போட வேண்டு மென்றால் ஏதாவது இட்டுக்கட்டின குற்றச்சாட்டைத்தான் கண்டுபிடிக்க வேண்டும். ஆனால் படித்தவர்களிடம் இந்த மாதிரியெல்லாம் வம்பு வைத்துக்கொள்வது ஆபத்து!

ஜக்கத் சிங் கூட இதில் பலியாடுதான் என்பது வெளிப்படை. ராத்திரியில் அவன் கிராமத்தை விட்டு வெளியேறினது தவறுதான்; ஆனால் தன் சொந்த கிராமத்தில் நடந்த திருட்டில் அவன் சம்பந்தப்பட்டிருக்க வாய்ப்பு இல்லை. அவனுடைய பெரிய உருவத்தை வைத்துச் சுலபமாக அடையாளம் கண்டு பிடித்து விடுவார்கள். மற்றபடி இக்பாலும் ஜக்காவும் இப்போதுதான் முதல் முறையாகச் சந்திக்கிறார்கள் என்பதும் தெளிவாகத் தெரிகிறது.

இதில் இக்பாலின் தன்மானத்துக்குத்தான் பலத்த அடி விழுந்துவிட்டது. ஜக்கத் சிங்கை சந்திக்கும் வரையில், அரசியல் காரணங்களுக்காகத்தான் தன்னைக் கைது செய்கிறார்கள் என்று நினைத்துக்கொண்டிருந்தான். விலங்கு போட்டே அழைத்துப் போகவேண்டும் என்று பிடிவாதம் பிடித்ததற்குக் காரணம், கை விலங்குடன் நெஞ்சை நிமிர்த்திக்கொண்டு நடக்கும்போது, தான் எப்படிப்பட்ட மாவீரன் என்று ஊருக்கு அறிவிக்கத்தான். இங்கே தனி மனித சுதந்தரம் எப்படி நசுக்கப்படுகிறது என்பதைக் கண்டு குடிமக்கள் அனைவரும் கொதித்து எழுந்துவிடுவார்கள்...

ஆனால் அவன் வழியில் கண்ட காட்சியோ வேறுவிதமாக இருந்தது. கிராமத்து ஆண்களெல்லாம் முட்டாள்தனமாக ஆவென்று வாயைப் பிளந்து கொண்டு வேடிக்கை பார்த்தார்கள். பெண்கள் முக்காட்டுக்குள்ளிருந்து எட்டிப் பார்த்து 'யாருடி இவன்?' என்று தங்களுக்குள் கிசுகிசுத்துக் கொண்டிருந்தார்கள்.

ஜக்கத் சிங்கின் பார்ட்டி வந்து சேர்ந்துகொண்டபோதுதான், 'முகத்தை மூடிக்கொள் - இல்லாவிட்டால் சாட்சிகளின் முன்னால் அடையாள அணி வகுப்பின்போது பிரச்னையாகிவிடும்' என்று போலீஸ்காரர்கள் சொன்ன அறிவுரை உரைத்தது. அவன் கைதாகி இருப்பது ராம்லாலின் கொலை சம்பந்தமாக!

காவல் துறை இவ்வளவு முட்டாள்தனமாகக்கூட யோசிப்பார்களா என்று இக்பாலுக்கு அதிர்ச்சியாக இருந்தது. கொலை நடந்தபிறகுதான் அவன் மானோ மாஜராவில் வந்து இறங்கினான் என்பது ஊருக்கே தெரியும். சொல்லப் போனால் போலீஸ்காரர்கள் வந்த அதே ரயிலில்தான் இவனும் வந்தான். அவர்கள் சாட்சி ஒன்றே போதுமே... என்ன அபத்தம் இது!

ஆனால் பஞ்சாபி போலீசார், தாங்கள் தவறு செய்துவிட்டோம் என்று ஒப்புக் கொள்கிற ஜாதி இல்லை. ஏதாவது குற்றச்சாட்டைக் கண்டுபிடித்துக் கேஸ் போட்டு ஒப்பேற்றிவிடுவார்கள். வெட்டியாகத் தெருவில் திரிந்தான், அதிகாரிகள் கடமையைச் செய்ய விடாமல் தடுத்தான் - இப்படி ஏதாவது ஒரு சாக்கு சொல்வார்கள்.

அவர்களைக் கடைசிவரை இரண்டில் ஒன்று பார்த்துவிடவேண்டும்!

அந்தக் குழுவிலேயே கவலையில்லாமல் இருந்தவன் ஜக்கா ஒருவன்தான். அவன் ஏற்கெனவே ஜெயில், கைது எல்லாவற்றையும் பார்த்துவிட்டவன். அவன் வீட்டில் இருந்ததைவிட ஜெயிலில் வசித்ததுதான் அதிகம். போலீசுடன் அவனுக்கு இருந்த உறவு, பரம்பரைச் சொத்து! போலீஸ் நிலையத்தில் பத்தாம் நம்பர் ரெஜிஸ்டர் என்று ஒன்று உண்டு. உள்ளூர் ரௌடிகளின் ரெக்கார்டு அது. ஜக்காவின் அப்பா ஆலம் சிங் இருந்தபோது அவருடைய பெயரைத் தாங்கி நின்ற ரெஜிஸ்டர் அதுதான். கொலை, கொள்ளைக் குற்றத்துக்காக அவர் தூக்கு மேடைக்குப் போனார். ஜக்காவின் அம்மா வக்கீல் ஃபீஸ் கட்டுவதற்காக நிலம் நீச்சு அனைத்தையும் அடகு வைத்தாள்.

நிலத்தை மீட்கும் பொறுப்பு ஜக்கத் சிங்கின்மீது விழுந்தது. அவன் அசராமல் ஒரே வருடத்தில் அதை மீட்டும் காட்டினான். அதற்குப் பணம் எங்கிருந்து வந்தது என்று யாராலும் நிரூபிக்க முடியவில்லை. ஆனால் வருடக் கடைசியில் போலீஸ் வந்து அவனைப் பிடித்துக்கொண்டார்கள். பத்தாம் நம்பர் ரெஜிஸ்டரில் அவன் பெயர் ஏறியது. ஜக்கா மோசமான ஆள் என்று அதிகாரபூர்வமாக அறிவிக்கப்பட்டது. அவன் முதுகுக்குப் பின்னால் எல்லோரும் அவனைப் பத்தாம் நம்பர் என்று பேச ஆரம்பித் தார்கள்.

ஜக்கத் சிங் தன் சக கைதியைத் திரும்பித் திரும்பிப் பார்த்தான். பேச்சுக் கொடுக்க ஆவலாக இருந்தது. ஆனால் இக்பால் கேமரா முன்னால் நிற்கும் நடிகன் போல் இப்படி அப்படித் திரும்பாமல் நேராகப் பார்த்தபடி நடந்துகொண்டிருந்தான்.

கடைசியாக ஜக்கா பொறுமை இழந்தான். 'ஏய்! உனக்கு எந்தக் கிராமம்?' என்று கேட்டுவிட்டு இளித்தான். வரிசை வரிசையாகப் பற்கள் தெரிந்தன. பல்லின் நடுவே தங்கப் பொட்டுகள் ஒட்டியிருந்தன.

இக்பால் நிமிர்ந்து பார்த்தான். ஆனால் பதிலுக்குப் புன்னகைக்கவில்லை. 'நான் கிராமத்தான் இல்லை. தில்லியிலருந்து வரேன். இங்க இருக்கற விசாயிங்களையெல்லாம் ஒண்ணாத் திரட்டறதுக்காக என்னை அனுப்பி

யிருக்காங்க. ஆனா மக்கள் ஒண்ணு சேர்ந்தா கவர்மெண்டுக்குப் பிடிக்கா துன்னு தெரியுது.'

இதைக் கேட்டதும் ஜக்கத் சிங்கின் பேச்சில் பணிவு வந்துவிட்டது. ரொம்பத் தெரிந்தவன்போல் பேசுவதைக் கைவிட்டான். 'இப்போ ஏதோ சுயராஜ்யம் வந்துருச்சுன்னு பேசிக்கிறாங்க. தில்லியில மகாத்மா காந்தியோட கெவர்மெண்ட்டுதானே? இல்லே... எங்க ஊர்ல அப்பிடித்தான் பேசிக் கிறாங்க!'

'ஆமாம். வெள்ளைக்காரங்க போயிட்டாங்க. ஆனா அந்த இடத்தை யெல்லாம் கொழுத்த பணம் உள்ள இந்தியாக்காரங்க புடிச்சுகிட்டாங்க. இந்த சுதந்தரத்தாலே உனக்கோ, இந்த ஊர்க்காரங்களுக்கோ என்ன லாபம், சொல்லு பார்க்கலாம்? சாப்பாடா, துணிமணியா, என்ன கிடைச்சுது? வெள்ளைக்காரன் போட்டானே, அதே கை விலங்கு, கால் விலங்குதானே உனக்கு இன்னிக்கும் போட்டிருக்கு? நாம எல்லாரும் ஒண்ணா சேர்ந்து போராடணும். இழப் பதற்கு நமக்கு எதுவுமே இல்லை - இந்த சங்கிலிகளைத் தவிர!'

கடைசி வாக்கியத்தை வலியுறுத்தும் விதமாக இக்பால் முகத்தருகே கையைத் தூக்கி விலங்கைக் குலுக்கினான். தன் அரசியல் இயக்கத்தின் உக்கிரத் திலேயே அந்த விலங்கு தெறித்துப் போய்விடும் என்று எதிர்பார்த்தான் போலிருந்தது.

போலீஸ்காரர்கள் ஒருவர் முகத்தை ஒருவர் பார்த்துக்கொண்டார்கள். ஜக்கத் சிங் தன் காலில் இருந்த வளையங்களைப் பார்த்தான்; அதைக் கை விலங் குடன் பிணைத்த இரும்புக் கம்பிகளைப் பார்த்தான்.

'நான் ஒரு ரௌடிங்க. எந்த கெவர்மெண்டு வந்தாலும் என்னை ஜெயில்ல போடாம இருக்க மாட்டாங்க!'

'ஆனா, உன்னை ரௌடியாக்கினது யாரு?' இக்பால் ஆவேசமாக இடை மறித்தான். 'இதே கவர்மெண்ட்தான்! அவங்களே ஏதாவது சட்டம் போட்டுக் கறாங்க. அதை நிறைவேத்தறதுக்கு ஒரு ரெஜிஸ்டர், ஒரு போலீசு, ஒரு ஜெயிலர். தனக்குப் பிடிக்காதவன் யாரா இருந்தாலும் அவனுக்குன்னு ஒரு ரூல் போட்டு அவனை ரௌடி, கிரிமினல்னு சீல் குத்திருவாங்க. நான் இப்ப என்ன...'

'அது இல்லீங்க சின்னய்யா' என்று மறுத்தான் ஜக்கா. நல்ல மூடில் இருந்தான் போலிருக்கிறது. 'அது நம்ம தல விதி. நம்ம நெத்தியில, உள்ளங்கை ரேகையில எல்லாம் எளுதியிருக்கு. எனக்கு வந்துங்க.., எப்பயும் ஏதாச்சும் செஞ்சுகிட்டே இருக்கணும். நடவு, அறுப்புன்னு வயல் வேலைக இருக்கற காலத்தில எப்பிடியோ பொளுது ஓடிப் போயிருது. சோலி இல்லாதபோது கையி ரெண்டும் ஏதாச்சும் செய்யணும்னு தெனவெடுக்குதா, ஏதாச்சும் செய்ஞ்சுடறேனுங்க. அதுவானா எப்பவும் தப்பாவே போயிருது!'

ஊர்வலம் பாலத்தின் அடியில் நடந்து ரெஸ்ட் ஹவுஸை வந்து அடைந்தது. ஜக்கா சிங்கின் மசமசப்பு இக்பாலுக்கு மிகவும் வெறுப்பேற்றி இருந்தது.

ஒரு கிராமத்து ரௌடியுடன் விவாதம் செய்து வார்த்தையை வீணாக்க விரும்ப வில்லை. அவனுடைய வார்த்தைகள் அனைத்தும் மாஜிஸ்திரேட்டுக்காகக் கூர் தீட்டப்பட்டுக் கொண்டிருந்தன. அவரிடம் இவன் ஆங்கிலத்தில்தான் பொரிந்து கொட்டப் போகிறான். அந்த ஆங்கில உச்சரிப்பைக் கேட்டு அவர் கூனிக் குறுகட்டும்!

கைதிகள் வந்து சேர்ந்தபோது மாஜிஸ்திரேட் தன் அறையில் உடை மாற்றிக்கொண்டிருந்தார். இன்ஸ்பெக்டர் இவர்களைப் பணியாளர் விடுதிக்கு அழைத்துப் போகச் சொன்னார். ஹெட் கான்ஸ்டபிள் தன்னுடைய ஆள்களிடம் கைதிகளைப் பார்த்துக்கொள்ளச் சொல்லிவிட்டு பங்களாவுக்குத் திரும்பினார்.

'யாருய்யா அது - ஒரு சின்னப் பயலைப் புடிச்சுகிட்டு வந்திருக்கீங்க?' என்றார் இன்ஸ்பெக்டர் சற்றுக் கவலையுடன்.

'நீங்கதான அய்யா உத்தரவு போட்டீங்க - குருத்வாராவில தங்கியிருக்கற புது ஆளைப் புடிச்சுகிட்டு வாங்கடான்னு!'

அந்த பதிலால் இன்ஸ்பெக்டர் எரிச்சல் மிகுந்தார். 'ஏன், உனக்குன்னு ஒரு மூளையே கிடையாதா? ஒரு சின்ன வேலை கொடுத்தாக்கூட குண்டக்க மண்டக்க ஏதாச்சும் செஞ்சுட்டு வந்து நிக்கறே. ஆளை அரெஸ்ட் பண்றதுக்கு முன்னாடி மூஞ்சியைப் பார்க்க வேணாம்? இந்தாளுதானே நேத்து ரயில்லே நம்ம கூடவே வந்து இறங்கினான்?'

'ரயில்லயா!' என்று வினவினார் ஹெட் கான்ஸ்டபிள், அப்பாவித்தனமாக முகத்தை வைத்துக்கொண்டு. 'ஏளைங்களோட ராசாவே! நான் ரயில்ல இவனைப் பார்க்கவே இல்லீங்களே! வெளியூர்க்காரன் ஒருத்தன், சந்தேகப்படும்படியா ஊருக்குள்ள நடமாடறான், அவனைப் புடிச்சுகிட்டு வாங்கடான்னு ஐயா உத்தரவு போட்டீங்க. புடிச்சுகிட்டு வந்துட்டேன்!'

'முண்டம், முண்டம்!' சப் இன்ஸ்பெக்டரின் கோபம் தலைக்கேறியது. ஹெட் கான்ஸ்டபிள் அதிகாரியின் தீவிரப் பார்வையைத் தவிர்த்தார்.

'எந்த ஊரு முண்டம்யா நீ?' இன்ஸ்பெக்டர் அழுத்தம் திருத்தமாக மறுபடி திட்டினார். 'மூளையைக் கழட்டி வெச்சுட்டுப் போனியா நீ?'

'ஏளைங்களோட ராசாவே! நான் என்ன தப்பு -'

'மூடு வாயை!'

ஏட்டு சிரம் தாழ்த்தி நிலம் நோக்கினார்.

சப் இன்ஸ்பெக்டர் தன் ஆத்திரம் குளிரும்வரை மௌனம் காத்தார். 'இப்போது நாம் ஹுகம் சந்த்தின் முகத்தில் விழித்தாக வேண்டும். அவரோ என்னை முழுவதுமாக நம்புகிறார். நான் அவரைக் கை விட்டுவிடக் கூடாது...'

சற்று நேர யோசனைக்குப் பிறகு சப் இன்ஸ்பெக்டர் வலைக் கம்பிக் கதவு வழியே எட்டிப் பார்த்தார். 'உள்ளே வரலாங்களா ஐயா?'

'வாங்க வாங்க, இன்ஸ்பெக்டரய்யா' என்றார் ஹுகம் சந்த். 'ஃபார்மாலிட்டி எல்லாம் எதுக்கு?'

சப் இன்ஸ்பெக்டர் உள்ளே சென்று சல்யூட் அடித்தார்.

'என்ன செஞ்சுட்டிருக்கீங்க?' என்றார் மாஜிஸ்திரேட். புதிதாக ஷேவ் செய்த கன்னத்தில் க்ரீம் தடவிக்கொண்டிருந்தார். ட்ரெஸ்ஸிங் டேபிள்மீது தம்ளரின் அடியில் தட்டையாக ஒரு சிறிய வெள்ளை மாத்திரை குதித்துக்கொண்டிருந்தது. அதிலிருந்து காற்றுக் குமிழிகள் சரம் சரமாக மேலே சென்றன.

'சார், இன்னிக்குக் காலையில ரெண்டு பேரை அரெஸ்ட் பண்ணி இருக்கோம். ஒருத்தன், ரௌடி ஜக்கா. கொள்ளை நடந்த அன்னிக்கு ராத்திரி அவன் வீட்டுலயே இல்லை. அவன்கிட்டேருந்து நிச்சயம் ஏதாச்சும் தகவல் கிடைக்கும். ரெண்டாவது ஆளு - ஊருக்குப் புதுசா ஒருத்தன் வந்திருக்கான்னுட்டு தலையாரி சொன்னாருங்களே... ஐயாகூட அவனை அரெஸ்ட் பண்ணிகிட்டு வரச் சொல்லி உத்தரவு போட்டீங்களே?'

ஹுகம் சந்த் தாடையைத் தடவுவதை நிறுத்திவிட்டார். இந்த இரண்டாவது கைதுக்கான பொறுப்பு, நைசாகத் தன் பக்கம் தள்ளிவிடப் படுவதை உணர்ந்து கொண்டுவிட்டார்.

'யாரு அவன்?'

இன்ஸ்பெக்டர் வெளியே நின்றிருந்த ஹெட் கான்ஸ்டபிளை நோக்கிக் கூவினார்: 'குருத்வாராவுல அரெஸ்ட் பண்ணீங்களே, அவன் பேரு என்ன?'

'இக்பால்.'

'இக்பால்ன்னா? என்ன இக்பால்?'

'நான் போய்க் கேட்டுக்கிட்டு வரேங்க ஐயா!' மாஜிஸ்திரேட் தன் பக்கம் திரும்புவதற்குள் ஹெட் கான்ஸ்டபிள் ஓட்டம் பிடித்தார்.

ஹுகம் சந்த் தன் கோபம் மெல்ல மேலேறுவதை உணர்ந்தார். க்ளாஸை எடுத்து ஒரு வாய் உறிஞ்சிக் கொண்டார். சப் இன்ஸ்பெக்டர் அசௌகரியமாக நெளிந்தார்.

சில நிமிடங்களில் ஹெட் கான்ஸ்டபிள் திரும்பி வந்தார். தன் வருகையை அறிவிக்கச் சற்றே இருமிக் காட்டினார்.

'ஐயா!' மறுபடி இருமல். 'அந்த ஆளுக்கு எளுதப் படிக்கத் தெரியும். படிச்ச மனுசன் போல இருக்கு!'

மாஜிஸ்திரேட் கோபமாகக் கதவை நோக்கித் திரும்பினார். 'அவனுக்குன்னு அப்பா, அம்மா, ஜாதி, மதம் ஏதாவது உண்டா இல்லையா? படிச்சவனாம், படிச்சவன்!'

'அய்ய்...யா!' என்று தலைமைக் காவலர் திக்கினார். 'அவங்க அப்பா பேரைச் சொல்ல மாட்டேங்கறான் ஐயா. மதம்னு கேட்டா, எனக்கு சாமியே கிடையாதுங்கறான். நேரா அய்யாகிட்டயே பேசிக்கறேன்னு சொல்றான்.'

‘போய்க் கண்டுபிடிச்சுக்கிட்டு வா!’ உறுமினார் மாஜிஸ்திரேட். ‘அவனைக் குண்டியில சவுக்கால விளாசு. அவன் பேசறவரைக்கும் அடிக்கறதை நிறுத்தாதே. போ! இல்லே, நீ நில்லு. சப் இன்ஸ்பெக்டர் இதைப் பார்த்துக்குவாரு.’

ஹுகம் சந்த் ஆவேசத்தில் இருந்தார். தம்ளரில் சுறுசுறுவென்று குமிழியிட்டுக் கொண்டிருந்த தண்ணீரை விழுங்கினார். ஷேவிங் டவலால் தலையைத்துடைத்துக்கொண்டார். ஒரு பெருத்த ஏப்பத்துடன் சேர்ந்து அவர் கோபமும் வெளியேறியது.

‘நல்ல ஆளுங்கப்பா, நீங்களும் உங்க போலீஸ் படையும்! யாரு என்னன்னு கேட்டுக்காம, அப்பன் ஆயி, சாதி சனம் எதுவும் தெரியாம யாரையாவது அரெஸ்ட் பண்ணிக்கிட்டு வந்துருவீங்க... வெத்து அரெஸ்ட் வாரண்ட்டுல என்கிட்ட கையெழுத்து வாங்கிக்கிட்டுப் போயிடறீங்க. என்னிக்காவது ஒரு நாள் போயி கவர்னரையே அரெஸ்ட் பண்ணிக்கிட்டு வந்து நிக்கப் போறீங்க! ஹுகம் சந்துதான் ஆர்டர் போட்டாருன்னு கூசாமச் சொல்லிருவீங்க. எனக்கு சீட்டுக் கிழிஞ்சுடும்!’’

‘ஏழைங்களோட எஜமானே! நான் போய் என்ன ஏதுன்னு விசாரிக்கறேன். இந்த ஆளு நேத்துதான் மானோ மாஜராவுக்கு வந்திருக்கான். அவன் ஊரு, பேரு, பூர்வீகம், தொழிலு எல்லாத்தையும் தெரிஞ்சுக்கிட்டு வர்றேன்.’

‘அப்ப, போய்க் கண்டுபிடிங்க, போங்க. மசமசன்னு நிக்காதீங்க’ என்று குரைத்தார் ஹுகம் சந்த். பொதுவாக அவர் இப்படிக் கோபப்பட மாட்டார்; முரட்டுத்தனமாகவும் பேசமாட்டார்.

சப் இன்ஸ்பெக்டர் அகன்றபிறகு ஹுகம் சந்த் கண்ணாடிக்கு முன்பு தன் நாக்கை நீட்டி ஆராய்ந்தார். தம்ளரில் மற்றொரு செல்ட்ஸர் மாத்திரையைப் போட்டார்.

சப் இன்ஸ்பெக்டர் வராந்தாவுக்கு வந்து ஒரு நீண்ட மூச்சை உள்வாங்கிக் கொண்டார். மாஜிஸ்திரேட்டின் கோபத்தைப் பார்த்துவிட்டு அடுத்து எப்படிக் காய் நகர்த்துவது என்று தீர்மானித்துவிட்டார். இப்போது கடுமை காட்டினால்தான் காரியம் நடக்கும். இனிமேலும் கொக்கு தலையில் வெண்ணெய் வைத்துக்கொண்டிருக்க முடியாது.

இன்ஸ்பெக்டர் பணியாளர் விடுதியை நோக்கி நடந்தார்.

இக்பாலும் அவனுடைய பாதுகாவலரும் ஜக்கத் சிங்கின் கூட்டத்திலிருந்து விலகித் தனியாக நின்றுகொண்டிருந்தார்கள். அந்த இளைஞன் தன்மானத்துக்குக் காயம் பட்டதுபோல் முகத்தைத் தூக்கி வைத்துக்கொண்டிருந்தான். அவனிடம் பேச்சுக் கொடுக்காமல் இருப்பதே நல்லது என்று சப் இன்ஸ்பெக்டர் முடிவு செய்தார்.

‘இந்த ஆளோட துணிமணியையெல்லாம் சோதனை போடுங்க. உள்ளே அழைச்சுகிட்டுப் போயி எல்லாத்தையும் கழட்டச் சொல்லுங்க. நானே வந்து சோதனை போடறேன்.’

இக்பால் தயாரித்து வைத்திருந்த சொற்பொழிவு பேசப்படாமலே நாக்கில் தங்கிவிட்டது. கான்ஸ்டபிள் விலங்கைப் பிடித்து அவனை ஏறக்குறைய இழுத்துக்கொண்டு போனார். இக்பாலின் எதிர்ப்பெல்லாம் போன இடம் தெரியவில்லை. தானே சட்டையை அவிழ்த்துக் கான்ஸ்டபிளிடம் கொடுத்தான்.

சப் இன்ஸ்பெக்டர் அறைக்குள் வந்தார். சட்டையை ஆராய்வதற்குப் பதிலாக, 'பைஜாமாவைக் கழட்டு!' என்று உத்தரவிட்டார்.

இக்பாலுக்குப் பெருத்த அவமானமாக இருந்தது. ஆனால் சண்டை போடுவ தற்குத் திராணி இல்லை.' 'பைஜாமாவுல பாக்கெட்டே இல்லை. எதையும் ஒளிச்சு வைக்க முடியாது' என்று சொல்லிப் பார்த்தான்.

'கழட்டுன்னா கழட்டு! எதிர்த்து ஒரு வார்த்தை பேசக் கூடாது!' சப் இன்ஸ் பெக்டர் காக்கி டிரவுசரைப் பிரம்பால் தட்டி கட்டளையை வலியுறுத்தினார்.

இக்பால் நாடாக் கயிற்றின் முடிச்சை அவிழ்த்தான். பைஜாமா அவன் கணுக்காலைச் சுற்றிக் குவியலாக விழுந்தது. இப்போது கையில் விலங்கு தவிர அவன் உடம்பில் வேறு எதுவுமில்லை.

போலீஸ்காரர்கள் பைஜாமாவைப் பரிசோதிக்கட்டும் என்று வெளியே காலடி எடுத்து வைத்தான்.

'தேவையில்லை' என்று கையமர்த்தினார் சப் இன்ஸ்பெக்டர். 'நான் பார்க்க வேண்டியதெல்லாம் பார்த்தாச்சு! டிரெஸ்ஸைப் போட்டுக்க... ஆமாம், நீ ஒரு சமூக சேவகன்னு சொன்னே இல்லே? மானோ மாஜராவில உனக்கு என்ன வேலை?'

'எங்க கட்சிதான் இங்கே என்னை அனுப்பியிருக்கு' என்றான் இக்பால், பைஜாமா நாடாவை முடிந்துகொண்டே.

'எந்தக் கட்சி?'

'இந்திய மக்கள் கட்சி.'

சப் இன்ஸ்பெக்டர் விஷமப் புன்னகையுடன் இக்பாலைப் பார்த்தார். 'இந்திய - மக்கள் - கட்சி!' என்று வார்த்தை வார்த்தையாக நிறுத்திச் சொல்லிக் காட்டினார். 'அப்பிடியா? முஸ்லீம் லீக் இல்லை?'

இந்தக் கேள்வியின் முக்கியத்துவம் இக்பாலுக்குப் புரியவில்லை. 'இல்லையே! நான் எதுக்கு முஸ்லிம் லீக்ல சேரணும்? நான் -'

இக்பால் அந்த வாக்கியத்தை முடிப்பதற்குள் சப் இன்ஸ்பெக்டர் அறையிலிருந்து வெளியே போய்விட்டார்.

கைதிகள் இருவரையும் போலீஸ் ஸ்டேஷனுக்கு அழைத்துப் போகச் சொல்லி உத்தரவிட்டார். தன் மகத்தான கண்டுபிடிப்பை மாஜிஸ்தி ரேட்டுக்குச் சொல்வதற்காக கெஸ்ட் ஹவுசுக்கு மறுபடி போனார். அவர் முகத்தில் அடிமைப் புன்னகை ஒன்று படர்ந்திருந்தது.

‘எஜமானரே! எல்லாம் நல்லபடியா முடிஞ்சுது. அந்த ஆளு மக்கள் கட்சின்னு சொல்லிக்கறான். ஆனா நிச்சயம் அவன் முஸ்லிம் லீகுக்காரன்தான்... எல்லாரும் ஒண்ணுதானே? பார்டருக்கு இவ்வளவு பக்கத்துல வந்து வில்லங்கம் பண்றதுக்காக எப்படியும் அவனை அரெஸ்ட் பண்ணியிருக்க வேண்டியது தான். பின்னால ஏதாவது ஒரு செக்சன்ல கேஸ் போட்டுட்டா போச்சு!’

‘அவன் முஸ்லிம் லீகுன்னு எப்படித் தெரிஞ்சுது?’

சப் இன்ஸ்பெக்டர் தன்னம்பிக்கையுடன் புன்னகை செய்தார். ‘அவுத்துப் பார்த்துட்டேன் சார்!’

ஹுகம் சந்த் க்ளாஸைக் குலுக்கி அடியில் இருந்த சாக்பீஸ் படிவுகளைக் கரைத்தார். மீதி இருந்த செல்ட்ஸரை மெல்ல உறிஞ்சிக் குடித்தார். காலி தம்ளரை சிந்தனையுடன் உற்றுப் பார்த்துக்கொண்டே பேசினார்: ‘அரெஸ்ட் வாரண்டைக் கவனமா எழுதுங்க. பேரு - முகம்மத் இக்பால். அப்பா பேரு - ஏதாவது ஒரு முகம்மத் அல்லது ‘தெரியவில்லை’ன்னு எழுதுங்க. ஜாதி - முசல்மான். தொழில் - முஸ்லிம் லீக் தொண்டன்.’

சப் இன்ஸ்பெக்டர் படாடோபமாக சல்யூட் அடித்தார்.

‘இருங்க இருங்க. எதையும் பாதியில விடாதீங்க. உங்க போலீஸ் டயரில, ராம்லாலைக் கொலை செஞ்சவங்களை இன்னும் கண்டுபிடிக்க முடியலை, ஆனா கூடிய சீக்கிரம் தகவல் கிடைச்சுரும்னு எழுதுங்க... ஜக்காவுக்கும் இதில ஏதோ சம்பந்தம் இருக்குன்னு சொன்னீங்கல்ல?’

‘எஸ் சார்! கொள்ளைக்காரங்க போறதுக்கு முன்னாடி ஜக்கா வீட்டுக்குள்ள கண்ணாடி வளையலைத் தூக்கி எறிஞ்சிருக்காங்க. கொள்ளையில அவங்க கூடச் சேர மாட்டேன்னு ஜக்கா சொல்லிட்டான் போலிருக்கு.’

‘சரி. அப்ப சீக்கிரமா அவனைக் கொள்ளைக்காரங்க பேரையெல்லாம் கக்கச் சொல்லுங்க. தேவைப்பட்டா உதைங்க!’

சப் இன்ஸ்பெக்டர் புன்னகைத்தார். ‘எல்லா கொள்ளைக்காரங்க பேரையும் அவன் வாயாலயே சொல்ல வைக்கறேன். அதுவும் ஒரு அடிகூட கொடுக்காமயே!’

ஹுகம் சந்த் பொறுமை இழந்து, ‘சரி சரி. எப்படி வேணாலும் செய்யுங்க. இந்த ரெண்டு அரெஸ்டையும் போலீஸ் நிலையம் டைரில வெவ்வேறு பக்கத்துல எழுதுங்க. இடையில மத்த சமாச்சாரம் எதுனா வரட்டும். நடந்த அசட்டுத்தனமெல்லாம் போதும்.’

சப் இன்ஸ்பெக்டர் மறுபடி சல்யூட் அடித்தார். ‘நான் பாத்துக்கறேங்க ஐயா!’

இக்பாலும் ஜக்காவும் டாங்கா வண்டி ஒன்றில் சண்டு நகர் போலீஸ் நிலையத்துக்கு அழைத்துச் செல்லப்பட்டார்கள். இக்பாலுக்கு முன் சீட்டில் டீசண்ட்டான இடம் கிடைத்தது. வண்டிக்காரர் குதிரைக்குப் பக்கத்தில் இருந்த நுகத்தடிக் கட்டைமீது உட்கார்ந்துகொண்டு தன் இருக்கையை இக்பாலுக்குக் கொடுத்தார். பின் சீட்டில் இரண்டு போலீஸ்காரர்களுக்கு

நடுவில் ஜக்கா உட்கார்ந்திருந்தான். ரயில்வே லைனுக்கு இணையாக ஓடிய கச்சா ரோடில் புழுதி பறக்கப் பயணம் நடந்தது.

எல்லோரையும்விட சகஜமாக இருந்தவன் ஜக்கா ஒருவன்தான். அவனுக்குப் போலீஸ்காரர்களைத் தெரியும். அவர்களுக்கும் இவனைத் தெரியும். இந்தச் சூழ்நிலையும் அவனுக்குப் புதிதல்ல.

'என்ன போலீசய்யா! இப்பல்லாம் டேசன்ல ரொம்பக் கூட்டமா?' என்று பேச்சை ஆரம்பித்தான் ஜக்கா.

'ம்ஹூம். ஒருத்தரு கூட இல்லே' என்றார் ஒரு கான்ஸ்டபிள். கலவரக்காரங் களையெல்லாம் அரெஸ்ட்டு பண்றதில்லை நாங்க. கலைஞ்சு போக வெக்கறதோட சரி. மத்த கேசுக்கெல்லாம் நேரமே இல்லை. ஏழெட்டு நாளில நீங்கதான் முதல் அரெஸ்ட்டு. ரெண்டு செல்லும் காலியாத்தான் கெடக்குது. வேணும்னா உனக்கே உனக்குன்னு ஒரு ரூமை எடுத்துக்கோ!'

'சின்னய்யாவுக்கு அது புடிக்கும். இல்லீங்களா சின்னய்யா?'

இக்பால் பதில் சொல்லவில்லை. ஜக்காவுக்கு சற்று மட்டம் தட்டப்பட்டது போல் ஆகிவிட்டது. அவசரமாகப் பேச்சை மாற்றினான். கான்ஸ்டபிளைப் பார்த்து, 'இந்த இந்துஸ்தான் - பாகிஸ்தான் வெவகாரத்துல ஒங்களுக்குத்தான் வேலை ஜாஸ்தியாயிருக்கும், இல்லே?' என்றான்.

'ஆமாம். எங்கப் பார்த்தாலும் கொலை, கொலை! இந்த லச்சணத்துல போலீஸ் படை வேற பாதியாக் குறைஞ்சு பூடுச்சு!'

'என்ன ஆச்சுங்க? அவங்கள்லாம் பாகிஸ்தானோட போய்ச் சேர்ந்துக் கிட்டாங்களா?'

'அவங்க பாகிஸ்தான் பக்கம் போயிட்டாங்களான்னு தெரியாது. போக மாட்டேன்னுதான் சொல்லிக்கிட்டிருந்தாங்க. சுதந்தரம் வந்த அன்னைக்கு திடீர்னு சூப்பரண்டு ஐயா, எல்லா முஸ்லிம் போலீஸ்காரங்ககிட்டேருந்தும் துப்பாக்கியைப் பிடுங்கிட்டாரு. அவ்வளவுதான். எடுத்தாங்க பாருங்க ஓட்டம்! முசல்மான்களே எப்பவும் இப்பிடித்தான். அவங்க நெனைப்பே ஒண்ணும் சரியில்லே. அவங்களை நம்ப முடியாது.'

'ஆமாமாம்' என்று மற்ற போலீஸ்காரரும் ஆமோதித்தார். 'ஒரு கலவரம்னு வரும்போது முஸ்லிம் போலீஸ்காரங்க சைடு எடுத்துக்கறாங்க. அதான் பிரச்னை ஆயிடுது. லாகூர்ல நம்ம இந்துப் பையனுங்க சும்மா அடிச்சு தூள் கௌப்பியிருப்பாங்க! அவங்க போலீசுதான் தலையிட்டுக் காரியத்தைக் கெடுத்துட்டானுங்க. பச்சைத் துரோகம்!'

'அவங்க ஆர்மிகூட அப்படித்தான். பலூச்ல என்ன நடந்துச்சு தெரியும்ல? அவங்களோட சோல்ஜர்ங்கள்லாம் கன்னா பின்னான்னு பொது ஜனங்களைச் சுட ஆரம்பிச்சுட்டாங்க. ஆனா ஒண்ணு, அக்கம் பக்கத்துல சர்தார் அல்லது கூர்க்கா பட்டாளம் எதுவும் இல்லையான்னு பார்த்துக்கிட்டுதான் சுடுவாங்க!'

அப்போது ஜக்கத் சிங் ஆவேசமாக, 'என்ன இருந்தாலும் அவங்க சாமிகிட் டேருந்து மட்டும் தப்பிக்க முடியாது... சாமிகிட்டேருந்து யாரும் தப்பிக்க

முடியாது' என்றான். எல்லோரும் அவனை ஆச்சரியமாகப் பார்த்தார்கள். இக்பால்கூட, பேசியது ஜக்காதானா என்று திரும்பிப் பார்த்தான்.

'சரிதான, சின்னய்யா? நீங்க வெவரமான ஆளு. நீங்க சொல்லுங்க. ஆண்டவனோட கோவத்தில இருந்து யாராச்சும் தப்பிக்க முடியுங்களா?'

இக்பால் பதில் பேசாமல் இருக்கவே, 'முடியவே முடியாது!' என்று ஜக்கா தானே பதிலும் சொல்லிக் கொண்டான். 'பூசாரி மீத் சிங் என்ன சொன்னாரு தெரியுங்களா? கேளுங்களேன் தம்பி. இது வள்ளிசா ரூபாய்க்குப் பதினாறு அணா பெறும்!'

'எல்லா ரூபாய்க்குமே பதினாறு அணாதானே?' என்று நினைத்துக் கொண்டான் இக்பால். பிடிவாதமாக ஜக்காவின் பேச்சில் ஆர்வம் காட்ட மறுத்தான்.

ஆனால் ஜக்கா நிறுத்தாமல் தொடர்ந்தான். 'பூசாரி ஐயா சொன்னாரு... ஒரு லாரி நெறைய பலூச் சிப்பாய்ங்க போயிக்கிட்டிருந்தாங்களாம். அமிர்தசரஸ் லேர்ந்து லாகூருக்குப் போறாங்க. பாகிஸ்தான் பார்டர் நெருங்க நெருங்க மஸ்த் அதிகமாயிருச்சு! ரோட்டுல போற வர சர்தாருங்களையெல்லாம் துப்பாக்கியால குத்திப் போட ஆரம்பிச்சுட்டாங்க. சைக்கிள்லயோ நடந்தோ யாராவது போய்க்கிட்டிருந்தா டிரைவரு மெதுவா பக்கத்துல வண்டியைக் கொண்டுவருவான். படியில நிக்கற சோல்ஜரு கத்தியால முதுகுல குத்து வான். உடனே டிரைவரு வேகமெடுத்து ஓட்டிகிட்டுப் போயிருவான். இப்பிடியே பல பேரைக் கொன்னுட்டாங்க. அவங்களுக்கு ஒரே கொண் டாட்டமா இருந்துச்சு! பாகிஸ்தான் எல்லைக்கு இன்னும் ஒரு மைல் தொலைவுதான் இருக்குது. வண்டியானா படு ஸ்பீடா போயிகிட்டிருக்கு... அடுத்து என்ன நடந்திருக்கும்கிறீங்க?'

ஒரு போலீஸ்காரர் பின்பாட்டுக்காரர்போல் 'என்ன நடந்துச்சுப்பா?' என்றார். இக்பாலைத் தவிர மற்ற அனைவரும் காதைத் தீட்டியபடி கேட்டுக் கொண்டிருந்தார்கள். வண்டிக்காரன்கூடக் குதிரையை விளாசுவதை நிறுத்திவிட்டுத் திரும்பிப் பார்த்தான்.

'இங்க கேளுங்களேன் சின்னய்யா. ரொம்ப மஜாவா இருக்கும்... தெரு நாய் ஒண்ணு வண்டிக்குக் குறுக்கால ஓடியிருக்குது. டிரைவரு சடார்னு வண்டியை ஒடிச்சிருக்கான். எத்தனை பேரைக் கொன்னவன்... ஒரு சாதாரணச் சொறி நாய்க்காக சோத்துக் கைப் பக்கமா வண்டியைத் திருப்பினான். நேராப் போயி மரத்தில மோதிட்டான்! டிரைவரு, அங்கேயே ஆள் காலி. ரெண்டு சோல்ஜருங்க பூட்டாங்க. மத்தவனுக்கெல்லாம் பயங்கர அடி! இதுக்கு என்ன சொல்றீங்க?'

அந்த நியாயத் தீர்ப்பை ஆமோதிப்பதுபோல் போலீஸ்காரர்களிடையே ஒரு சலசலப்பு எழுந்தது.

இக்பாலுக்கு எரிச்சலாக வந்தது. 'வண்டி மோதினதுக்கு யாரு காரணம்? நாயா, சாமியா?' என்று எரிகிற அடுப்பில் தண்ணீர் ஊற்றினான்.

'சாமிதான். அதுல என்ன சந்தேகம்?' என்றார் ஒரு போலீஸ்காரர். 'மனுசனையே ஜாலியா கொலை செய்யற ஆளு, ஒரு தெரு நாய் அடிபட்டுடப் போவுதேன்னு ஏன் கவலைப்படணும்?'

'நீங்கதான் சொல்லுங்களேன்!' என்றான் இக்பால் உணர்ச்சி இல்லாமல். வண்டியில் அத்தனை பேரும் அமைதியாகிவிட்டார்கள் - ஜக்கா தவிர. ஜக்கா எதற்கும் அசருகிறவன் இல்லை. குதிரை வண்டிக்காரனை நோக்கித் திரும்பினான். வண்டிக்காரன் மறுபடி குதிரையை அடிக்க ஆரம்பித்திருந்தான்.

'அது சரி போலா, ஒரு வாயில்லா சீவனைப் போட்டு இந்த அடி அடிக்கறியே, உனக்கு சாமிகிட்டே பயமே கிடையாதா?'

போலா அடியை நிறுத்திவிட்டான். அவன் முகம் முழுவதும் அவலச் சுவை அப்பியது. அது அவனுடைய குதிரை. சொந்தக் குதிரை. அதை அவன் என்ன வேண்டுமானாலும் செய்வான்!

அவனை சமாதானப்படுத்தும் தொனியில் 'போலா மாமூ! பொழப்பெல்லாம் எப்படிப் போயிகிட்டிருக்கு?' என்று விசாரித்தான் ஜக்கா.

'எல்லாம் ஆண்டவன் புண்ணியம்!' என்று சவுக்குக் குச்சியால் வானத்தைக் காட்டினான் வண்டிக்காரன். உடனே அவசரமாக 'இன்ஸ்பெக்டரு ஐயா புண்ணியமும்தான். ஏதோ பொழச்சுக் கிடக்கோம். வவுறு நெறையுது' என்று சேர்த்துக்கொண்டான்.

'அகதிங்க நெறையப் பேரு பாகிஸ்தானுக்குப் போவணும்கறாங்களே, அதுல உனக்கு ஒண்ணும் வருமானம் வர்றதில்லையா?'

'ஏன், காசுக்கு ஆசைப்பட்டு உசிரை விடச் சொல்றீங்களா?' என்றான் போலா கோபத்துடன். 'வேணவே வேணாம் அண்ணே! உங்க யோசனையையெல்லாம் உங்ககிட்டவே வெச்சுக்குங்க. பத்துப் பேரு கூட்டமா வந்து அடிச்சாங்கன்னா, அப்போ இந்துன்னு பார்ப்பாங்களா, முஸ்லிம்னு பார்ப்பாங்களா? அவங்கபாட்ல போட்டுத் தள்ளிட்டுப் போயிக்கிட்டே இருப்பாங்க! இப்பிடித்தான் அன்னைக்கு ஒரு நாளு, முஸ்லிம் அகதிங்க நிறையப் பேரு ரோட்டுல நடந்து போயிகிட்டிருக்காங்க. ஒரு மைல் நீளத்துக்கு வரிசை போகுது. திடீருன்னு ஒரு ஜீப்பு வருது. அதுல நாலு சர்தார் சோல்ஜருங்க. திடுதிப்புனு கன்னை எடுத்துச் சுட ஆரம்பிச்சுட்டாங்க. ஒரே சமயத்துல நாலு மெசின் கன்னு! அன்னிக்கு எத்தினி பேரு செத்தாங்களோ, ஆண்டவனுக்கே வெளிச்சம்! நான் என்னோட வண்டி பூரா முஸ்லிம்களை ஏத்திக்கிட்டுப் போயி, ஏதாச்சும் ஒரு கும்பல் கண்ணுல மாட்டினேன்னா? முதல்ல என்னைக் கொன்னு போடுவாங்க. அப்புறம்தான் கேள்வி கேட்பாங்க!'

'ஆமாம், அந்த ஜீப்புக்குக் குறுக்கே நாய், கீய் எதுவும் வந்து கவுத்து விடலையா?' என்றான் இக்பால் கிண்டலாக.

வண்டியில் ஒரு அசிங்கமான மௌனம். எப்போதும் கெட்ட மனநிலையிலேயே இருக்கும் இந்த இளைஞனுக்கு என்ன பதில் சொல்வது என்று

யாருக்கும் தெரியவில்லை. ஜக்கா வெகுளியாகக் கேட்டான்: 'ஏனுங்க சின்னய்யா? வெனை விதைச்சவன் வெனை அறுப்பான்னு கேள்விப் பட்டிருப்பீங்கதானே? அதான் நம்ம தலை எளுத்துங்கறது. பூசாரி ஐயா எப்பவும் சொல்வாரு. குருநாதர்கூட அதையேதான் சொல்லியிருக்காரு. புஸ்தகத்தில இருக்குது!'

'ஆமாமாம். ரொம்ப கரெக்ட்டு. ரூபாய்க்குப் பதினாறு அணா!' இக்பால் கேலியாகச் சிரித்தான்.

ஜக்கா புன்னகை மாறாமல் 'சரிங்கய்யா. அப்பிடியே இருந்துட்டுப் போவட்டும்' என்று மறுபடி வண்டிக்காரன் பக்கம் திரும்பினான். 'போலா மாமு! ஊர்ல நிறையப் பொண்ணுங்களைத் தூக்கிட்டுப் போயி சல்லிசு விலைக்கு விக்கறாங்களாமே! உனக்கும் ஒரு பொண்டாட்டி கிடைச்சா வாங்கிக்கறதுதானே?'

'என்னத்துக்கு சர்தார் ஐயா? நீங்களே பைசா செலவில்லாம ஒரு முசல்மானிப் பொண்ணைப் புடிச்சிருக்கீங்களே... தூக்கிட்டு வந்த பொண்ணைக் கல்யாணம் கட்டிக்கிறதுக்கு நான் என்ன, ஆம்பளையா நிமுந்து நிக்க முடியாதவனா?'

ஜக்கா அதிர்ந்துவிட்டான்! படுவேகமாக அவன் கோபம் தலைக்கேறியது.

கிளுகிளுவென்று சிரிக்க ஆரம்பித்திருந்த போலீஸ்காரர், சட்டென்று நிறுத்திவிட்டுக் கலவரத்துடன் ஜக்காவைப் பார்த்தார். தான் எப்படிப்பட்ட தவறு செய்துவிட்டோம் என்பது போலாவுக்கும் உறைத்தது.

'என்னப்பா இது ஜக்கா?' என்றான் குழைவுத் தொனியில். 'நீ எல்லார் காலையும் வாரி விடறே, பதிலுக்கு யாராச்சும் ஒரு வார்த்தை சொல்லிட்டா உடனே கோவிச்சுக்கறியே!'

'என் கையில மட்டும் இந்த விலங்கும் சங்கிலியும் இல்லாட்டி, இன்னேரம் உன்னோட உடம்புல இருக்கற ஒவ்வொரு எலும்பையும் உருவி இருப் பேண்டா!' என்றான் ஜக்கா ஆக்ரோஷமாக. 'இன்னிக்கு உனக்கு அதிர்ஷ்டம், தப்பிச்சே! இன்னும் ஒரு வார்த்தை வாயிலேர்ந்து வந்துச்சோ, உன் நாக்கைப் பிச்சுடுவேன்!' ஜக்கா ஓசை எழக் காறித் துப்பினான்.

போலா நடுநடுங்கிப் போய்விட்டான். 'கோவிச்சுக்காதீங்க அண்ணே! நான் என்ன...'

'தேவிடியாப் பயலே!'

அத்துடன் அந்த உரையாடல் முற்றுப் பெற்றது.

குதிரை வண்டியின் அசௌகரியமான மௌனத்தின் நடுவே போலா தன் குதிரையை அதட்டுவது தவிர வேறு சத்தம் கேட்கவில்லை. ஜக்கா கோப எண்ணங்களில் குளித்துக்கொண்டிருந்தான். தன்னுடைய ரகசியச் சந்திப்புகள் பற்றி ஊர் முழுவதும் தெரிந்துபோய்விட்டது போலிருக்கிறதே! நூரனுடன் அவன் பேசிக்கொண்டிருப்பதை யாரோ பார்த்திருக்கிறார்கள்.

அவ்வளவுதான்! வதந்தி கால் கை முளைத்துப் புறப்பட்டுவிட்டது. சண்டு நகரில் ஒரு குதிரை வண்டிக்காரன்வரை விஷயம் எட்டிவிட்டிருக்கிறது என்றால், கொஞ்ச நாளாகவே மானோ மாஜரா முழுவதும் இதைப் பற்றித் தான் பேசிக்கொண்டிருந்திருக்கும்.

எந்த ஒரு வதந்தியும் கடைசியாக வந்து சேருவது அதில் சம்பந்தப்பட்டவர் களிடம்தான். அநேகமாக, கிராமத்திலேயே இமாம் பக்ஷுக்கும் அவர் மகளுக்கும் மட்டும்தான் ஊரில் என்ன பேச்சு நடக்கிறதென்று தெரிந் திருக்காது.

பிற்பகல் வேளையில் சண்டு நகர் போய்ச் சேர்ந்தார்கள். குதிரை வண்டி போலீஸ் நிலையம் எதிரில் வந்து நின்றது. காவல் நிலையம் டவுனுக்கு வெளியே இரண்டொரு பர்லாங் தூரத்தில் இருந்தது. நல்வரவு என்று கொட்டை எழுத்தில் எழுதப்பட்ட வளைந்த கேட் வழியே கைதிகளை அழைத்துப் போனார்கள்.

முதலில் கேஸ் பதிவு செய்யும் அறை. தலைமைக் காவலர் தடித்த நோட்டுப் புத்தகம் ஒன்றில் அன்றைய நிகழ்ச்சிகளை - வெவ்வேறு பக்கங்களில் - எழுதினார். மேஜைக்கு நேர் மேலாக ஆறாம் ஜார்ஜ் மன்னரின் பழைய படம் ஒன்று ஃப்ரேம் போட்டுத் தொங்கியது. அதன் கீழே 'லஞ்சம் வாங்குவதும் கொடுப்பதும் குற்றமாகும்' என்று உருதுவில் அறிவிக்கப்பட்டிருந்தது. மற்றொரு சுவரில் மகாத்மா காந்தி படம். ஏதோ வண்ண காலண்டரிலிருந்து கிழித்து ஒட்டியது. அதற்குக் கீழே 'நேர் வழியே நல்ல வழி' என்று ஆங்கிலத்தில் எழுதியிருந்தது. அந்த அறையில் இருந்த மற்ற உருவப் படங்கள் அனைத்தும் அயோக்கியர்கள், ஓடிப் போனவர்கள் அல்லது காணாமல் போனவர்களுடையவை.

டயரி எழுதி முடித்தவுடன் கைதிகளை முற்றத்தின் வழியே நடத்திச் சென்று லாக்கப் அறைகளில் அடைத்தார்கள். போலீஸ் நிலையத்தில் இருந்தது இரண்டே லாக்கப் அறைகள். அவை முற்றத்தின் ஒரு பக்கத்தில், காவலர் விடுதியைப் பார்த்தபடி இருந்தன. முற்றத்தின் மறு பக்கச் சுவர் முழுவதும் ரயில்வே செடிகொடிகள் படர்ந்திருந்தன.

ஜக்கா வந்து சேர்ந்ததுமே நிலையத்தில் ஒரே சிரிப்பு!

'ஏய்! அதுக்குள்ள திரும்பி வந்துட்டியா நீ? இது என்ன உங்க மாமனார் வீடுன்னு நெனைப்பா?' காவலர் விடுதியிலிருந்தே கூவினார் ஒரு போலீஸ்காரர்.

'ஆமாமாம், மாமனார் வூடுதான். எத்தினி போலீஸ்கார வூட்டுப் பொண்ணுங்ககூடப் படுத்திருக்கேன் நானு!' என்று உச்சபட்சக் குரலில் பதில் கொடுத்தான் ஜக்கா. வண்டியில் நடந்த அசம்பாவிதத்தைப் பற்றி இதற்குள் மறந்தே போயிருந்தான்.

'அப்படியா சேதி, ராஸ்கோல்? உன்னோட துடுக்குத்தனம் உன்னை விட்டுப் போவாதே? இது மட்டும் இன்ஸ்பெக்டர் அய்யா காதுல விளுந்துச்சு, இன்னிக்கு உன்னோட ஆசன வாய்ல பச்சை மொளகாதான்!'

'அட என்னப்பா நீனு! சொந்த மாப்பிள்ளையைப் போயி யாராச்சும் அப்பிடிச் செய்வாங்களா?' என்றான் ஜக்கா.

அதே சமயம் இக்பாலுக்குக் கிடைத்த வரவேற்பே வேறு விதம். பணிவுடன் மன்னிப்புக் கேட்டபடியே அவன் கை விலங்குகளை அகற்றினார்கள். அவனுடைய அறையில் ஒரு நாற்காலி, மேஜை, கட்டில் எல்லாம் போடப் பட்டன. கைக்குக் கிடைத்த ஆங்கில, உருதுப் பத்திரிகைகள், பேப்பர்கள் எல்லாவற்றையும் திரட்டி வந்து ஹெட் கான்ஸ்டபிள் இக்பாலின் அறையில் போட்டார்.

இக்பாலுக்கு மட்டும் பித்தளைத் தட்டில் சாப்பாடு. அவன் கட்டிலுக்குப் பக்கத்தில் இருந்த மேஜைமீது தண்ணீர் கூஜாவும் க்ளாஸும் வைக்கப் பட்டன.

ஜக்காவின் அறையில் மேஜை நாற்காலி எதுவும் இல்லை. நாய்க்குப் போடுவதுபோல் அவன் சாப்பாட்டைத் தூக்கி எறிந்தார்கள். சப்பாத்தியைக் கையிலேயே வைத்துக்கொண்டு சாப்பிட்டான். கம்பி வழியாக ஒரு கான்ஸ்ட பிள் தண்ணீர் ஊற்ற, ஜக்கா கையில் ஏந்திக் குடித்தான். கெட்டியான சிமெண்ட் தரைதான் அவன் படுக்கை.

தங்கள் இருவருக்கும் கிடைத்த வெவ்வேறு மரியாதைகளைக் கண்டு இக்பாலுக்கு ஆச்சரியமே ஏற்படவில்லை. நூற்றாண்டுகளாக ஜாதி வித்தியா சங்களை ஏற்றுக்கொண்டுவிட்ட நாடு இது. ஏற்றத்தாழ்வு என்பது எல்லோர் மனத்திலும் கல்வெட்டாகச் செதுக்கப்பட்டுப்போன விஷயம். சட்டம் போட்டு ஜாதியை ஒழித்தால், அது வர்க்க வேற்றுமையாக மற்றொரு வடிவம் எடுத்துக் கொண்டு வந்து நிற்கும்.

தில்லியில் தலைமைச் செயலகத்தில் உள்ள அதிகாரிகள் கூட்டம், முழுக்க முழுக்க மேற்கத்திய நாகரிகத்தில் ஊறித் திளைக்கிற கூட்டம். அங்கேகூட கார் நிறுத்தும் இடங்களெல்லாம் ஜூனியர், சீனியர் என்று பிரித்துத்தான் ஒதுக்கப்படுகின்றன. மூத்த அதிகாரிகளுக்கு என்று தனியாகச் சில வாசல்கள் உண்டு. கக்கூஸுக்குப் போனால் அங்கேகூட பெரிய, சிறிய அதிகாரிகளுக்கு, க்ளார்க்குக்கு, ஸ்டெனோவுக்கு, கடை நிலை ஊழியர்களுக்கு என்று தனித் தனியாக போர்டு போட்டிருக்கும்.

வேற்றுமை என்பது மனத்தில் அழுத்தமாகப் பதிந்துபோய்விட்டது. இதில் ஒரே குற்றத்துக்காகக் கைது செய்யப்பட்டவர்களையும் அவரவர் அந்தஸ்துப் படி தரம் பிரித்து வைப்பதில் ஆச்சரியம் என்ன? இக்பால் 'ஏ' வகுப்புக் கைதி. ஜக்கா கடைசித் தர 'சி' வகுப்பு...

மதிய உணவுக்குப் பிறகு கட்டிலில் படுத்துக்கொண்டான் இக்பால். ஜக்காவின் அறையிலிருந்து பலமாகக் குறட்டை வந்துகொண்டிருந்தது. இக்பாலுக்குத்தான் மனத்தின் உளைச்சலில் தூக்கமே வரவில்லை. கைக்கடி காரத்தில் மெல்லிய நாசூக்கான ஸ்ப்ரிங் ஒன்று இருக்குமே... லேசாகத் தொட்டாலே மணிக் கணக்கில் அதிர்ந்து அலை பாய்ந்துகொண்டிருக்கும். அப்படி இருந்தது அவன் மனநிலை.

இக்பால் எழுந்து உட்கார்ந்தான். ஹெட் கான்ஸ்டபிள் கொடுத்துவிட்டுப் போன ஒரு கட்டு செய்தித்தாள்களையும் மேய ஆரம்பித்தான்.

எல்லாப் பத்திரிகைகளும் ஒரே மாதிரிதான் இருந்தன. அதே செய்தி, அதே அறிக்கைகள், அதே தலையங்கம்! செய்திகளின் தலைப்பைத் தவிர மற்றபடி எல்லாவற்றையும் ஒரே கைதான் எழுதியதுபோல் இருந்தது. போட்டோக்கள் கூட ஒன்று போலவே இருந்தன.

வெறுப்புடன் மாட்ரிமோனியல் பக்கத்தைப் புரட்டினான். சில சமயம் அங்கே சுவாரசியமான தமாஷ் ஏதாவது கிடைக்கும்... ஆனால் பஞ்சாபி இளைஞர்கள் அத்தனை பேரும் பத்திரிகைச் செய்திகள் போலவே சமச் சீராகத்தான் சிந்தித்தார்கள். வரப் போகிற மனைவியிடம் அவர்கள் எதிர்பார்த்த இலக்கணங்கள் அனைத்தும் ஒரே மாதிரிதான் அமைந்திருந்தன. எல்லோருக்கும் கன்னிப் பெண்தான் தேவையாக இருந்தது. சற்றே விசால மனம் படைத்தவர்கள் சிலர், விதவை என்றாலும் ஏற்றுக்கொள்ளத் தயாராக இருந்தார்கள்; ஆனால் பெண் மட்டும் கன்னி கழியாமல் இருப்பது அவசியமாம். எல்லோருமே வீ.வே.சி. பெண்தான் வேண்டும் என்று சுருக்கெழுத்துக்களால் குறிப்பிட்டிருந்தார்கள். வீ.வே.சி. என்பவள், வீட்டு வேலைகளில் சிறந்த பெண்!

முற்போக்கான சில மக்கள் ஜாதி, வரதட்சணை பற்றிக் கவலையில்லை என்றார்கள். எதிர்கால மனைவியரின் போட்டோ தேவையென்று அதிகம் பேர் கேட்கவில்லை; அழகு என்பது மேலோட்டமான சமாசாரம் என்பது அவர்களுக்குத் தெரியும் போலிருக்கிறது. ஆனால் எல்லோரும் ஜாதகத்துடன் கடிதம் எழுதவேண்டும் என்றுதான் வலியுறுத்தினார்கள். பூமியில் திருமண வாழ்வு மகிழ்ச்சியாக இருக்கும் என்று உத்தரவாதம் கொடுக்க வானத்து கிரகங்களால் மட்டுமே முடியும்.

இக்பால் செய்தித் தாள்களைத் தூர எறிந்துவிட்டுப் பத்திரிகைகளைப் புரட்ட ஆரம்பித்தான். அவையோ செய்தித் தாள்களைவிடப் படு மட்டமாக இருந்தன. அஜந்தா குகை ஓவியங்களைப் பற்றி அதே கட்டுரைகள். இந்திய நடனம் பற்றி மற்றொரு அபத்தம். தாகூர், பிரேம்சந்த் கதைகள் பற்றிக் கட்டுரை. சினிமா நட்சத்திரங்களின் அந்தரங்க வாழ்க்கைக் கதைகள்...

இக்பால் எல்லாவற்றையும் துறந்துவிட்டுப் படுத்துக்கொண்டான். மனத்துக்கு ஆயாசமாக இருந்தது. மூன்று நாளாகத் தூங்கவே இல்லை என்பது நினைவுக்கு வந்தது. இது தியாகமா? இருக்கலாம். கட்சிக்கு எப்படியாவது தகவல் அனுப்பவேண்டும். பிறகு ஒருவேளை...

கைதாகி விடுதலையாகி, வெற்றிகரமான ஒரு தலைவனாக வெளியே வருவோம் என்று கற்பனைகள் செய்தபடியே தூங்கிப் போனான் இக்பால்.

மாலையில் போலீஸ்காரர் இக்பாலின் அறையில் மற்றொரு நாற்காலியைக் கொண்டுவந்து போட்டார். இக்பால் 'என் ரூமுக்கு வேற யாராவது கைதிங்க வராங்களா என்ன?' என்று சற்று பயத்துடன் கேட்டான்.

‘இல்லீங்க சின்னய்யா. இன்ஸ்பெக்டர் அய்யாதான் வர்றாரு. உங்ககூட ஏதோ பேசணுமாம். இதோ வந்துருவாரு.’

இக்பால் பதில் பேசவில்லை. போலீஸ்காரர் நாற்காலியின் கோணம் சரியாக இருக்கிறதா என்று ஒரு முறை சரி பார்த்துவிட்டுப் பின்வாங்கினார். வராந்தாவில் பேச்சுக் குரல் கேட்டது. பிறகு சப் இன்ஸ்பெக்டர் நேரில் தோன்றினார்.

‘உள்ளே வரலாங்களா?’

இக்பால் தலையசைத்தான். ‘நான் என்ன செய்யணும் சொல்லுங்க, இன்ஸ்பெக்டரய்யா.’

‘இக்பால் சார்! நாங்களெல்லாம் உங்க வேலைக்காரங்க. நீங்க மட்டும் உத்தரவு போடுங்க, நாங்க செஞ்சு முடிக்கறோம்’ என்றார் சப் இன்ஸ்பெக்டர் புன்னகையுடன். சந்தர்ப்பங்களுக்குத் தகுந்ததுபோல் அவரால் தன் தொனியை மாற்றிக்கொள்ள முடியும். இதில் அவருக்கு ஏகப் பெருமை. அதுதான் ராஜதந்திரம் என்பது அவர் கருத்து.

‘கொலை கேஸ்ல அரெஸ்ட் பண்ணின கைதிங்ககிட்ட நீங்க இவ்வளவு அன்பா இருப்பீங்கன்னு தெரியாமப் போச்சே எனக்கு! கொலை கேஸ்ல தானே என்னை உள்ளே கொண்டுவந்திருக்கீங்க? நேத்திக்கு உங்க போலீஸ் காரங்க வந்த அதே ட்ரெயின்லதான் நானும் மானோ மாஜராவுக்கு வந்தேன். இதை அவங்க உங்ககிட்டே சொல்லியிருக்க மாட்டாங்களே?’

‘நாங்க இன்னும் ஒரு குற்றச்சாட்டும் வைக்கலையே இக்பால்ஜி. அது கோர்ட்டோட வேலை. நாங்க உங்களைச் சந்தேகத்தின் பேரிலதான் கைது செஞ்சிருக்கோம். இதெல்லாம் பார்டர் ஏரியாவா இருக்கில்ல? இங்கே அரசியல், போராட்டம்னு சொல்லிக்கிட்டு வர்றவங்களையெல்லாம் அனுமதிக்க முடியாது.’ இன்ஸ்பெக்டரின் புன்னகை மட்டும் மாறவில்லை. ‘ஆமாம், உங்க பாகிஸ்தான்லயே போய் இந்தப் பிரசாரத்தையெல்லாம் நடத்துங்களேன்?’

இக்பாலுக்கு விஷக் கொடுக்கு தீண்டியதுபோல் கோபம் உடலெங்கும் பரவியது. அதை வெளியே காட்டிக்கொள்ளாமல் அடக்க முயன்றான்.

‘உங்க பாகிஸ்தானா! என்ன சொல்ல வர்றீங்க, இன்ஸ்பெக்டர் சார்?’

‘நேரடியாச் சொல்றேன். நீங்க முஸ்லிம்தானே? அப்ப பாகிஸ்தானுக்குப் போயிடுங்களேன்!’

‘கேடு கெட்ட பொய்!’ என்று வெடித்தான் இக்பால். ‘அது மட்டுமில்லே. இது கேடு கெட்ட பொய்னு உங்களுக்கும் தெரியும். உங்க முட்டாள்தனத்தை மறைக்கறதுக்காக என் மேலே பொய் கேஸ் ஜோடிக்கப் பாக்கறீங்க!’

இன்ஸ்பெக்டர் கடுப்பானார். ‘நாக்கைக் கொஞ்சம் அடக்கிப் பேசக் கத்துக்குங்க, மிஸ்டர் இக்பால். கேடு கெட்டவன், அது இதுன்னு பேசுறதை யெல்லாம் கேட்டுக்கறதுக்கு உங்க அப்பனா எனக்கு சம்பளம் கொடுக்

கறான்? உங்க பேரு இக்பால். சுன்னத் செஞ்சிருக்கீங்க. நானே கண்ணால பார்த்தேன்! மானோ மாஜராவுக்கு எதுக்கு வந்தீங்கன்னு கேட்டா சரியா பதில் சொல்லத் தெரியலை. அது போதும்.'

'அது போதாது சார்! கோர்ட்டிலயும் நியூஸ் பேப்பர்லயும் இந்த விவகாரம் பெரிசாக் கிளம்பும்போது அதெல்லாம் போதாது. நான் முஸ்லிம் இல்லை. சரி, அதுக்கென்ன இப்போ? நான் ஏன் மானோ மாஜராவுக்கு வந்தேன்றதைப் பத்தி உங்களுக்கு என்ன கவலை? இன்னும் இருபத்து நாலு மணி நேரத்துக் குள்ள என்னை ரிலீஸ் பண்ணலைன்னா நான் ஹேபியஸ் கார்ப்பஸ் மனு போடுவேன். நீங்க எப்படியெல்லாம் டூட்டி பாக்கறீங்கன்னு கோர்ட்டுல சந்தி சிரிக்க வைப்பேன்!'

'ஹேபியஸ் கார்ப்பஸா!' இன்ஸ்பெக்டர் இடி இடியென்று சிரித்தார். 'மிஸ்டர் இக்பால், நீங்க ரொம்ப நாளா ஃபாரின்லயே இருந்துட்டீங்கன்னு தெரியுது. இப்பக்கூட முட்டாள்தனமா ஏதோ கற்பனை உலகத்திலதான் இருக்கீங்க. இனிமேதான் கொஞ்சம் கொஞ்சமா எல்லாத்தையும் கத்துக்கப் போறீங்க.'

இன்ஸ்பெக்டர் சரேலென்று அறையை விட்டு அகன்றார். போகும்போது இரும்புக் கதவைப் பூட்டிக்கொண்டுதான் போனார்.

ஜக்கா இருந்த பக்கத்து அறையைத் திறந்தார் இன்ஸ்பெக்டர்.

'சத் ஸ்ரீ அகால், இன்ஸ்பெக்டரய்யா.'

சப் இன்ஸ்பெக்டர் அந்த வணக்கத்தைக் கண்டுகொள்ளவில்லை. 'நீ எப்படா ரௌடித்தனத்தை விடப்போறே?' என்றார்.

'ஐயா, முத்துக்கட்டி ராசாவே! என்னை நீங்க என்ன வேணாலும் சொல்லுங் கய்யா. ஆனா இந்தத் தரம் மட்டும் நான் ஒரு தப்பும் செய்யலை. குருசாமி மேல ஆணையாச் சொல்றேன்.'

ஜக்கா தரையில் அமர்ந்திருந்தான். சப் இன்ஸ்பெக்டர் சுவரில் சாய்ந்து நின்றிருந்தார்.

'கொள்ளை நடந்த அன்னிக்கு ராத்திரி எங்கடா போயிருந்தே?'

'கொள்ளைக்கும் எனக்கும் எந்த சம்பந்தமும் கிடையாதுங்க அய்யா' என்று நழுவலாகப் பதில் சொன்னான் ஜக்கா.

'கொள்ளை நடந்த அன்னிக்கு, ராத்திரி, எங்க போயிருந்தே?' சப் இன்ஸ் பெக்டர் மறுபடி வலியுறுத்தினார்.

ஜக்கா தாழ்ந்து தரையைப் பார்த்தான். 'நான் வயலுக்குப் போயிருந்தேங்கய்யா. தண்ணி விடறதுக்கு அன்னிக்கு என்னோட முறை.'

அவன் சொல்வது பொய் என்று சப் இன்ஸ்பெக்டருக்குத் தெரியும். 'தண்ணி ஊத்தறது யார் முறைன்னு கால்வாய்க்காரன்கிட்டக் கேட்டாத் தெரியுது... நீ ஊருக்கு வெளியே போறேன்னு தலையாரிகிட்ட சொல்லிட்டுப் போனியாடா?'

ஜக்கா இருந்த இடத்திலேயே கால் மாற்றி வைத்து அசைந்தான். தரையை விட்டுக் கண்ணைப் பெயர்க்கவில்லை.

'ஏதோ பன்னி விரட்டப் போறேன்னு உங்க அம்மா சொன்னாங்க?'

ஜக்கா காலைத் தேய்த்தபடியே இருந்தான். ஒரு நீண்ட மௌனம். பிறகு, 'கொள்ளைக்கும் எனக்கும் எந்தச் சம்பந்தமும் இல்லீங்கய்யா. எனக்கு ஒண்ணுமே தெரியாது!' என்றான்.

'சரி. கொள்ளை அடிச்சது யாரு?'

'முத்துக்கட்டி ராசாவே! கொள்ளைக்காரங்க யாரு, என்னன்னு எனக்கு எப்பிடிங்க தெரியும்? அந்த நேரத்துல நானு ஊருக்குள்ளவே இல்லை. நான் மட்டும் இருந்திருந்தேன்னா, மானோ மாஜராவுல பூந்து கொலை கொள்ளை செய்யறதுக்கு ஒரு பயலுக்குத் துணிச்சல் வருமா?'

'கொள்ளை அடிச்சது யாரு?' என்று சப் இன்ஸ்பெக்டர் பயங்கரமான தொனியில் மறுபடி கேட்டார். 'உனக்கு அவங்களைத் தெரியும்கறது எனக்குத் தெரியும்டா. அவங்களுக்கு உன்னைய நிச்சயம் தெரியும். ஆசையா உனக்குக் கண்ணாடி வளையல் தந்துட்டுப் போயிருக்காங்களே!'

ஜக்கா பதில் பேசவில்லை.

'குண்டியில சவுக்கடி வாங்கணுமா? இல்லாட்டி, ஆசன வாயில சிவப்பு மிளகா வெச்சு அடைச்சாத்தான் உண்மையைச் சொல்லுவியா நீ?'

ஜக்கா தீனமாக முனகினான். இன்ஸ்பெக்டர் சொல்லுவது அவனுக்குத் தெளிவாகப் புரிந்தது. ஏற்கெனவே ஒரு முறை அவனுக்கு அந்த அனுபவம் கிடைத்ததுண்டு. ஜக்காவின் கையையும் காலையும் பரத்திக் கட்டில் கால்களுக்குக் கீழே வைத்து ஆணி அடித்தாற்போல் அழுத்திக்கொண்டு, அதன் மேல் அரை டஜன் போலீஸ்காரர்கள் ஏறி உட்கார்ந்துவிட்டார்கள். ஜக்காவின் விதைகளை அவர்கள் கசக்கி முறுக்கியதில், அவற்றில் ஒன்று வலியில் மரத்தே போய்விட்டது. முரட்டுக் கைகள் ஆசன வாய்க்குள் மிளகாய்ப் பொடியைத் திணித்தன. பின்பு பல நாள்வரை வாலில் நெருப்பு வைத்த மாதிரி இருந்தது!

இது போதாதென்று சாப்பாடு தண்ணீர் வைக்காமல் பட்டினி போடுவார்கள். அல்லது காரசாரமான சாப்பாட்டைக் கொடுத்துவிட்டு, தண்ணீருக்குத் தவிக்க விடுவார்கள். ஒரு பாத்திரம் நிறையக் குளிர்ந்த தண்ணீர் கம்பிக் கதவுக்கு அப்பால் மினுமினுக்கும். ஆனால் கையை நீட்டினால் தொடுகிற எல்லைக்கு வெளியே இருக்கும்!

ஜக்காவின் நினைவுகள் அவனை உலுக்கி எடுத்துவிட்டன. 'வேணாங்க அய்யா. சாமி மேல ஆணையா வேணாங்க, வேணாங்க!' ஜக்கா நெடுஞ்சாண் கிடையாகத் தரையில் விழுந்து சப் இன்ஸ்பெக்டரின் இரண்டு பூட்ஸ்

கால்களையும் கெட்டியாகப் பிடித்துக் கொண்டான். 'முத்துக்கட்டி ராசாவே! பெரிய மனசு பண்ணுங்க!'

ஜக்காவுக்குத் தன்னை நினைத்தே அவமானமாக இருந்தது. ஆனால் அந்த மாதிரி சித்திரவதையை இன்னொரு முறை உடம்பு தாங்காது. 'குருநாதர் மேல ஆணையா நான் ஒரு பாவமும் செய்யலைங்க. கொள்ளைக்கும் எனக்கும் சம்பந்தமே கிடையாதுங்க!'

ஆறடி நாலு அங்குல மாமிச மலை ஒன்று தன் காலடியில் விழுந்து கெஞ்சுவதைப் பார்த்து இன்ஸ்பெக்டருக்குப் பரவசமாக இருந்தது.

உடம்பு வேதனையைத் தாங்கக்கூடிய மனிதன் ஒருவனும் உலகில் கிடையாது. யாருக்கு என்ன சித்திரவதை என்பதை மட்டும் கவனமாகத் தேர்ந்தெடுக்கவேண்டும். சில பேர் பட்டினி போட்டாலே பணிந்துவிடு வார்கள். இக்பால் போன்றவர்களுக்கு, நாலு போலீஸ்காரர்கள் பார்வை படும் இடத்தில் இயற்கைக் கழிவுகளை வெளியேற்றவேண்டியிருப்பதே போது மான சித்திரவதை. இன்னும் சிலபேருக்கு, கையைப் பின்னால் கட்டிவிட்டு மூஞ்சியில் வெல்லத்தைப் பூசி ஈ மொய்க்க விட்டுவிடவேண்டும். சிலரைத் தூங்கவிடாமல் தொந்தரவு செய்தாலே போதும்; வழிக்கு வந்துவிடுவார்கள். கடைசியில் ஒருவர் பாக்கி இல்லாமல் அத்தனை பேரும் சரணாகதி ஆகிவிடு வார்கள்.

'உனக்கு இன்னும் ரெண்டு நாள் டைம் தரேன். கொள்ளைக்காரங்க பேரையெல்லாம் சொல்லிரு. இல்லாட்டி, பின் பக்கம் அடிக்கிற அடியில ஆட்டு வால் மாதிரி ஆயிடப்போவுது!' என்று எச்சரித்தார் சப் இன்ஸ்பெக்டர். ஜக்காவிடமிருந்து தன் கால்களை விடுவித்துக்கொண்டு வெளியேறினார்.

இன்று அவருடைய பேட்டிகள் இரண்டும் தோல்வியில் முடிந்துவிட்டன. நாளைக்கு வேறு வழியில்தான் முயற்சிக்க வேண்டும். கஷ்ட காலம்... இரண்டு பேரும் இரண்டு விதமாக இருக்கிறார்களே!

2

கலியுகம்

செப்டம்பர் மாதத் தொடக்கத்தில் மானோ மாஜராவின் கால இயந்திரம், லயம் மாறித் துடிக்க ஆரம்பித்தது.

ரயில்கள் வழக்கத்தைவிடத் தாமதமாக வந்தன; பெரும்பாலான ரயில்கள் இரவு நேரத்துக்கு மாறி விட்டன. அலாரம் கடிகாரத்தின் முள்ளைத் தப்பான நேரத்துக்குத் திருப்பி வைத்தமாதிரியே எல்லாம் நடந்தது. சில சமயம் சாவி கொடுக்கவே மறந்ததுபோல் காலம் நின்றுபோனது.

முல்லா இமாம் பக்ஷ், முதலில் மீத் சிங் எழுந்து பிரார்த்தனைக்குக் கூப்பிடட்டும் என்று காத்திருந்தார். மீத் சிங்கோ, முல்லாவின் குரல் கேட்டபிறகு எழுந்திருக்கலாம் என்று படுத்தே இருந்தார். ஊர் மக்கள் வெகு நேரம்வரை படுக்கையை விட்டு எழுந்திருக்காமல் ரயில் வண்டிக்காகக் காத்திருந்தார்கள். காலங்கள் மாறிவிட்டன என்பதோ, ரயில் வண்டி இன்றைக்கு வந்தால்தான் நிச்சயம் என்பதோ அவர்களுக்கு உறைக்கவில்லை. குழந்தைகள் வயிறு எப்போது பசிக்கிறது என்பது புரியாமல் சதா சாப்பிடக் கேட்டு நச்சரித்தன.

மாலை வேளையில் சூரியன் மறைவதற்கு முன்பு எல்லோரும் வீட்டில் அடைந்துகொண்டார்கள். எக்ஸ்பிரஸ் வண்டி வருவதற்கு முன்பே (அதாவது, வந்தால்!)

படுக்கைக்குப் போய்விட்டார்கள். கூட்ஸ் வண்டிகளின் போக்குவரத்து அடியோடு நின்றுபோய்விட்டது. தூங்க வைப்பதற்கு அவற்றின் தாலாட்டு கேட்கவில்லை. அதற்குப் பதிலாக, சில பைசாச ரயில்கள் கண்ட கண்ட நேரத்தில் ஊரைக் கடந்துபோயின. நள்ளிரவுக்கும் விடியற்காலைக்கும் நடுவே அவை வந்து மானோ மாஜராவின் தூக்கத்தைக் கலைத்தன.

கிராமத்தின் வாழ்க்கையை மாற்றியது ரயில்கள் மட்டுமல்ல.

சீக்கிய ராணுவ வீரர்களின் படை ஒன்று ஊருக்கு வந்து சேர்ந்தது. ரயில்வே ஸ்டேஷனுக்குப் பக்கத்தில் அவர்கள் கூடாரம் போட்டார்கள். பாலத்தின் அருகே, சிக்னலுக்கு அடியில் மணல் மூட்டைகளை அடுக்கி அரண் ஒன்றை அமைத்தார்கள். சதுர வடிவத்தில் ஆறடி உயரத்துக்கு மூட்டைகளை அடுக்கி அதன் நாலு புறமும் இயந்திரத் துப்பாக்கிகளை நிறுவினார்கள். ஆயுதம் தாங்கிய காவலர்கள் ரயில்வே பிளாட்பாரத்தில் உலாத்தினார்கள். உள்ளூர்க்காரர்கள் யாரையும் அவர்கள் தண்டவாளத்துக்கு அருகில்கூட நெருங்கவிடவில்லை.

தில்லியிலிருந்து வரும் வண்டிகள் எல்லாம் இங்கே நின்றன. டிரைவரும் கார்டும் இறங்கிக்கொள்ள, அவர்களுக்குப் பதிலாக வேறு இருவர் ஏறிக்கொண்டு பயணத்தைத் தொடர்ந்தார்கள். பாகிஸ்தான் பக்கமிருந்து வரும் வண்டிகள் மானோ மாஜராவில் ஓடி வந்து நிற்கும்போதே அவற்றின் எஞ்சின்கள் ‘அப்பாடா!’ என்று நிம்மதிப் பெருமூச்சு விடும்.

ஒரு நாள் காலை. பாகிஸ்தானிலிருந்து ரயில் வண்டி ஒன்று வந்தது. மானோ மாஜராவில் நின்றது. அசப்பில் பார்த்தபோது அமைதிக் காலங்களில் ஓடிய ரயில் போலவே இருந்தது. ரயில் கூரைமீது யாரும் உட்கார்ந்திருக்கவில்லை. பெட்டிகளுக்கு நடுவே யாரும் ஒட்டிக்கொண்டிருக்கவில்லை. வாசற்படியில் யாரும் ஊசலாடவில்லை. ஆனால் ‘இந்த ரயிலில் ஏதோ தப்பு இருக்கிறது’ என்று மட்டும் தோன்றியது. பேய் பிடித்த ரயில் போலக் காணப்பட்டது அது.

வண்டி பிளாட்பாரத்தில் வந்து நின்ற உடனேயே கார்டு இறங்கி நேராக ஸ்டேஷன் மாஸ்டரின் அறைக்குள் சென்றார். பிறகு இருவரும் வெளியே வந்து ராணுவத்தினரின் கூடாரத்துக்குப் போய், படைப் பிரிவின் தலைவரிடம் பேசினார்கள்.

கொஞ்ச நேரத்தில் சிப்பாய்கள் அனைவரும் திபுதிபுவென்று வெளியே ஓடி வந்தார்கள். அங்கே நின்று கொண்டிருந்தவர்களை எல்லாம் ஊருக்குள் திரும்பிப் போகச் சொல்லி விரட்டினார்கள். ஒரு ஆள் மோட்டார் பைக்கை எடுத்துக்கொண்டு சண்டு நகர் போலீஸ் ஸ்டேஷனுக்கு விரைந்தான்.

ஒரு மணி நேரம் கழித்து சப் இன்ஸ்பெக்டர் சுமார் ஐம்பது ஆயுத போலீசாருடன் ரயில்வே ஸ்டேஷனுக்கு வந்து சேர்ந்தார். அவர்கள் பின்னாலேயே திரு ஹுகம் சந்த் தன்னுடைய அமெரிக்க காரில் வந்து இறங்கினார்.

பட்டப் பகலில் ஒரு பேய் வண்டி வந்திருக்கிறது என்று மானோ மாஜராவில் பரபரப்பு பற்றிக்கொண்டது!

நிலையத்தில் என்னதான் நடக்கிறது என்று பார்ப்பதற்காக ஊரில் அத்தனை பேரும் வீட்டுக் கூரைமேல் நின்று எட்டி எட்டிப் பார்த்தார்கள். ஆனால் பிளாட்பாரத்தின் இந்தக் கோடியிலிருந்து அந்தக் கோடிவரை நின்றிருந்த ரயிலின் கறுப்பு மண்டைதான் கண்ணுக்குத் தெரிந்தது. ஸ்டேஷன் கட்டடமும் பட்டை வேலியும் சேர்ந்து மற்ற எல்லாவற்றையும் மறைத்துக் கொண்டு இருந்தன. எப்போதாவது ஒரு சிப்பாயோ, போலீஸ்காரரோ வெளியே வந்து எட்டிப் பார்த்துவிட்டுப் போவதை மட்டும் காண முடிந்தது.

பிற்பகல் முழுவதும் ஆண்கள் முடிச்சு முடிச்சாகக் கூடி நின்று ரயிலைப் பற்றியே பேசினார்கள். எல்லாக் குழுக்களும் கடைசியில் அரச மரத்தடியில் வந்து சங்கமித்தன. அனைவரும் குருத்வாராவுக்குள் போனார்கள். பெண்கள் வீடு வீடாகப் போய் வதந்தித் துணுக்குகளைச் சேகரித்து விநியோகித்துக் கொண்டு இருந்தார்கள். அவர்களும் கடைசியாகத் தலையாரி வீட்டில் கூடினார்கள். தங்கள் கணவன்மார்கள் திரும்பி வந்து ரயிலைப் பற்றி என்ன சொல்லப் போகிறார்கள் என்று காத்துக்கொண்டிருந்தார்கள்.

முக்கியமான விஷயம் எது நடந்தாலும் மானோ மாஜராவில் இதுதான் வழக்கம். பெண்கள் தலையாரி வீட்டுக்குப் போவார்கள்; ஆண்கள் குருத் வாராவில் கூடுவார்கள். கிராமத்துக்குத் தலைவன் என்று சொல்லக்கூடிய வர்கள் யாரும் கிடையாது.

தலையாரி பண்ட்டா சிங் 'தலை' என்ற பட்டம் பெற்றிருந்தாலும், வரி வசூல் செய்வது மட்டும்தான் அவர் வேலை. தலைமுறை தலைமுறையாக அவருடைய குடும்பத்திடம்தான் இந்தப் பொறுப்பு இருந்தது. மற்றபடி அவருக்குப் பெரிதாக நிலம் நீச்சு எதுவும் கிடையாது. வேறு எந்த விதத் திலும் அவரைத் தலைவர் என்று சொல்ல முடியாது. பந்தா எதுவும் பண்ண மாட்டார். மற்ற கிராமவாசிகள் போலவே அவரும் கடுமையாக உழைக்கும் ஒரு எளிய விவசாயி; அவ்வளவுதான்.

ஆனால் அரசாங்க அதிகாரிகள், போலீஸ் போன்றவர்கள் அவரிடம் போக்கு வரத்து வைத்திருந்தார்கள். இதனால் அவருக்கு அதிகாரபூர்வமான ஒரு அந்தஸ்து இருந்தது. ஊரில் யாரும் அவரைப் பேர் சொல்லி அழைப்ப தில்லை; 'தலையாரி ஐயா'தான். அவருடைய அப்பா, தாத்தா, கொள்ளுத் தாத்தா எல்லோருக்கும் அதுதான் பெயர்.

ஊர்க் கூட்டங்களில் வாயைத் திறந்து கருத்து சொல்பவர்கள் இரண்டே பேர்: முல்லா இமாம் பக்ஷ், பூசாரி மீத் சிங். இமாம் பக்ஷ் நெசவுத் தொழில் செய்பவர். பஞ்சாபில் நெசவு நெய்பவர்களைப் பற்றி நிறைய ஜோக்குகள் உண்டு. அவர்கள் பெட்டைத்தனமானவர்கள், மனைவியை ஊர் மேய விட்டுவிட்டு வீட்டில் அடங்கி இருப்பவர்கள் என்றெல்லாம்கூட மோச மாகப் பேசுவார்கள். ஆனால் இமாம் பக்ஷின் வீட்டில் அடுத்தடுத்து சில துயரங்கள் நேர்ந்துவிட்டதால் அவர் மீது ஒரு அனுதாபம் பிறந்து, அதுவே அபிமானமாக மாறியிருந்தது.

பஞ்சாபிகளுக்கே யார் மீதாவது பரிதாபப்படுவது என்றால் மிகவும் பிடிக்கும்! இமாமின் மனைவியும் ஒரே மகனும் சில நாள் இடைவெளியில் இறந்துவிட்டார்கள். இமாமின் கண் பார்வை எப்போதுமே நன்றாக இருந்த தில்லை. திடீரென்று பார்வை மிகவும் பழுதடைந்து அவரால் தறியில் வேலை செய்ய முடியாத நிலை வேறு ஏற்பட்டுவிட்டது. ஏறக்குறையப் பிச்சை எடுக்கும் நிலைக்கு வந்துவிட்டார்.

அப்போது நூரன் வேறு கைக் குழந்தை. அவளையும் பார்த்துக்கொள்ள வேண்டும். எனவே மசூதியிலேயே தங்கிக்கொண்டு குழந்தைகளுக்குக் குர்ஆன் சொல்லித் தர ஆரம்பித்தார். ஊர்க்காரர்களுக்கு குர்ஆன் வாசகங்களை எழுதித் தருவார்; அவர்கள் அதைத் தாயத்தாகக் கட்டிக்கொள்வார்கள். அல்லது உடம்பு சரியில்லை என்றால் மருந்தாகவும் விழுங்குவதுண்டு.

யாராவது கொஞ்சம் மாவு, காய்கறி அல்லது மீந்துபோன சாப்பாட்டைத் தருவார்கள். சில சமயம் பரிதாபப்பட்டுப் பழைய துணிமணி ஏதாவது தருவார்கள். இதில்தான் இமாமும் அவர் குழந்தையும் உயிர் வாழ்ந்தார்கள்.

இமாம் ஆச்சரியகரமான பழங் கதைகளும் பழமொழிகளும் ஏராளமாகச் சேர்த்துவைத்திருந்தார். ஊர்க்காரர்களுக்கு அதையெல்லாம் கேட்கப் பிடிக்கும். அவர் வந்து நின்றாலே அவர்கள் மனத்தில் ஒரு மரியாதை எழும்.

இமாமுக்கு ஒடிசலான உடம்பு. தலையெல்லாம் வழுக்கை; பின்னந் தலையில் ஒரு மெல்லிய நரை முடிக் கோடு மட்டும் காதிலிருந்து காது வரை ஓடியது. சுத்தமாகக் கத்திரிக்கப்பட்ட சில்க் வெண் தாடி. சில சமயம் தாடிக்கு மருதாணி அடித்து ஆரஞ்சுச் சிவப்பாக ஆக்கி வைத்திருப்பார். கண்ணில் இருந்த காடராக்ட் பனிப் படலத்தால் ஒரு தத்துவவாதிபோல் தோற்ற மளித்தார். அறுபது வயதாகியும் கம்பீரமாக நிமிர்ந்துதான் நிற்பார்.

இதெல்லாம் சேர்ந்து இமாமின் தோற்றத்துக்கே ஒரு மரியாதையை ஏற்படுத்தியதால், 'இவர் சொன்னால் சரியாகத்தான் இருக்கும்' என்று ஊர்க்காரர்கள் நினைத்தார்கள். அவரை இமாம் பக்ஷ் அல்லது முல்லா என்பதைவிட, 'மாமா' என்றே அன்புடன் அழைப்பார்கள்.

மீத் சிங்குக்கு ஊரில் அந்த அளவுக்கு மதிப்போ மரியாதையோ இல்லை. அவர் அடிப்படையில் ஒரு விவசாயி. வயல் வேலையிலிருந்து தப்பிப்பதற் காகவே பூசாரி என்று சொல்லிக்கொண்டு கோவிலில் வந்து உட்கார்ந்து விட்டார். அவருக்குக் கொஞ்சம் நிலம் இருந்தது. அதைக் குத்தகைக்கு விட்டிருந்தார். மற்றபடி கோவிலில் வரும் காணிக்கையும் சேர்ந்து ஓரளவுக்கு வசதியாகவே இருந்தார். மீத் சிங்குக்குக் குடும்பம் குழந்தைகள் எதுவும் கிடையாது. அவர் பல கிரந்தங்களைக் கற்றுத் தேர்ந்தவரும் அல்ல, அவ்வளவாகப் பேச்சுத் திறமையும் கிடையாது. அவருடைய உருவம்கூட அவருக்கு எதிராகச் சதி செய்தது. ஆள் நல்ல குண்டு; குள்ளம். உடம் பெல்லாம் முடி. அவருக்கும் இமாம் பக்ஷின் வயதுதான் இருக்கும். ஆனால் அவருடைய தாடியை இமாமின் அமைதிக் கடல் போன்ற தாடியுடன் ஒப்பிட முடியாது. சிங்கின் கறுப்பு தாடியில் அங்கங்கே வெள்ளி ரேகைகள்.

மீத் சிங்குக்கு சுத்தபத்தமாக இருக்கவே தெரியாது. கிரந்தப் புத்தகத்தைப் படிக்கும்போது மட்டும் தலைப்பாகை வைத்துக்கொள்வார். மற்ற நேரங் களில் நீண்ட முடியைத் தளர்வாக முடிந்து அதில் ஒரு சின்ன மரச் சீப்பைச் செருகியிருப்பதைக் காணலாம். பாதி மயிர்க் கற்றை அவர் பின்னங் கழுத்தில் விழுந்து புரளும். சட்டையே போட மாட்டார். ஒரு அரை நிஜார்தான் அவருடைய நிரந்தர உடை. அதுவும் பிசுபிசுவென்று அழுக்காக இருக்கும்.

ஆனால் மீத் சிங் ஒரு சமாதானப் பிரியர். இமாம் பக்ஷின்மீது அவர் கொண்ட அன்பில் பொறாமையின் நிழல் ஒரு போதும் படிந்ததில்லை. ஆனால் இமாம் பக்ஷ் ஏதாவது யோசனை சொல்லும்போது மட்டும் குறுக்கிட்டு இவரும் ஏதாவது சொல்லிவைப்பார். அதுதான் தன்னுடைய சீக்கிய சமூகத்துக்கு அவர் செய்யவேண்டிய கடமை. இவர்கள் இருவருடைய உரையாடலின் அடி மட்டத்தில் எப்போதும் ஒரு சினேகிதமான போட்டி இருக்கும்!

அன்றைக்கு குருத்வாராவில் நடந்த கூட்டத்தில் ஒரு சோகமான சூழ்நிலை நிலவியது. யாருக்கும் பேசுவதற்கு அதிக விஷயம் தெரியவில்லை. பேசிய ஒன்றிரண்டு பேரும் தேவ தூதர்கள் அருள்வாக்கு சொல்வது போல் நிறுத்தி நிறுத்திப் பேசினார்கள்.

இமாம் பக்ஷ்தான் ஆலோசனைக் கூட்டத்தை ஆரம்பித்து வைத்தார்: ‘அல்லாவோட தயவு வேணும். காலம் கெட்டுக் கிடக்குது.’

‘ரொம்பத்தான் கெட்டுக் கிடக்குது...’ கூட்டத்தில் சிலர் கனத்த மனத்துடன் பெருமூச்சு விட்டார்கள்.

மீத் சிங், தான் ஒரு படி மேலே போகவேண்டுமே என்பதற்காக ‘ஆமாம் மாமா! இப்ப நடக்கிறது கலி யுகம். பாவப்பட்ட காலம்’ என்றார்.

நீண்ட மௌனம். ஊர்க்காரர்கள் உட்கார்ந்த இடத்திலேயே அசௌகரியமாகச் சலசலத்தார்கள். சிலர் கொட்டாவி விட்டு முடிக்கும்போது பெரிதாகத் தத்தம் கடவுளரைக் கூப்பிட்டார்கள். ‘யா அல்லா! ஏ, குருநாதா! குருநாதா!’

‘என்னய்யா, தலையாரி?’ என்று இமாம் பக்ஷ் மறுபடி ஆரம்பித்தார். ‘அங்க என்ன நடக்குதுன்னு உனக்குத்தானய்யா தெரிஞ்சிருக்கணும்? டெபுடி ஐயா உன்னை ஏன் இன்னும் கூப்பிட்டு அனுப்பலை?’

‘எனக்கு எப்பிடி மாமா தெரியும்? அவுரு கூப்பிட்டாத்தானே நான் போறதுக்கு? அய்யாவும் இப்ப டேசன்லதான் இருக்காரு. ஒருத்தரையுமே கிட்டே விடமாட்டேங்கறாங்க.’

இப்போது உற்சாகமான இளவட்டம் ஒன்று குறுக்கிட்டது. ‘இப்ப என்ன ஆயிருச்சுன்றீங்க? நாமெல்லாம் செத்தா போவப் போறோம்? என்ன நடக்குதுன்னு தானாவே தெரிஞ்சுட்டுப் போவுது. ஒரு ரயிலு வந்து நின்னிருக்கு. ஏதாச்சும் கெவர்மெண்ட்டு காசு பணம், தங்கம் வெள்ளி, அல்லது துப்பாக்கி எதுனா வந்திருக்கும். அதான் பந்தோபஸ்துக்கு நிக்கறாங்க. ரயிலையெல்லாம் நிறுத்திக் கொள்ளையடிக்கறாங்கன்னு சேதி வந்துச்சுல்ல?’

'எலேய்! வாயை மூடுறா நீ!' என்றார் பையனின் தகப்பனார். 'பெரியவங்க இருக்கறப்ப, உனக்கு என்னடா பேச்சு வேண்டிக் கெடக்கு?'

'நானு, சும்மா...'

'போதும், போதும்' என்று கண்டிப்புடன் சொன்னார் தந்தை. பிறகு கொஞ்ச நேரத்துக்கு யாருமே பேசவில்லை.

இமாம் பக்ஷ் மெல்லத் தாடியைக் கோதியபடியே 'ரயிலுங்கள்ல என்ன என்னமோ விசயம் நடந்து போச்சுதுன்னு கேள்விப்பட்டேன்' என்றார்.

மறை பொருளாகச் சொல்லப்பட்ட 'விசயம்' என்ற வார்த்தை, சபையில் ஒரு சங்கடத்தை ஏற்படுத்தியது.

'ஆமாம். ரொம்ப விசயம் நடந்து போச்சுன்னு பேச்சு அடிபடுது' என்று மீத் சிங் மெதுவாக ஆமோதித்தார்.

'எல்லாத்துக்கும் அல்லாவோட தயவு இருந்தாப் போதும்' என்று தான் ஆரம்பித்த பேச்சைத் தானே முடித்து வைத்தார் இமாம்.

தன்னுடைய கடவுள் மட்டும் கூப்பிடப்படாமல் இருப்பதா என்று மீத் சிங்கும் 'குருநாதா, குருநாதா!' என்றார்.

எல்லோரும் மௌனமாக அமர்ந்திருந்தார்கள். அவ்வப்போது யாராவது கொட்டாவி விடும் சத்தம், 'யா அல்லா!' என்றோ, 'குருநாதா!' என்றோ முனகும் சத்தம் தவிர வேறு எதுவும் இல்லை. கூட்டத்தின் விளிம்பில் உட்கார்ந்திருந்த பலர் அப்படி அப்படியே தரையில் படுத்துத் தூக்கம் போட ஆரம்பித்தார்கள்.

திடீரென்று குருத்வாராவின் வாசலில் ஒரு போலீஸ்காரர் தோன்றினார்!

தலையாரியும் இன்னும் நாலைந்து பேரும் சட்டென்று எழுந்து நின்றார்கள். தூங்க ஆரம்பித்தவர்கள் குத்தி எழுப்பப்பட்டார்கள். கண் சொக்கிக் கொண்டிருந்தவர்கள் திடுக்கிட்டு விழித்து 'என்னது? என்னாச்சு?' என்று அவசரமாகத் தலைப் பாகையைச் சுற்றிக்கொண்டார்கள்.

'இந்த ஊர் தலையாரி யாரு?'

பண்ட்டா சிங் வாசலுக்குப் போனார். போலீஸ்காரர் அவரை ஒதுக்குப் புறமாக அழைத்துப்போய் என்னவோ கிசுகிசுத்தார். பண்ட்டா சிங் தலையாட்டிவிட்டுத் திரும்பியபோது போலீஸ்காரர் உரக்க 'சீக்கிரம்! அரை மணியில வந்துரணும். ஸ்டேசன் பக்கமா ரெண்டு மிலிட்டரி வண்டிங்க நிக்கும். நான் அங்கேதான் இருப்பேன்' என்றார். சொல்லிவிட்டு விறுவிறுவென்று நடந்து திரும்பிப் போய்விட்டார்.

ஊர்க்காரர்கள் அனைவரும் பண்ட்டா சிங்கைச் சூழ்ந்துகொண்டார்கள். அவர் கையில் இருக்கும் மாபெரும் ரகசியத்தினால் அவருக்கு ஒரு திடீர் முக்கியத் துவம் வந்துவிட்டது.

பண்ட்டா சிங்கின் குரலில் அதிகாரம் ஜரிகை இட்டது: ‘எல்லாரும் அவங்கவங்க வீட்ல இருக்கற விறகு, முடிஞ்ச வரைக்கும் மண்ணெண்ணெய் ரெண்டையும் எடுத்துக்கிட்டு டேசன் கிட்ட நிக்கற லாரிக்கு வந்துருங்க. அதுக்குக் காசு தந்துருவாங்க.’

எதற்காக இதெல்லாம் என்பது பற்றி அவர் வேறு ஏதாவது சொல்வார் என்று ஊர்க்காரர்கள் காத்திருந்தார்கள். தலையாரி அவர்களை அதட்டி விரட்டினார். ‘காது செவுடாப் போச்சுதா என்ன? நான் சொன்னது கேக்கலை? அல்லது போலீசுக்காரன் வந்து பின்னால சவுக்கால அடிச்சாதான் நகருவீங்களா? சீக்கிரம் வந்து சேருங்க.’

எல்லோரும் தங்களுக்குள் கிசுகிசுத்தபடியே கிராமத்துச் சந்துகளுக்குள் சிதறினார்கள். ஒரு சில நிமிடங்களில் விறகுக் கட்டும் மண்ணெண்ணெய் பாட்டிலுமாக ஊருக்கு வெளியே ஸ்டேஷன் இருந்த பக்கத்தில் வந்து குவிய ஆரம்பித்தார்கள்.

அங்கே அழுக்குப் பச்சையில் இரண்டு பெரிய ராணுவ லாரிகள் அருகருகே நின்றன. ஒரு மண் சுவரின் அருகே வரிசையாகப் பல பெட்ரோல் டின்கள் அணி வகுத்து நின்றன. அதன் பக்கத்தில் ஒரு சீக்கிய வீரர் இயந்திரத் துப்பாக்கியுடன் காவலுக்கு நின்றார்.

இரண்டு லாரிகளில் ஒன்றின் பின் பக்கத்தில் சீக்கிய அதிகாரி ஒருவர் காலைத் தொங்கப் போட்டுக்கொண்டு உட்கார்ந்திருந்தார். தாடியைச் சரியாகச் சுருட்டி மெல்லிய கறுப்பு வலைக்குள் சிறைப்படுத்தியிருந்தார். மற்ற லாரியில் விறகுக் கட்டைகள் ஏற்றப்படுவதைப் பார்த்துக்கொண்டே, ஊர்க்காரர்கள் கும்பிடு போட்டதையெல்லாம் தலையசைத்து ஏற்றுக்கொண்டார். தலையாரி அவர் பக்கத்தில் நின்றுகொண்டு, ஒவ்வொருவர் பெயரையும் அவர்கள் கொண்டுவந்த விறகு, எண்ணெய் போன்றவற்றின் அளவையும் குறித்துக் கொண்டிருந்தார்.

ஊர்க்காரர்கள் விறகுக் கட்டுகளை லாரியில் அடுக்கினார்கள். மண்ணெண் ணெய் பாட்டில்களை பெட்ரோல் கேன்களில் காலி செய்தார்கள். பிறகு அதிகாரிக்கு எதிரே சற்று ஒதுங்கிப் பணிவுடன் நின்றார்கள்.

அப்போது இமாம் பக்ஷ் வந்தார். தான் கொண்டுவந்த விறகுச் சுமையை லாரியில் இறக்கிவிட்டு எண்ணெய் பாட்டிலைத் தலையாரியிடம் கொடுத் தார். தலைப்பாகையை ஒரு முறை அவிழ்த்துக் கட்டிக்கொண்டார். ராணுவ அதிகாரியை நோக்கி ‘சலாம், சர்தார் ஐயா!’ என்று உரக்கச் சொன்னார்.

அதிகாரி வேறு பக்கம் முகத்தைத் திருப்பிக்கொண்டார்.

இமாம் பக்ஷ் மறுபடியும் முயற்சி செய்தார்: ‘எல்லாம் நல்லாத்தானே போயிட்டிருக்கு? என்னங்க அய்யா?’ என்றார்.

அதிகாரி சட்டென்று திரும்பினார். ‘போய்யா, போ. மனுசனுக்குத் தலைக்கு மேல வேலை கிடக்குதுல்ல?’ என்றார் வெடுக்கென்று.

இமாம் பக்ஷ் ஆடு மாதிரி போய்க் கூட்டத்தோடு சேர்ந்துகொண்டார். அவர் இன்னும் தலைப்பாகையை முடிந்தபாடில்லை.

இரண்டு லாரிகளையும் நிரப்பியாயிற்று. அதிகாரி பண்ட்டா சிங்கிடம், அடுத்த நாள் காலையில் கேம்ப்புக்கு வந்து காசை வாங்கிக்கொள்ளச் சொன்னார். லாரிகள் ரயில்வே நிலையத்தை நோக்கி உறுமிக்கொண்டு சென்றன. ஊர்க்காரர்கள் ஆர்வம் தாங்காமல் பண்ட்டா சிங்கைச் சூழ்ந்துகொண்டார்கள்.

இமாம் பக்ஷுக்கு நேர்ந்த அவமானத்துக்கு ஏதோ ஒரு வகையில் தான்தான் காரணம் என்று தலையாரிக்குத் தோன்றியது. அதற்குள் ஊர் மக்கள் பொறுமை இழந்துவிட்டார்கள். 'ஏ தலையாரி! என்னய்யா, ஒண்ணுமே பேச மாட்டேங்கறே? அப்பிடி என்னதான்யா பொல்லாத ரகசியத்தைப் பொத்திப் பொத்தி ஒளிச்சு வெச்சுக்கறே? ரொம்பப் பெரிய ஆளாயிட்டே போலிருக்கு. இனிமே எங்ககூட எல்லாம் பேச மாட்டே. அப்பிடித்தானே?' என்றார் மீத் சிங் கோபத்துடன்.

'சேச்சே! அதெல்லாம் ஒண்ணுமில்லீங்க அய்யா. எனக்குத் தெரிஞ்சா ஒங்ககிட்டே சொல்ல மாட்டேனா? சின்னப் புள்ளைத்தனமான பேச்சால்ல இருக்குது? போலீசுக்காரன்கூடவும் ஆர்மிக்காரன்கூடவும் நாம எப்பிடிங்க வாதாட முடியும்? அவங்க சத்தியமா என்கிட்ட ஒண்ணுமே சொல்லலை. அந்தப் பன்னித் தலையன் இமாம் மாமாகிட்ட எப்பிடிப் பேசினான்னு பார்த்தீங்கல்ல? நம்ம கௌரவம்கிறது நம்ம கைலதான் இருக்குது. நாமளா போய் வாயைக் குடுத்து மாட்டிக்கிட்டா, டர்பனை அவுத்துருவானுங்க!'

இமாம் பக்ஷ் இந்த ஆதரவைப் பெருந்தன்மையுடன் ஏற்றுக்கொண்டார். 'தலையாரி சொல்றதுதான் சரி. நாம யார்கிட்டயாவது பேச்சுக் குடுக்கறோம், அவங்க பதிலுக்கு நாய் மாதிரி குலைக்கிறாங்கன்னா, நாம வாயை மூடிக் கிட்டுப் போறதுதான் நல்லது... இப்ப எல்லாரும் வீட்டுக்குப் போவோம். வீட்டுமேல ஏறி நின்னு பார்த்தா, அவங்க என்ன செய்யறாங்கன்னு தானா தெரிஞ்சுட்டுப் போவுது.'

ஊர் மக்கள் அவரவர் வீட்டு மாடிக்குப் போனார்கள். அங்கிருந்து ராணுவக் கூடாரமும் அதன் பக்கத்தில் நின்றிருந்த இரண்டு லாரிகளும் தெரிந்தன.

கொஞ்ச நேரத்தில் லாரிகள் இரண்டும் புறப்பட்டு ரயில்வே லைன் ஓரமாக மேற்கே சென்றன. சிக்னலைத் தாண்டியதும் சட்டென்று திரும்பி, தண்ட வாளத்தின் குறுக்கே நொண்டியடித்துக்கொண்டு மறுபுறம் சென்றன. திரும்பி ஸ்டேஷனுக்கு வந்து, நின்றுகொண்டிருந்த ரயிலுக்குப் பின்னால் மறைந்தன.

பிற்பகல் முழுவதும் ஊர்க்காரர்கள் கூரைமேலேயே நின்றுகொண்டு 'என்ன, ஏதாச்சும் தெரியுதா?' என்று ஒருவருக்கொருவர் கூவிக்கொண்டிருந்தார்கள். இருந்த பரபரப்பில் எல்லோரும் மதியம் சமைக்கக்கூட மறந்துவிட்டார்கள். தாய்மார்கள் குழந்தைகளுக்கு ஏதோ ராத்திரி மிச்சமிருந்த தீனியைக் கொடுத்துச் சமாளித்தார்கள். அடுப்பை மூட்ட நேரமில்லை. ஆண்கள்

மாட்டுக்குத் தீவனம் வைக்கத் தவறினார்கள்; மாலையில் பால் கறக்கவும் போகவில்லை. சூரியன் பாலத்தின் வளைவுகளுக்குக்கீழே இறங்கியபிறகுதான் அன்றைய கடமைகளைச் செய்யவில்லையே என்பது ஞாபகம் வந்தது.

சீக்கிரமே இருட்டாகிவிடும். குழந்தைகள் பசியில் அழ ஆரம்பித்து விடுவார்கள். இருந்தும் ஊர்ப் பெண்கள் ஸ்டேஷனை விட்டுக் கண்களை எடுக்கவே இல்லை. கொட்டிலில் மாடுகள் கத்தின. இருந்தும் ஆண்கள் கூரையை விட்டு இறங்கவோ, ஸ்டேஷனைவிட்டுப் பார்வையைத் திருப்பவோ இல்லை.

ஏதோ நடக்கப் போகிறது என்ற எதிர்பார்ப்பு கனமாகத் தொங்கிக் கொண்டிருந்தது!

சூரியன் பாலத்துக்குப் பின்னால் மறைந்தது. வானத்தில் வந்து கூடியிருந்த வெண் மேகங்களை செம்பழுப்பு, தாமிரம், ஆரஞ்சு நிறங்களால் நனைத்தது. பிறகு படிப்படியாகச் சாம்பல், கருஞ் சாம்பல் நிறங்களைக் குழைத்துப் பூசியது. அந்தி மயங்கி இருட்டுக்குள் நழுவியது. ரயில்வே நிலையம் ஒரு மொத்தையான கறுப்புச் சுவராகியது.

ஊர்க்காரர்கள் களைத்துப் போய், 'சரி சரி. வாங்க போகலாம்' என்று ஒருவருக்கொருவர் கை காட்டிக்கொண்டே கீழே இறங்கி முற்றத்துக்குப் போனார்கள். ஸ்டேஷனில் ஏதாவது நடந்து, அதைத் தான் மட்டும் பார்க்காமல் விட்டுவிடுவோமோ என்ற கவலை.

அப்போது சாம்பல் நீலத்தில் இருந்த வானம், திடீரென்று மறுபடி ஆரஞ்சு நிறம் காட்டியது!

ஊரின் வடக்குப் புறத்தில் தொடுவானம் ஆரஞ்சு, தாமிரம் என்று வண்ணம் மாறியது. பிறகு செம்பழுப்பாக ஒளி வீசியது. கறுத்த வானத்தில் தீயின் செந்நிற நாக்குகள் தாவி எழுந்தன.

ஒரு மெல்லிய குளிர் காற்று ஊரை நோக்கி மிதந்து வந்தது. அதனுடன் கூடவே மண்ணெண்ணெய் எரியும் வாசனை வந்தது. பிறகு விறகுக் கட்டை வாசனை. கடைசியாக, மனிதத் தசை எரியும் பிண வாடை!

கிராமமே இறந்துபோனதுபோல் உறைந்துபோனது.

இது என்ன வாடை என்று யாரும், யாரிடமும் கேட்கவில்லை; எல்லோருக்குமே தெரியும். ஆரம்பத்திலிருந்தே தெரியும்!

அந்த ரயில் பாகிஸ்தானிலிருந்து வருகிறது. அந்த உண்மையே போதும். அதிலேயே எல்லா விடைகளும் அடங்கியிருக்கின்றன.

மானோ மாஜராவுக்கு நினைவு தெரிந்த நாளிலிருந்து, அன்று மாலைதான் இமாம் பக்ஷின் இனிமையான குரல் கடவுளின் பெருமையைப் பாடி விண்ணில் எழும்பவில்லை.

★

அன்றைய நிகழ்ச்சிகளால் ஓய்வு விடுதியும் களை இழந்து காணப்பட்டது. ஹுகம் சந்த் காலையிலேயே வெளியே புறப்பட்டுப் போய்விட்டார். அவருடைய உதவியாளர் மட்டும் உச்சிப் பகலில் ஒரு ஃப்ளாஸ்கில் டீ, கொஞ்சம் சாண்ட்விச் வாங்கிப்போவதற்காக ரெஸ்ட் ஹவுசுக்குத் திரும்பி வந்தார். அவர்தான் விடுதிப் பணியாளரிடமும் வீடு கூட்டுபவரிடமும் ரயிலைப் பற்றிச் சொன்னார்.

மாலையில் பணியாளர்களும் அவர்கள் குடும்பங்களும் பார்த்துக்கொண்டே இருக்கும்போது, அடர்ந்த மர வரிசைக்குப் பின்னாலிருந்து குப்பென்று பெரிய தீ நாக்குகள் எழுந்தன! பங்களாவின் காக்கிச் சுவர்களில், நெஞ்சைப் பிசையும் ஆம்பர் வெளிச்சம் ஒன்று பரவியது.

அன்றைய சம்பவங்கள் ஹுகம் சந்த்தை உறிஞ்சிவிட்டன. அவருடைய களைப்பு, உடலுக்கு அல்ல. அவ்வளவு பிணங்களை ஒரு சேரப் பார்த்தபோது அவருக்கு உடனே தோன்றியது சிலீரென்ற மரத்துப் போன ஓர் உணர்வுதான். இரண்டு மணி நேரத்தில் அவருடைய உணர்ச்சிகள் முழுவதும் செத்து விட்டன. ஆண், பெண், குழந்தைகளின் உயிரற்ற உடல்கள் இழுத்துப் போடப்படுவதை, ஏதோ பெட்டி படுக்கையை எடுத்துப் போவதுபோல் பற்றில்லாமல் பார்த்துக்கொண்டிருந்தார்.

பொழுது சாய்ந்த நேரம், ஒரு விதத் தனிமை ஏக்கமும் தன்னிரக்கமும் அவரை மூழ்கடித்து விட்டன. காரில் வந்து இறங்கியபோது களைத்துப்போய், பேய் அறைந்தமாதிரி இருந்தார். பணியாளர், வீடு கூட்டுபவர், அவர்கள் குடும் பத்தினர் எல்லோரும் மொட்டை மாடியில் நின்று நெருப்பைப் பார்த்துக் கொண்டிருந்தார்கள். அவர்கள் கீழே வந்து கதவைத் திறப்பதுவரை காத் திருக்க வேண்டியிருந்தது. குளிப்பதற்கு வெந்நீரும் தயாராக இல்லை. ஹுகம் சந்த் புறக்கணிக்கப்பட்டதுபோல் உணர்ந்தார். மனத்தின் உளைச்சல் இன்னும் அதிகமாயிற்று.

வேலைக்காரர்கள் தனக்குச் செய்த பணிவிடைகளைச் சட்டை செய்யாமல் படுக்கையில் கிடந்தார். ஒருவன் அவருடைய ஷுவை அவிழ்த்துவிட்டுக் காலைத் தேய்க்க ஆரம்பித்தான். மற்றொருவன் வாளி வாளியாகத் தண்ணீர் கொண்டு வந்து குளியல் தொட்டியை நிரப்பினான்.

மாஜிஸ்திரேட் சடாரென்று எழுந்தார். காலடியில் இருந்த வேலை யாளைக் கிட்டத்தட்ட உதைத்துத் தள்ளாத குறை. பாத்ரூமுக்குள் போய்விட்டார்.

குளித்து உடை மாற்றிய பிறகு ஓரளவுக்குப் புத்துணர்ச்சி திரும்பியது. பங்கா விசிறியின் குளிர்ந்த காற்று நரம்புகளை அமைதிப்படுத்தியது. மறுபடி படுத்துக்கொண்டார். உள்ளங் கையால் கண்ணைப் பொத்திக்கொண்டார். மூடிய கண்ணின் இருட்டுக் குகைக்குள் அன்று நடந்ததெல்லாம் காட்சி காட்சியாக வந்து போனது.

விரலால் கண்களை அழுத்தி அந்தக் காட்சிகளை அப்படியே நசுக்கி எறிய முயன்றார் ஹுகம் சந்த். காட்சிகள் இருண்டு கறுத்தன, சிவந்தன; ஆனால் மறுபடி வந்து நின்றன.

ஒரு ஆள் தன் உருவின குடலைக் கையில் பிடித்துக்கொண்டு 'என்ன வெச்சிருக்கேன் பாரு!' என்று கண்ணாலேயே சொன்னான். பெண்களும் குழந்தைகளும் ஒரு மூலையில் ஒடுங்கி நடுங்கிக்கொண்டிருந்தார்கள். அவர்களின் கண்கள் பயத்தில் அகன்றிருந்தன. திறந்த வாய்களில் ஒலியற்றுப் போன கூக்குரல்கள் உறைந்திருந்தன. சிலருடைய உடம்பில் ஒரு சிறு கீறல்கூட இல்லை.

கம்பார்ட்மெண்ட்டின் கடைசிக் கோடியில் நெருக்கித் திணிந்துகொண்டு பல சடலங்கள். அவை காலியான ஜன்னல்களை நோக்கித் திகிலில் வெறித்த பார்வையுடன் கிடந்தன. அந்த ஜன்னல்கள் வழியாகத் தோட்டாக்களும் ஈட்டிகளும் வேல் கம்புகளும் சீறி வந்திருக்கவேண்டும். கழிவறைகளில் பல இளைஞர்களின் பிணங்கள் அடைத்துத் திணிந்துகொண்டு இருந்தன. அங்கே கொஞ்சம் பத்திரமாக இருக்கும் என்று நினைத்து முண்டி மோதிக்கொண்டு போயிருக்கிறார்கள்.

அழுகிக் கொண்டிருக்கும் சதை, மலம், மூத்திரம் எல்லாவற்றின் வாடையும் சேர்ந்து வயிற்றைப் புரட்டியது. அதை நினைத்துக்கொண்டபோதே ஹுகம் சந்த்தின் வாய்வரை வாந்தி வந்துவிட்டது.

அன்றைக்கு அவர் பார்த்த காட்சிகளிலேயே மறக்க முடியாதது, வயதான விவசாயி ஒருவரின் முகம்தான். அவர் நீளமான வெள்ளைத் தாடி வைத்திருந்தார். பார்த்தால் இறந்துபோன மாதிரியே தெரியவில்லை. மேலே சாமான்கள் வைக்கும் பலகையில் இரண்டு பக்கமும் படுக்கைச் சுருள்கள் நெருக்கிக் கொண்டிருக்க, நடுவே உட்கார்ந்திருந்தார். ஏதோ சிந்தனை வயப்பட்டவராகக் கீழே நடக்கும் நிகழ்ச்சிகளைப் பார்த்துக்கொண்டிருப்பவர்போலத் தான் காணப்பட்டார். அவருடைய காதிலிருந்து ஒரு மெல்லிய சிவப்புக் கோடு போல் ரத்தம் வழிந்து தாடிவரை வந்து உறைந்து போயிருந்தது...

பெரியவர் உயிருடன் இருப்பதாக நினைத்து ஹுகம் சந்த் அவர் தோள்களைப் பற்றி உலுக்கினார். 'ஐயா! ஐயா!'

கிழவருக்குத் திடீரென்று உயிர் வந்துவிட்டது! அவருடைய கை, விகாரமாக நீண்டு வந்து மாஜிஸ்திரேட்டின் வலது காலைச் சிலீரென்று பற்றியது. ஹுகம் சந்தின் உடம்பு முழுவதும் குப்பென்று வியர்த்துக் குளிர்ந்தது. கத்த முயன்றார்; வாயைப் பிளக்க மட்டும்தான் முடிந்தது. சத்தம் எழும்பவில்லை.

அந்தக் கை மெல்ல மெல்லக் கணுக்காலிலிருந்து முன்னங்கால், முழங்கால் என்று பிடித்துப் பிடித்துக்கொண்டு மேலே ஏறி வந்தது. ஹுகம் சந்த் மறுபடிக் கத்த முயற்சி செய்தார். குரல் தொண்டையில் அடைத்துக் கொண்டது. கை மேலே மேலே ஏறி வந்தது. தொடையின் சதையைத் தொட்டவுடன் அதன் பிடி நழுவியது.

ஹுகம் சந்த் முனக ஆரம்பித்தார். கடைசியாக ஒரு பெரும் முயற்சி செய்து அந்த பயங்கரக் கனவிலிருந்து அறுத்துக்கொண்டு வெளியே வந்து விழுந்தபோது அவர் தொண்டையிலிருந்து ஒரு ரண வேதனைக் கூக்குரல் எழும்பியது. எழுந்து உட்கார்ந்துகொண்டுவிட்டார். கண்களில் பயம் அப்பியிருந்தது.

அவர் காலடியில் இருந்த பணியாளர் அதைவிட பயந்து போய்விட்டார்!

'அய்யா களைச்சுப் போயிருக்கீங்கன்னு தோணிச்சு. அதான் காலை அமுக்கி விடலாமேன்னு…'

ஹுகம் சந்த்தால் பேச முடியவில்லை. நெற்றியில் துளிர்த்திருந்த வியர்வையைத் துடைத்துக்கொண்டு தலையணையில் சரிந்தார். 'ஹே ராம்! ஹே ராம்!'

வாய் விட்டுக் கத்திவிட்டதில், மனத்தில் இருந்த பயம் இறங்கிவிட்டது. பலவீனமாக உணர்ந்தார். 'முட்டாள்தனமாக பயந்துவிட்டோமோ?' சற்று நேரத்துக்குப் பிறகு மனம் மெல்ல சமநிலைக்கு வந்து அடங்கியது.

'கொஞ்சம் விஸ்கி கொண்டா.'

பணியாளர் ஒரு தட்டில் விஸ்கி, சோடா, தம்ளர் எல்லாம் வைத்து எடுத்துவந்தார்.

ஹுகம் சந்த் குவளையின் கால் பகுதிக்கு அந்தத் தேன் நிறத் திரவத்தை ஊற்றினார். மீதி இடத்தை சோடாவால் நிரப்பினார். முழுவதையும் ஒரே மடக்கில் விழுங்கிவிட்டு மல்லாந்து சாய்ந்துகொண்டார்.

உடலுக்குள் சாராயம் சொட்டுச் சொட்டாக இறங்க, இறுகிப் போய்க் கிடந்த நரம்புகள் உயிர்பெற்று எழுந்தன. வேலைக்காரர் மறுபடி அவர் காலை அமுத்திவிட ஆரம்பித்தார்.

ஹுகம் சந்த் கூரையை நோக்கினார். ஆசுவாசமாக இருந்தது. உடம்பில் இன்பமான சோர்வு ஒன்று இருந்தது. வீடு கூட்டுபவர் அறையில் இருந்த விளக்குகளை ஏற்ற ஆரம்பித்தார். ஹுகம் சந்த்தின் படுக்கை அருகே இருந்த மேஜைமீதும் ஒரு விளக்கைக் கொண்டுவந்து வைத்தார்.

விளக்கின் சிம்னிக்கு மேலே பெரிய விட்டில் பூச்சி ஒன்று படபடத்தது. பிறகு சுழன்று சுழன்று மேலே பறந்து கூரை அருகே நெருங்கியது. சுவரில் இருந்த பல்லிகள் அதை நோக்கிப் பாய்ந்து வந்தன. பூச்சி, பல்லிகளுக்கு அகப்படாத தூரத்தில் கூரையைத் தொட்டுவிட்டு, மறுபடி சுழன்று இறங்கி விளக்கின் அருகில் வந்தது.

பல்லிகள் பளபளக்கும் கருப்புக் கண்களால் உற்றுப் பார்த்துக்கொண்டிருந்தன. பூச்சி மறுபடி மேலே பறந்துவிட்டுக் கீழே வந்தது. அது மட்டும் ஒரு கண நேரம் கூரையில் உட்கார்ந்தால் அதன் கதி அவ்வளவுதான் என்று ஹுகம் சந்த்துக்குத் தெரியும். பல்லியின் சிறிய முதலைப் பற்களின்

இடையில் உயிரை விடவேண்டியதுதான்! பூச்சியின் விதியே அதுதான் போலிருக்கிறது.

எல்லோருக்குமே அதுதான் விதி. அது நடக்கும் இடம் ஆஸ்பத்திரியா, ரயிலா, பாம்பு-பல்லியின் வாயா என்பது வேண்டுமானால் மாறலாம். ஏன், படுக்கையில் படுத்தபடியேகூட ஒருவர் தனிமையில் செத்துப்போகலாம். அழுகிப்போய் நாற்றம் ஊரெல்லாம் பரவும்வரையில் யாருக்கும் தெரியப் போவதில்லை. அவர்கள் வந்து பார்க்கும்போது கண் இருந்த குழிகளில் புழு நெளியும். வழவழவென்று கசியும் அடி வயிற்றுடன் பல்லிகள் முகமெல்லாம் ஓடும்...

ஹுகம் சந்த் முகத்தைக் கையால் துடைத்துக்கொண்டார். தன்னுடைய சொந்த எண்ணங்களிடம் இருந்து யாராலும் தப்பிக்க முடியுமா! குவளையில் மீதி இருந்த விஸ்கியை விழுங்கிவிட்டு இன்னொரு சுற்று ஊற்றிக்கொண்டார்.

மரணத்தின் வாசனை ஹுகம் சந்தை எப்போதுமே அலைக்கழித்திருக்கிறது. சின்ன வயதில் அவருடைய அத்தைக்கு ஒரு குழந்தை இறந்தே பிறந்தது. அதைத் தொடர்ந்து அத்தையும் மரணமடைந்ததைப் பக்கத்திலிருந்து பார்த்திருக்கிறார். அவளுடைய உடல், மனம் முழுவதும் விஷமாகி யிருந்தது. இறப்பதற்குமுன் பல நாள் வரை அவளுக்கு மனப் பிரமை பிடித் திருந்தது. கால்மாட்டில் எப்போதும் மரண தேவதை நிற்பதாகச் சொல்லிக் கையையும் காலையும் உதறிக்கொண்டே இருப்பாள். உயிர் பிரிந்த கடைசித் தருணத்தில் சுவரைக் காண்பித்து 'அதோ! அதோ!' என்று பயந்து அலறிக் கொண்டேதான் செத்தாள். அந்தக் காட்சி ஹுகம் சந்தின் மனத்தைவிட்டு அகலவே இல்லை.

பிறகு வளர்ந்து இளைஞன் ஆனதும் மரண பயத்தைப் போக்கிக்கொள்வ தற்காக, பல்கலைக்கழகத்தின் அருகே இருந்த சுடுகாட்டுக்குப் போய் மணிக்கணக்காக உட்கார்ந்திருப்பார். வயதானவர்கள், வயதாகாதவர்கள் என்று பலவிதமானவர்களும் கோணல் மாணலாகக் கட்டிய மூங்கில் பாடைகளில் வந்து சேருவார்கள். அவர்களைக் கொண்டுவந்தவர்கள் அழுது புலம்புவார்கள்.

இந்த சுடுகாட்டு யாத்திரைகளுக்குப் பிறகு மனத்துக்கு ஓர் அமைதி கிடைத்தது. மரணத்தைப் பற்றிய உடனடியான அச்சம் விலகியது. ஆனால் உயிர் இறுதியாக நீங்குவது என்ற கருத்தின் பாரம் மட்டும் மனத்தை அழுத்திக்கொண்டேதான் இருந்தது.

அந்த எண்ணம் அவருக்கு அன்பு, தர்மம், பொறுமை என்று பல நல்ல குணங்களைக் கொண்டுவந்து சேர்த்தது. கடினமான சூழ்நிலையில்கூட உற்சாகமாக இருக்கச் சொல்லித்தந்தது. தன்னுடைய குழந்தைகள் இறந்துபோனபோதுகூட, பற்றில்லாமல் அமைதியாக அதை ஏற்றுக்கொள்ள முடிந்தது.

ஹுகம் சந்துக்கு வாய்த்த மனைவி படிப்பறிவு இல்லாதவள்; அழகும் கிடையாது. அதையும் அவர் குறை சொல்லாமல் ஏற்றுக்கொண்டார்.

வாழ்க்கையில் நிச்சயமான ஒரே உண்மை மரணம்தான். மற்ற எல்லாம் - காதல், கனவு, பெருமை போன்ற எல்லா சொத்துக்களுமே மாயை. இதை அவர் மனச்சாட்சிக்கு விரோதமில்லாமல் சொல்லுவார்.

சில சமயம் யாராவது பரிசுப் பொருள் கொடுத்தால் ஏற்றுக்கொள்வார். நண்பர்களுக்கு ஏதாவது பிரச்னை என்றால் தலையிட்டுக் காப்பாற்றுவார். ஆனால் அவர் லஞ்ச ஊழலில் ஈடுபடுபவர் கிடையாது. எப்போதாவது பார்ட்டிக்குப் போவார். பாட்டு, ஆட்டம் - சமயத்தில் செக்ஸ்கூட - அனுபவிப்பார். இருந்தாலும் அவரை நடத்தை கெட்டவர் என்று சொல்ல முடியாது... ஆனால் கடைசியில் இதற்கெல்லாம் அர்த்தம் ஏதாவது இருக்கிறதா என்ன?

இதுதான் ஹுகம் சந்த்தின் வாழ்க்கைத் தத்துவம். அவர் நன்றாகவே வாழ்ந்தார் என்று மட்டும் சொல்லலாம்!

என்னதான் விதியின்மீது பாரத்தைப் போடுபவராக இருந்தாலும் ஒரு ரயில் நிறைய இறந்த உடல்களைப் பார்த்தபோது அவரால் தாங்க முடியவில்லை. வாழ்க்கை நிலையில்லாததுதான். ஆனால் ஒரு படுகொலை நடந்திருக்கும் போது தத்துவமா பேச முடியும்? அந்த அளவு வன்முறையை ஒரேயடியாகப் பார்த்தபோது குழப்பமும் பயமும்தான் அதிகரித்தன. அத்தையை மறுபடி நினைத்துக்கொண்டார். தன் பல்லாலேயே நாக்கைக் கடித்துக்கொண்டு ரத்தமயமாக இருந்த அவள் வாயும் சூனியத்தை வெறித்துக்கொண்டிருந்த அவள் கண்களும் முழு பயங்கரத்துடன் மறுபடி வந்து தாக்கின. அந்த பிம்பங்களை விஸ்கியால் கூடக் கழுவித் தள்ள முடியவில்லை.

திடீரென்று காரின் முகப்பு விளக்குகளால் அறை வெளிச்சமயமாகியது. அதே வேகத்தில் கார் நகர்ந்துவிட, அறையில் முன்னைவிடக் கடுமையான இருட்டு அப்பிக்கொண்டது. டிரைவர் வண்டியை கராஜில் விட்டிருக்கிறார் போலிருக்கிறது. இரவு வந்துகொண்டிருக்கிறது என்பதை உணர்ந்தார் ஹுகம் சந்த். கொஞ்ச நேரத்தில் வேலைக்காரர்கள் எல்லாம் அவரவர் விடுதிக்குப் போய்விடுவார்கள். தங்கள் மனைவி குழந்தைகளுக்கு நடுவில் பொதிந்துகொண்டு அமைதியாகத் தூங்குவார்கள். ஹுகம் சந்த்தை மட்டும் பங்களாவில் தன்னந்தனியாக விட்டுவிட்டு எல்லோரும் போய்விடுவார்கள். பங்களாவின் காலியான அறைகளில் எல்லாம் இவருடைய மனப் பிரமை யிலேயே உருவாக்கப்பட்ட அருவங்கள் உலவும்...

'நோ! நோ!'

வேலைக்காரர்களை இங்கேயே எங்காவது பக்கத்தில் தூங்கச் சொல்ல வேண்டும். வராந்தாவில் படுக்கச் சொல்லலாமா? நாம் பயந்துவிட்டோம் என்று நினைத்துக்கொள்வார்களோ?

'ராத்திரி எந்த நேரமும் எனக்கு அழைப்பு வரலாம். நீங்களெல்லாம் கூப்பிட்ட குரலுக்குப் பக்கத்திலேயே இருக்க வேண்டும்' என்று சொல்லி விடலாம். நம்புவார்கள்.

‘பைரா!’

‘அய்யா!’ பணியாளர் கம்பி வலைக்கதவைத் திறந்துகொண்டு உள்ளே வந்தார்.

‘இன்னிக்கு என்னோட கட்டிலை எங்கே போட்டிருக்கே?’

‘அய்யாவுக்கு இன்னும் படுக்கை போடலைங்க. மேக மூட்டமா இருக்குது. மழை பெய்ஞ்சாலும் பெய்யும். எசமானுக்கு வராந்தாவில கட்டிலைப் போடட்டுமாங்கய்யா?’

‘ம்... வேண்டாம். ரூம்லயே தூங்கறேன். பையன் ஒரு மணி, ரெண்டு மணி நேரம் பங்காவை இழுத்தான்னா குளுர்ந்து ஜில்லுனு ஆயிரும்... வேலைக் காரங்களை எல்லாம் வராந்தாவில படுக்கச் சொல்லு. ராத்திரி ஏதும் அவசர வேலை வந்துச்சுன்னா கூப்பிட வேண்டியிருக்கும்’ என்றார். எதிராளியின் முகத்தைப் பார்க்காமல் பேசினார்.

‘சரீங்கய்யா. அவங்கள்லாம் தூங்கப் போறதுக்கு முந்தி சொல்லிட்டு வந்துர்றேன். அய்யாவுக்கு சாப்பாடு எடுத்துட்டு வரட்டுங்களா?’

ஹுகம் சந்த்துக்கு சாப்பாட்டு நினைவே இல்லை. ‘இல்லே. சாப்பாடு வேணாம். வேலைக்காரங்களை மட்டும் வராந்தாவுல படுக்கை போட்டுக்கச் சொல்லு. டிரைவரையும் இங்கயே இருக்கச் சொல்லு. வராந்தாவுல இடம் இல்லைன்னா அவன் பக்கத்து ரூம்ல தூங்கட்டும்.’

பேரர் வெளியேறினார். ஹுகம் சந்த்துக்கு ஆசுவாசமாக இருந்தது. மானம் போகாமல் தப்பித்தாகிவிட்டது! இத்தனை பேர் சுற்றிலும் இருக்கும்போது நிம்மதியாகத் தூங்க முடியும்.

வெளியே மனித நடமாட்டத்தின் ஒலிகள். வராந்தாவில் யாருக்கு எந்த இடம் என்று வேலைக்காரர்கள் விவாதிக்கும் சத்தம். கதவுக்கு வெளியே கட்டில்கள் போடப்படும் சத்தம். பக்கத்து ரூமில் விளக்கு எரிவது, படுக்கைக்காக நாற்காலிகள் நகர்த்தப்படுவது எல்லாவற்றையும் கேட்க மனத்துக்குத் தெம்பாக இருந்தது.

கார் வரும் ஹெட்லைட் வெளிச்சம் அறையை மறுபடி நிறைத்தது. வெளியே வந்து நின்றது கார். ஆண் பெண்களின் பேச்சுக் குரல் கேட்டது. கிண்கிணி களின் ஓசை கேட்டது.

எழுந்து உட்கார்ந்து வலைக் கம்பி வழியே பார்த்தார். இசைக் குழுவினருடன் அந்தக் கிழவியும் இளம் விலைமாதுவும் வந்துகொண்டிருந்தார்கள். ஹுகம் சந்த் அவர்களைப் பற்றி மறந்தே போயிருந்தார்!

‘பைரா!’

‘எசமான்?’

‘பாட்டுக்காரங்களையும் அந்தக் கிழவியையும் திரும்பக் கொண்டுவிட்டு ருன்னு டிரைவர்கிட்ட சொல்லு. வந்து... வேலைக்காரங்கல்லாம் அவங்க இடங்கள்ளயே தூங்கட்டும். தேவைப்பட்டா கூப்பிட்டு அனுப்பறேன்.’

முட்டாள்தனமாக மாட்டிக்கொண்டுவிட்டோமோ என்று தோன்றியது. வேலைக்காரர்களெல்லாம் நிச்சயம் முதுகுக்குப் பின்னால் சிரிக்கப் போகிறார்கள்.

அதைப் பற்றி எனக்குக் கவலையில்லை! மற்றொரு விஸ்கி ஊற்றிக் கொண்டார் ஹுகம் சந்த்.

பணியாளர் சொல்வதற்கு முன்னாலேயே பிற வேலைக்காரர்கள் புறப்பட்டுவிட்டார்கள். பக்கத்து அறையிலிருந்து விளக்கும் வெளி யேறியது. டிரைவர் காரை மறுபடி ஸ்டார்ட் செய்தார். ஹெட் லைட்டை ஒரு முறை ஏற்றி அணைத்தார்.

கிழவி காரில் ஏற மறுத்து பணியாளருடன் வாக்குவாதம் செய்துகொண்டிருந் தாள். அவள் குரல் வரவர உயர்ந்துகொண்டே போய், அங்கிருந்தே மாஜிஸ்தி ரேட்டுக்குக் கேட்கும்படி கத்த ஆரம்பித்தாள். 'உங்க ராச்சியம் எப்பவும் நின்னு நெலைக்கட்டும். உங்க பேனா ஆயிரம் ஆயிரமா - இல்லே லெச்ச லெச்சமா எளுதட்டும்!'

ஹுகம் சந்த்துக்குக் கோபம் தாங்கவில்லை. 'போய்த் தொலை!' என்று இரைந்தார். 'அன்னிக்கு வாங்கின கடனையே இன்னும் நீதான் எனக்குத் திருப்பித் தரணும். பைரா, அவளை முதல்ல வெளியே அனுப்பு!'

கிழவியின் குரல் அடங்கியது. அவளை அவசரமாகக் காருக்குள் திணித் தார்கள். கார் புறப்பட்டுச் சென்றது. இப்போது ஹுகம் சந்த்தின் படுக் கைக்குப் பக்கத்தில் சிணுங்கும் எண்ணெய் விளக்கின் மஞ்சள் ஒளியைத் தவிர வேறில்லை. ஹுகம் சந்த் எழுந்தார். விளக்கை அதன் மேஜையுடன் எடுத்துப் போய், கதவுக்குப் பக்கத்தில் ஒரு மூலையில் வைத்தார்.

விட்டில் பூச்சி விளக்கின் கண்ணாடி சிம்னியைச் சுற்றிச் சுற்றி வந்தது. இரண்டு பக்கமும் சுவரைத் தொட்டுத் தொட்டுப் பறந்தது. பல்லிகள் இப்போது கூரையிலிருந்து இறங்கி விளக்குக்குப் பக்கத்தில் சுவருக்கு வந்தன.

பூச்சி சுவரைத் தொட்டதோ இல்லையோ, பின்னால் பதுங்கிப் பதுங்கி வந்துகொண்டிருந்த பல்லி ஒரே பாய்ச்சலாகப் பாய்ந்து அதைக் கவ்வியது. அதன் தாடைகளுக்கு இடையில் சிக்கிப் படபடத்தது பூச்சி. ஹுகம் சந்த் இந்த முழு நாடகத்தையும் ஆர்வமில்லாமல் மையமாகப் பார்த்துக் கொண்டிருந்தார்.

கதவு மெல்லத் திறந்து மூடியது. ஒரு சிறிய நிழல் உருவம் அறைக்குள் நழுவி வந்தது.

அந்தப் பெண்ணின் புடைவையில் இருந்த வெள்ளி ஜிகினாக்களில் விளக்கின் ஒளி பட்டுச் சுவரிலும் விட்டத்திலும் நூற்றுக்கணக்கான வெளிச்சப் புள்ளிகள் விளையாடின.

ஹுகம் சந்த் திரும்பினார். கரிய பெரிய விழிகளால் இவரையே இமை கொட்டாமல் பார்த்துக்கொண்டு நின்றிருந்தாள் அந்தப் பெண். அவள் மூக்குத்தியில் வைரம் ஜொலித்தது. சுத்தமாகப் பயந்து போயிருந்தாள்.

'வா' என்று மாஜிஸ்திரேட் கை நீட்டினார். நகர்ந்து தன் பக்கத்தில் இடம் கொடுத்தார். பெண் நடந்து வந்து கட்டிலின் நுனியில் உட்கார்ந்தாள். அவள் பார்வை எங்கேயோ தொலைவில் இருந்தது. ஹுகம் சந்த் அவள் இடையைச் சுற்றிக் கையால் வளைத்தார். அவளுடைய தொடை, வயிறு, இன்னும் மலராத மார்புகள் எங்கும் தடவிக் கொடுத்தார். அவள் உணர்ச்சியில்லாமல் விறைத்துப்போய் உட்கார்ந்திருந்தாள்.

ஹுகம் சந்த் விலகிக் கொண்டார். 'வா. படுத்துக்க' என்று தூக்கக் கலக்கத்துடன் முனகினார். அவள் மாஜிஸ்திரேட்டின் பக்கத்தில் நீட்டிப் படுத்துக் கொண்டாள். புடைவையில் இருந்த ஜிகினா இவர் முகத்தில் குறுகுறுத்தது. அவள் போட்டிருந்த வெட்டிவேர் செண்ட்டிலிருந்து ஒரு வித வாசனை வீசியது. காய்ந்த நிலத்தில் தண்ணீர் தெளித்த வாசனை. அவள் மூச்சில் ஏலக்காய் மணத்தது. மார்பில் தேன் மணத்தது.

ஹுகம் சந்த் அவள் அருகில் குழந்தை மாதிரி சுருண்டு படுத்துக்கொண்டு ஆழ்ந்து உறங்கிப்போனார்.

★

மான்சூன் என்ற மாரிக்காலத்தைக் குறிப்பிடும் சொல் வெறுமே மழை பெய்வதைக் குறிப்பிடும் வார்த்தை மட்டும் அல்ல. அதன் பழைய அராபியப் பெயர் ஒரு பருவத்தைக் குறிப்பிடுவது. கோடை காலத்திலும் மழை உண்டு, குளிர் காலத்திலும் உண்டு. ஆனால் தென் மேற்குப் பருவக் காற்று சூல் கொண்ட மேகங்களைக் கடத்திக்கொண்டு வருகிறதே, அதற்குத்தான் 'மௌஸம்' - மழைக் காலம் - என்று பெயர். குளிர் காலத்தில் பெய்வது வெறும் மழை! பனி பெய்யும் காலை நேரத்தில் குளிர்ந்த தண்ணீரில் நனைவதுபோலத்தான் அது. குளிரில் நடுங்கவைத்துவிட்டுப் போவதோடு சரி. அந்த மழை பயிர்களுக்கு நல்லது. இருந்தாலும் 'இது எப்போது ஓயப் போகிறதோ' என்றுதான் எல்லோரும் நினைப்பார்கள். அதிர்ஷ்டவசமாக அந்த மழையும் அதிக நாள் நீடிப்பதில்லை.

இந்தக் கோடை காலத்து மழை இருக்கிறதே, அது வேறு ஜாதி! அது வந்து சேருவதற்குமுன் மாதக் கணக்கில் தண்ணீர் தாகத்தில் தவிக்க விட்டுவிட்டுத் தான் வரும். கடைசியாக வானத்திலிருந்து தண்ணீர் சொரியும்போது உலகமே திருப்தியாக மூச்சு முட்டக் குடிக்கும்.

பிப்ரவரி கடைசியிலேயே சூரியப் பந்து சூடாக ஆரம்பித்துவிடும். வசந்த காலம் விலகிக்கொண்டு கோடைக்கு வழிவிடும். பூக்கள் வாடிச் சருகாகும். பிறகு பூ மரங்கள் உலகத்தை ஆக்கிரமித்துக்கொள்ளும். முதலில் புரச மரங்களின் ஆரஞ்சு வெள்ளம். பவழ மரங்களின் செங்காவி. செண்பக மரங்களின் கன்னி வெண்மை. வயலட் பூக்கள் குலுங்கும் ஜாகராண்டா.

தீப்பற்றியதுபோல் குல்மோகர். இளம் தங்க அருவியாக வழியும் சரக் கொன்றை. இப்படி அடுத்தடுத்து வரிசையாக மரங்கள் மலரும்.

கடைசியில் ஒரு நாள் மரங்களும் மலர்களை இழக்கும். இலைகளை உதிர்க்கும். மொட்டைக் கிளைகள் வானத்தை நோக்கிக் கை உயர்த்தித் தண்ணீருக்காகக் கெஞ்சும். ஆனால் எங்கும் தண்ணீர்தான் கிடைக்காது.

சூரியன் காலையில் மிகச் சீக்கிரம் மேலே வந்து பனித் துளிகளையெல்லாம் உறிஞ்சிக்கொண்டுவிடும். ஜுரக் காய்ச்சலில் இருக்கும் பூமி தன் உதடுகளை நனைத்துக்கொள்ளக்கூட வழி இருக்காது. மேகமே இல்லாத சாம்பல் வானத்தில் சூரியன் நாள் முழுவதும் தகிக்கும். கிணறு, ஓடை, ஏரி எல்லாவற்றையும் பொட்டுத் தண்ணீர் விடாமல் துடைத்துப் போட்டுவிடும். அந்த வெப்பத்தில் பச்சைப் புல்லும் முள் புதர்களும் காய்ந்து சுலபமாகத் தீப்பற்றிக் கொள்ளும். காய்ந்த வனங்கள் தீக்குச்சிக் கட்டுகள்போல் எரியும்.

தினம் தினம் இதே கதைதான். சூரியன் கிழக்கிலிருந்து மேற்காக இரக்க மில்லாமல் சுட்டுப் பொசுக்கிக்கொண்டே போகும். பூமி பாளம் பாளமாக வெடித்து ஆயிரம் உதடுகளைப் பிளந்து தண்ணீருக்காகத் தவிக்கும்; தண்ணீர் தான் இருக்காது. நடுப் பகலில் கானல் அலையடிக்கும் பாதரச ஏரிகளை மட்டுமே காண முடியும்.

ஏழை விவசாயிகள் தண்ணீர் தேடிக் கால்நடைகளை ஓட்டிப் போய் நொந்து போவார்கள். வசதி படைத்தவர்கள் குளிர் கண்ணாடியை அணிந்துகொண்டு வெட்டிவேர்த் தட்டியின் பின்னே ஒளிந்துகொள்வார்கள். அவர்களுடைய வேலைக்காரர்கள் தட்டியின்மீது தண்ணீர் தெளித்துக்கொண்டே இருப்பார்கள்.

சூரியன் தென்றல் காற்றைக்கூடத் தன் கட்சியில் சேர்த்துக்கொண்டுவிடும். காற்றைக் கொதிக்கக் கொதிக்கச் சூடாக்கி 'லூ' காற்றாக மாற்றி ஊருக்குள் ஏவிவிடும். அந்த வெயிலில்கூட, பதமான சூட்டில் உடம்பை வருடிவிடும் லூ சுகமாகத்தான் இருக்கும்; ஆனால் வியர்க்குருவைக் கொண்டுவந்து கொட்டிவிடும்.

மதிய வேளையில் உணர்வு மரத்து, கண்கள் கனத்து, தலை சரிய ஆரம் பிக்கும். மென்காற்றில் எருக்கம் விதைகள் மெல்லப் பறப்பது போல் தூக்கம் ஆளைக் கவர்ந்துகொண்டு போகும்.

பருவத்தில் அடுத்து வருவது 'எதிர்பார்ப்பும் ஏமாற்றமும்'. லூ தணிந்து, காற்று அசையாமல் நிற்கும். தெற்கே தொடுவானத்திலிருந்து ஒரு கருஞ் சுவர் எழுந்து வரும். தலைக்குமேலே நூற்றுக் கணக்கில் காகங்களும் காற்றாடி களும் பறக்கும். ஒரு வேளை மழை வந்துவிட்டதோ? இல்லை. புழுதிப் புயல்தான் வந்துகொண்டிருக்கிறது. முதலில் சன்னமான தூசி சொரிய ஆரம் பிக்கும். வெட்டுக்கிளிகள் அடைசலாகப் போர்வைபோல் வந்து கவிந்து சூரியனை மறைக்கும். மரங்களிலும் வயல்களிலும் மிச்சம் மீதி இருப்பவை அத்தனையும் கபளீகரம் ஆகிவிடும்!

இதைத் தொடர்ந்து புயல் வரும். அதன் மாபெரும் கோப வீச்சில் கதவு ஜன்னல் எல்லாம் வாயைப் பிளந்துகொண்டு முன்னும் பின்னும் மோதும். கண்ணாடிகள் உடையும். வீட்டுக் கூரைகளும் நெளித்தகரக் கொட்டகை களும் காகிதம்போல் வானத்தில் பறக்கும். மரங்கள் வேரோடு பெயர்ந்து மின்சாரக் கம்பிகள்மீது விழும். கம்பிகள் பின்னிக்கொண்டு மின்சாரத் தாக்குதலில் பலர் பலியாவார்கள். ஒரு வீட்டில் நெருப்புப் பிடித்துக் கொண்டால் அதைப் புயல் காற்று வீடு வீடாக விசிறி விட்டுவிடும். தீ பயங்கரமாகப் பரவிப் பிழம்பாக எரியும். இத்தனையும் ஒரு சில வினாடியில் நடந்து முடிந்துவிடும். நீங்கள் 'சக்ரவர்த்தி ராஜகோபாலாச்சாரி' என்று உச்சரிப்பதற்குள் காற்று ஒரு பேயாட்டமே போட்டு ஓய்ந்திருக்கும்!

காற்றில் தொங்கிக்கொண்டிருக்கும் தூசியெல்லாம் அப்படி அப்படியே கீழே இறங்கிப் புத்தகங்கள்மீதும், நாற்காலி மேஜைமீதும், சாப்பிடுகிற சாப் பாட்டிலும் வந்து படியும். கண் காது தொண்டை மூக்கெல்லாம் தூசியோ தூசி!

பல முறை திரும்பத் திரும்ப இதே நாடகம் நடந்தபிறகு மக்களுக்கு மழை வரும் என்ற நம்பிக்கையே போய்விடும். ஏமாற்றமும் கசப்பும் தாகமும் வியர்வையும்தான் மிஞ்சும். பின்னங்கழுத்தில் உப்புக் காகிதத்தை வைத்துத் தேய்த்ததுபோல் வியர்க்குரு எரியும்.

கொஞ்ச காலத்துக்கு அமைதி. உலகம் சூடாக, கற்சிலைபோல் மௌனமாக உறைந்து நிற்கும்.

திடீரென்று விநோதமான பறவை ஒன்று மௌனத்தைக் கிழித்துக்கொண்டு கீச்சிடும். இது ஏன் குளிர்ந்த காட்டை விட்டுவிட்டு இந்த வேகாத வெயிலில் வெளியே கிளம்பிவிட்டது? மக்கள் உயிரில்லாத வானத்தை நோக்கி ஆயாசத்துடன் அண்ணாந்து பார்ப்பார்கள். அதோ, அந்தப் பறவை! கம்பீரக் கொண்டையும் நீண்ட வாலுமாக, பெரிய கருப்பு-வெள்ளைக் குருவி. கார் காலத்துக்குக் கட்டியம் கூறுவதற்காகவே அது ஆப்பிரிக்காவிலிருந்து பறந்து வருகிறது.

இப்போது ஒரு மெல்லிய காற்று வீசுவது போலில்லை? அதில்கூட ஒரு ஈர மணம் இருக்கிறதே! பறவையின் விரகக் கூக்குரலை அமுத்திக்கொண்டு ஓர் இடி முழக்கம் உறுமுகிறதே!

ஊர்க்காரர்கள் ஓடிப் போய்க் கூரைமீது ஏறிக்கொண்டு பார்க்கிறார்கள். கிழக்குப் பக்கத்திலிருந்து கருங்காலி மரத்தில் செய்த சுவர்போல் ஏதோ ஒன்று முன்னேறி வருகிறது. ஒரு கொக்குக் கூட்டம் வானத்தின் குறுக்கே பறக்கிறது. மின்னல் வெட்டு ஒன்று பகல் வெளிச்சத்தைக் கரை கட்டிக் காட்டுகிறது. மேகங்களைக் காற்று ஊதுவதில் அவை கரு நிறப் பாய்கள்போல் புடைத்துக்கொண்டு சூரியனை மறைக்கின்றன. பூமியின்மீது அழுத்தமான நிழல் ஒன்று படிகிறது.

மற்றொரு மின்னல். புலி உறுமுவது போல் நறநறக்கிறது இடி. மழை வந்தேவிட்டது!

அலை அலையாக நீர்த் திரைகள் கீழே இறங்குகின்றன! மக்கள் மேகத்தை நோக்கி முகத்தைத் தூக்கிக் காட்டி அந்த மகத்தான வெள்ளத்தில் நனை கிறார்கள். பள்ளிக்கூடங்களுக்கும் அலுவலகங்களுக்கும் விடுமுறை விடப்படுகிறது. அத்தனை வேலையும் அப்படி அப்படியே நின்றுபோ கிறது. ஆண்களும் பெண்களும் குழந்தைகளும் பித்துப் பிடித்தது போல் 'ஓ ஓ!' என்று கூவியபடியே கையை வீசிக்கொண்டு தெருவில் ஓடுகிறார்கள். அதுதான் மாரிக் காலத்தின் மந்திரத் தேவதைக்கு அவர்கள் செலுத்தும் வீர வணக்கம்.

கார்காலம் என்பது சாதாரண மழைபோல் ஏதோ வந்துவிட்டுப் போவதல்ல. ஒரு முறை ஆரம்பித்துவிட்டால் இரண்டு மூன்று மாதங்களுக்கு விடாது! மழைப் பருவம் வந்ததை எல்லோரும் ஆனந்தமாகக் கொண்டாடுவார்கள். அங்கங்கே மக்கள் சிற்றுலாவுக்குக் கிளம்புவார்கள். கிராமம் முழுவதும் மாம்பழத் தோலும் மாங்கொட்டையுமாக இறைந்துகிடக்கும். பெண்களும் குழந்தைகளும் மரத்தில் ஊஞ்சல் கட்டி ஆடுவார்கள். நாள் முழுவதும் ஆட்டமும் பாட்டும் விளையாட்டுமாக இருக்கும். தோகை விரித்த மயில்கள் துணையுடன் நடைபோடும். அவற்றின் கம்பீரமான அகவல் காடு முழுவதும் எதிரொலிக்கும்.

ஆனால் சில நாள்களுக்குப் பிறகு அத்தனை உற்சாகமும் வடிந்து போய்விடும்! பூமியே ஓர் அகண்ட சேற்றுச் சதுப்புப் பரப்பாக மாறிவிடும். கிணறுகளும் ஏரிகளும் நிரம்பிக் கரையை உடைத்துக்கொண்டு வழியும். நகரங்களில் சாக்கடை அடைத்துக்கொண்டு தெருவெல்லாம் கழிவு நீர் ஓடைகள் பாயும். கிராமங்களில் மண் குடிசைச் சுவர்கள் கரைந்து கூரைகள் இற்று இறங்கித் தலைமேல் விழுந்துவிடும். ஆறுகளில் ஏற்கெனவே கோடையில் பனி உருகுவதால் தண்ணீர் மட்டம் உயர்ந்திருக்கும். இப்போது மேகங்களும் மலை முடியில் மழையைக் கொட்டித் தீர்க்க, ஆற்றில் திடீரென்று வெள்ளம் பெருகிவிடும். சாலைகளும் தண்டவாளங்களும் பாலங்களும் நீரில் மூழ்கும். ஆற்றங்கரையில் உள்ள வீடுகளை வெள்ளம் அடித்துக்கொண்டுபோய்க் கடலில் சேர்ப்பித்துவிடும்.

மழைக் காலத்தில் பிறப்பு இறப்புச் சக்கரம்கூட வேகமாகச் சுழல ஆரம்பித்துவிடும். ஒரே ராத்திரியில் எங்கும் பசும்புல் வளர ஆரம்பிக்கும். இலையே இல்லாமல் இருந்த மரங்கள் எல்லாம் பசுமை காட்டும். எங்கிருந்தோ பாம்பும் தேளும் பூரானும் படை படையாகப் புறப்பட்டு வரும். நிலமெங்கும் மண் புழுக்களும் வண்டுகளும் சின்னத் தவளைக் குஞ்சுகளும் இறைந்துகிடக்கும். இரவில் விதம் விதமான விட்டில் பூச்சிகள் நூற்றுக் கணக்கில் விளக்கைச் சுற்றிவரும். அவை சாப்பாட்டிலும் குடிக்கிற தண்ணீரிலும் விழுந்துவைக்கும். பல்லிகள் குறுக்கும் நெடுக்கும் ஓடி வயிறு நிறையப் பூச்சிகளைப் பிடித்துத் தின்றுவிட்டு, இரை உண்ட கனம் தாங் காமல் கூரையிலிருந்து சொத்தென்று கீழே விழும். அறைக்குள் கொசுக்களின் ரீங்காரம் சகிக்க முடியாது! கொசுவைச் சமாளிப்பதற்காக மருந்துப் புகை அடிப்பார்கள். உடனே தரை முழுவதும் கம்பளம் விரித்தாற்போல நெளியும்

உடல்களும் உதிர்ந்த இறக்கைகளுமாகக் கிடக்கும். அடுத்த நாள் மாலையில் இன்னும் ஏராளமான விட்டில் பூச்சிகள் விளக்கைச் சுற்றிப் பறக்கும், எரிந்து கருகும்.

மாரிக் காலம் முழுவதும் திடீர் திடீரென்று எப்போது வேண்டுமானாலும் மழை வந்து போகும். வானத்தின் குறுக்கே விரையும் மேகங்கள் வழியில் உள்ள சமவெளியின்மீது தன் மனம்போன போக்கில் தண்ணீரைக் கொட்டி விட்டுப் போகும். கடைசியாக அவை இமயமலையின் சரிவில் மெல்லக் கால் பதித்து ஏறும். அங்கே உள்ள குளிரில், மேகம் தன் கடைசிச் சொட்டுத் தண்ணீர்வரை எல்லாவற்றையும் இழந்துவிடும். இடியும் மின்னலும் ஓயவே ஓயாது.

இத்தனையும் ஆகஸ்ட் கடைசியில் அல்லது செப்டெம்பர் தொடக்கத்தில் நடப்பது. பிறகு மழைக் காலம் முடிந்து இலையுதிர் காலம் ஆரம்பம்...

ஓர் இடியின் உறுமலைக் கேட்டு ஹுகம் சந்தின் தூக்கம் கலைந்துவிட்டது. கண்ணைத் திறந்தார். அறையில் ஒரு சாம்பல் நிற வெளிச்சம் பரவியிருந்தது. மூலையில் விளக்கு சிம்னியில் படிந்த கரிப் புகையின் ஊடாக மஞ்சள் நெருப்பு களைத்துப்போய் எரிந்துகொண்டிருந்தது.

மறுபடி மின்னல் வெட்டு. மற்றொரு இடி முழக்கம். குளிர்ந்த ஈரக் காற்று அறைக்குள் பளீரென்று நுழைந்தது. விளக்கு நடுநடுங்கி அணைந்து போய்விட்டது. டப்டப் என்று மழைத் துளிகள் விழ ஆரம்பித்தன.

மழை! கடைசியாக மழை வந்துவிட்டது என்று நினைத்தார் மாஜிஸ்திரேட். சென்ற முறை மழை போதவில்லை. மேகங்கள் வெகு உயரத்தில் ஆட்டு முடிபோல் மிதந்து ஆசை காட்டிவிட்டு ஊரைத் தாண்டிப் போய்விட்டன. பூமியின் தாகம் இன்னும் அதிகரித்துவிட்டது. செப்டெம்பரில் மழை என்பது மிகவும் தாமதமாக வருவது. அதனாலேயே அதற்கு வரவேற்பு அதிகம். மழையின் ஒலியும் மணமும் காட்சியும் எல்லாமே நன்றாகத்தான் இருக்கும். நல்ல வேளை, மழை வந்துவிட்டது...

நல்ல வேளையா! ஹுகம் சந்த்துக்கு ஜுரம் வந்ததுபோல் ஆகிவிட்டது. பிணங்கள் என்ன ஆவது? பாதி கருகிய ஆயிரம் பிணங்கள்! சிதைகள் எல்லாம் சுருசுருவென்று மழையில் நனைந்து அணைந்தே போய்விடுமே! நூறு கெஜ தூரத்துக்குக் கருகிப்போன பிணங்கள் அங்கே வரிசை கட்டிக் கிடக்கின்றன.

மாஜிஸ்திரேட்டின் நெற்றியில் வியர்வை முத்துகள் துளிர்த்தன. குளிராக இருந்தது. பயமாக இருந்தது. பக்கத்தில் தடவிப் பார்த்தார்; அந்தப் பெண் போய்விட்டிருந்தாள். இந்த பங்களாவில் நான் மட்டும் தன்னந்தனியே இருக்கிறேன்!

தலையணைக்கு அடியிலிருந்து ரிஸ்ட் வாட்ச்சை எடுத்தார். பழசாகிக் கொண்டிருக்கும் அதன் டயலைச் சுற்றிக் கையைக் குவித்து மணி பார்த்தார்.

பச்சை ரேடியம் கைகள் 6.30 என்று காட்டின. அதைப் பார்த்த பிறகுதான் நிம்மதி பிறந்தது. பொழுது விடிந்து நேரமாகிவிட்டது. வானம் மிகவும் மூட்டமாக உள்ளதுபோல் இருக்கிறது. வராந்தாவில் இருமல் சத்தம் கேட்டது. ஹுகம் சந்த் ஆறுதலடைந்தார். எழுந்து உட்கார்ந்துகொண்டார்.

அவருடைய நெற்றிக்குள் ஊமை வலி ஒன்று உலுக்கிக்கொண்டு இருந்தது. கண்ணை மூடிக்கொண்டு இரண்டு கைகளாலும் தலையைப் பிடித்துக் கொண்டார். மண்டையிடி கொஞ்சம் தணிந்தது. சில நிமிடங்கள் கழித்துக் கண்ணைத் திறந்தார். சுற்று முற்றும் பார்த்தார். அந்தப் பெண்ணைக் கண்டார். ஓ, இவள் இன்னும் இங்கேதான் இருக்கிறாளா!

பெரிய கை வைத்த பிரம்பு நாற்காலியில் அவள் தூங்கிக்கொண்டிருந்தாள். தன் கருப்பு ஜிகினாப் புடைவையையே போர்வைபோல் போர்த்தி யிருந்தாள்.

ஹுகம் சந்த் சற்று முட்டாள்தனமாக உணர்ந்தார். இந்தப் பெண் இரண்டு ராத்திரிகள் முழுக்க என்னுடன் இருந்திருக்கிறது. இப்போது நாற்காலியில் தனியாகத் தூங்கிக்கொண்டிருக்கிறது. அவள் மார்பு மெல்ல எழுந்து தாழ்வது தவிர வேறு அசைவில்லை.

திடீரென்று ‘எனக்கு வயதாகிவிட்டது; அசிங்கமாக இருக்கிறேன்’ என்று நினைத்தார் ஹுகம் சந்த். இந்தக் குழந்தையுடன் நான் என்ன செய்திருக்க முடியும்? என்னுடைய மகள் மட்டும் உயிரோடு இருந்திருந்தால் இந்த வயதுதான் இருப்பாள். திடீரென்று ஒரு பச்சாதாபம் அவரைத் தாக்கியது. ஆனால் இந்த பச்சாதாபம், வைராக்கியம் எல்லாம் அடுத்த சுற்று விஸ்கி அடித்தவுடன் ஆவியாகிவிடும் என்பதும் அவருக்குத் தெரியும்!

திரும்பத் திரும்ப இதே கதைதான். ‘அநேகமாக நாளைக்கு மறுபடியும் குடித்துவிட்டு இதே பெண்ணை மறுபடி படுக்கைக்கு வரவழைக்கத்தான் போகிறேன். பிறகு அதற்காக வருத்தமும் படப் போகிறேன். அதுதான் வாழ்க்கை.’

மனத்தின் உளைச்சல் தாங்க முடியவில்லை.

மெல்ல எழுந்து மேஜைமேல் இருந்த சிறிய பெட்டியை எடுத்தார். பெட்டி மூடியின் உள் புறம் இருந்த கண்ணாடியில் தன்னையே ஒரு முறை பார்த்துக்கொண்டார்.

விழிகளின் கோடியில் மஞ்சள் நிறத்தில் கலங்கலான திரவம் ஒன்று கரைகட்டியிருக்கிறது. மயிர்க்கால்கள் வெள்ளையும் ஊதாவும் காட்டுகின்றன. சவரம் செய்யாத தாடையின் கீழே மடிப்பு மடிப்பாக சதை. ‘வயதாகிவிட்டது. அசிங்கமாக இருக்கிறேன்’ என்று மறுபடியும் நினைத்துக்கொண்டார்.

நாக்கை நீட்டிப் பார்த்துக்கொண்டார். நடு நாக்கிலிருந்து அடி நாக்குவரை வெளிர் மஞ்சள் மாவுப் படலம் ஒன்று படிந்திருந்தது. அவருடைய நாக்கு நுனியிலிருந்து ஒரு துளி எச்சில் விழுந்து மேஜைமீது தெறித்தது. அவருக்கே

அவருடைய மூச்சின் வாசனை தெரிந்தது. அந்தப் பெண்ணுக்குக் குமட்டி யிருக்கும்! பாவம்! ராத்திரி முழுவதும் அவள் அசௌகரியமாக நாற்காலியில் தூங்கியதில் ஆச்சரியமே இல்லை.

ஹுகம் சந்த் ஒரு பாட்டில் ஜீரண உப்பை எடுத்தார். கரண்டி கரண்டியாக அள்ளி தம்ளரில் போட்டார். தெர்மாஸ் ஃப்ளாஸ்கைத் திருகித் தண்ணீர் ஊற்றினார். அது நுரைத்துக்கொண்டு பொங்கி வழிந்து டேபிளை நனைத்தது. நுரை அடங்கும்வரை ஸ்பூனால் கலக்கிவிட்டுச் சட்டென்று குடித்தார். சற்று நேரம் தலையைக் குனிந்தபடி டேபிளில் கைகளை ஊன்றிக்கொண்டு நின்றார்.

உப்புக் கரைசல் குபுகுபுவென்று சுகமாக உள்ளே இறங்கியது. காற்றடைத்த பை போல உடம்பை லேசாக்கி நிரப்பி, தொப்புள் குழியிலிருந்து கிளம்பித் தொண்டை வரையில் வந்து ஒரு நீண்ட திருப்தியான ஏப்பமாக வெளி யேறியது. மண்டையிடி மெல்ல அடங்கியது. தலை வலி உள் வாங்கிக் கொண்டு பின் மண்டைப் பக்கம் நகர்ந்தது. கொஞ்சம் ஸ்ட்ராங்காக டீ குடித் தால் போதும். பழையபடி ஆகிவிடலாம். ஹுகம் சந்த் பாத்ரூமுக்குப் போனார். வேலைக்காரர் விடுதிப் பக்கம் இருந்த கதவு வழியே, தன் பணியா ளரைக் கூப்பிட்டுக் குரல் கொடுத்தார்.

‘பைரா! ஷேவிங் செய்ய வெந்நீர் கொண்டா. அப்பிடியே டீயும் கொண்டா. இங்கியே எடுத்துட்டு வா. நான் உள்ளே கொண்டுபோறேன்.’

பணியாளர் வந்ததும் ஹுகம் சந்த் தானே தட்டையும் வெந்நீர்க் குவளை யையும் பெட்ரூமுக்கு எடுத்துச் சென்றார். டேபிள்மீது வைத்தார். தனக்கு ஒரு கோப்பை டீ ஊற்றிக்கொண்டு சவரச் சாதனங்களைக் கடை பரப்பினார்.

கன்னத்தில் நுரையை அப்பிக்கொண்டபிறகு, மாறி மாறி முகத்தை மழிப்பதும் டீயை உறிஞ்சுவதுமாக சவரம் செய்து முடித்தார். அவருடைய பீங்கான் - வெள்ளிப் பாத்திரங்களின் கிண்கிணி ஓசை அந்தப் பெண்ணின் தூக்கத்தைப் பாதித்ததாகத் தெரியவில்லை. சற்றே வாயைத் திறந்தபடி தூங்கிக்கொண்டிருந்தாள். அவள் மார்பு உயர்ந்து தாழ்வதைத் தவிர உயிர் இருப்பதற்கான அறிகுறியே இல்லை. அவளுடைய உள்ளாடைகளை நிரப்புவதற்கு அந்த மார்பு சிரமப்பட்டுக்கொண்டிருந்தது.

அவளுடைய தலை முடி கலைந்து முகம் முழுவதும் பரவிக் கிடந்தது. பட்டாம்பூச்சி வடிவத்தில் ரோஜா நிற ப்ளாஸ்டிக் க்ளிப் ஒன்று நாற்காலியின் கால் அருகில் ஊசலாடிக்கொண்டு இருந்தது. அவளுடைய புடைவை கசங்கிக் குலைந்து கிடந்தது. தரையில் சில ஜிகினாப் பொட்டுகள் சிதறி மினுக்கிக்கொண்டு இருந்தன.

ஹுகம் சந்த் சவரம் செய்து டீயைக் குடித்துக்கொண்டிருக்கும்போதும்கூட அந்தப் பெண்ணைவிட்டுக் கண்களை அகற்ற முடியவில்லை. தன் மனத்துக் குள் என்ன இருக்கிறது என்பதே அவருக்குப் புரியவில்லை. ஆனால் ஒன்று மட்டும் புரிந்தது. அவளிடம் இழந்த வாய்ப்பை மறுபடி பயன்படுத்திக் கொண்டுவிட ஆசை! அவள் படுக்கைக்கு வர விரும்பினால், இவருக்கும்

சம்மதம்தான்... அந்த நினைப்பு மிகவும் தொந்தரவு செய்தது. ஆனால் இப்போது முழுவதும் ஏற்றிக்கொண்டால்தான் அவளுடன் எதுவும் செய்ய முடியும்.

வராந்தாவில் காலடி ஓசையும் இருமல் சத்தமும் ஹுகம் சந்த்தின் நினைவுகளைக் கலைத்தன. 'நான் வந்திருக்கிறேன்' என்பதைத் தெரிவிக்கும் இருமல் அது. சப் இன்ஸ்பெக்டராகத்தான் இருக்கும்.

ஹுகம் சந்த் டீயை முடித்துவிட்டு உடைகளை எடுத்துக்கொண்டு பாத்ரூமுக்குள் போனார். உடை மாற்றிக்கொண்டார். பணியாளர் விடுதிப் பக்கம் இருந்த கதவு வழியே வெளியேறி, திரும்ப முன்புறம் வந்து வராந்தாவில் ஏறினார்.

அங்கே பேப்பர் படித்துக்கொண்டிருந்த இன்ஸ்பெக்டர் நாற்காலியிலிருந்து துள்ளி எழுந்து சல்யூட் அடித்தார். 'அய்யா மழையில வாக்கிங் போயிருந்தீங்களா என்ன?'

'இல்லே, இல்லே. சும்மா வேலைக்காரங்க க்வார்ட்டர்ஸ் வரைக்கும் போயிப் பார்த்தேன்... சீக்கிரமா வந்துட்டீங்க போலிருக்கே? ஒண்ணும் பிரச்சினை, கிச்சினை இல்லையே?'

'இப்போல்லாம் உசிரோட இருக்கறதுக்கே கொடுத்து வெச்சிருக்கணுங்க ஐயா! ஊர் உலகத்துல அமைதிங்கறதே இல்லாமப் போச்சு. ஒண்ணு மாத்தி ஒண்ணு பிரச்சினைதான்.'

மாஜிஸ்திரேட்டுக்குத் திடீரென்று பிணங்களின் ஞாபகம் வந்தது. 'ராத்திரி மழை பெஞ்சுதா? ரயில்வே ஸ்டேஷன் பக்கம் நிலவரம் எப்பிடி இருக்குது?'

'இன்னிக்குக் காலைல மழை ஆரம்பிச்சபோது போயிப் பார்த்தேங்க ஐயா. அதிகம் ஒண்ணும் மிஞ்சலை. எலும்பும் சாம்பலுமா ஆயிருச்சு. மண்டை ஓடுங்கதான் நிறையக் கிடக்குது. அதையெல்லாம் என்ன செய்யறதுன்னு தெரியலை. ரயில்வே நிலையம், ஆத்துப் பாலம் பக்கமே ஒருத்தரையும் அண்ட விடக்கூடாதுன்னு தலையாரிக்குச் சொல்லி அனுப்பி இருக்கேன்.'

'மொத்தம் எவ்வளவு பொணம் இருந்துச்சு? எண்ணினீங்களா?'

'இல்லீங்க அய்யா. ஆயிரத்துக்குமேல இருக்கும்னு அந்த சர்தார்ஜி ஆபீசர் சொல்றாரு. ஒரு போகியில எவ்வளவு ஜனங்க ஏற முடியும்னு யோசிச்சு, இத்தனை போகிக்கு எத்தனை பேருன்னு கணக்குப் போட்டுச் சொல்றாருன்னு நினைக்கறேன். அதைத் தவிர இன்னொரு நானூறு ஐநூறு பேருங்களை ரயில் கூரை மேலயும் படியிலயும் கப்ளிங்குலயும் வெச்சுக் கொன்னிருப்பாங்கன்னு சொல்றாரு. எல்லாரும் வழியிலயே அங்கங்கே விழுந்திருப்பாங்க. ஆனா கூரை மேலேயெல்லாம் ரத்தம் காய்ஞ்சு கிடந்தது என்னவோ நிசம்.'

'ஹரே ராம்! ஹரே ராம்! ஆயிரத்து ஐந்நூறு அப்பாவி ஜனங்க போயிட்டாங்களா? கலியுகம்கறது இதுதான். உலகமே இருண்டு போயிக்கிட்டிருக்கே. இது எல்லையில ஒரே ஒரு இடத்துல நடந்த கொடுமைன்னா, இன்னும் எத்தினி

இடத்துல இதே மாதிரி நடக்குதோ? இனிமே நம்ம ஆளுங்களும் இதே மாதிரி செய்யக் கிளம்பிருவாங்க. நம்ம பக்கத்து கிராமங்கள்ல இருக்கற முஸ்லிம்களெல்லாம் எப்படி இருக்காங்க?'

'அதைச் சொல்றதுக்குத்தாங்க ஐயா முக்கியமா வந்தேன். சில கிராமங்கள் லேருந்து முசல்மான்கள் எல்லாம் அகதிங்க முகாமுக்குப் போக ஆரம்பிச் சுட்டாங்க. சண்டு நகரே பாதி காலியாகிருச்சு! தகவல் கிடைச்சபோ தெல்லாம் பாகிஸ்தான் ஆர்மி லாரிங்களை எடுத்துக்கிட்டு பலூச்சி, பதான் சோல்ஜருங்க வந்து அவங்களை அழைச்சுகிட்டுப் போறாங்க... ஆனா மானோ மாஜராவில மட்டும் முஸ்லிம்கள் எல்லாம் ஊர்லதான் இருக்காங்க. இன்னிக்கு விடிகாலையில நாப்பது ஐம்பது சர்தாருங்க ஆத்தைத் தாண்டி மணல் திட்டுல நடந்தே வந்து சேர்ந்திருக்காங்கன்னு தலையாரி சொல்றாரு. எல்லாரும் அகதிங்க. இப்ப கோவில்லதான் தங்கியிருக்காங்க.'

'அவங்களை இங்கே ஏன் தங்கவிட்டீங்க?' என்றார் ஹுகம் சந்த் காட்டமாக. 'உள்ளே வர்ற அகதிங்க எல்லாரும் நேரா ஜலந்தர் கேம்ப்புக்குத்தான் போகணும்னுட்டு ஆர்டர் போட்டிருக்கு, தெரியுமில்ல? இது விபரீத மாயிடப் போகுது! அவங்க வந்து மானோ மாஜராவிலயும் கொலையை ஆரம்பிச்சு வெச்சுரப் போறாங்க.'

'இல்லீங்க ஐயா. இது வரைக்கும் நெலைமை கட்டுக்குள்ளதான் இருக்குது. இந்த அகதிங்களுக்கு எல்லாம் பாகிஸ்தான்ல அதிகம் சேதாரம் ஆகலை. வழியிலயும் யாரும் அவங்களைத் தொந்தரவு செய்யலை. மானோ மாஜராவுல உள்ள முஸ்லிம்கள் எல்லாம் அவங்களுக்கு கோவில்ல சாப்பாடு கொண்டுபோய்க் கொடுக்கறாங்க. வேற யாராவது அகதிங்க - கொலை குத்து வெட்டையெல்லாம் பார்த்தவங்க, உறவுக்காரங்களைக் காவு கொடுத்த வங்கன்னு வந்து சேர்ந்தாத்தான் பிரச்சனையே இருக்குது... இத்தனை பேரு ஆத்தைத் தாண்டி வருவாங்கன்னு நான் யோசிக்கலை. மழை பெய்ஞ் சதும்தான் ஆறு ஒரு மைல் அகலம் இருக்கும்ங்களே. நவம்பர் - டிசம்பர் வரைக்கும் நடுவுல மணல் திட்டு எதுவும் இருக்காது. இந்த வருசம்தான் மழையே இல்லாமப் போச்சு. ஜனங்க குறுக்கால இறங்கி நடந்து வரா மாதிரி நிறைய இடங்கள் இருக்குது. ஆத்தாங்கரை முழுக்க போலீஸ் பாரா போடணும்னா என்கிட்ட அத்தனை கான்ஸ்டபிளுங்க கிடையாது.'

ஹுகம் சந்த் ஓய்வு விடுதி மைதானத்தின் பக்கம் பார்த்தார். மழை சீராகப் பெய்துகொண்டிருந்தது. பள்ளங்களில் சின்னச் சின்னக் குட்டைகள் உருவாகிக்கொண்டிருந்தன. வானம் முழுவதும் சிலேட்டுக் கருமையில் சீராகப் பூசி மெழுகினதுபோல் இருந்தது.

'இப்படியே மழை பெஞ்சுகிட்டிருந்தா போதும், ஆத்துல தண்ணி உசந்துரும். மணல் மேடுங்க எல்லாம் காணாமப் போயிரும். பாலத்து மேல நடந்து வரவங்களை சுலபமா நாம கட்டுப்படுத்திடலாம்.'

மழையின் தீவிரத்தை உணர்த்துவதுபோல் இடி ஒன்று பொரிந்து கொட்டியது. மின்னல் ஒன்று வெட்டியது. காற்று, வராந்தாவில் பன்னீர்த் தூவல் தூவியது.

‘இந்த ஏரியாவுலேருந்து எல்லா முஸ்லிம்களையும் வெளியே அனுப்பியே ஆகணும். அவங்களுக்குப் பிடிக்குதோ பிடிக்கலையோ, சீக்கிரமாவே அனுப்பிட்டோம்னா அவங்களுக்கு நல்லது.’

உரையாடலில் இப்போது ஒரு நீண்ட மௌனம். அதிகாரிகள் இருவரும் மழையை வெறித்துக்கொண்டு நின்றார்கள். பிறகு ஹுகம் சந்த் மறுபடி பேச்சைத் தொடர்ந்தார். ‘புயல் அடிக்கும்போது நாம தலையைக் குனியத்தான் வேணும். பிரம்பைப் பாருங்க. காத்து வீசும்போது இலையெல்லாம் வளைஞ்சு நின்னுக்குது. தண்டு மட்டும், தனக்குத்தான் கொண்டை இருக்குதுன்னு விறைப்பா நிக்குது. புயல் கடக்கும்போது முறிச்சுப் போட்டு அதோட வெள்ளைக் கொண்டை எல்லாம் எருக்கம் பூ மாதிரி நாலா பக்கமும் சிதறிப் போகுது’ என்றவர் கொஞ்சம் இடைவெளி விட்டு, ‘புத்தி உள்ளவனா இருந்தா ஆத்து ஓட்டத்தோடவே நீஞ்சி அக்கரை போய்ச் சேர்ந்துடுவான்’ என்றார்.

இந்த வெற்று வார்த்தைகளை மிகுந்த மரியாதையுடன் உற்றுக் கேட்டுக் கொண்டிருந்தார் இன்ஸ்பெக்டர். இப்போது உள்ள பிரச்னைக்கும் இதற்கும் என்ன சம்பந்தம் என்பது மட்டும் அவருக்குப் பிடிபடவில்லை.

ஹுகம் சந்த், போலீஸ் அதிகாரியின் மழுங்கலான முக பாவத்தைக் கவனித்துவிட்டார். இன்னும் சற்று வெளிப்படையாகப் பேசித்தான் ஆக வேண்டும் போலிருக்கிறது!

‘ராம்லால் கொலை கேஸ் என்ன ஆச்சு? வேற யாரையாவது அரெஸ்ட் பண்ணீங்களா?’

‘ஆமாங்க ஐயா. அந்த ரவுடி ஜக்கா நேத்திக்கு எல்லார் பேரையும் கக்கிட்டான்! எல்லாரும் ஒரு காலத்துல அவனோட கூட்டாளிங்களா இருந்தவங்கதான். மல்லிங்கறவனும் இன்னும் நாலு பேரும் கபூரா கிராமத்துக்காரங்க. ஆத்தோட ரெண்டு மைல் போனா வரும். ஆனா ஜக்கா அன்னிக்கு அவங்களோட சேர்ந்து போகலை. அவங்களைக் கைது பண்ணச் சொல்லிக் காலைல நம்ம கான்ஸ்டபிள்ங்களை அனுப்பியிருக்கேன்.’

ஹுகம் சந்த் இதில் சுவாரஸ்யம் காட்டவில்லை. அவருடைய பார்வை எங்கோ தூரத்தில் நிலைத்திருந்தது.

‘ஜக்காவையும் அந்த இன்னொரு ஆளையும் பத்தி நாம நினைச்சது தப்பு’ என்று இன்ஸ்பெக்டர் மறுபடி ஆரம்பித்தார். ‘இந்த ஜக்காப் பய ஒரு முஸ்லிம் நெசவுக்காரப் பொண்ணுகூட சகவாசம் வெச்சிருக்கான்னு சொன்னேன்ல? ராத்திரியெல்லாம் பய அதுல மும்முரமா இருந்திருக்கான்! அதான் கொள்ளை அடிச்சபிறகு மல்லி இவன் வீட்டுல வளையலைத் தூக்கி எறிஞ்சிருக்கான்.’

ஹுகம் சந்த் இன்னும் தொலைதூரத்தில்தான் இருந்தார்.

‘மல்லியும் அவன் கூட்டாளிங்களையும் பிடிச்சதும், அய்யா உத்தரவு கொடுத்தீங்கன்னா ஜக்காவையும் இக்பாலையும் வெளியே விட்டுரலாம்.’

ஹுகம் சந்த் திடீரென்று 'மல்லியும் அவன் கூட்டாளிங்களும் என்ன? சர்தாரா, முஸ்லிமா?' என்றார்.

'எல்லாரும் சர்தாருங்கதான்.'

மாஜிஸ்திரேட் மறுபடி தன் நினைவுகளில் ஆழ்ந்துபோனார். சிறிது நேரம் கழித்து, தனக்குள் தானே முணுமுணுக்க ஆரம்பித்தார். 'அவங்கள்ளாம் முசல்மானா இருந்திருந்தா நல்லா இருக்குமே. அதுவும் இந்தக் கலகக்காரன் முஸ்லிம் லீக் ஆளுங்கறதையும் சேர்த்து வெச்சு யோசிச்சாங்கன்னா போதும்; மானோ மாஜரா ஊர்க்காரங்களே எல்லா முஸ்லிம்களையும் கிளம்பிப் போகச் சொல்லிருவாங்க!'

மற்றொரு நீண்ட மௌனம். இப்போதுதான் அந்தத் திட்டம் சப் இன்ஸ்பெக்டரின் மனத்தில் மெல்ல மெல்ல ஒன்று திரண்டு வந்துகொண்டிருந்தது. எதுவும் பேசாமல் சட்டென்று எழுந்துகொண்டார் அவர்.

ஹுகம் சந்த் எதையும் அறைகுறையாக விட்டுவிடக்கூடாது என்று தீர்மானித்தார். 'இதோ பாருங்க. மல்லியையும் அவனோட கும்பலையும் விட்டுருங்க. எதிலயும் அவங்க பேரைப் பதிவு செய்யவேண்டாம். அவங்க நடமாட்டத்துல மட்டும் ஒரு கண்ணு வெச்சுக்குங்க. தேவைப்பட்டா எப்ப வேணாலும் அவங்களைப் புடிச்சுப் போட்டுறலாம். ரௌடிப் பயலையும் அந்த இன்னொரு ஆசாமியையும் வெளியே விடாதீங்க. அவங்க தேவைப் படுவாங்க.'

சப் இன்ஸ்பெக்டர் சலாம் வைத்தார்.

'இருங்க. இன்னும் பாக்கி இருக்குது...' ஹுகம் சந்த் கையை உயர்த்தினார். 'எல்லா ஏற்பாடும் முடிஞ்ச உடனே முஸ்லிம் அகதிங்க கேம்ப்பிலே இருக்கிற கமாண்டருக்குச் சொல்லி அனுப்புங்க. மானோ மாஜரா கிராமத்துலேருந்து முஸ்லிம்களை அழைச்சிட்டுப் போறதுக்கு லாரி அனுப்பச் சொல்லுங்க.'

சப் இன்ஸ்பெக்டர் மறுபடி சல்யூட் செய்தார். இப்படி ஒரு நாசூக்கான, சிக்கலான காரியத்தைத் தன்னிடம் ஒப்படைத்திருக்கிறார் என்றால், ஹுகம் சந்த் தன்மீது எவ்வளவு நம்பிக்கை வைத்திருக்கவேண்டும் என்பதை அவர் உணர்ந்தே இருந்தார். ரெயின் கோட்டை எடுத்து அணிந்துகொண்டார்.

'உங்களை மழையில அனுப்பக் கூடாதுதான். ஆனா விஷயம் ரொம்ப முக்கியம். நேரத்தை வீணாக்கக் கூடாது' என்றார் ஹுகம் சந்த் தரையைப் பார்த்தபடியே.

'தெரியுமுங்க ஐயா!' சப் இன்ஸ்பெக்டர் இன்னொரு சல்யூட்டைச் செலுத்தி விட்டு, 'உடனே நடவடிக்கை எடுக்கறேன்!' என்றார். தன் சைக்கிளில் ஏறி சகதிச் சாலையில் விரைந்தார்.

போர்வை போர்வையாக மழைத் தண்ணீர் ஊற்றுவதைப் பார்த்துகொண்டு ஹுகம் சந்த் வராந்தாவில் உட்கார்ந்திருந்தார். தான் போட்ட உத்தரவுகள்

சரியா, தப்பா என்பதைப் பற்றி அவர் பெரிதாகக் கவலைப்படவில்லை. அவர் வெறும் மாஜிஸ்திரேட்தான்; மகான் அல்ல. தினசரிப் பிரச்னைகளுக்கு விடை கண்டுபிடிப்பதுதான் அவர் பொறுப்பு. அந்த வழிமுறைகளையெல்லாம் ஏதோ புரியாத தர்ம நியாயங்களுடன் பொருத்திப் பார்த்து, சரியா தப்பா என்று குழப்பத் தேவையில்லை.

இதை இதை, இப்படி இப்படித்தான் செய்யவேண்டும் என்று அவரிடம் கொள்கை எதுவும் கிடையாது. இந்த நிமிடம் மட்டும்தான் நிஜம். வாழ்க்கையை அதன் போக்கில் எடுத்துக்கொள்பவர் அவர். உலகத்தை மாற்றுவதோ, புரட்சி செய்வதோ அவர் வேலை அல்ல.

தெரிந்தோ, தெரியாமலோ, நாமும் சில சமயம் வரலாற்றில் இரண்டொரு பக்கங்களை எழுதிவிடுகிறோம். ஆபத்தில் இருக்கும் ஓர் உயிரைக் காப்பாற்றுவது, சமுதாயத்தின் கட்டுக்கோப்பையும் அதன் சம்பிரதாயங்களையும் பாதுகாப்பது - இந்த மாதிரி உடனடி லட்சியங்கள்தான் நம் கடமை. இப்போதுள்ள பிரச்சினை, முஸ்லிம்களுடைய உயிர்களைக் காப்பாற்றுவது. அதற்கு எந்தக் குறுக்கு வழியாக இருந்தாலும் பரவாயில்லை!

அவர் கையெழுத்து போட்ட வாரண்ட்டில் இரண்டு பேர் கைதாகி இருக்கிறார்கள். இரண்டு பேரும் எப்படியும் ஜெயிலில் இருக்கவேண்டியவர்கள்தான். ஒருவன் கலகக்காரன். மற்றவன் ரௌடி. ஊர் நிலைமை சரியில்லாத சமயங்களில் இந்த மாதிரி ஆசாமிகளை எல்லாம் பிடித்து உள்ளே வைப்பது அவசியம். இதில் ஒரு சின்னத் தவறு நடந்துவிட்டது உண்மைதான். ஆனால், அதையே பெரிய முதலீடாக மாற்ற ஒரு வாய்ப்பு அமையும் போது, தப்பைத் தப்பு என்று சொல்வதுதான் தப்பு!'

ஹுகம் சந்த் உற்சாகமானார். அவருடைய திட்டத்தை மட்டும் திறமையாகச் செயல்படுத்தி விட்டார்களானால் போதும். அவரே நேரடியாகக் களத்தில் இறங்கி எல்லாவற்றையும் கவனித்துக்கொண்டால், தவறே நடக்க வாய்ப்பில்லை.

ஆனால் அவருடைய ஊழியர்கள்தான் அவர் மனத்தைப் புரிந்து கொள்ளாமல் அடிக்கடி ஏதாவது சிடுக்குச் சிக்கலில் மாட்டி வைத்துவிடுகிறார்கள்.

விடுதிக்கு உள்ளிருந்து பாத்ரூம் கதவு திறந்து மூடும் சத்தம் கேட்டது. ஹுகம் சந்த் எழுந்து பணியாளரைக் கூப்பிட்டார். காலைச் சிற்றுண்டி கொண்டுவரச் சொன்னார்.

அந்தப் பெண் படுக்கையின் நுனியில் உட்கார்ந்து முகவாய்க் கட்டையைக் கைகளில் தாங்கியிருந்தாள். இவரைக் கண்டதும் எழுந்து புடைவைத் தலைப்பால் முகத்தை மூடிக்கொண்டாள். ஹுகம் சந்த் நாற்காலியில் உட்கார்ந்தபிறகு மறுபடி கட்டிலில் உட்கார்ந்தாள். இன்னும் தரையையேதான் பார்த்துக் கொண்டு இருந்தாள்.

ஒரு அசிங்கமான மௌனம். சிறிது நேரம் கழித்து ஹுகம் சந்த் துணிச்சலை வரவழைத்துக்கொண்டு தொண்டையைக் கனைத்துக்கொண்டார். 'பசிக்குதா? டீ கொண்டு வரச் சொல்லியிருக்கேன்.'

பெண் தன்னுடைய துயரம் தோய்ந்த பெரிய விழிகளை இவரை நோக்கித் திருப்பினாள். 'வீட்டுக்குப் போகணும்!'

'முதல்ல ஏதாவது சாப்பிடு. பிறகு டிரைவரைக் கூப்பிட்டு உன்னை வீட்டில கொண்டுவிடச் சொல்றேன். ஆமாம், உங்க வீடு எங்கே இருக்கு?'

'சண்டு நகர். இன்ஸ்பெட்டர் அய்யாவோட போலீஸ் டேசன் இருக்கில்ல, அங்கதான்.'

மறுபடி நீண்ட மௌனம். மறுபடி கனைப்பு. 'உன் பேரு என்ன?'

'ஹசீனா. ஹசீனா பேகம்.'

'ஹசீனா. பேருக்கு ஏத்தபடி நீ அழகா, அம்சமாத்தான் இருக்கே. உங்க அம்மா சரியாத்தான் பேரு வெச்சிருக்காங்க. யாரு, அந்த வயசான பொம்பளைதான் உங்க அம்மாவா?'

பெண் முதல் முறையாகப் புன்னகை பூத்தாள். இதற்கு முன்பு யாருமே அவளைப் பாராட்டியது கிடையாது. இப்போது சர்க்காரே அவளை அழகு என்று சொல்லிவிட்டது! அவளுடைய குடும்பத்தைப் பற்றிக்கூட விசாரிக்கிறது!

'இல்லீங்கய்யா. அது எங்க பாட்டி. நான் பொறந்த உடனே எங்கம்மா செத்துட்டாங்க.'

'உனக்கு என்ன வயசாகுது?'

'தெரியாது. பதினாறு-பதினேழு, இல்லே பதினெட்டு. நான் பொறந்தப்ப எனக்குப் படிக்கத் தெரியாதுங்களா, அதான் பொறந்த நாளை எழுதி வெச்சுக்கலை!'

தன்னுடைய ஜோக்குக்குத் தானே கொஞ்சம் சிரித்துக்கொண்டாள். மாஜிஸ்திரேட்டும் புன்னகை பூத்தார். பேரர் ஒரு தட்டில் டீ, வாட்டிய ரொட்டி, முட்டை எல்லாம் வைத்து எடுத்து வந்தார்.

பெண் எழுந்து டீ கோப்பைகளை எடுத்துவைத்தாள். ரொட்டியில் வெண்ணையைத் தடவி ஒரு தட்டில் போட்டு ஹுகம் சந்த்தின் எதிரில் வைத்தாள்.

'எனக்கு வேணாம். நான் அப்பவே டீ குடிச்சுட்டேன்.'

பெண் பொய்க் கோபம் காட்டியது. 'நீங்க சாப்பிடாட்டி, நானும் சாப்பிட மாட்டேன்' என்றாள் ஒய்யாரமாக. வெண்ணைக் கத்தியைத் தூர வைத்து விட்டுக் கட்டிலில் உட்கார்ந்துவிட்டாள்.

மாஜிஸ்திரேட்டுக்கு ஆனந்தம் தாங்கவில்லை. 'சேச்சே! இப்படியெல்லாம் யாராவது கோவிச்சுப்பாங்களா?' எழுந்து போய் அவள் தோளைச் சுற்றிக் கையைப் போட்டார். 'சாப்பிடு. ராத்திரி கூட நீ ஒண்ணுமே சாப்பிடலையே.'

பெண் அவர் கைகளில் நெளிந்தாள். 'நீங்க சாப்பிட்டா, நானும் சாப்பிடு வேன். இல்லாட்டி நானும் பட்டினி.'

'சரி சரி. நீ இவ்வளவு சொல்றே. நான் மாட்டேன்னா சொல்ல முடியும்?' ஹுகம் சந்த் அவள் இடையை வளைத்துப் பிடித்துத் தூக்கி எழுப்பிவிட்டார். மேஜையருகில் அழைத்து வந்தார். 'ரெண்டு பேரும் சாப்பிடுவோம். என் பக்கத்துல உட்காரு.'

பெண் பயத்தைத் துறந்து அவர் மடியில் ஏறி உட்கார்ந்தாள். கனமாக வெண்ணை தடவிய ரொட்டியை அவர் வாயில் திணித்தாள். வாய் நிறைய அடைத்துக்கொண்டு, 'போதும், போதும்!' என்று அவர் திணறியபோது சிரித்தாள். மீசையில் ஒட்டியிருந்த வெண்ணையைத் துடைத்துவிட்டாள்.

'நீ எவ்வளவு நாளா இந்தத் தொழில்ல இருக்கே?'

'இது என்னாங்க இது பிராந்துக் கேள்வியா இருக்குது! நான் பொறந்த திலேருந்தே இந்தத் தொளிலுதான். எங்க அம்மாவும் பாட்டுக்காரவுங்கதான். அவங்க அம்மாவும் அதேதான். தலமுறை தலமுறையா.'

'நான் பாட்டைக் கேக்கலை. மத்தத் தொழிலைத்தான்.'

'மத்த தொளிலுன்னா? இப்ப என்னாங்கறீங்க நீங்க?' என்று தன்மானக் கோபத்துடன் கேட்டாள். 'நாங்க ஒண்ணும் காசுக்காக எந்தத் தொளிலும் செய்யறதில்லீங்க. நான் பாட்டுப் பாடறவ, ஆட்டம் ஆடறவ. உங்களுக்குப் பாட்டுன்னா தெரியுமா, ஆட்டம்னா தெரியுமா? உங்களுக்குத் தெரிஞ்ச தெல்லாம் வேற தொளிலு பத்தித்தான். ஒரு பாட்டில் சாராயம், வேற தொளிலு. அத்தினிதான்!'

ஹுகம் சந்த் கலக்கத்துடன் செருமிக்கொண்டார். 'வந்து... நான்தான் உன்கிட்டே ஒண்ணுமே செய்யலியேம்மா!'

பெண் சிரித்தாள். மாஜிஸ்திரேட்டின் முகத்தில் தன் ஐந்து விரலையும் பதித்துத் தள்ளினாள். 'பாவம் மாயிஸ்டிரேட்டு அய்யா. மனசுல அத்தினியும் கெட்ட எண்ணம். ஆனா களைச்சுப் போயிட்டீங்க. ரயிலு இஞ்சினு மாதிரி கொறட்டை விட்டுக்கிட்டு தூங்கினீங்க!' அவள் ஓசையாகக் காற்றை உள்ளே இழுத்து மாஜிஸ்திரேட்டின் குறட்டையை அப்படியே மிமிக்ரி செய்தாள். இன்னும் சத்தமாகச் சிரித்தாள்.

ஹுகம் சந்த் அவள் தலை முடியைத் தடவிக் கொடுத்தார். அவருடைய மகள் உயிரோடு இருந்திருந்தால் அவளும் பதினாறு-பதினேழு, பதினெட்டு வயதுதான் இருப்பாள்.

ஆனால் அவருக்கு இப்போது குற்ற உணர்வு எதுவும் எழும்பவில்லை. ஒரு வித இனம் புரியாத திருப்திமட்டுமே இருந்தது. இந்தப் பெண்ணுடன்

படுக்கைக்குப் போகவேண்டும் என்றோ, காதல் செய்யவேண்டும் என்றோ அவருக்கு ஆசையில்லை. அவள் உதட்டில் முத்தமிடவோ, அவள் உடலைத் தடவிப் பார்க்கவோகூட ஆசையில்லை. அவள் தன் மார்பில் தலை சாய்த்து மடியில் தூங்கினால் போதும். அதுதான் அவருக்கு அப்போது தேவையாக இருந்தது.

'திரும்பியும் யோசனை எங்கியோ போயிருச்சா?' என்று அவர் தலையை விரலால் சுரண்டினாள். ஒரு கோப்பை டீயைச் சரித்து அதை சாஸரில் ஊற்றி நீட்டினாள். 'இந்தாங்க. டீ குடிங்க. அப்பத்தான் யோசிக்கறதை நிறுத்துவீங்க.'

'இல்லே. நீ சாப்பிடு. நான் குடிச்சாச்சு.'

'சரி. நான் டீ குடிக்கறேன். நீங்க உங்க யோசனையையே குடிச்சுக்குங்க!' பெண் சத்தமாக டீயை உறிஞ்ச ஆரம்பித்தாள்.

'ஹசீனா!' அந்தப் பெயரை உச்சரிப்பதே அவருக்குப் பிடித்திருந்தது. 'ஹசீனா!' என்றார் மறுபடி.

'என்னாது? ஹசீனா, ஹசீனான்னு என்னோட பேரையே சொல்லிக்கிட்டு? வேற ஏதாச்சும் பேசுங்களேன்.'

ஹுகம் சந்த் காலி சாஸரை அவள் கையிலிருந்து வாங்கி மேஜைமீது வைத்தார். அவளைத் தன்பால் இழுத்து அவள் முகத்தோடு முகம் வைத்து அழுத்தினார். அவள் கூந்தலை விரல்களால் அளைந்தார்.

'நீ முஸ்லிமா?'

'ஆமாம். முஸ்லிம்தான். பின்ன, ஹசீனா பேகம்கறது என்ன? தாடி வெச்ச சர்தார்ஜியா?'

'சண்டு நகர்லேருந்து எல்லா முஸ்லிம்களையும் வெளியே அனுப்பியாச்சுன்னுல்ல நினைச்சேன்? நீங்க மட்டும் எப்படி ஊர்லயே இருக்கீங்க?'

'நெறையப் பேரு கௌம்பிப் போயிட்டாங்க. ஆனா இன்ஸ்பெட்டரய்யா, அவுரு சொல்ற வரைக்கும் நாங்க ஊருக்குள்ள இருக்கலாம்னுட்டாரு. பாட்டுக்காரவுங்களை இந்துன்னும் சொல்ல முடியாது, முசல்மான்னும் சொல்ல முடியாது. எல்லா ஆளுங்களும் எங்க பாட்டைக் கேக்கறதுக்கு வருவாங்க.'

'சண்டு நகர்ல வேற முஸ்லிம்கள் யாராச்சும் இருக்காங்களா?'

'அது வந்து.., ஆமாம்னுதான் சொல்லணும்...' என்று இழுத்தாள். 'அவங்களை நீங்க இந்துங்கலாம், முஸ்லிம்கலாம், சர்தாருன்னும் சொல்லலாம். ஆம்பளை, பொம்பளை எப்பிடி வேணா வெச்சுக்கலாம். அரவாணிங்க கூட்டம் ஒண்ணு இன்னும் ஊருக்குள்ள இருக்கு.' அவள் கன்னம் சிவந்தாள்.

ஹுகம் சந்த் அவள் கண்களைப் பொத்தினார். 'பாவம் ஹசீனாவுக்கு வெக்கம் வந்துருச்சு! நான் சிரிக்க மாட்டேன், சொல்லு. நீ இந்துவும் இல்லே, முஸ்லிமும் இல்லே. ஆனா நீ அரவாணி மாதிரி இல்லே, வேற மாதிரி.'

'போங்க! சும்மா பரியாசம் பண்ணாதீங்க.'

'பரிகாசமே இல்லேம்மா.' கைகளை விலக்கிக்கொண்டார் ஹுகம் சந்த். அவள் கன்னச் சிவப்பு இன்னும் மாறவில்லை. 'சொல்லு. அரவாணிங்களை ஏன் விட்டுட்டாங்க?'

'சொல்லுவேன். ஆனா நீங்க சிரிக்கக் கூடாது!'

'சிரிக்கலை. சொல்லு.'

பெண்ணிடம் ஒரு பரபரப்பு ஒட்டிக்கொண்டது. 'இந்துங்க இருக்கற பேட்டைல யாரு வீட்டிலயோ ஒரு குளந்தை பிறந்துச்சு. இந்த சாதித் தகராறையெல்லாம் பத்தி யோசிக்காம அரவாணிங்க அந்த வீட்டுல போயி பாட்டுப் பாட ஆரம்பிச்சுட்டாங்க. இந்துக்களும் சர்தார்ஜிங்களும் அவங் களைப் பிடிச்சுக்கிட்டாங்க. எனக்கு இந்த சர்தாருங்களைக் கண்டாலே பிடிக்காது. அரவாணிங்க எல்லாம் முஸ்லிம்கறதுனால அவங்களைக் கொல்லப் போறோம்னாங்க.' இந்த இடத்தில் அவள் வேண்டுமென்றே நிறுத்தினாள்.

'அப்புறம் என்ன ஆச்சு?' ஹுகம் சந்த் ஆவலுடன் கேட்டார்.

பெண் சிரித்தாள். விரல்களை அகல விரித்துத் திருநங்கையர் போலவே கையைக் கொட்டினாள். 'அவங்க மேளத்தை வாசிச்சுகிட்டு ஆம்பளை மாதிரி வெங்கலக் குரல்ல பாட ஆரம்பிச்சுட்டாங்க. சுத்திச் சுத்தி வேகமா ஆடினாங்க. சுத்தின வேகத்துல அவங்க பாவாடையெல்லாம் காத்தில பறக்க ஆரம்பிச்சுருச்சு! கடைசில ஆட்டத்தை நிறுத்திட்டு அங்க இருந்த கும்பல் தலைவருங்களைப் பார்த்துக் கேட்டாங்க, 'எங்களை நல்லா பாத்துக்கிட்டீங் கல்ல? இப்ப சொல்லுங்க, நாங்க இந்துவா, முசல்மானா?' அதைக் கேட்டுட்டு கூட்டம் முச்சூடும் கொல்லுன்னு சிரிக்க ஆரம்பிச்சுருச்சு! ஆனா இந்த சர்தாருங்க மட்டும் சிரிக்கலே.'

ஹுகம் சந்த்தும் சிரித்தார்.

'ஆனா வெவகாரம் அத்தோட முடியலே. சர்தாருங்கல்லாம் கத்தியை உருவிக் காட்டி மெரட்டினாங்க. 'இப்ப உங்களை உசுரோட விடறோம். ஆனா சண்டு நகரை விட்டுப் போயிருங்க. இல்லாட்டி உங்க எல்லாரையும் கொன்னு போட்டுருவோம்'னாங்க. அப்போ அரவாணி ஒருத்தரு கையைத் தட்டிட்டு, சர்தாரோட தாடியைப் பிடிச்சு உருவினாரு! 'ஏங்க, எங்களையெல்லாம் அனுப்பிட்டுப் பெறகு நீங்களே எங்களை மாதிரி ஆயிருவீங்களா? புள்ளை பெத்துக்கறதை நிறுத்திருவீங்களா'ன்னு கேட்டாரு. இதைக் கேட்ட ஒடனே சர்தாருங்க கூடச் சிரிக்க ஆரம்பிச்சுட்டாங்க!'

'நல்லா போட்டாங்களே ஒரு போடு!' என்றார் ஹுகம் சந்த். 'ஆனா இந்த மாதிரியெல்லாம் நிலவரம் ஆபத்தா இருக்கும்போது நீ கொஞ்சம் ஜாக்கிரதையா இருந்துக்கணும். கொஞ்ச நாளைக்கு வீட்டுக்குள்ளேயே இரு.'

'எனக்கு என்ன பயமாம்? எல்லாரும் தெரிஞ்ச ஆளுங்கதானே. அத்தோட என்னையக் காப்பாத்த இவ்ளோ பெரிய மாயிஸ்டிரேட்டு அய்யா இருக்கீங்க. அவரு இருக்கறவரைக்கும் ஒருத்தனும் என்னோட மயித்தைக்கூடப் புடுங்க முடியாது!'

ஹுகம் சந்த் எதுவும் பேசாமல் அந்தப் பெண்ணின் தலையைக் கோதிக் கொண்டே இருந்தார். அவள் விஷமச் சிரிப்புடன் இவரை நிமிர்ந்து பார்த்தாள். 'நீங்க என்ன சொல்றீங்க? நான் பாகிஸ்தானுக்குப் போயிரணுமா?'

ஹுகம் சந்த் அவளை இன்னும் இறுக அணைத்துக்கொண்டார். சூடாக ஜுரம்போல ஏதோ ஒன்று அவரைப் பற்றிக்கொள்ள ஆரம்பித்தது. 'ஹசீனா' என்றார். தொண்டையைக் கனைத்துக்கொண்டு மறுபடி 'ஹசீனா!' வேறு வார்த்தை எதுவும் வரவில்லை.

'ஹசீனா, ஹசீனா, ஹசீனா. அவ்ளோதானா? நான் செவுடா என்ன? ஏதாச்சும் பேசுங்களேன்.'

'இன்னிக்குப் பூரா நீ என் கூடவே இருப்பேல்ல? அதுக்குள்ள திரும்பிப் போக வேணாமே?'

'இதைச் சொல்லத்தான் அவ்வளவு சுத்தி வளைச்சீங்களாக்கும். நீங்க உங்க காரை அனுப்பலேன்னா நான் இந்த மழைல அஞ்சு மைலு போக முடியாது. ஆனா இன்னொரு ராத்திரி நானு இங்க தங்கிப் பாட்டு பாடணும்னா, அய்யா ஒரு பெரிய கட்டு நோட்டு தரணும்!'

ஹுகம் சந்த்துக்கு ஆசுவாசமாக இருந்தது. 'ப்பூ! பணமா பெரிசு? உனக்காக நான் உயிரையே கொடுப்பேனே!' என்றார் போலி வீரத்துடன்.

★

ஒரு வார காலத்துக்கு இக்பால் தன் சிறை அறையில் தனியாகத்தான் இருந்தான். கட்டுக் கட்டாக பேப்பர்களும் பத்திரிகைகளும்தான் அவனுடைய ஒரே தோழர்கள்.

அந்த அறையில் வெளிச்சமும் இல்லை, விளக்கும் இல்லை. வாட்டும் வெக்கையில் இரவின் ஓசைகளைக் கேட்டபடியே படுத்துக்கொண்டிருந்தான். குறட்டைச் சத்தம். எப்போதாவது துப்பாக்கி வெடிக்கும் சத்தம். இன்னும் நிறையக் குறட்டை. அவ்வளவுதான்.

மழை பெய்ய ஆரம்பித்தபோது போலீஸ் நிலையம் இன்னும் சகிக்க முடியாமல் ஆகிவிட்டது. இடைவிடாமல் பெய்யும் மழையைத் தவிரப் பார்ப்பதற்கு எதுவுமில்லை. எப்போதாவது ஒரு கான்ஸ்டபிள் ஸ்டேஷனி

லிருந்து காவலர் விடுதிக்கு ஓட்டமாக ஓடுவார். வேறு நடமாட்டமே கிடையாது.

ஓயாமல் படபடக்கும் மழைச் சத்தத்தைத் தவிரக் கேட்பதற்கு எதுவுமில்லை. ஓரொரு சமயம் இடி அதிரும். பிறகு மறுபடி மழைதான். பக்கத்து அறையில் இருக்கும் ஜக்கா கண்ணிலேயே படவில்லை. முதல் இரண்டு நாளும் மாலையில் சில கான்ஸ்டபிள்கள் ஜக்காவை வெளியே அழைத்துப் போய் விட்டு ஒரு மணி நேரம் கழித்துத் திரும்பக் கொண்டுவந்து விட்டார்கள். அவனை என்ன செய்தார்கள் என்பது தெரியவில்லை; ஆனால் அதன் பிறகு அவன் போலீஸ்காரர்களுடன் அடிக்கும் அரட்டையிலும் கிண்டலிலும் இன்னும் ஆபாசம் தாங்கவில்லை!

ஒரு காலை நேரத்தில் புதிதாக ஐந்து பேரை விலங்கு மாட்டிக் கூட்டி வந்தார்கள். அவர்களைக் கண்டானோ இல்லையோ, ஜக்காவுக்கு ஆத்திரம் பொத்துக்கொண்டு வந்தது. அவர்களைச் சரமாரியாகத் திட்ட ஆரம்பித்து விட்டான். வந்தவர்கள் இதை ஆட்சேபித்தார்கள்; ரிப்போர்ட்டிங் அறையின் வராந்தாவை விட்டுக் கிளம்ப மாட்டோம் என்று சத்தியாக்கிரகம் செய்தார்கள். யார் இந்தப் புது ஆசாமிகள் என்று வியந்தான் இக்பால்.

ஆனால் துண்டு துண்டாகக் கசிந்த உரையாடல்களிலிருந்து ஒன்று மட்டும் தெரிந்தது: வெளியே ரணகளம் நடந்துகொண்டு இருக்கிறது. எங்கும் ஒரே கொலை, கொள்ளை! சண்டு நகரில் போலீஸ் ஸ்டேஷனுக்குச் சில தப்படி களிலேயே கொலை நடந்திருக்கிறது. இக்பாலே நெருப்பின் சிவப்பையும் மனிதர்களின் அலறலையும் பார்த்திருக்கிறான். இருந்தும் போலீஸ் யாரையும் கைது செய்யவில்லை. எனவே இந்தக் கைதிகள் ஏதோ வித்தியாசமான குற்றம் செய்திருக்கவேண்டும்.

வந்தவர்கள் யாராக இருக்கும் என்று அவன் யோசித்துக் கொண்டிருக்கும் போதே இக்பாலின் அறைக் கதவு திறந்தது. ஒரு போலீஸ்காரர் ஜக்காவை உள்ளே அழைத்து வந்தார்.

ஜக்கா மிக நல்ல மனநிலையில் இருந்தான் போலிருக்கிறது. 'சத் ஸ்ரீ அகால், சின்னய்யா!' என்றான். 'நான் உங்க காலடில வேலைக்காரனா இருக்க வந்திருக்கேன். எனக்கு ஏதாச்சும் கத்துக்குடுங்களேன்!'

போலீஸ்காரர் அறைக் கதவைப் பூட்டிக்கொண்டே 'இக்பால் அய்யா! இந்த ரவுடிப் பயலுக்கு நேர் வழியில நடக்கறது எப்பிடின்னு சொல்லித்தாங்க' என்றார்.

'சரிதான் போய்யா!' என்றான் ஜக்கா. 'நீயும் உங்க கவுர்மெண்ட்டும்தான் என்னை ரவுடியாக்கி வெச்சிருக்கீங்கன்னு சின்னய்யா சொல்றாரு. இல்லீங்க, சின்னய்யா?'

இக்பால் பதில் பேசவில்லை. எதிரே இருந்த நாற்காலியில் காலை நீட்டிக்கொண்டு பேப்பர் கட்டுகளைப் பார்த்துக்கொண்டிருந்தான். ஜக்கா

இக்பாலின் கால்களைப் பிடித்துக்கொண்டு தன் மாபெரும் கைகளால் அழுத்திவிட ஆரம்பித்தான்.

'சின்னய்யா, கடைசீல எனக்கு சுக்ர தசை ஆரம்பமாயிருச்சு! நான் உங்களுக்கு எல்லா வேலையும் செய்யறேன். எனக்கு சித்த இங்கிலீசு கத்துக் குடுங்க! கொஞ்சம்போல பேச வந்தாப் போதும். வம்படிச்சுப் பொளைச்சுக்குவேன்!'

'பக்கத்து ரூமுக்கு யாரு வரப் போறாங்க?'

ஜக்கா இக்பாலின் காலையும் பாதத்தையும் அழுத்தியபடியே 'தெரியாதுங் கய்யா' என்றான் தயக்கமாக. 'ராம்லாலைக் கொலை செஞ்சவங்களை எல்லாம் பிடிச்சுட்டாங்கன்னு பேசிக்கறாங்க.'

'அப்படியா? உன்னைத்தானே அந்தக் கொலை கேசிலே அரெஸ்ட் பண்ணினாங்க?'

'என்னையும் பிடிச்சுகிட்டு வந்தாங்க' என்று தங்கப் பொட்டுக்கள் பதித்த வெண் பல் வரிசையைக் காட்டினான் ஜக்கா. 'மானோ மாஜராவுல நல்லது கெட்டது எது நடந்துச்சுன்னாலும் சரி, என்னைத்தான் முதல்ல வந்து பிடிச்சுக்குவாங்க. நான்தான் ரவுடிப் பயலாச்சுங்களே!'

'நீ ராம்லாலைக் கொல்லலியா?'

ஜக்கா காலை அழுத்துவது நின்றது. இரண்டு காதுகளையும் கையில் பிடித்துக்கொண்டு நாக்கை வெளியே தள்ளிக் காட்டினான். 'சாமீ! சாமீ ! என்னோட சொந்த ஊருல இருக்கற சேட்டைக் கொல்லுவேனுங்களா? முட்டை போடற பொட்டைக் கோளியை யாராச்சும் கொல்லுவாங்களா? எங்க அப்பாரு செயில்ல இருந்தப்போ ராம்லாலு அய்யாதான் வக்கீலுக்குக் காசு தந்தாரு. ஒரு நாளும் நான் தேவடியாத்தனம் பண்ண மாட்டேனுங்க!'

'அப்ப, இனிமே உன்னை விட்டுருவாங்க.'

'போலீசுதானுங்களே ராச்சியத்துக்கே ராசா! அவங்களுக்கு எப்பத் தோணுதோ, அப்பத்தான் என்னை விடுவாங்க. என்னய உள்ளயே வெச்சுருக்கணுமுன்னா, ஈட்டி வெச்சிருந்தான் - சொல்லாம ஊருக்கு வெளியே போனான்னு ஏதாச்சும் புகார் எளுதி கேசு போட்டுருவாங்க. என்ன வேணா செய்வாங்க!'

'ஆனா அன்னிக்கு ராத்திரி நீ ஊர்லயே இல்லே, இல்லியா?'

ஜக்கா குந்தி உட்கார்ந்தான். இக்பாலின் பாதங்களைத் தன் மடிமீது வைத்துக் கொண்டு குதிகாலை அழுத்த ஆரம்பித்தான்.'

'ஆமாம். ஊருக்கு வெளியே போயிருந்தேன்' என்றான். அவன் கண்ணில் குறும்பு மினுக்கியது. 'ஆனா, நான் யாரையும் கொல்லலே. என்னைத்தான் போட்டுத் தள்ளிட்டாங்க!'

அந்தச் சொற்றொடரின் அர்த்தம் இக்பாலுக்குத் தெரியும். அவன் இந்த விவகாரத்தின் உள்விவரங்களைத் தெரிந்துகொள்ள விரும்பவில்லை.

ஆனால் பேச்சை எடுத்தாகிவிட்டது; இனி ஜக்காவை நிறுத்த வழி இல்லை. ஜக்கா இன்னும் சுறுசுறுப்பாகக் காலை அழுத்த ஆரம்பித்தான்.

'நீங்க சீமையில நிறைய வருசம் இருந்திருக்கீங்கள்ல?' என்று குரலைத் தாழ்த்திக்கொண்டு விசாரித்தான்.

'ஆமாம்' என்றான் இக்பால். அடுத்து வரப் போவதைத் தவிர்க்க விரும்பினான்.

ஜக்கா இன்னும் குரலைத் தழைத்துக்கொண்டு, 'அப்போ, நிறைய துரைசானி அம்மாங்ககூடப் படுத்துகிட்டிருப்பீங்க இல்லே?'

இக்பாலுக்கு எரிச்சலாக வந்தது. இந்தியர்களால் செக்ஸ் பற்றிப் பேசாமல் வெகு நேரம் இருக்க முடியாது! அவர்கள் மனத்தை ஆக்கிரமித்துக்கொண்டிருக்கும் முக்கிய விஷயமே செக்ஸ்தான். அவர்களின் கலை, இலக்கியம், சமயம் எல்லாவற்றிலும் அது வெளிப்பட்டது. நகரங்களில் தட்டி விளம்பரங்களில் ஆண்மையை அதிகரிக்கும் மருந்துகள், சுய இன்பத்தின் கெட்ட விளைவுகளுக்கு நிவாரணங்கள் என்று அதைச் சந்திக்கலாம். கோர்ட் வாசலிலும் மார்க்கெட்டிலும் உடும்புத் தைல விற்பனை சுறுசுறுப்பாக நடக்கும். களைத்துப் போன மத்தியப் பிரதேசங்களை மறுபடி உயிர்த்து எழச் செய்வதற்கும், உறுப்புகளின் அளவை அதிகரிப்பதற்கும் அது நல்ல மருந்தாம்! குழந்தைப் பேறு ஏற்படுவதற்கும், அதுவும் ஆண் குழந்தையாகப் பிறப்பதற்கும் உத்தரவாதம் தரும் போலி வைத்தியத் திலகங்களின் விளம்பரங்கள். பொழுது விடிந்து பொழுது போனால் இதேதான்!

இந்தியர்கள் யாரையாவது திட்ட ஆரம்பித்தால், தகாத உறவுகளின் பெயர்தான் நாக்கு நுனியில் சரளமாக விளையாடும். இதில் அவர்களுக்கு நிகர் யாருமில்லை! 'மச்சான்' என்பார்கள். (எனக்கு உன் தங்கையுடன் படுக்க ஆசை). 'மாமா' என்பார்கள். (எனக்கு உன் மகளுடன் படுக்க ஆசை). இதெல்லாம் வேண்டப்பட்டவர்களுக்குப் பாசத்துடன் சூட்டப்படும் அடைமொழி. விரோதிகளுக்கோ, கோபத்துடன் ஏவப்படும் கெட்ட வார்த்தை!

அரசியல், தத்துவம், விளையாட்டு என்று எந்த விஷயத்தைப் பற்றிப் பேச ஆரம்பித்தாலும் கடைசியில் செக்ஸில்தான் வந்து நிற்கும். எல்லோரும் ஒருவர் முதுகில் ஒருவர் அடித்துக்கொண்டு கிளுகிளுத்துச் சிரிப்பார்கள்.

'ஆமாம்' என்று சகஜமாகப் பதில் சொன்னான் இக்பால். 'நிறையப் பேருகூட.'

'அப்பிடிப் போடு சக்கை!' என்றான் ஜக்கா. உற்சாகத்தில் இன்னும் பலமாகக் காலை அழுத்தினான். 'சின்னய்யா - கொன்னுட்டீங்க! சும்மா பூந்து விளையாடியிருப்பீங்கல்ல? வெள்ளைக்காரப் பொம்பளைங்கல்லாம் வானத்திலேர்ந்து இறங்கி வந்த தேவடியா மாதிரி இருப்பாளுங்க. வெள்ளை வெளேர்னு; பட்டுப் போல மெத்து மெத்துனு. இங்கயும் இருக்குதுங்களே - எல்லாம் எருமை மாடுங்க!'

'ஒரு பொம்பளைக்கும் இன்னொரு பொம்பளைக்கும் வித்தியாசமே கிடையாதுப்பா. உண்மையைச் சொல்லணும்னா, வெள்ளைக்காரப் பொண்ணுங்ககிட்டே சுரத்தே இல்லை! உனக்குக் கல்யாணம் ஆயிருச்சா?'

'இல்லீங்க சின்னய்யா. ஒரு ரவுடிப் பயலுக்கு யாரு பொண்ணு கொடுப் பாங்க? நமக்கு வேணுங்கற சுகமெல்லாம் கிடைக்கிறப்போ புடிச்சுக்க வேண்டியதுதான்!'

'எல்லாம் வேண்டியது கிடைக்குதா?'

'எப்பவாச்சும். கோர்ட்டு கேசுன்னு பெரோஸ்பூருக்குப் போகையிலே வக்கீலுங்க, அவங்க எடுபிடிங்கள்லாம் புடுங்கினதுபோக மிச்சம் காசு இருந்துச்சுன்னா கொஞ்சம் தமாசு பண்ணிப்பேன்! ராத்திரி பூராவுக்கும்னு ரேட்டு பேசி வெச்சுக்குவேன். முளு ராத்திரின்னா, ரெண்டு அல்லது மிஞ்சிப் போனா மூணு தரம்தானேன்னு நினைச்சுக் காசை வாங்கிருவாளுங்க.' ஜக்கா மீசையை முறுக்கினான். 'ஆனா, ஜக்கத் சிங்கிட்டேயிருந்து வெளியே வர்றப்போ, காதைப் பிடிச்சுத் தோப்புக்கரணம் போட்டுகிட்டே, 'ஐயா சாமி! ஆளை விடுப்பா! உன் காசைத் திரும்பி வாங்கிட்டுப் போயிரு' ன்னு கெஞ்சு வாளுங்க!'

இது பொய் என்று இக்பாலுக்குத் தெரியும். பல இளைஞர்கள் இப்படித்தான் பெருமை அடித்துக்கொள்வார்கள். 'உனக்குக் கல்யாணம் ஆனதும் கதையே மாறிடும். உன் பொண்டாட்டி உனக்கு சரிக்குச் சரியான ஜோடியா இருப்பா. அப்போ நீதான் காதைப் புடிச்சுகிட்டு ஆளை விட்டாப் போதும்னு கெஞ்சுவே!'

'கண்ணாலம் கட்டிக்கறதுல சொகமே இல்லீங்க சின்னய்யா. கொஞ்சம் மஜா பண்ணலாம்னா அததுக்கு நேரம் காலம், எடம் எல்லாம் தோதுப்பட்டு வர வேணாமா? கோடை நாள்ல அத்தினி பேரும் திறந்த வெளியிலதான் தூங்குவாங்க. எல்லாரும் நம்மளைத் தேடறதுக்குள்ள, உள்ள போயி சட்டுப்புட்டுனு முடிச்சுட்டு வந்துறணும்! மார்களி பொறந்துச்சுன்னா, ஆம்பள பொம்பள எல்லாரும் தனித் தனியா தூங்குவாங்க. ராத்திரில ரெண்டு பேருக்கும் ஒரே நேரத்துல கொல்லைப் பக்கம் போவணும்னு சாக்கு சொல்லிட்டு எளுந்திருச்சு வரணும்!'

'உனக்கு இன்னும் கல்யாணம் ஆகலைங்கறே; ஆனா இத்தனை சமாச்சாரம் தெரிஞ்சு வெச்சிருக்கியே!'

ஜக்கா சிரித்தான். 'என் கண்ணு ரெண்டும் தொறந்துதானே இருக்கு? கண்ணாலம் ஆவலேன்னா என்ன, ஆனவங்க செய்யறதெல்லாம் நானும் செய்யறேனே!'

'என்னது? முன்னாடியே பேசி வெச்சுக்கிட்டு கொல்லைப் பக்கம் போறதா?'

ஜக்கா இன்னும் பெரிதாகச் சிரித்தான். 'சமயத்துல அதுவும் செய்யறதுதான். அதானே என்னை இப்ப லாக்கப்புல கொணாந்து தள்ளியிருக்குது? ஆனா

ஒண்ணு நெசம்ங்கய்யா. அன்னிக்கு ராத்திரி மட்டும் நான் வெளியில போயிருக்கலைன்னா, இன்னிக்கு உங்ககூடப் பேசிக்கிட்டிருக்கற அதிர்ஸ்ட்டம் கிடைச்சிருக்காது. உங்ககிட்டேருந்து நாலு எளுத்து இங்கிலீசு கத்துக்கவும் முடிஞ்சிருக்காது. எனக்கு ஏதாச்சும் குட் மார்னிங்கு, கிட் மார்னிங்குன்னு பேசக் கத்துக் கொடுங்களேன் சின்ன தொரை!'

'நீ இங்கிலீஷ் கத்துக்கிட்டு என்ன செய்யப் போறே? வெள்ளைக்காரங்கதான் போயிட்டாங்களே! முதல்ல உன்னோட பாஷையை ஒழுங்காப் படிக்கக் கத்துக்க.'

இந்த ஆலோசனை ஜக்காவுக்கு அவ்வளவாக ரசிக்கவில்லை. அவனைப் பொருத்தவரை படிப்பு என்றால் ஆங்கிலம்தான். உருது, குர்முகியில் கடிதம் எழுதித் தருபவர்கள் இருக்கிறார்கள். கிளார்க்குகள் இருக்கிறார்கள். அவர்களை ஏதோ எழுதப் படிக்கத் தெரிந்தவர்கள் என்று கூறலாமே தவிர, 'படித்தவர்கள்' என்று ஒப்புக்கொள்ள முடியாது!

'அதுதான் யார்கிட்ட வேணாலும் கத்துக்கலாமே. பூசாரி மீத் சிங் அய்யாகூட எனக்கு குர்முகி சொல்லித் தரேன்னு சொன்னாரு. என்னவோ தெரியல, ஆரம்பிக்கவே முடிய மாட்டேங்குது. சின்னய்யா, நீங்க எத்தனாம் கிளாஸ் வரைக்கும் படிச்சிருக்கீங்க? பத்தாம் கிளாஸ் பாஸ் செஞ்சிருப்பீங்கல்ல?'

பத்தாம் வகுப்பு என்பது பள்ளி இறுதி வகுப்பு. 'ஆமாம், பத்தாவதும் பாஸ் பண்ணிட்டேன். பதினாறாம் கிளாஸ் கூட முடிச்சுட்டேன்!'

'பதினாறா! அச்சோ, அச்சோ! அத்தினிவரைக்கும் படிச்சவங்களை நான் பார்த்ததே இல்லை. எங்க ஊருல ராம்லால் மட்டும்தான் நாலு கிளாஸ் படிச்சிருக்காரு. அவருதான் இப்ப மேல போயிச் சேந்துட்டாருங்களா, இனி படிக்கத் தெரிஞ்ச மனுசன்னா அது பூசாரி அய்யா மட்டும்தான். பக்கத்து ஊருங்கள்ல பூசாரிகூடக் கிடையாது. நம்ம இன்ஸ்பெட்டர் ஐயா ஏளு கிளாஸ் படிச்சிருக்காரு. டெபுடி ஐயா, பத்தாவது... அடேங்கப்பா, பதினாறாம் கிளாஸ் படிச்சிருக்கீங்களா! உங்களுக்கு நெறைய மூளை இருக்கும்போல இருக்குது!'

அந்தப் பாராட்டு மழையில் நனைவதற்கு இக்பாலுக்குக் கூச்சமாக இருந்தது.

'உனக்கு ஏதாவது எழுதப் படிக்கத் தெரியுமா?'

'எனக்கா? ஊகூம்! எங்க மாமா பையன் இஸ்கூலிலே படிச்ச பாட்டு ஒண்ணு சொல்லித் தந்தான். அதுல பாதி இங்கிலீசு, பாதி இந்தி. கேளுங்க:

பிஜ்ஜின் - புறா
பிளை - பறபற
லுக் - பாரு
இஸ்கை - மானம்!

இது உங்களுக்குத் தெரியுங்களா?'

'தெரியாதே. அவன் உனக்கு அனா ஆவன்னா எல்லாம் சொல்லித் தரலையா?'

'இந்த ஏபிசிடிங்களா? அது அந்தப் பயலுக்கே தெரியாது! எனக்குத் தெரிஞ்ச அளவுதான் அவனுக்கும் தெரியும்:

ஏபிசிடி உங்கொப்பன் தாடி

இளுத்துப் பார்த்தா வலிக்கும் தாடி!

இந்தப் பாட்டு உங்களுக்குத் தெரியுங்களா?'

'ம்ஹூம். அதுவும் தெரியாது!'

'கிடக்கட்டும். இங்கிலீசுல ஏதாச்சும் சொல்லுங்க.'

இக்பால் அவனுக்கு குட் மார்னிங், குட் நைட் சொல்வது எப்படி என்று கற்றுத் தந்தான். அடுத்து ஜக்கா, வாழ்க்கையின் மிக முக்கியமான சில நட வடிக்கைகளுக்கு ஆங்கிலத்தில் என்ன என்று தெரிந்துகொள்ள விரும் பினான். இக்பால் பொறுமை இழந்தான்.

அப்போதுதான் அந்த ஐந்து புதிய கைதிகளும் பக்கத்து அறைக்கு வந்து சேர்ந்தார்கள். ஜக்காவின் ஜாலியான மனநிலை, வந்த வேகத்திலேயே மறைந்தது!

★

பதினொரு மணி ஆனபோது, மழை குறைந்து தூவானமாக மாறியிருந்தது. நன்றாக வெளிச்சம் வந்துவிட்டது. சைக்கிள் மிதித்துக்கொண்டிருந்த சப் இன்ஸ்பெக்டர் நிமிர்ந்து எதிரே பார்த்தார். சற்று தூரத்தில் மேகம் வெளி வாங்கி, பளிச்சென்று நீல வானம் தெரிந்தது. இங்கே மேகப் படுதாவின் கிழிசலுக்கு உள்ளிருந்து சூரிய வெளிச்சம் ஒரு தூண் மாதிரி சரிந்து இறங்கிக் கொண்டிருந்தது. அதன் காவிக் கதிர்கள் மழையில் நனைந்த வயல்களில் விளையாடின. வானம் முழுவதும் வளைத்திருந்த வானவில் சண்டு நகரை வண்ணமயமாகக் காட்டியது.

சப் இன்ஸ்பெக்டர் வேக வேகமாகப் பெடலைப் போட்டார். மல்லியின் கைது பற்றி ஹெட் கான்ஸ்டபிள் பதிவேட்டில் எதுவும் எழுதித் தொலைப் பதற்குள் ஸ்டேஷனுக்குப் போய்ச் சேர்ந்துவிடவேண்டும். கேஸ் புத்த கத்தின் நடுவில் பக்கத்தைக் கிழிக்க நேர்ந்தால் பிறகு எவனாவது திமிர் பிடித்த வக்கீல் கேட்கும் கேள்விகளுக்கெல்லாம் பதில் சொல்லவேண்டியிருக்கும்.

ஏட்டு நல்ல சர்வீஸ் போட்டவர்தான். ஆனால் ஜக்காவையும் இக்பாலையும் அவர் கைது செய்து கொண்டுவந்த அழகைப் பார்த்தவுடன் அவர்மீது இருந்த நம்பிக்கை சற்று ஆடிப்போய்விட்டது. வழக்கமான வேலைகளை நன்றாகச் செய்து முடிப்பாரே தவிர, ஏதாவது வித்தியாசமான நிலைமைகள் ஏற் பட்டால் சமாளிக்கத் தெரியாது. புதிதாகப் பிடித்துக்கொண்டு வந்தவர்களை எந்த லாக்கப்பில் அடைப்பது என்பது அவருக்குத் தெரியுமோ என்னவோ...

ஏட்டு ஒரு எளிய கிராமத்து ஆசாமி. படித்த நடுத்தர வர்க்கத்து மக்களைக் கண்டால் ஒரே பயம். அவருக்கு இக்பாலைத் தொந்தரவு செய்வதற்குத்

தைரியம் இருக்காது! ஏற்கெனவே அவனுடைய அறையில் கட்டில், மேஜை, நாற்காலி எல்லாம் கொண்டுபோய்ப் போட்டிருக்கிறார். இருக்கும் இன்னொரு அறையில் ஜக்காவையும் மல்லியையும் சேர்த்து அடைத்துவைத் திருந்தால் இத்தனை நேரம் அந்தக் கொலை கேஸைப் பற்றிப் பேசியிருப் பார்கள். 'எனக்கு நீ உதவி செய், நான் உன்னைக் காட்டிக்கொடுக்க மாட்டேன்' என்று ஒப்பந்தம் போட்டிருப்பார்கள்.

சப் இன்ஸ்பெக்டரின் சைக்கிள் போலீஸ் ஸ்டேஷனுக்குள் நுழைந்த உடனேயே வராந்தா பெஞ்ச்சில் அமர்ந்திருந்த இரண்டு போலீஸ்காரர்கள் அவரை வரவேற்க எழுந்து வந்தார்கள். ஒருவர் சைக்கிளை வாங்கிக் கொண்டார். மற்றவர் மழை கோட்டைக் கழற்ற உதவி செய்தார். 'மழையில நனைஞ்சுட்டீங்க போலிருக்குதே' என்று முணுமுணுத்தார்.

'டியூட்டின்னு வந்துட்டா அதையெல்லாம் பார்க்க முடியுமா?' என்றார் சப் இன்ஸ்பெக்டர் கெத்தாக. 'டியூட்டிக்கு முன்னால வெயில் மழையெல்லாம் கால் தூசு! பூகம்பமே வந்தாலும் டியூட்டி, டியூட்டிதான். ஏட்டையா வந்துட்டாரா?'

'ஆமாங்க ஐயா. இப்பத்தான் அஞ்சு நிமிசம் முன்னாடி மல்லியோட கும்பலை அளைச்சிக்கிட்டு வந்தாரு. வீட்டுக்கு டீ சாப்பிடப் போயிருக்காரு.'

'டயரில ஏதாச்சியும் எளுதியிருக்காரா?'

'இல்லீங்க. ஐயா வந்ததும் கேட்டு எளுதிக்கலாம்னாரு.'

சப் இன்ஸ்பெக்டர் நிம்மதிப் பெருமூச்சு விட்டார். ரிப்போர்ட்டிங் அறைக்குப் போய் தலைப்பாகையைக் கழற்றி ஆணியில் மாட்டினார். நாற்காலியில் சரிந்தார். மேஜைமீது விதவிதமான ரெஜிஸ்டர்கள் குவிந்துகிடந்தன. மஞ்சள் பக்கங்களில் கோடு கோடாகப் போட்டு பத்தி பிரித்திருந்த பெரிய ரெஜிஸ்டர் ஒன்று திறந்துகிடந்தது. அதன் கடைசி வரியைப் பார்த்தார்; அவரே தன் கைப்பட எழுதிவிட்டுப் போனதுதான். அன்று காலையில் மானோ மாஜரா ஓய்வு விடுதிக்குப் போவதாகக் குறிப்பு எழுதியிருந்தார்.

'நல்லதாப் போச்சு!' என்று வாய் விட்டுச் சொன்னார்; கைகளைத் தேய்த்துக் கொண்டு தொடையில் படீரென்று அடித்துக்கொண்டார். நெற்றியை வருடினார். தலைமுடியைக் கோதினார். 'சரி சரி. எல்லாம் சரியாத்தான் இருக்கு' என்று தனக்குத் தானே சொல்லிக்கொண்டார்.

கான்ஸ்டபிள் ஒருவர் அவருக்கு டீ கொண்டுவந்தார். கோப்பையைக் கலக்கோ கலக்கென்று கலக்கிக்கொண்டே வந்தார். 'அய்யா சட்டை யெல்லாம் நனைஞ்சு போச்சுபோல இருக்குதே!' என்று டீயைக் கடைசியாக ஒரு முறை உக்கிரமாகக் கலக்கிவிட்டு வைத்தார்.

சப் இன்ஸ்பெக்டர் அவரை நிமிர்ந்து பார்க்காமல் டீயை எடுத்துக் கொண்டார். 'மல்லியோட கும்பலையும் ஜக்கா ரூம்லதான் போட்டிருக் கீங்களா?'

'ஆத்தாடி! காரியமே கெட்டுச்சு போங்க! போலீஸ் ஸ்டேசனுக்கு உள்ளே ஒரு கொலையே விளுந்திருக்கும்! மல்லியை உள்ளே அளைச்சிக்கிட்டு வந்தப்ப நீங்க ஜக்காவைப் பார்த்திருக்கணும். மல்லி அவன் கண்ணுல பட்டானோ இல்லையோ, கோவத்துல கண்ணு மண்ணு தெரியாம ஆடிட்டான். என்னா பேச்சு, என்னா ஏச்சு! அவங்க அம்மாளு, அக்காளு, மகளு - ஒருத்தரையும் பாக்கி வெக்கலியே! கம்பியைப் பிடிச்சுகிட்டு உலுக்கறான் பாருங்க, கதவே பேர்ந்துக்கிட்டு வந்துரும்போல இருந்துச்சு... மல்லியைப் போயி அவன் ரூமுல போடறதாவது! மல்லியேகூட உள்ளே போயிருக்கமாட்டான். சிங்கத்து குகையில ஆட்டுக் குட்டி நுளையுங்களா?'

சப் இன்ஸ்பெக்டர் புன்னகை பூத்தார். 'மல்லி பதிலுக்கு ஏதும் திட்டலையா?'

'இல்லே. ஆளு பயந்து போயிருக்கான். மானோ மாஜராவுல நடந்த கொலையைப் பத்தி எதுவுமே தெரியாதுன்னுதான் சாதிக்கறான். ஜக்கா பதிலுக்கு, 'என் கண்ணால பார்த்தேண்டா'ன்னு கத்தறான். 'நானு வெளியே வந்த உடனே உங்க எல்லார் கூடவும், உங்க அம்மா, அக்கா, தங்கச்சியோட சேர்த்து வச்சுக் கணக்குத் தீர்த்துக்கறேன்'கறான். அதுக்கு மல்லி 'உன்கிட்ட எனக்கு இனிமே என்னடா பயம் - உன்னால முடிஞ்சதெல்லாம் அந்த நெசவுக்காரப் பொம்பளைகூடப் படுக்கறது மட்டும்தானே'ன்னு சொல் லிட்டான்! அப்ப ஜக்கா மூஞ்சிய நீங்க பார்த்திருக்கணுமே. ஆளே என்னமோ காட்டுப் பிராணி மாதிரி ஆயிட்டான். வாயில கையைக் குவிச்சுக்கிட்டுக் கத்தறான். மார்ல மார்ல அறைஞ்சுக்கறான். இரும்புக் கம்பியைப் பிடிச்சு உலுக்கறான். மல்லியைக் கை வேற கால் வேறயாப் பிச்சு எறியப்போ றேங்கறான். அந்தளவுக்கு ஒருத்தன் கோவப்பட்டு நான் பார்த்ததே இல்லீங்க. சரி, இது விபரீதமாப் போயிரும்னுட்டு அவன் கொஞ்சம் நிதானத்துக்கு வர்ற வரைக்கும் இவனுங்களை ரிப்போர்ட்டிங் ரூமுலயே நிறுத்தி வெச்சுக் கிட்டேன். பிறகு ஜக்காவை சின்னய்யாவோட செல்லுக்குக் கொண்டு போயிட்டு, மல்லி ஆளுங்களை இந்த செல்லில போட்டுட்டேன்.'

'ரொம்ப தமாசா இருந்திருக்கும்ல?' என்று இளித்தார் சப் இன்ஸ்பெக்டர். 'இன்னும் நிறைய தமாசு நடக்கப் போவுது. மல்லி ஆளுங்களை நான் ரிலீஸ் பண்ணப் போறேன்!'

போலீஸ்காரர் குழப்பத்துடன் அவரை நோக்கினார். அவர் எதுவும் கேட்பதற்குள் சப் இன்ஸ்பெக்டர் கம்பீரமாகக் கையசைத்து அவரைப் போகச் சொன்னார். 'அதான் கவர்மெண்ட்டு கொள்கைங்கறது! என்னை மாதிரி சர்வீஸ் போட்டபிறகு நீயே எல்லாம் புரிஞ்சுக்குவே! சரி, ஏட்டையா டீ குடிச்சு முடிச்சுட்டாரான்னு பாரு. முக்கிய வேலை வந்திருக்குன்னு சொல்லு.'

சற்று நேரத்தில் திருப்தியாக ஏப்பம் விட்டுக்கொண்டே ஏட்டு வந்தார். தன்னுடைய திறமைக்குப் பாராட்டு கிடைத்தால் அடக்கத்துடன் மறுக்கத் தயாராக இருந்தார். சப் இன்ஸ்பெக்டர் அவரது பணிவான புன்னகையைப் புறக்கணித்தார்; கதவைச் சாத்திவிட்டு வந்து உட்காரச் சொன்னார்.

தலைமைக் காவலரின் முகக்களை, திருப்தியிலிருந்து கவலைக்கு மாறியது. கதவைச் சாத்திவிட்டு மேஜையின் மறுபுறம் வந்து நின்றார். 'இப்ப என்னங்க அய்யா உத்தரவு?'

'உக்காருங்க, உக்காருங்க. அவசரம் ஒண்ணுமில்லே' என்றார் சப் இன்ஸ்பெக்டர் குளிர்ச்சியாக. ஏட்டு உட்கார்ந்துகொண்டார்.

சப் இன்ஸ்பெக்டர் பென்சிலின் கூரிய முனையைத் தன் காதுக்குள் விட்டுக் குடைந்தார். வெளியே எடுத்து அதில் ஒட்டியிருந்த பழுப்பு நிற மெழுகை ஆராய்ந்தார். பிறகு பைக்குள்ளிருந்து சிகரெட் எடுத்து அதன் நுனியைத் தீப்பெட்டிமீது தட்டிவிட்டுப் பற்ற வைத்தார். சத்தமாகப் புகையை உறிஞ் சினார். அவருடைய நாசித் துவாரங்களிலிருந்து புகை அருவியாக வெளிப்பட்டு மேஜைமேல் பட்டுத் தெறித்து அறைக்குள் பரவியது.

கடைசியாக இன்ஸ்பெக்டர் 'ஏட்டையா!' என்று கூறி நிறுத்தினார். நாக்கிலிருந்து ஒரு சிறிய புகையிலைத் துணுக்கை அகற்றினார். 'ஏட்டையா, இன்னிக்கு நிறைய வேலை இருக்குது. எல்லாமே நீங்களே நேராப் போயி செய்யவேண்டியது.'

'செய்யலாங்க ஐயா. செஞ்சுரலாம்!' என்றார் ஏட்டு படுதீவிரமான முகத்துடன்.

'முதல்ல மல்லியையும் அவனோட ஆளுங்களையும் மானோ மாஜராவுக்கு அளைச்சுகிட்டுப் போங்க. எல்லாரும் பார்க்கறாப்பல கோவிலுக்குப் பக்கத்துல எங்கேயாவது அவங்களை ரிலீஸ் பண்ணிருங்க. அடுத்து, ஊர்க்காரங்ககிட்ட சகஜமா விசாரிக்கறமாதிரி, சுல்தானாவையோ அவனோட கும்பலையோ யாராவது பார்த்தாங்களான்னு விசாரிங்க. ஏன், எதுக்குன்னு ஒண்ணும் சொல்லவேண்டாம். சும்மா கேட்டு வையுங்க, போதும்.'

'சுல்தானாவும் அவன் ஆளுங்களும் பாகிஸ்தானுக்குப் போயிட்டாங்களே? ஊர்ல எல்லாருக்கும் தெரியும் இது.'

சப் இன்ஸ்பெக்டர் மறுபடி பென்சில் நுனியைக் காதுக்குள் செலுத்தினார். வெளியே எடுத்த மெழுகை மேஜைமீது தடவினார். சிகரெட்டை இரண்டு இழுப்பு இழுத்துவிட்டு உதட்டைக் குவித்துப் புகையை ஊதினார். அது ரெஜிஸ்டர் புத்தகத்தில் மோதி எழும்பி ஏட்டையாவின் முகத்தில் தாக்கியது.

'சுல்தானா பாகிஸ்தானுக்குப் போயிட்டானா, எங்க போனான்னு எனக்குத் தெரியாது. எப்பிடியும் மானோ மாஜராவுல கொள்ளை நடந்ததுக்குப் பிறகுதானே போனான்? அவன் எங்கேன்னு ஊர்ல சும்மா விசாரிக்கறதுல தப்பு ஏதாச்சும் இருக்கா என்ன?'

தலைமைக் காவலரின் முகம் ஒளிமயமாக ஆயிற்று!

'புரியுதுங்க ஐயா! வேற என்னங்க ஐயா உத்தரவு?'

'இன்னும் இருக்குது. இந்த முஸ்லிம் லீகுப் பய இக்பால் இருக்கானே,

அவன் ஊர்ல தங்கியிருந்தப்ப ஏதாச்சும் சேட்டை, கீட்டை பண்ணினா னான்னு விசாரிங்க.'

ஏட்டுக்கு மறுபடி குழப்பம் பிடித்தது. 'அதில்லீங்க. சின்னய்யாவோட பேரு இக்பால் சிங். சர்தார்தான் அவரு. சீமையில ரொம்ப நாளு இருந்ததால முடியை வெட்டியிருக்காரு!'

சப் இன்ஸ்பெக்டர் ஒரே முறைப்பில் ஏட்டையாவை ஒடுக்கினார். பிறகு புன்னகை புரிந்தார். 'உலகத்துல எவ்வளவோ இக்பால் இருக்காங்க. நான் முகம்மது இக்பாலைப் பத்திப் பேசறேன். நீங்க இக்பால் சிங்குன்னு நினைச்சுக்கறீங்க. முகம்மது இக்பால்னா முஸ்லிம் லீக் ஆளா இருக்கலாம், இல்லையா?'

'புரியுதுங்க ஐயா' என்றார் ஏட்டு, கொஞ்சம்கூடப் புரியாமலேயே. போகப் போக எல்லாம் சரியாகிவிடும் என்று சமாதானப்படுத்திக்கொண்டார். 'நீங்க சொன்னா மாதிரியே செஞ்சுடறேங்க ஐயா!' என்றார்.

சப் இன்ஸ்பெக்டர் எழுந்துகொண்டே 'இன்னொரு விசயம்' என்றார். 'முஸ்லிம் அகதிங்க முகாமுக்கு ஒரு லெட்டர் கொடுத்து அனுப்பணும். அதுக்கு யாராச்சும் ஒரு கான்ஸ்டபிளைத் தயார் செய்யுங்க. நாளைக்கு மானோ மாஜரா முஸ்லிம்களையெல்லாம் அளைச்சுக்கிட்டுப் போறதுக்கு பாகிஸ் தான் ஆர்மிக்காரங்க வருவாங்க. அப்போ பந்தோபஸ்துக்குக் கொஞ்சம் போலீஸ்காரங்களை அனுப்பணும். ஞாபகப்படுத்துங்க.'

மொத்தத் திட்டத்தையும் தனக்கு விளங்கவைப்பதற்காகவே அவர் இதைச் சொல்கிறார் என்பது ஏட்டுக்குப் புரிந்தது. அதை மனத்துக்குள் வாங்கிப் பூட்டி வைத்துக்கொண்டு மறுபடி சல்யூட் செய்தார். காலில் லாடம் க்ளிக்கியது. ஏட்டையா வெளியேறினார்.

சப் இன்ஸ்பெக்டர் தலைப்பாகையை எடுத்து அணிந்துகொண்டார். கதவுக்கு அருகில் நின்று ஸ்டேஷனின் முற்றத்தைப் பார்த்தபடி இருந்தார். எதிரே சுவரில் படர்ந்திருந்த ரயில்வே கொடிகளை மழை அலம்பிவிட்டிருந்தது. சூரிய வெளிச்சத்தில் இலைகள் மினுமினுத்தன. இடது பக்கம், போலீஸ் ஓய்வு அறையில் வரிசையாகக் கட்டில்கள். அவற்றின்மேல் நேர்த்தியாகச் சுருட்டிவைத்த படுக்கைகள். எதிர்ப் பக்கத்தில் ஸ்டேஷனின் இரண்டு சிறை அறைகள் இருந்தன. முன் பக்கம் சுவருக்கு பதிலாகக் கம்பி போட்ட இரண்டு அறைகள். முற்றத்தில் எங்கே நின்று பார்த்தாலும் அந்த அறைகளில் நடப்பது அத்தனையும் தெரியும்!

இந்தப் பக்க அறையில், இக்பால் கட்டில்மேல் காலை நீட்டிக்கொண்டு நாற்காலியில் உட்கார்ந்து பத்திரிகை படித்துக்கொண்டிருந்தான். தரையில் பல செய்தித்தாள்கள் சிதறிக் கிடந்தன. ஜக்கத் சிங் கம்பியைப் பிடித்துக்கொண்டு வெட்டியாக உட்கார்ந்து போலீஸ்காரர்களின் அறையை வெற்றுப் பார்வை பார்த்துக்கொண்டிருந்தான். இன்னொரு அறையில் மல்லியும் அவன் கூட்டாளிகளும் தரையில் படுத்து அரட்டை அடித்துக்கொண்டிருந்தார்கள்.

அப்போதுதான் ஏட்டும் மூன்று ஆயுத போலீஸ்காரர்களும் விலங்குகளை எடுத்துக்கொண்டு அந்த அறைக்குள் நுழைந்தார்கள். ஜக்கத் சிங் அதைப் பெரிதாக எடுத்துக்கொள்ளவில்லை. மல்லியை விசாரணைக்காக கோர்ட்டுக்கு அழைத்துப் போகிறார்கள் என்றே நினைத்தான்.

ஜக்காவின் கோப வெடிப்பைப் பார்த்து மல்லி பயந்து போயிருந்தான். அவனுக்கு எப்போதுமே ஜக்கத் சிங்கைக் கண்டால் பயம். முதலில் அவன் சொல்வதைக் கேட்டுக்கொண்டு சமாதானமாகப் போய்விடுவது என்று தீர்மானித்திருந்தான். இல்லாவிட்டால் நிரந்தரமாக அவனிடம் அச்சப்பட்டு வாழ்ந்துகொண்டிருக்க வேண்டும். ஜில்லாவிலேயே பெரிய முரடன் யார் என்றால் அது ஜக்காதான்! இப்போது ஜக்கத் சிங் திட்டின திட்டுக்களையெல்லாம் கேட்ட பிறகு சமாதானமாகப் போவது என்பது கடினமாகிவிட்டது. மல்லிதான் கூட்டத்துக்கே தலைமைப் பதவியில் இருக்கிறான். அவர்களுக்கு எதிரே இத்தனை அவமானம் நடந்துவிட்டபிறகு, பதிலுக்கு நாலு வார்த்தை சூடாகச் சொன்னால்தான் மரியாதையைக் காப்பாற்றிக் கொள்ள முடியும்!

அடுக்கடுக்காக எத்தனையோ கெட்ட வார்த்தைகளை யோசித்தான் மல்லி. அதையெல்லாம் உபயோகித்து வாயாரத் திட்டியிருக்கலாமே! நாம் ஜக்காவிடம் நேசக் கரம் நீட்டியபோது அவன் என்ன பேச்சுப் பேசி விட்டான்? மல்லிக்கு ஆத்திரமும் அவமானமுமாக வந்தது. ஒரு சந்தர்ப்பம் மட்டும் கிடைத்தால் வார்த்தைக்கு வார்த்தை பதிலடி தரத்தான் போகிறான். இடையில் இரும்புக் கம்பிகளும் ஆயுத போலீசுமாக இருப்பதால் பிழைத்தான்!

காவலர்கள் மல்லிக்கும் அவன் கூட்டாளிகளுக்கும் விலங்கு மாட்டினார்கள். ஒரு போலீஸ்காரர் எல்லார் விலங்குகளையும் சங்கிலியால் பிணைத்து அதைத் தன் பெல்ட்டில் பூட்டிக்கொண்டார். ஏட்டையா அவர்களை வழி நடத்த, துப்பாக்கியுடன் இரண்டு பேர் பின்னால் நடந்தார்கள்.

அவர்கள் அறையிலிருந்து வெளியே வந்தபோது ஜக்கா ஒரு கணம் மல்லியை நிமிர்ந்து பார்த்தான். பிறகு முகத்தைத் திருப்பிக்கொண்டான்.

மல்லி போலி சினேகிதத்துடன் ‘என்னப்பா ஜக்கா! பளைய தோஸ்த்துங்களையெல்லாம் கண்டுக்கவே மாட்டியா?’ என்றான். நாங்க உனுக்காகக் கவலைப் பட்டு இளைச்சுப் போயிக்கிட்டிருக்கிறோம், நீயானா எங்களை நிமுந்து கூடப் பார்க்க மாட்றியே!’

அவன் கூட்டாளிகள் சிரித்தார்கள். ‘சரிதான் வுடுப்பா. பொளைச்சுப் போவட்டும்.’

ஜக்கா தரையைப் பார்த்தபடியே ஆடாமல் அசங்காமல் உட்கார்ந்திருந்தான்.

‘எதுக்குப்பா கண்ணு, இத்தினி கோவிச்சுக்கறே? ஒரே சோகமா வேற இருக்குறே? எவளாச்சும் பொண்ணுங்க நெனைப்பு வந்து பாடாப் படுத்துதோ?’

இந்த வேடிக்கையை மிகவும் ரசித்துக்கொண்டிருந்த போலீஸ்காரர்கள் அரை மனதாக ‘போவலாம். நட’ என்றார்கள்.

‘உன்னோட பளைய தோஸ்த்துக்கு ஒரு வணக்கம் கூடச் சொல்ல மாட்டியா? சரி சரி, நானே சொல்றேன். சத் ஸ்ரீ அகால்ஜி, சர்தார் ஜக்கத் சிங் அண்ணே! சரி, யாருக்காச்சும் ஏதும் சேதி சொல்லி அனுப்பணுமா, இல்லே காதல் கடிதாசு கொண்டு போய்க் கொடுக்கணுமா? இந்த... நம்ம தறிக்காரப் பொண்ணுக்கு?’

ஜக்கா காதிலேயே விழாததுபோல் கம்பிகளூடே வெறித்துப் பார்த்துக் கொண்டிருந்தான். கோபத்தில் அவன் முகத்திலிருந்த ரத்தம் வடிந்துபோய் முகமே வெளுத்துவிட்டது. கம்பியைச் சுற்றி அவன் கைப்பிடி இறுகியது.

மல்லி சிரிக்கும் தன் தோழர்கள் பக்கம் திரும்பினான். ‘சர்தார் ஜக்கத் சிங் இன்னிக்கு ஏதோ கவலைல இருக்காரு போல. நாம என்ன சொன்னாலும் பதில் பேச மாட்டாரு. பரவாயில்லே. நாமளே அவருக்கு வணக்கம் சொல் லிட்டுப் போவோம்.’ மல்லி தன் விலங்கிட்ட கைகளைக் கூப்பியபடியே இரும்புக் கம்பிக் கதவின் பக்கம் குனிந்து வணங்கினான். உரக்க ‘சத்... ஸ்ரீ...’ என்று ஆரம்பித்தான்.

திடீரென்று கம்பிகளின் இடைவெளி வழியே ஜக்காவின் கைகள் மின்னல் போல் நீண்டன! மல்லியின் தலைப்பாகைக்கு வெளியே கழுத்துப்புறத்தில் நீட்டிக் கொண்டிருந்த தலை முடியைப் பற்றி இழுத்தான் ஜக்கா. தலைப்பாகை கழன்று விழுந்தது. ஜக்கா கொலை வெறிக் கூச்சலுடன் மல்லியின் தலையைச் சொடுக்கி இழுத்துக் கம்பிக் கதவில் பலமாக மோதினான். வேட்டை நாய் ஒன்று கந்தல் துணியைக் கவ்வி அப்படியும் இப்படியும் ஆட்டுவதுபோல் மல்லியின் தலையை உலுக்கி உலுக்கி இரும்புக் கம்பியில் மோதினான். ஒவ்வொரு மோதலுக்கும் நாராசமான வசவு வெடித்து வந்தது: ‘இது உங்க அம்மாளுக்கு! இது உன்னோட தங்கச்சிக்கு! இது உன்னோட மகளுக்கு! இந்தா உங்க அம்மாளுக்கு இன்னொரு தரம்! இந்தா. இந்தா!’

இதுவரை நாற்காலியில் அமர்ந்து நடந்ததையெல்லாம் பார்த்துக் கொண்டிருந்த இக்பால், அறையின் மூலையில் போய் நின்றுகொண்டு போலீஸ்காரர்களைப் பார்த்துக் கத்த ஆரம்பித்தான்: ‘ஏதாச்சும் செய்யுங் களேன்யா! இவன் அந்தாளைக் கொன்னே போட்டுருவான் போலிருக்குதே!’

போலீஸ்காரர்களும் தலைக்குத் தலை கூச்சலிட ஆரம்பித்தார்கள். ஒருவர் ரைஃபிளைத் திருப்பிக்கொண்டு ஜக்காவின் முகத்தில் இடித்து அவனைத் தள்ள முயன்றார். ஜக்கா தலையை வளைத்துத் தப்பித்துவிட்டான். இதற்குள் மல்லியின் முகம் முழுவதும் ரத்தச் சிதறலாகிவிட்டது. மண்டையிலும் நெற்றியிலும் காயம். வலி தாங்காமல் கதற ஆரம்பித்தான்.

சப் இன்ஸ்பெக்டர் ஓடி வந்து ஜக்காவின் கைகளில் பிரம்பால் சுளீர் சுளீரென்று அடித்தார். ஆனால் ஜக்கா பிடித்த பிடியை விடுவதாக இல்லை. ‘சப் இன்ஸ்பெக்டர் ரிவால்வரை உருவி ஜக்காவை நோக்கி நீட்டினார். ‘பன்னி! பன்னி! அவனை விடு. இல்லேன்னா சுட்டுத் தள்ளிருவேன்!’

ஜக்கா மல்லியின் தலையை இரண்டு கையாலும் பிடித்துத் தூக்கி அவன்
முகத்தில் துப்பினான். திட்டியபடியே அவனைத் தள்ளி வீசினான். மல்லி
குவியலாகக் கீழே விழுந்தான். அவன் முடி கலைந்து முகம் தோள் எங்கும்
பரவிக் கிடந்தது. மல்லியின் கூட்டாளிகள் அவனை எழுப்பி உட்கார்த்தி
முகத்தில் இருந்த ரத்தத்தையும் எச்சிலையும் அவன் தலைப்பாகைத் துணி
யாலேயே துடைத்துவிட்டார்கள்.

மல்லி குழந்தை மாதிரி அழுதான். 'உங்க ஆத்தாளுக்கு சாவு வரட்டும்!
பன்னிப் பயலே! இரு இரு. இதுக்கெல்லாம் சேர்த்து வெச்சு உன்னைக்
கவனிச்சுக்கறேன்!' என்று அலறினான்.

போலீஸ்காரர்கள் மல்லியையும் அவன் கூட்டத்தையும் வெளியே
அழைத்துப் போனார்கள். போலீஸ் ஸ்டேஷனிலிருந்து வெகுதூரம் போகும்
வரை மல்லியின் அழுகுரல் கேட்டுக்கொண்டே இருந்தது.

ஜக்கா, ஆத்திரத்தில் வெடிப்பதற்கு முன்பு இருந்த மோன நிலையில் மறுபடி
வீழ்ந்தான். கைகளைத் திருப்பி இன்ஸ்பெக்டர் அடித்ததில் வரி வரியாக
இருந்ததைப் பார்த்துக்கொண்டான்.

ஆனால் இக்பால் இன்னும் பரபரப்புடன் கூச்சலிடுவதை நிறுத்தவில்லை.
ஜக்கா கோபத்துடன் அவன் பக்கம் திரும்பினான். 'வாயை மூடு தம்பி! இந்தக்
கூவு கூவுறியே, உன்னை நான் என்ன செஞ்சேன்?'

ஜக்கா அவனிடம் இது போல முரட்டுத்தனமாகப் பேசியதே இல்லை
என்பதால் இக்பாலுக்கு இன்னும் கிலி அதிகரித்துவிட்டது. 'இன்ஸ்பெக்டர்
சார்! இந்தப் பக்கத்து செல்தான் காலி ஆயிருச்சே, என்னை அங்கே
அனுப்பிருங்களேன்?' என்றான்.

சப் இன்ஸ்பெக்டர் இகழ்ச்சியாகச் சிரித்தார். 'செய்யலாமே, மிஸ்டர்
இக்பால்! உங்க சௌகரியம்தானே எங்களுக்கு முக்கியம்? டேபிள், சேர்,
எலெக்ட்ரிக் ஃபேன், எல்லாம் கொண்டு வரவா?'

3

மானோ மாஜரா

ரயில் நிறைய வந்த சரக்கு, மனிதச் சடலங்கள் என்பது தெரிந்தவுடன் மானோ மாஜராவே அதிர்ச்சியில் பேச்சு மூச்சில்லாமல் உறைந்துபோய்விட்டது. மக்கள் கதவை யெல்லாம் பூட்டித் தாழ்ப்பாள்மேல் தாழ்ப்பாளாகப் போட்டுக்கொண்டார்கள். அன்று ராத்திரி முழுவதும் தூங்க முடியவில்லை. கிசுகிசுவென்று பேசிக்கொண்டே இருந்தார்கள். அக்கம் பக்கத்துக்காரர்கள் எல்லாம் நமக்கு எதிராகத் திரும்பிவிட்டார்களோ என்று பயமாக இருந்தது. எல்லோரும் தத்தமக்கு நண்பர்களை, நம்பிக் கையானவர்களைத் தேட ஆரம்பித்தார்கள்.

மேகங்கள் வந்து நட்சத்திரங்களை மறைத்தன. காற்றில் குளிர்ந்த ஈர மணம் வீசியது. ஆனால் ஒருவரும் அதைக் கவனிக்கவில்லை.

பொழுது விடிந்து மழை பெய்வதைக் கண்டவுடன் முதலில் நினைவுக்கு வந்தது ரயிலும் எரியும் பிணங் களும்தான். மொத்த கிராமமும் கூரைமேல் ஏறி நின்று ஸ்டேஷன் பக்கம் பார்த்தது. அந்த ரயில், வந்தது போலவே மாயமாக மறைந்துவிட்டிருந்தது. ஸ்டேஷன் வெறிச்சோடிப் போயிருந்தது. ராணுவக் கூடாரங்கள் மழையில் ஊறிப்போய், பரிதாபமாக இருந்தன. நெருப்போ புகையோ தென்படவில்லை. எங்கும் உயிர்

நடமாட்டமோ, அல்லது மரணத்தின் சுவடோகூடத் தெரியவில்லை. இருந்தும் ஊர்க்காரர்கள் வைத்த கண் வாங்காமல் ரயில்வே நிலையத்தையே பார்த்துக்கொண்டிருந்தார்கள். பிணங்களை நிரப்பிக்கொண்டு இன்னொரு ரயில் வந்தாலும் வரலாம், யார் கண்டது?

நடுப்பகல் ஆனபோது மேகங்கள் மேற்குப் புறமாக உருண்டோடிவிட்டன. மழை, காற்று மண்டலத்தை அலம்பிவிட்டிருந்தது; பல மைல் தூரத்துக்குத் தெளிவாகப் பார்க்க முடிந்தது. ஊர்க்காரர்கள் துணிச்சலாக வெளியே வந்து யாருக்காவது ஏதாவது கூடுதல் விவரம் தெரியுமா என்று பார்த்தார்கள். பிறகு மறுபடி கூரைமீது ஏறிக்கொண்டார்கள். இப்போது மழை நின்றுவிட்டது. இருந்தும் ரயில்வே பிளாட்பாரத்திலோ, பயணிகள் தங்கும் கொட்டகையிலோ, ராணுவக் கூடாரத்திலோ ஒரு ஈ காக்கை தென்படவில்லை.

ரயில் நிலையத்தின் சுவர் மீது வரிசையாகப் பல கழுகுகள் உட்கார்ந்திருந்தன. உயரத்தில் கருடன்கள் வட்டமடித்தன!

அப்போதுதான் ஹெட் கான்ஸ்டபிளும் அவரது போலீஸ் படையும் கைதிகளை அழைத்துக்கொண்டு மானோ மாஜராவை நோக்கி அணி வகுத்து வந்தார்கள். தூரத்தில் அவர்கள் வந்துகொண்டிருக்கும்போதே கவனித்து விட்ட ஊர்க்காரர்கள் ஒருவருக்கொருவர் சத்தம் போட்டுச் செய்தியைப் பரப்பினார்கள். தலையாரி வரவழைக்கப்பட்டார். போலீஸ் குழு வந்து சேர்ந்தபோது கோவிலின் அருகே அரச மரத்தடியில் ஒரு பெரிய கூட்டமே கூடியிருந்தது.

அத்தனை பேரும் பார்த்துக்கொண்டிருக்கும்போதே ஏட்டு, கைதிகளின் விலங்குகளைக் கழற்றினார். காகிதங்களில் அவர்களிடம் கை நாட்டு பதித்துக் கொண்டார். வாரம் இரண்டு முறை தப்பாமல் போலீஸ் ஸ்டேஷனுக்கு வந்து ஆஜர் கொடுக்கவேண்டும் என்று சொல்லிவிட்டு அவர்களைப் போக அனுமதித்தார்.

ஊர் மக்கள் அவலக் கசப்புடன் அந்தக் காட்சியைப் பார்த்துக்கொண்டிருந் தார்கள். ரௌடி ஜக்காவுக்கும் சரி, புதிதாக வந்த ஆசாமிக்கும் சரி, கொள்ளையில் எந்தப் பங்கும் கிடையாது என்பது அவர்களுக்கெல்லாம் தெரியும்! மல்லியின் கூட்டத்தைப் போலீசார் கைது செய்தது சரிதான் என்பதும் அவர்களுக்குத் தெரியும். அவர்கள் ஐந்து பேருமே வேண்டு மானால் கொள்ளையில் சம்பந்தப்படாதவர்களாக இருக்கலாம்; அதில் இரண் டொருவர் தப்பாகக் கைதாகியிருக்கலாம். ஆனால் அந்தக் கூட்டம் முழுவதுமே அப்பாவிகள் என்றால் நம்புவது கடினம்!

இருந்தும் போலீஸ் அவர்களை விடுதலை செய்கிறது. அதிலும் அவர்களு டைய ஊரில் கூடக் கொண்டுபோய் விடவில்லை. கொலை நடந்த ஊரிலேயே கொண்டுவந்து விடுகிறார்கள். போலீஸ்காரர்கள் இப்படி ஒரு நடவடிக்கை எடுக்கிறார்கள் என்றால், இவர்கள் குற்றம் செய்யாதவர்கள் என்று நிறையவே நம்பிக்கை இருக்கவேண்டும்.

ஏட்டு தலையாரியைத் தனியாக அழைத்துப்போய் சிறிது நேரம் பேசினார். தலையாரி திரும்ப வந்து ஊர்க்காரர்களைப் பார்த்துக் கேட்டார்: 'உங்க யாருக்காச்சும் நம்ம ரவுடி சுல்தானா எங்க இருக்கான்னு தெரியுமா, அவன் கூட்டத்தைப் பத்தி ஏதும் கேள்விப்பட்டீங்களான்னு ஏட்டையா கேக்குறாரு.'

உடனே ஆளாளுக்குத் தகவல் சொல்ல ஆரம்பித்தார்கள். சுல்தானா தன் கூட்டத்துடன் பாகிஸ்தானுக்குப் போய்விட்டான்; ஏனென்றால் அவன் கூட்டாளிகள் எல்லோருமே முஸ்லிம்கள்; அவர்கள் ஊரில் இருந்த முஸ்லிம்கள் அத்தனை பேரும் வெளியேறிவிட்டார்கள்.

ஏட்டு இப்போது தலையாரிக்குப் பக்கத்தில் வந்து நின்றுகொண்டு, 'அவங்க எப்போ போனாங்க? சேட்டு கொலையானதுக்கு அப்புறமா, முன்னாடியா?' என்றார்.

'அப்புறம்தான்!' என்று எல்லோரும் ஒரே குரலில் பதில் சொன்னார்கள். பிறகு ஒரு நீண்ட மௌனம். ஊர்க்காரர்கள் குழப்பத்துடன் ஒருவரை ஒருவர் பார்த்துக்கொண்டார்கள். சுல்தானாவின் கூட்டமா கொலை செய்தது?

அவர்கள் வேறு ஏதும் சந்தேகம் கேட்பதற்குமுன் ஏட்டு மறுபடி கேட்டார்: 'இங்கே ஒரு முஸ்லிம் லீக் பையன் வந்தானே, முகமது இக்பால்னு? அவனைப் பத்தி யாருக்காச்சும் தெரியுமா?'

தலையாரிக்கு ஒரே அதிர்ச்சி! இக்பால் ஒரு முஸ்லிம் என்பது அவருக்குத் தெரியாது. மீத் சிங், இமாம் இருவருமே அவனை இக்பால் சிங் என்று கூப்பிட்ட மாதிரிதான் ஞாபகம். கூட்டத்தில் இமாம் பக்ஷ் எங்கே என்று தேடினார். அவரைக் காணவில்லை.

பல பேர் பரபரப்பாக இக்பாலைப் பற்றியும் அவன் வயல் வரப்பில், ரயில்வே தண்டவாளத்தில், பாலத்தின் அருகில் திரிந்துகொண்டிருந்தான் என்றும் சொன்னார்கள்.

'அந்த ஆளைப் பார்க்கும்போது சந்தேகப்படறா மாதிரி ஏதாச்சும் தோணிச்சா?'

'சந்தேகப்படறா மாதிரின்னா...'

'சந்தேகம் ஏதும் வந்துச்சான்னுதான் கேக்கறேன்? உனக்கு? உனக்கு?'

யாருக்கும் சொல்லத் தெரியவில்லை. இந்தப் படித்த ஆசாமிகளைப் பற்றி எதுவும் நிச்சயமாகச் சொல்ல முடியாது. அவர்கள் குள்ள நரி மாதிரி. அவர்கள் அனைவருமே சந்தேகத்துக்கு உரியவர்களே! அந்தப் பையனைப் பற்றி எந்த விஷயம் என்றாலும் பூசாரி மீத் சிங்குக்குத் தெரிந்திருக்கும். அவனுடைய பெட்டி படுக்கையெல்லாம் இன்னும் குருத்வாராவில்தான் இருக்கிறது.

மீத் சிங்கை எல்லோரும் சேர்ந்து முன்னால் தள்ளினார்கள்.

ஆனால் தலைமைக் காவலர் மீத் சிங்கைப் பொருட்படுத்தவில்லை. மறுபடி கூட்டத்தையே நோக்கிக் கேட்டார்: 'நான் பூசாரிகிட்ட அப்புறமா பேசிக்க

றேன். அந்த ஆளு மானோ மாஜராவுக்கு எப்போ வந்தான்னு தெரியுமா? கொலை நடந்ததுக்கு முன்னாலயா அப்புறமா?'

மறுபடி அதிர்ச்சி! பட்டணத்துத் தம்பி ஒருவனுக்கு, கொலை கொள்ளையில் என்ன சம்பந்தம் இருக்க முடியும்? ஆக, இது பணத்துக்காக நடந்த கொலை இல்லை போலிருக்கிறது! யாருக்கும் புரியவில்லை. இப்போது எல்லாமே குழப்படியாகப் போய்விட்டது.

'சேட்டு கொலையைப் பத்தியோ, சுல்தானா பத்தியோ, முகம்மது இக்பால் பத்தியோ யாருக்காச்சும் தகவல் கிடைச்சா உடனே போலீஸ் டேசனுக்கு வந்து சொல்லுங்க. என்ன?' என்று கூறிக் கூட்டத்தை முடித்து வைத்தார் ஏட்டு.

கூட்டம் சிறு சிறு கும்பல்களாக உடைந்து நின்று பரபரப்பாகப் பேசிக் கொண்டது. ஏட்டு தன் போலீஸ் படையை அணி வகுத்து, திரும்ப லெஃப்ட் ரைட் போட்டுக்கொண்டு போக ஏற்பாடு செய்துகொண்டிருந்தார். மீத் சிங் அவரை அணுகினார்.

'போலீசு அய்யா! நீங்க அன்னிக்குப் புடிச்சிக்கிட்டுப் போனீங்களே, அந்தத் தம்பி முசல்மான் இல்லே. சர்தார்தான். இக்பால் சிங்.'

ஏட்டு அவரைக் கவனிக்கவே இல்லை. ஒரு மஞ்சள் காகிதத்தில் ஏதோ எழுதுவதில் மும்முரமாக இருந்தார். மீத் சிங் பொறுமையாகக் காத்திருந்தார்.

ஏட்டு காகிதத்தை மடித்தபோது 'போலீசய்யா!' என்று மறுபடி ஆரம்பித்தார் மீத் சிங். ஏட்டு அவர் பக்கமே திரும்பவில்லை. ஒரு கான்ஸ்டபிளைக் கூப்பிட்டுக் காகிதத்தை ஒப்படைத்தார். 'ஏதாச்சும் ஒரு சைக்கிள், வண்டி எடுத்துகிட்டு நேராப் போயி, பாகிஸ்தான் ஆர்மி தங்கியிருக்குதே, அங்கே இருக்கற கமாண்டர்கிட்ட இந்தக் கடிதாசைக் கொடு. 'நான் மானோ மாஜராவிலேர்ந்து வர்றேன், அங்கே நிலைமை ரொம்ப மோசமா இருக்குது'ன்னு சொல்லு. உடனே அவங்களோட ஆளுங்களையும் லாரிங்களையும் அனுப்பி, இங்கே இருக்கற முஸ்லிம்களையெல்லாம் பந்தோபஸ்த்தா அளைச்சிக்கிட்டு போகணும்னு சொல்லு. சீக்கிரமா வரச் சொல்லு!'

'எஸ் சார்!' என்றார் கான்ஸ்டபிள். அவர் பூட்ஸ் 'க்ளிக்' என்றது.

மீத் சிங் மறுபடி கெஞ்சிப் பார்த்தார். 'போலீசய்யா...'

'போலீசய்யா, போலீசய்யா, போலீசய்யா!' கோபமாக அடுக்கினார் ஏட்டு. 'இந்த போலீசய்யாவைக் கேட்டுக் கேட்டு என் காதே செவிடாப் போயிரும் போல இருக்கேய்யா! என்ன வேணும், சொல்லித் தொலை!'

'இக்பால் ஒரு சர்தார்தான்.'

'நீ என்ன, அவனோட டிரவுசர் பட்டனைத் தொறந்து அவன் சர்தாரா, முசல்மானான்னு பார்த்தியா? நீ யாரு? கோவில் பூசாரிதானே? போயி பூசை பண்ணு, போ!'

இரண்டு வரிசையாக நின்றிருந்த போலீஸ்காரர்களின் முன்னணி இடத்தில் சென்று பொருத்திக்கொண்டார் ஏட்டு. 'அட்டென்சன்! லெஃப்ட் டர்ன்! மார்ச்!'

ஊர்க்காரர்கள் ஆவலுடன் கேட்ட கேள்விகள் எதற்கும் பதில் பேசாமல் மீத் சிங் கோவிலை நோக்கி நடந்தார்.

★

போலீஸ் படை வந்துவிட்டுப் போன நிமிடத்திலிருந்து மானோ மாஜரா, வெண்ணையினூடே கத்தியால் வெட்டியதுபோல் இரண்டு கூறாகப் பிளவுபட்டுவிட்டது.

முஸ்லிம்கள் தத்தமது வீட்டில் உட்கார்ந்து பேதலித்தார்கள். பாட்டியாலா, அம்பாலா, கபூர்தலா போன்ற இடங்களில் எல்லாம் சீக்கியர்கள் முஸ்லிம் களுக்கு இழைத்த கொடுமைகளை அவர்கள் கதை கதையாகக் கேள்விப் பட்டிருந்தார்கள். அப்போது அதையெல்லாம் பெரிதாக எடுத்துக் கொள்ள வில்லை. இன்றைக்கு அத்தனையும் அலை அலையாக ஞாபகம் வர ஆரம்பித்துவிட்டது...

'பெண்மணிகளின் பர்தாவை விலக்கி ஆடைகளை அகற்றி, கூட்டமான தெருக்கள் வழியே நடத்திப் போய் மார்க்கெட்டில் வைத்து பலாத்காரம் செய்தார்களாம். வெறி பிடித்த கூட்டத்திலிருந்து தப்பிப்பதற்காகப் பல பெண்கள் தற்கொலை செய்துகொண்டார்கள். மசூதிகளுக்குள் பன்றியைக் கொண்டுவந்து வெட்டி அசுத்தம் செய்தார்கள். நம்பிக்கையீனர்கள் புனித குர்ஆனைக் கூடக் கிழித்து எறிந்தார்களாம்.'

திடீரென்று மானோ மாஜராவில் இருந்த ஒவ்வொரு சீக்கியரும் அந்நியமாகி விட்டார்கள். அவர்களின் மனங்களில் என்னென்ன திட்டம் இருக்கிறதோ என்று சந்தேகம் வந்துவிட்டது. ஒவ்வொரு சர்தார்ஜியின் தலைமுடியையும் தாடியையும் பார்த்தால் காட்டுமிராண்டித்தனமாகக் காட்சியளிக்க ஆரம் பித்தது. அவர்கள் இடையில் இருக்கும் கிர்பான் என்ற குறுவாள், முஸ்லிம் களுக்காகவே குறி வைத்துக் காத்திருப்பதாகத் தோன்றியது. பாகிஸ்தான் என்ற சொல்லுக்குத் திடீரென்று ஒரு புதிய அர்த்தம் ஏற்பட்டது: சீக்கியர்களே இல்லாத பாதுகாப்பான இடம் அதுதான்!

இந்தப் பக்கத்தில், சீக்கியர்களும் மனம் குமைந்தார்கள். ஆத்திரப் பட்டார்கள். 'இந்த முசல்மான்களையே நம்பக் கூடாது!' என்று பேசிக் கொள்ள ஆரம்பித்தார்கள். 'முஸ்லிம்களுக்கு நன்றி விசுவாசமே கிடையாது என்று அவர்களுடைய கடைசி குருநாதர் எச்சரித்தாரே, அது ரொம்பச் சரி! இந்தியாவில் நடந்த முஸ்லிம் ஆட்சியின் வரலாற்றைப் புரட்டிப் பார்த்தாலே போதும். சொந்த அப்பனைக் கொன்றோ, சிறையில் தள்ளி விட்டோதான் மகன் பதவியைப் பிடிப்பான். சொந்த அண்ணன் கண்ணைப் பறித்துக் குருடாக்கிவிட்டு அரியணையில் ஏறிக்கொள்வான்!'

‘அது இருக்கட்டும். நம் சீக்கிய சமுதாயத்தை அவர்கள் என்ன பாடு படுத்தியிருக்கிறார்கள்? இரண்டு குருமார்களுக்கு மரண தண்டனை கொடுத்தார்கள். மற்றொருவரை வஞ்சகமாகத் தீர்த்துக்கட்டினார்கள். அவருடைய பச்சிளம் குழந்தைகளைக் கூடக் கசாப்புக்காரன் மாதிரி கொன்றுபோட்டார்கள். இஸ்லாமை ஏற்க மறுத்த ஒரே குற்றத்துக்காக எத்தனை லட்சம் பேரை வாளுக்கு இரையாக்கினார்கள்! கோவில்களுக்குள் பசுமாட்டை வெட்டினார்கள். கிரந்தப் புத்தகத்தைச் சுக்கு நூறாகக் கிழித்துப் போட்டார்கள்.’

‘பெண்களை, இந்த முஸ்லிம்கள் என்றைக்குமே மதிக்க மாட்டார்கள். அவர்கள் கையில் சிக்காமல் இருப்பதற்காக ஏராளமான பெண்கள் கிணற்றில் குதித்தும் நெருப்பில் எரிந்தும் செத்ததையெல்லாம் சீக்கிய அகதிகள் வந்து சொன்னார்கள். தற்கொலை செய்துகொள்ளாத பெண்களையெல்லாம் நிர்வாணமாகத் தெருவில் இழுத்துப்போய், எல்லோரும் பார்க்குமாறு பாலியல் வன்முறைக்கு ஆளாக்கிவிட்டுத்தான் கொலை செய்தார்கள். முஸ்லிம்களால் படுகொலையான சீக்கியர்கள் ஒரு ரயில் நிறைய மானோ மாஜராவுக்கு வந்தார்கள். இங்கேதான் அவர்களுக்குத் தகனம் நடந்தது. எத்தனையோ இந்துக்களும் சீக்கியர்களும் பாகிஸ்தானில் தங்கள் வீடு வாசலையெல்லாம் விட்டுவிட்டு வந்து மானோ மாஜராவில் தஞ்சம் புகுந்திருக்கிறார்கள்.’

‘இத்தனைக்கும் மேலாக, ஊருக்குள் ராம்லால் கொலை நடந்திருக்கிறது. அவரைக் கொன்றவர்கள் யார் என்பது ஒருவருக்கும் தெரியாது. ஆனால் ராம்லால் ஓர் இந்து என்பது எல்லோருக்கும் தெரியும். சுல்தானாவும் அவன் கும்பலும் முஸ்லிம்கள். இப்போது பாகிஸ்தானுக்கு ஓடிப்போய் விட்டார்கள். யாரோ ஊர் பேர் தெரியாத ஆசாமி ஒருவன், தாடியும் இல்லாமல் டர்பனும் இல்லாமல் ஊரில் சுற்றிக்கொண்டிருக்கிறான்...’

இதையெல்லாம் சேர்த்து வைத்துப் பார்த்தபோது, அவர்களுக்குக் கோபம் வந்தது! யார் மேல் என்று தெரியாமலேயே கோபம் வந்தது. எனவே அவர்கள் முஸ்லிம்கள்மீது கோபப்படலாம் என்று முடிவு செய்தார்கள். ‘முஸ்லிம் களுக்குத்தான் அடிப்படை நன்றி விசுவாசமே கிடையாது!’

சீக்கியர்கள் எப்போதுமே காரண காரியங்களை அலசி ஆராய்வதில் அவ்வளவாகத் திறமையற்றவர்கள். அதிலும் ஒரு சர்தார்ஜி உணர்ச்சி வசப்பட்டுவிட்டால், தர்க்க நியாயங்கள் எல்லாம் எங்கோ ஓடிப் போய் ஒளிந்துகொண்டுவிடும்!

அன்று இரவு இருளடித்துக் கிடந்தது. மேகங்களைக் கலைத்துவிட்ட காற்றே அவற்றை மறுபடி ஓட்டிக்கொண்டு வந்துவிட்டது. முதலில் வெண் பஞ்சு இழைகளாக மேகங்கள் வந்தன. நிலா தன் முகத்தில் வந்து படிந்த மேகங் களைத் துடைத்துக்கொண்டது. பிறகு பொதி பொதியாக மேகங்கள் வந்து குவிந்து நிலவொளியைத் துடைத்துப் போட்டன. வானமே அழுக்குச் சாம்பல் நிறத்துக்கு மாறிவிட்டது.

விடாமல் முண்டி மோதிப் பார்த்தது நிலா. அது தப்பித்துத் தலை நீட்டும் போதெல்லாம் சமவெளியில் ஆங்காங்கே வெள்ளித் தாம்பாளங்கள் மின்னின. பிறகு கரு மேகங்கள் ராட்சசப் படை அணிவகுப்பு போல் திமுதிமுவென்று வந்து வானத்தை மறைத்தன. இடியோ மின்னலோ இல்லாமல் திடீரென்று கொட்ட ஆரம்பித்தது மழை.

சீக்கிய விவசாயிகள் கூட்டம் ஒன்று தலையாரி வீட்டில் கூடியது. அரிக்கேன் லாந்தரைச் சுற்றி அவர்கள் கட்டில்மீதும் தரையிலும் வட்டமாக உட்கார்ந் திருந்தார்கள். மீத் சிங்கும் அங்கே இருந்தார்.

நெடு நேரத்துக்கு யாரும் ஒன்றும் பேசவில்லை. 'நம் பாவங்களுக்காகத்தான் கடவுள் நம்மைத் தண்டிக்கிறார்' என்று மட்டும் எல்லோரும் புலம்பிக் கொண்டிருந்தார்கள்.

'ஆமாம். செஞ்ச பாவத்துக்காக சாமிதான் நம்மைத் தண்டிக்குது.'

'பாகிஸ்தான்லகூட நிறையக் கொடுமை நடக்குதுல்ல?'

'நாம செஞ்ச பாவத்துக்கு அங்க தண்டனை கிடைக்குது. வினையை விதைச்சவன் பின்னால அறுத்துத்தானே ஆவணும்?'

இப்போது இளைஞன் ஒருவன் சந்தேகம் எழுப்பினான்: 'அதுக்கு நாம என்ன செஞ்சோம்? முசல்மானுங்களையெல்லாம் நம்ம அண்ணன் தம்பிங்களாத் தானே நினைச்சுப் பளகினோம்? இப்ப எதுக்காக நம்மையே வேவு பார்க் கறதுக்கு ஒரு ஆளை அனுப்பியிருக்காங்க?'

'இக்பாலைப் பத்திச் சொல்றியா?' என்றார் மீத் சிங். 'நான் அந்தத் தம்பிகூட ரொம்ப நேரம் பேசிக்கிட்டு இருந்தேன். கையில நம்ம எல்லாரையும் போலத் தான் இரும்புக் காப்பு போட்டிருக்காரு. காப்பைக் களட்டக் கூடாதுன்னு அவங்க அம்மா சொல்லி வெச்சிருந்தாங்களாம். அதனாலதான் போட்டிருக் காரு. ஆனா தாடியை சரைச்சுட்டிருக்காரு, அவ்வளவுதான். சிகரெட்டு, கிகரெட்டுகூடப் பிடிக்கறதில்லை. அவரு இந்த ஊருக்கு வந்ததே சேட்டு கொலையானதுக்கு அடுத்த நாளுதானே?'

'யாரும் உங்களை சுளுவா ஏமாத்திரலாம் மாமா!' என்றான் முதலில் பேசிய இளைஞன். 'ஒரு முசல்மானா இருக்கிறவனுக்கு, கையில ஒரு காப்பு வாங்கி மாட்டிக்கறதுக்கு எத்தினி நேரம் ஆவும், சொல்லுங்க? முக்கியமா வேலை இருக்கற அன்னிக்கு ஒரே ஒரு நாளைக்கு பீடி சிகரெட்டு புடிக்காம இருக்கத் தான் முடியாதா?'

'சரி சரி. நான் சூது வாது தெரியாத பூசாரியாவே இருந்துட்டுப் போறேன்.' அன்புடன் மறுத்தார் மீத் சிங். 'ஆனா அந்தத் தம்பிக்கு இந்தக் கொலையில எந்தச் சம்பந்தமும் கிடையாதுன்னு உனக்கும் தெரியும், எனக்கும் தெரியும். இருந்துச்சுன்னா அதுக்குப் பெறகும் ஆளு இந்த ஊர்ல தங்குவானா என்ன? மரமண்டைக்குக் கூடப் புரியுமே!'

இளைஞனுக்குச் சற்று அவமானமாகிவிட்டது. மீத் சிங் தன்னம்பிக்கையுடன் தொடர்ந்தார்: 'அந்தக் கொள்ளைக்காகத்தானே மல்லியைப் புடிச்சாங்க?'

'மல்லியை எதுக்காகப் புடிச்சாங்கன்னு உங்களுக்கு எப்பிடிங்க சாமி தெரியும்? அவனைத்தான் விட்டுட்டாங்களே! கொலைகாரனா இருந்தா கோர்ட்டு, கேசுன்னு விசாரிக்காமயா வெளியே விடுவாங்க?'

'பூசாரி ஐயா, நீங்க எப்பவுமே கொஞ்சம் விவரமில்லாமத்தான் பேசறீங்க.'

'அடி சக்கை! உங்களுக்குத்தான் ரொம்ப வெவரம் தெரியுமுன்னா, ஜக்கா வீட்டுல வளையலைத் தூக்கி எறிஞ்சது யாருன்னு சொல்லுங்க பார்ப்போம்?'

கூட்டமே கோரஸாக 'எங்களுக்கு எப்பிடித் தெரியும்?' என்றது.

'அதான் நான் சொல்றது. ஜக்காவோட விரோதி யாரு? மல்லி. அவனோட வேலைதான் இது. அவங்களுக்குள்ள சண்டை வந்துருச்சுன்னு உங்க எல்லாருக்கும் தெரியும். ஜக்காவைப் பரிகாசம் பண்றதுக்கு வேற யாருக்கு தைரியம் இருக்குது?'

இந்தக் கேள்விக்கு யாரும் பதில் சொல்லவில்லை. தன் தரப்பை நிலை நாட்டுவதற்காக மீத் சிங் போர்க் கோலம் பூண்டார். 'இப்ப திடீருன்னு வந்து சுல்தானா, சுல்தானாங்கிறாங்க. அவனுக்கும் இந்தக் கொலைக்கும் என்ன சம்பந்தம் இருக்குது?'

'பூசாரி ஐயா, நீங்க சொல்றதுதான் சரின்னு வெச்சுப்போம்' என்றான் மற்றொரு இளைஞன். 'சேட்டுதான் செத்துப் போயிட்டாரு. இனிமே அவரைப் பத்தி நமக்கு என்ன கவலை? அந்தக் கவலையைப் போலீசுக் காரங்க படட்டும்! ஜக்கா, மல்லி, சுல்தானா எல்லாரும் எப்பிடியோ அவங்க சண்டையைத் தீர்த்துக்கிடட்டும். அந்த வெளியூர்க்காரப் பையன் போயித் தன்னோட சொந்த அம்மாகூட வேணாப் படுத்துக்கிடட்டும்! நம்ம பிரச்னை என்னன்னா, நம்ம கூடவே இருக்கற இந்தப் பன்னிங்களை என்ன செய்யப்போறோம்? தலைமுறை தலைமுறையா நம்ம உப்பைத் தின்னுட்டு இப்ப என்ன செஞ்சுட்டாங்க பாருங்க! அவனுங்களையெல்லாம் நம்ம அண்ணனா தம்பியா நினைச்சுப் பளகினோமே? கடைசில பாம்புப் புத்தியைக் காட்டிட்டானுங்களே!'

கூட்டத்தில் திடீரென்று வெப்பம் அதிகரித்துவிட்டது.

மீத் சிங் கோபத்துடன் குறுக்கிட்டார். 'அப்பிடி அவங்க என்னதாண்டா கெடுதல் செஞ்சுட்டாங்க உனக்கு? உன்னோட வீடு வாசல் நிலத்தை யெல்லாம் புடுங்கிக்கிட்டாங்களா? உங்க வீட்டுப் பொம்பளைங்களைக் கையைப் புடிச்சு இளுத்தாங்களா? சொல்லுடா, அவங்க என்ன குத்தம் செஞ்சாங்க?'

'நம்ம ஊருக்கு அகதிங்களா வந்து நிக்கறாங்களே, அவங்களைக் கேளுங்க. முசல்மான்கள் செஞ்ச அக்கிரமம், அக்குறும்பு எல்லாம் வெளியே வரும்' என்றான் முதலில் விவாதத்தை ஆரம்பித்துவைத்த வம்பன். 'குருத்வா

ராவைக் கொளுத்தறாங்க, நம்ம ஆளுங்களையெல்லாம் வெட்டிப் போடறாங்கன்னு கதை கதையா சொல்றாங்களே, அதெல்லாம் பொய்யா?'

'இப்ப பேச்சு மானோ மாஜராவைப் பத்தித்தான். நம்மளோட கூலி ஆளுங்க எல்லாம் என்ன தப்பு செஞ்சாங்க?'

'அவங்கள்லாம் முசல்மானுங்க!'

இதைக் கேட்டுவிட்டு மீத் சிங் இரண்டு கையையும் விரித்துவிட்டார். தலையாரி, இனி தானே தலையிட்டுத்தான் விவாதத்தை முடித்து வைக்க வேண்டியிருக்கும் என்று நினைத்து, 'சரி, சரி. நடக்க வேண்டியது என்னவோ நடந்து போச்சு' என்றார் ஞானி போல. 'இனிமே நாம செய்யவேண்டியது என்னன்னுதான் யோசிக்கணும். கோவில்ல வந்து தங்கியிருக்கற அகதிங் கள்லாம் ஏதாச்சும் ஒண்ணு கிடக்க ஒண்ணு செஞ்சு வெச்சுட்டாங்கன்னா நம்ம ஊருக்கே கெட்ட பேரு வந்துரும்.'

'ஒண்ணு கிடக்க ஒண்ணு' என்ற அந்த வார்த்தையில் கூட்டத்தின் மன நிலையே சட்டென்று மாறியது. வெளி ஆள்கள் இங்கே வந்து நம்முடைய சொந்த ஊர் மக்களை 'ஒண்ணு கிடக்க ஒண்ணு' செய்யத் துணிவதா? அதை நாம் பார்த்துக்கொண்டு சும்மா இருப்பதா?

இதுதான் தன்னுடைய இனத்துக்கு விசுவாசம் என்பது. இதற்கெல்லாம் காரணகாரியமே சொல்ல முடியாது. சொந்த ஊர்க்காரர்களுக்கு ஏதாவது ஒன்று என்று வந்துவிட்டால் அங்கே வேறு பேச்சே இல்லை. சற்று நேரம் முன்பு தான் முஸ்லிம்களைப் பன்றிகள் என்று வர்ணித்த இளைஞன் இப்போது நெஞ்சை நிமிர்த்திக்கொண்டு சொன்னான்: 'நம்ம ஒடம்புல உசிரு இருக்கற வரைக்கும் ஒரு பய நம்ம ஊர்க்காரங்க மேல சுண்டு விரலை வைக்கட்டும்... பிறகு நடக்கிறதே வேற!'

தலையாரி அவனைக் கண்டித்தார். 'தா...உன் தலை கழுத்துலியே நிக்க மாட்டேங்குதே! ஒரு நேரம் பார்த்தா முசல்மானுங்களைக் கொல்லணும்னு கெச்சம் கட்டிக்கிட்டு நிக்கிறே. அடுத்த நிமிசம் என்னடான்னா, அகதிங் களைத் தொலைச்சுக் கட்டுவேங்கறே! நாங்க ஒண்ணு பேசிக்கிட்டிருந்தா, நீ வேற ஏதோ பெனாத்துறியே!'

பிறகு தலையாரி குரலைத் தழைத்துக்கொண்டு 'தம்பிங்களா, இங்க கேளுங்க' என்றார். 'கோபதாபத்துக்கெல்லாம் இப்ப நேரமில்லை. இங்க யாரும் யாரையும் கொல்லணுமின்னு ஆசைப்படலை. ஆனா, மத்த வெளி ஆளுங்க என்ன செய்வாங்கன்னு யாருக்குத் தெரியும்? இன்னிக்கு நம்ம ஊருக்கு நாப்பது ஐம்பது அகதிங்க வந்திருக்காங்க. சாமி புண்ணியத்துல எல்லாரும் அமரிக்கையா இருக்கற மாதிரிதான் தெரியறாங்க. ஆனா நாளைக்கே தாய் தமக்கையைப் பறிகொடுத்தவங்க யாராச்சும் வந்தாங் கன்னா? அவங்களை எங்க ஊருக்கு வராதீங்கன்னு சொல்ல முடியுமா? அப்படி வந்தவங்க, இங்க நம்ம குடிக் கூலிங்ககிட்ட கோவத்தைத் தீர்த்துக்கிட்டாங்கன்னா என்ன செய்யறது?'

‘இப்ப சொன்னீங்களே, ஒரு பேச்சு... அது லெச்ச ரூபா பெறும்!’ என்றார் ஒரு கிழவர். ‘அதைப் பத்தியும் நாம் யோசிக்க வேண்டியிருக்கே.’

அந்த எளிய விவசாயிகள் இந்தப் பிரச்னையைப் பற்றி யோசித்தார்கள். அகதிகளுக்குப் புகலிடம் தர மறுக்க முடியாது. விருந்தோம்பல் என்பது பொழுதுபோக்கு அல்ல; அது ஒரு புனிதக் கடமை. வீடு வாசல் இழந்தவர்கள் அடைக்கலம் என்று வரும்போது அதைத் தட்டிக் கழிக்க முடியாது; ஆனால் அதற்காக நம் ஊரைச் சேர்ந்த முஸ்லிம்களை வெளியே போகச் சொல்ல முடியுமா? அதுவும் முடியாது! சொந்த ஊர்க்காரர்களிடம் விசுவாசம் என்பது எல்லாவற்றையும்விட உயர்ந்த கடமை.

யார் என்னதான் ஆவேசமாகப் பேசினாலும், முஸ்லிம்களை வெளியேற்ற வேண்டும் என்று சொல்ல யாருக்கும் திராணி இல்லை. இத்தனைக்கும் அங்கே கூட்டத்தில் இருந்தவர்கள் அத்தனை பேரும் சீக்கியர்கள்தான்.

கூட்டம் இப்போது கோபம் கரைந்து குழப்பத்தில் ஆழ்ந்தது.

சற்று இடைவெளிக்குப் பிறகு தலையாரி பேசினார்: ‘அக்கம் பக்கத்து ஊர்ல உள்ள முஸ்லிம்களையெல்லாம் காலி செய்யச் சொல்லி சண்டு நகர் பக்கத்துல அகதி முகாமுக்கு அனுப்பிட்டாங்க. பாதிப் பேரு ஏற்கெனவே பாகிஸ் தானுக்குப் போயிட்டாங்க. மத்தவங்களையும் ஜலந்தர் பக்கத்தில பெரிய முகாமுக்கு அனுப்பறாங்க.’

‘ஆமாமாம்’ என்று சேர்ந்துகொண்டார் மற்றொருவர். ‘கபூர்தலா, குஜ்ஜு மட்டா எல்லாம் போன வாரமே காலி ஆயிருச்சு! மானோ மாஜராவில மட்டும்தான் முசல்மான்கள் இன்னும் இருக்காங்க... ஆனா எனக்கு இதில ஒண்ணுதான் புரியலை. தன்னோட சொந்த ஊருக்காரங்களைப் பார்த்து ‘ஊரை விட்டுப் போங்க’ன்னு அவங்க எப்படிச் சொல்லிட்டாங்க? நம்ம ளோட குடிக் கூலிங்களை நாம என்னிக்காவது அப்படிச் சொல்வோமா? வீட்டை விட்டுப் போடான்னு சொந்த மகனை எப்பிடி அனுப்பறது? அது மாதிரிதானே இதுவும்? இங்க இருக்கறவங்க யாருக்காச்சும் முசல்மான் களைப் பார்த்து, ‘அண்ணே, மானோ மாஜராவை விட்டுப் போயிருங்க’ன்னு சொல்ல மனசு வருமா?’

இதற்கு யாரும் பதில் சொல்வதற்குள், வாசலில் யாரோ வந்து நிற்பது தெரிந்தது. எல்லோரும் திரும்பிப் பார்த்தார்கள். விளக்கின் சன்னமான வெளிச்சத்தில் ஆள் அடையாளம் தெரியவில்லை.

தலையாரி விளக்கு வெளிச்சத்தைக் கையால் மறைத்துக்கொண்டு ‘யாரு அது?’ என்றார். ‘உள்ளே வாங்க!’

இமாம் பக்ஷ் உள்ளே நுழைந்தார். கூடவே இன்னும் இருவர். எல்லோரும் முஸ்லிம்கள்.

‘சலாம், இமாம் சித்தப்பூ! சலாம், கைர் தீனா! சலாம், சலாம்.’

‘சத் ஸ்ரீ அகால், தலையாரி ஐயா. சத் ஸ்ரீ அகால்’ என்றனர் முஸ்லிம்கள். எல்லோரும் நகர்ந்துகொண்டு அவர்கள் உட்கார இடம் கொடுத்தார்கள். இமாம் பக்ஷ் பேச்சை ஆரம்பிக்கட்டும் என்று காத்திருந்தார்கள்.

இமாம் தாடியை விரல்களால் கோதிக்கொண்டார். ‘அப்போ..., எங்களைப் பத்தி என்ன முடிவு பண்ணியிருக்கீங்க?’ என்றார் அமைதியாக.

சிறிது நேரம் உறுத்தும் மௌனம். எல்லோரும் தலையாரியின் முகத்தைப் பார்த்தார்கள்.

‘எங்ககிட்டே என்னத்துக்குக் கேக்கிறீங்கய்யா?’ என்றார் தலையாரி. ‘இந்த ஊருங்கறது எங்களுக்கு மட்டுமில்லே, உங்களுக்கும்தான் சொந்தம்.’

‘ஊரெல்லாம் என்ன பேச்சா இருக்குதுன்னு உங்களுக்குத் தெரியுமில்லே? அக்கம் பக்கத்து ஊருங்க எல்லாம் காலி ஆயிருச்சு! நாங்க மட்டும்தான் பாக்கி. நீங்க எங்களைப் ‘போ’ன்னு சொன்னீங்கன்னா, நாங்களும் கிளம்பிடறோம்.’

மீத் சிங் மெதுவாகப் பொடி போடுவதில் மும்முரமாகிவிட்டார். இந்த நேரத்தில் வாயைத் திறக்க வேண்டாம் என்று முடிவு செய்தார். சொல்ல வேண்டியதையெல்லாம் எப்போதோ சொல்லி ஆகிவிட்டது. என்ன இருந் தாலும் நாம் ஒரு சாதாரணக் கோவில் பூசாரிதானே? ஊர்க்காரர்கள் பெரிய மனது பண்ணி ஏதாவது கொடுப்பதை வைத்துத்தான் வண்டி ஓடுகிறது...

இளைஞர்களில் ஒருவன் ‘இங்கே பாருங்க மாமா! நாங்க உசிரோட இருக்கற வரைக்கும் ஒரு பய உங்க மேல கையை வைக்க முடியாது. முதல்ல எங்க உசிருதான் போகும்; அப்புறம் உங்க பாடு!’ என்றான்.

மற்றொருவன் வாஞ்சையுடன் ‘நாங்க முதல்ல, நீங்க அப்புறம். யாராச்சும் உங்களைச் சும்மா முறைச்சுப் பார்த்தான்னாலே, அவ்வளவுதான். அவங்க அம்மாளைப் படுக்க வைச்சுருவோம்!’

‘அம்மா, அக்கா, மவ அத்தினி பேரையும்!’ என்று சேர்ந்துகொண்டார்கள் மற்றவர்கள்.

இமாம் பக்ஷ் கண்ணிலிருந்து ஒரு துளி கண்ணீரைத் துடைத்துக்கொண்டார். சட்டை நுனியில் மூக்கைச் சிந்தினார். ‘பாகிஸ்தானுக்கும் எங்களுக்கும் என்ன சம்பந்தம் இருக்குது? நாங்க பொறந்தது, வளர்ந்தது எல்லாமே இங்கதான். எங்க பாட்டன் முப்பாட்டன் எல்லாருக்கும் இதே மண்ணுதான். உங்க எல்லாருக்கும் நடுவுல அண்ணன் தம்பியாத்தானே பளகிக்கிட்டு இருக்கோம்?’

இமாம் உடைந்து அழ ஆரம்பித்தார். மீத் சிங் அவரை இறுகக் கட்டிக் கொண்டு விசும்பினார். கூட்டத்தில் பலர் சத்தமில்லாமல் அழுதார்கள். மூக்கைச் சிந்தினார்கள்.

தலையாரி பேச ஆரம்பித்தார். ‘நான்தான் சொல்றேனே, நீங்கள்லாம் எங்க அண்ணன் தம்பி மாதிரி. எங்களைக் கேட்டிங்கன்னா நீங்க, உங்க புள்ளை குட்டிங்க, பேரன் பேத்திங்க அத்தினி பேரும் இந்த ஊருல இருக்கலாம்.

எவ்வளவு காலம் வேணுமோ, அவ்வளவு காலம் இருக்கலாம். உங்க கிட்டேயோ, உங்க பொண்டாட்டி புள்ளைங்ககிட்டேயோ, யாராச்சும் தப்பாப் பேசினாங்கன்னா, நாங்களே எங்க புள்ளை குட்டிங்களோட முதல் ஆளா வந்து நிப்போம். எங்களைத் தாண்டித்தான் அவங்க உங்க மயித்தைக் கூடத் தொட முடியும்! ஆனா இதில வந்து, பாருங்க மாமூ... நாங்க கொஞ்சம் பேருதான் இருக்கோம். பாகிஸ்தான்லேருந்து வெளி ஆளுங்க ஆயிரக் கணக்குல வந்துக்கிட்டிருக்காங்க. அவங்க எதுனாச்சும் செஞ்சு வெச்சுட்டாங் கன்னா யாரு பொறுப்பு?'

'அதானே!' என்று ஆமோதித்தார்கள் மற்றவர்கள். 'எங்களைப் பொருத்த வரைக்கும் உங்களுக்கு ஒரு பிரச்னையும் இல்லை. ஆனா இந்த அகதிங்களைப் பத்தித்தான் கவலையா இருக்குது. அவங்க என்ன செய்வாங்கன்னே தெரியலை.'

'சில ஊருங்கள்ல ஆயிரக் கணக்குல கும்பலா வந்து சுத்தி வளைச்சு கிட்டாங்களாம். எல்லார் கையிலயும் துப்பாக்கி, ஈட்டி! எதிர்த்து நிக்கறதுக்கு வழியே இல்லை.'

'கும்பலைப் பத்தி நமக்கென்னா பயம்?' என்று ஒருவன் சட்டென்று குறுக்கிட்டான். 'வந்தா வரட்டுமே! நாம அடிக்கிற அடியில இனி மானோ மாஜரா பக்கம் தலை வெச்சுப் படுப்பானுங்களா?'

இந்த சவடால் பேச்சை ஒருவரும் பொருட்டாக மதிக்கத் தயாராக இல்லை. இமாம் மற்றொரு முறை மூக்கைச் சிந்திவிட்டு, 'அப்ப, நாங்க என்ன செய்யட்டும் தம்பிங்களா?' என்றார். உணர்ச்சி வசப்பட்டு அவர் குரல் அடைத்தது.

'மாமா!' என்றார் தலையாரி. அவர் குரல் கனத்திருந்தது. 'சொல்றதுக்கே கஷ்டமாத்தான் இருக்குது.. ஆனா காலம் கெட்டுக் கிடக்கில்ல? அதனால, இந்தப் பிரச்னையெல்லாம் தீருற வரைக்கும் நீங்க முகாம்ல போய் இருக்கறதுதான் நல்லதுன்னு தோணுது. எல்லா சாமான் செட்டையும் வீட்ல போட்டுப் பூட்டி வெச்சுட்டுப் போங்க. நீங்க திரும்பி வர்றவரைக்கும் உங்க ஆடு மாடுங்களை நாங்க கவனிச்சுக்கறோம்.'

தலையாரியின் பேச்சைக் கேட்டுக் காலமே உறைந்து போய் நின்றுவிட்டது. ஊர் மக்கள் தாங்கள் மூச்சு விடும் சத்தம் வெளியே கேட்டுவிடுமோ என்று இறுக்கிப் பிடித்துக்கொண்டிருந்தார்கள்.

தன் பேச்சின் தாக்கத்தைக் குறைப்பதற்காக உடனடியாக வேறு ஏதாவது சொல்லவேண்டும் என்று தலையாரிக்கும் தோன்றியது. குரலை உயர்த்திக் கொண்டு, 'நேத்து வரைக்கும் நிலைமையே வேற. ஏதாச்சும் பிரச்னைன்னா நீங்க சட்டுனு ஆத்தைத் தாண்டி மணல் திட்டுலயே நடந்து போயிருக்கலாம். நாங்களும் அதுக்கு வேண்டிய ஒத்தாசையெல்லாம் செஞ்சிருப்போம். ரெண்டு நாளா மளை பெய்யுதா, ஆத்துல தண்ணி மட்டம் ஒசந்திருச்சு. இனிமே போகணும்னா பாலத்து மேலயோ, ரயில்லயோதான் போயாகணும். அங்கல்லாம் என்ன நடந்துகிட்டிருக்குதுன்னு உங்களுக்கே தெரியும்...'

‘அதனால, உங்க நல்லதுக்குதான் சொல்றேன். முகாம்ல போயி கொஞ்ச நாளைக்குத் தங்கிக்குங்க. அப்புறம் திரும்பி வந்துருங்க. எங்களைப் பொருத்தவரைக்கும், நீங்க இங்கேயே இருக்கறதுன்னு நினைச்சீங்கன்னா, தாராளமா இருங்க. எங்க உசிரைக் கொடுத்தாவது உங்களைக் காப்பாத்தறோம்’ என்றார் அன்பொழுக.

தலையாரி சொன்னதற்கு அர்த்தம் என்ன என்பதில் யாருக்கும் சந்தேக மில்லை. எல்லோரும் தலையைக் குனிந்துகொண்டு உட்கார்ந்திருந்தார்கள்.

இமாம் பக்ஷ் எழுந்து நின்றார். ‘சரி. இருக்கட்டும். நாங்க போறதுன்னு ஆயிருச்சுன்னா பொட்டி படுக்கையெல்லாம் கட்டிட வேண்டியதுதான். வீட்டைக் காலி பண்றதுக்கு ஒரு ராத்திரி போதுமான்னு தெரியலை. எங்க அப்பா, தாத்தாவெல்லாம் நூறு வருசமா கட்டிக் காப்பாத்தின வீடாச்சே?’

சுருக்கென்று குத்திய குற்ற உணர்வில் தலையாரிக்குப் பேச்சே வரவில்லை. எழுந்தார்; இமாமை அப்படியே தழுவிக்கொண்டு உரக்கக் கதறி அழ ஆரம்பித்தார்.

சீக்கியர்களும் முஸ்லிம்களும் ஒருவரை ஒருவர் அணைத்துக்கொண்டு சின்னக் குழந்தைகள்போல் அழுதார்கள். இமாம் பக்ஷ் தலையாரியின் அணைப்பிலிருந்து மெல்ல விடுவித்துக்கொண்டார். ‘எதுக்காக அழு வணும்? அளத் தேவையே இல்லை.’

விம்மல்களுக்கிடையே ‘இதுதான் உலகம்’ என்று கவிதை சொன்னார் இமாம்.

மைனா எப்பவும் பாடுமா
சோலை நிழலில் இனிமையா
வசந்தம் வந்தா தங்குமா
வாசப் பூதான் நிலைக்குமா

இன்பமும் ஒரு நாள் ஓயும்
அந்திப் போதும் சாயும்
உறவும் நட்பும் சதமில்லை
உணராவிட்டால் வாழ்வில்லை

‘உணராவிட்டால் வாழ்வில்லை’ என்று பெருமூச்சுடன் பல குரல்கள் ஒலித்தன. ‘இமாம் மாமா! இதுதாங்க உலகம்!’

இமாம் பக்ஷும் அவர் சகாக்களும் கண்ணீருடன் வெளியேறினார்கள்.

★

மற்ற முஸ்லிம் வீடுகளுக்குப் போவதற்கு முன், மசூதியை ஒட்டியிருந்த தன் வீட்டுக்குச் சென்றார் இமாம் பக்ஷ். நூரன் தூங்கிப்போயிருந்தாள். சுவரில் இருந்த மாடக் குழியில் எண்ணெய் விளக்கு எரிந்துகொண்டிருந்தது.

‘நூரு! நூரு!’ என்று அவள் தோளைப் பிடித்து உலுக்கினார் இமாம். ‘எளுந்திரும்மா நூரு.’

பெண் கண்ணைத் திறந்து பார்த்தாள். ‘என்ன ஆச்சு?’

‘எளுந்து பெட்டி படுக்கையெல்லாம் கட்டு. நாளைக்கு நாம ஊரை விட்டுப் போறோம்’ என்று அதிரடியாக அறிவித்தார்.

‘போறமா? எங்கே?’

‘தெரியாது... பாகிஸ்தானுக்கு!’

பெண் வெடுக்கென்று துள்ளி எழுந்தாள். ‘நான் பாகிஸ்தானுக்கெல்லாம் வரலை!’ என்றாள் முறைப்பாக.

இமாம் பக்ஷ் காதில் விழாததுபோல் நடித்தார். ‘துணிமணியை எல்லாம் டிரங்குப் பெட்டியில போட்டுக்க. பாத்திரத்தை எல்லாம் சாக்குப் பையில கட்டிக்கலாம். எருமைக்கு ஏதாச்சும் தீனி எடுத்துக்க. அதையும் அளைச்சிட்டுப் போகணும்.’

‘நான் பாகிஸ்தானுக்கு வரமாட்டேன்!’ என்று பெண் தகிப்பாகச் சொன்னாள்.

‘உனக்குப் பிடிக்குதோ இல்லையோ யாரு கேட்டது? அவங்க நம்மைத் தூக்கி எறியறாங்க. எல்லா முசல்மான்களும் நாளைக்கு முகாமுக்குப் போயாகணும்.’

‘யாரு நம்மளைத் தூக்கி எறிவாங்க? இது நம்ம ஊரு. இங்கே போலீசு, சர்க்காரு எல்லாமே செத்தா போச்சு?’

‘அசட்டுப் பொண்ணே! பேசாம சொன்னதைச் செய்யி. லட்சக்கணக்கான வங்க சாரி சாரியா பாகிஸ்தானுக்குப் போறாங்க. அங்கேருந்தும் அதே மாதிரி வந்துகிட்டிருக்காங்க. போகாம தங்கிட்டவங்களுக்கெல்லாம் சாவுதான்! மள மளன்னு வேலை ஆவட்டும். எல்லாத்தையும் மூட்டை கட்டு. நான் எல்லா வீட்டுக்கும் போயி அவங்களையும் தயாராகச் சொல்லிட்டு வரேன்.’

மகள் படுக்கையில் மலைத்துப் போய் உட்கார்ந்திருக்க, இமாம் பக்ஷ் வெளியேறினார்.

நூரன் முகத்தைக் கைகளால் பொத்திக்கொண்டு சுவரை வெறித்தாள். என்ன செய்வதென்றே தெரியவில்லை. ராத்திரி முழுவதும் எங்கேயாவது போய் ஒளிந்துகொண்டுவிட்டு, காலையில் எல்லோரும் போனவுடன் திரும்பி வந்துவிடலாமா? ஆனால் தனியாகப் போக முடியாது. மழை வேறு பெய்துகொண்டிருக்கிறது... அவளுடைய ஒரே நம்பிக்கை, ஜக்கா!

போலீஸ், மல்லியை விட்டுவிட்டார்கள். ஒரு வேளை ஜக்காவும் வீட்டுக்கு வந்து சேர்ந்திருப்பான்.

இது உண்மையல்ல என்பது அவளுக்கும் தெரியும். ஆனால் இன்னும் கொஞ்சம் நம்பிக்கை மட்டும் ஒட்டிக்கொண்டிருந்தது. நம்பிக்கை இருக்கும்

வரை ஏதாவது செய்ய இடம் இருக்கிறது. நூரன் மழையைப் பொருட் படுத்தாமல் வெளியேறினாள்.

சந்துகளில் தலையையும் தோளையும் சாக்குத் துணியால் போர்த்தியபடி பல பேர் நடமாடிக்கொண்டிருந்தார்கள். மொத்த கிராமமும் விழித்திருந்தது. பெரும்பாலான வீடுகளில் எண்ணெய் விளக்குகளின் மங்கிய சிணுங்கல் தெரிந்தது. சிலர் மூட்டை முடிச்சுகளைக் கட்டிக்கொண்டிருந்தார்கள். சிலர் அவர்களுக்கு உதவி செய்துகொண்டிருந்தார்கள். மற்றவர்கள் தீவிரமாக நண்பர்களுடன் பேசிக்கொண்டிருந்தார்கள். பெண்கள் தரையில் உட்கார்ந்து ஒருவரை ஒருவர் அணைத்தபடி அழுதுகொண்டிருந்தார்கள். ஊரில் ஒவ்வொரு வீட்டிலுமே சாவு விழுந்துவிட்ட மாதிரி காணப்பட்டது.

நூரன் ஜக்காவின் வீட்டுக் கதவை உலுக்கினாள். அந்தப் பக்கம் கதவுச் சங்கிலி குலுங்குவது கேட்டது. ஆனால் பதில் இல்லை. அந்த மங்கிய வெளிச்சத்தில் பார்த்தபோது கதவு வெளிப்பக்கமாகத் தாழ்ப்பாள் போடப்பட்டிருந்தது தெரிந்தது. இரும்பு வளையத்தை விலக்கிக்கொண்டு நூரன் உள்ளே சென்றாள்.

ஜக்காவின் தாயார் வீட்டில் இல்லை; யாராவது முஸ்லிம் நண்பர்கள் வீட்டுக்குப் போயிருப்பாள் போலிருக்கிறது. விளக்கு வெளிச்சமே இல்லை. நூரன் கட்டில்மீது உட்கார்ந்துகொண்டாள். தனியாக நேருக்கு நேர் ஜக்காவின் அம்மாவைச் சந்திக்க அவளுக்குத் துணிச்சல் வரவில்லை. ஆனால் வீட்டுக்கும் திரும்பிப் போக முடியாது. ஏதாவது நடக்காதா, ஜக்கா உள்ளே நுழைய மாட்டானா என்று நம்பிக்கை வைத்துக் காத்திருந்தாள்.

சாம்பல் மேகங்கள் ஒன்றை ஒன்று துரத்துவதைப் பார்த்துக்கொண்டு நூரன் ஒரு மணி நேரம் உட்கார்ந்திருந்தாள். மாறி மாறிக் கனத்தும் மெலிந்தும் பெய்தது மழை. கடைசியில் சேற்றுச் சந்து வழியே யாரோ எச்சரிக்கையாகக் காலடி வைத்து நடந்து வரும் சத்தம் கேட்டது. காலடிகள் கதவுக்கு வெளியே வந்து நின்றன. கதவு அசைக்கப்பட்டது.

'யாரது?' என்று கிழவியின் குரல் கேட்டது. நூரன் பயந்து பம்மிக் கிடந்தாள்.

'யாரது?' என்று குரல் கோபமாக அதட்டியது. 'பதில் சொல்லேன்?'

நூரன் எழுந்து நின்றாள். வாய் தன்னிச்சையாக 'ஆத்தா' என்று முணு முணுத்தது. கிழவி சட்டென்று உள்ளே வந்து கதவைச் சாத்திக்கொண்டாள்.

'ஜக்கா! நீதான? உன்னை விட்டுட்டாங்களா?'

'இல்லீங்க ஆத்தா. நான்... வந்து... நூரன். இமாம் பக்ஷ் மாமா இல்லே, அவரோட மக.'

'நூரு? இந்த நேரத்துல எங்க வந்தே?' கிழவியின் குரலில் கோபம் தெறித்தது.

'ஜக்கா வந்துட்டாருங்களா?'

'ஜக்காவுக்கும் உனக்கும் என்னடி சம்பந்தம்?' என்று வெடித்தாள் தாய். 'நீதானே அவனை செயிலுக்கு அனுப்பினது? நீதானே அவனை ரவுடியாக்

கினது? உங்க அப்பனுக்குத் தெரியுமா, நீ இப்பிடி நடு சாமத்தில தேவடியா மாதிரி ஊரா வீட்டுக்கெல்லாம் போயி நிக்கறது?'

நூரன் அழ ஆரம்பித்தாள். 'நாங்க நாளைக்குக் கௌம்பிப் போறோம்.' ஆனால் அதுவும் கிழவியின் மனத்தைக் கரைக்கவில்லை.

'இதப் பாருடி, ஒனக்கும் எங்களுக்கும் என்ன ஒட்டா, உறவா? எதுக்காக இப்ப எங்களைப் பார்க்க வந்திருக்கே? நீ எங்க வேணுமோ போய்க்க!'

நூரன் தன்னுடைய கடைசிச் சீட்டை இறக்கினாள். 'என்னால போக முடியாது. ஜக்கா என்னைக் கல்யாணம் கட்டிக்கறேன்னு சொல்லியிருக்காரு.'

'வெளியே போடி, முண்டை!' என்று சீறினாள் கிழவி. 'ஒரு சர்தார் பரம்பரையில, தறிக்கார முசல்மான் வீட்டுல போயி பொண்ணு எடுக்கறதா? முதல்ல நீ வெளியில போ. இல்லாட்டி நானு உங்க அப்பன்கிட்ட போயிச் சொல்லுவேன். இந்த ஊரு முளுக்கச் சொல்லுவேன். போ, பாகிஸ்தானுக்கே போய்த் தொலை. எங்க ஜக்காவை விட்டுரு!'

நூரன் கால்கள் கனக்க, மரக் கட்டைபோல் உணர்ந்தாள். 'சரிங்க ஆத்தா. போயிடறேன். கோவிச்சுக்காதீங்க. ஜக்கா வந்தாருன்னா, நானு சொல்லிக்கிட்டுப் போக வந்தேன்னு சொல்லுங்க.'

பெண் முழங்காலிட்டுக் குனிந்து உட்கார்ந்து கிழவியின் கால்களைப் பிடித்துக்கொண்டு விம்மினாள். 'ஆத்தா... நான் போறேன். திரும்பி வரவே மாட்டேன். போறவகிட்டே கோவிச்சுக்காதீங்க.'

ஜக்காவின் தாய் அசையாமல் நின்றாள். முகத்தில் எந்த உணர்ச்சியும் இல்லை. ஆனால் உள்ளூர சற்றுக் கடுமை குறைந்து மிருதுவாகிவிட்டாள். 'ம். ஜக்காகிட்ட சொல்றேன்!'

நூரன் அழுவதை நிறுத்தினாள். நீண்ட இடைவெளியில் அவளிடமிருந்து விம்மல்கள் வந்தபடி இருந்தன. ஜக்காவின் அம்மா காலை விடாமல் பிடித்துக்கொண்டிருந்தாள். அவள் தலை கீழே, கீழே தழைந்து கிழவியின் பாதங்களைத் தொட்டது.

'ஆத்தா!'

'இப்ப என்ன?' அடுத்து வரப் போவது என்னவென்பது கிழவியின் உள்ளுணர்வுக்குத் தெரிந்தது.

'ஆத்தா!'

'ஆத்தா என்ன, ஆத்தா! சொல்லித் தொலையேன்?' நூரனை அப்பால் தள்ளினாள். 'என்னடி?'

பெண் எச்சிலைக் கூட்டி விழுங்கினாள். 'ஆத்தா, ஜக்காவோட குளந்தை என் வயித்துல வளருது. நான் பாகிஸ்தானுக்குப் போனாக்க, ஒரு சர்தார்ஜி அப்பாவுக்குப் பொறந்ததுன்னு சொல்லிக் கொன்னே போட்டுருவாங்க.'

நூரனின் தலை மறுபடி தன் பாதங்களில் படிய அனுமதித்தாள் கிழவி. நூரன் அவள் காலைப் பிடித்துக்கொண்டு மீண்டும் அழ ஆரம்பித்தாள்.

'எத்தினி மாசம்?'

'எனக்கே இப்பத்தான் தெரிஞ்சுச்சு. ரெண்டாவது மாசம்.'

ஜக்காவின் தாய் நூரனைப் பிடித்து எழுப்பினாள். இருவரும் கட்டிலில் உட்கார்ந்தார்கள். நூரன் விம்முவதை நிறுத்தினாள்.

கடைசியாகக் கிழவி 'உன்னை நானு இங்க வெச்சுக்க முடியாது' என்றாள். 'இப்பவே போலீசு இம்சை தாங்கலை... இரு, இதெல்லாம் ஒரு வளியா முடிஞ்சு ஜக்கா திரும்பி வரட்டும். நீ எங்கே இருந்தாலும் போயி அளைச்சுக்கிட்டு வருவான். இது உங்க அப்பாவுக்குத் தெரியுமா?'

'ஊகூம். அவருக்குத் தெரிஞ்சாக் கொன்னுடுவாரு. இல்லாட்டி வேற யாருக்காவது புடிச்சிக் கட்டி வெச்சுருவாரு.'

'அடச்சீ! அளுவறதை நிறுத்து!' கடுமையாகச் சொன்னாள் கிழவி. 'சிலுமிசம் பண்றதுக்கு முன்னாடி இதையெல்லாம் யோசிச்சியா? நான்தான் சொன்னேனில்ல, ஜக்கா வெளியே வந்ததுமே உன்னை அளைச்சிக்கிடுவான்னு?'

நூரன் விம்மல்களை விழுங்கினாள். 'ஆத்தா! சீக்கிரமா அவரை வந்துரச் சொல்லுங்க.'

'அவனுக்கு வேணுமின்னா ஓடி வருவான். உன்னைய விட்டா வேற பொண்ணைக் கட்டறதுக்குப் பணம் வேணுமில்ல? எங்க கையில பொட்டுத் தங்கம் இல்லை. அவனுக்குப் பொண்சாதி வேணுமின்னா தானா வந்து உன்னைக் கூட்டிப்பான். நீ பயப்படாத.'

தெளிவில்லாத ஒரு நம்பிக்கை நூரனை நிறைத்தது. இனி இந்த வீடு அவளுடையது. அவள் இந்த வீட்டுக்குச் சொந்தம். உட்கார்ந்திருக்கும் கட்டில், கொல்லையில் இருக்கும் எருமை, ஜக்காவின் தாய் - எல்லோரும் அவள் சொந்தம். ஜக்கா வந்து அழைத்துப் போகாவிட்டால் என்ன? அவள் தானாகவே கிளம்பி இங்கே வந்துவிடுவாள். 'எனக்குக் கல்யாணம் ஆகிவிட்டது' என்று எல்லோருக்கும் அறிவிப்பாள்... ஆனால் அவளுடைய அப்பா ஞாபகம் வந்து, சந்திரனைக் கறுத்த மேகம் மறைப்பது போல் மனத்தைக் கவ்வியது.

அதனால் என்ன? பேசாமல் அப்பாவிடம் சொல்லாமலே நழுவிவிட வேண்டியதுதான்!

நூரனின் சந்திரன் மறுபடி பிரகாசித்தது.

'ஆத்தா! நான் காலைல மறுபடி வந்து சொல்லிட்டுப் போறேன். சத் ஸ்ரீ அகால். நான் போயி மூட்டையெல்லாம் கட்டி வெக்கணும்.' நூரன் கிழவியை ஆசையுடன் அணைத்துக்கொண்டு மூச்சிறைக்க மறுபடி 'சத் ஸ்ரீ அகால்!' என்றாள். வெளியேறினாள்.

ஜக்காவின் தாய் கட்டிலில் உட்கார்ந்து மணிக் கணக்கில் இருட்டைப் பார்த்துக்கொண்டிருந்தாள்.

மானோ மாஜராவில் அன்று இரவு அனேகமாக யாரும் தூங்கவில்லை. வீடு வீடாக எல்லோரும் படி ஏறி இறங்கினார்கள். பேசினார்கள், அழுதார்கள். தங்களுடைய அன்பும் நட்பும் என்றைக்கும் மாறாது என்று உறுதி கூறினார்கள். இதெல்லாம் சீக்கிரமே ஒரு முடிவுக்கு வந்துவிடும் என்று ஒருவருக்கொருவர் ஆறுதல் சொன்னார்கள். வாழ்க்கை மறுபடி எப்போதும் போல் ஆகிவிடும் என்றார்கள்.

நூரன் வீட்டுக்கு வருவதற்குள் இமாம் பக்ஷ் முஸ்லிம் வீடுகளுக்கெல்லாம் ஒரு சுற்று போய்விட்டுத் திரும்பி வந்துவிட்டார். வீட்டில் சாமான்கள் எல்லாம் அப்படி அப்படியே கிடந்தன. மகளிடம் கோபித்துக்கொள் வதற்குக்கூட அவருக்குத் தெம்பு இல்லை. முதியவர் இளையவர் எல்லோ ருக்குமே இது சோதனையான நேரம். தன் சினேகிதிகளைப் பார்த்துவிட்டு வரப் போயிருப்பாள்... ஏதாவது சாக்குப் பை, டப்பா, டிரங்குப் பெட்டி கிடைக்கிறதா என்று தேட ஆரம்பித்தார். சில நிமிடங்களில் நூரன் உள்ளே நுழைந்தாள்.

'எல்லாப் பொண்ணுங்களையும் பார்த்தாச்சில்ல? தூங்கறதுக்கு முன்னாடி இந்த மூட்டையெல்லாம் கட்டியாவணும்' என்றார்.

'நீங்க தூங்குங்க வாப்பா. நான் எல்லாத்தையும் கட்டி வெக்கறேன். சாஸ்தி ஒண்ணும் சாமான் இல்லையே. நீங்க களைச்சுப் போயி வந்திருப்பீங்க.'

'கொஞ்சம் அசதியாத்தான் இருக்கு' என்று கட்டிலில் உட்கார்ந்தார். 'துணியெல்லாம் மட்டும் இப்ப எடுத்து வெச்சுக்க. காலைல எந்திரிச்சு, போற வளியில சாப்பிடறதுக்கு ஏதாச்சும் செஞ்சு எடுத்துக்க வேண்டி யிருக்கும். அப்புறமா பாத்திரத்தையெல்லாம் மூட்டை கட்டலாம்.'

இமாம் பக்ஷ் கட்டிலில் நீட்டிப் படுத்துக்கொண்டார். உடனே தூங்கிப் போனார்.

நூரனுக்கு அதிகம் வேலை இருக்கவில்லை. ஒரு பஞ்சாபி விவசாயிக்கு உடைமைகள் அதிகம் கிடையாது. கொஞ்சம் மாற்றுத் துணி, ஒரு கம்பளி, தலையணை, இரண்டு லோட்டா, மற்ற சமையல் பாத்திரங்கள், பித்தளைத் தட்டு, இரண்டொரு செப்பு தம்ளர். அவ்வளவுதான். அவர்களிடம் இருக்கும் ஒரே ஆசனமான நாடாக்கட்டிலில் அத்தனையையும் பரத்தி வைத்துவிடலாம்.

நூரன் இருவருடைய உடைகளையும் ஒரு நசுங்கின தகரப் பெட்டியில் அடைத்தாள். அவளுக்கு நினைவு தெரிந்த நாளிலிருந்து இந்தப் பெட்டி அவர்கள் வீட்டில் இருக்கிறது. மறுநாளுக்காக நாலு சப்பாத்தி செய்து எடுத்துக்கொள்ளலாம் என்று மண் அடுப்பை மூட்டினாள்.

அரை மணியில் சமையல் முடிந்துவிட்டது. பாத்திரங்களைக் கழுவி ஒரு சாக்குப் பையில் அடைத்துக்கொண்டாள். மிச்சமிருந்த மாவு, உப்பு, மசாலா

155

எல்லாம் பிஸ்கட் டப்பாக்களிலும் சிகரெட் டின்களிலும் புகுந்தன. டப்பாக்கள், மர மூடி போட்ட மண்ணெண்ணெய் டின் ஒன்றில் அடைந்தன.

ஒரு வழியாக மூட்டை கட்டி முடிந்தது. இனி கம்பளியில் தலையணையைச் சுருட்டிக் கட்டவேண்டியதுதான் பாக்கி. எல்லாவற்றையும் கட்டில்மேல் வைத்து, கட்டிலைத் தூக்கி எருமையின் முதுகில் வைத்துவிட்டால் ஆயிற்று! பாதி உடைந்த முகம் பார்க்கும் கண்ணாடி இருக்கிறது; அதை மட்டும் அவள் கையிலேயே எடுத்துக்கொள்வாள்.

இரவு முழுவதும் விட்டு விட்டுப் பெய்த மழை, பொழுது விடிந்தபோது தொடர்ச்சியாகக் கொட்ட ஆரம்பித்தது. இரவெல்லாம் கண் விழித்திருந்த ஊர் மக்கள், மழைத் தண்ணீரின் தாலாட்டு போன்ற தாளத்துக்கும் காலை நேரக் குளிர் காற்றுக்கும் கண் சொக்கிப் போய்த் தூங்க ஆரம்பித்தார்கள்.

★

திடீரென்று மோட்டார் வாகனங்களின் ஹாரன் சத்தம். டிரக் வண்டிகள் தாழ்ந்த கியரில் சேற்றை உழுதுகொண்டு வரும் சத்தம். ஊரே விழித்துக் கொண்டுவிட்டது. வண்டிகள், டிரக் உள்ளே வரும் அளவுக்கு அகலமான சந்து ஏதாவது இருக்கிறதா என்று தேடி மானோ மாஜராவைச் சுற்றி வந்தன.

முதலில் ஒலிபெருக்கி பொருத்திய ஜீப் ஒன்றில் இரண்டு அதிகாரிகள் வந்தார்கள். ஒருவர் சீக்கியர். அவர்தான் மரண ரயில் வந்தபோது ஏற்பாடு களைக் கவனித்துக்கொண்டவர். மற்றொருவர் முஸ்லிம்.

ஜீப்புக்குப் பின்னால் ஒரு டஜன் லாரிகள் வந்தன. ஒரு லாரி முழுவதும் பதான் சிப்பாய்கள். மற்றொன்றில் முழுவதும் சீக்கியர்கள். எல்லோரும் ஸ்டென் துப்பாக்கி வைத்திருந்தார்கள்.

வாகன அணிவகுப்பு ஊருக்கு வெளியே வந்து நின்றது. ஜீப் மட்டும்தான் உள்ளே வர முடிந்தது. கிராமத்தின் நடுவில் இருந்த அரச மரத்தடியில் வந்து நின்றது ஜீப். இரண்டு அதிகாரிகளும் இறங்கினார்கள். சீக்கிய அதிகாரி, அங்கே இருந்தவர்களிடம் சொல்லி கிராமத் தலையாரியை அழைத்துவரச் சொன்னார். பதான் சிப்பாய்கள் முஸ்லிம் அதிகாரியைச் சூழ்ந்து நின்றார்கள். அவர்களை மூன்று மூன்று பேராக அனுப்பி ஒவ்வொரு வீட்டுக் கதவையும் தட்டி முஸ்லிம்களை வெளியே கூட்டிவரச் சொன்னார்.

‘பாகிஸ்தானுக்குப் போகும் முஸ்லிம்கள் எல்லோரும் உடனே வரவும்! எல்லா முஸ்லிம்களும் உடனே வரவும்!’ என்று மானோ மாஜரா முழுவதும் எதிரொலித்தது ஒலிபெருக்கி அழைப்பு.

முஸ்லிம்கள் மெல்ல மெல்ல வீடுகளை விட்டு வெளியே வரத் தொடங் கினார்கள். தங்கள் ஆடு மாடுகளை ஓட்டிக்கொண்டு வந்தார்கள். மாட்டு வண்டிகளில் கட்டில், படுக்கை, தகரப் பெட்டிகள், மண்ணெண்ணெய் டின்கள், மண் பானைகள், பித்தளைப் பாத்திரங்கள் அடைசலாக இருந்தன. ஊரில் மற்ற அனைவரும் அவர்களை வழியனுப்புவதற்காக வெளியே வந்தனர்.

இரண்டு அதிகாரிகளும் தலையாரியும் கடைசியாக வந்தார்கள். ஜீப் அவர்களின் பின்னால் ஊர்ந்தது. அவர்கள் கையைக் காலை ஆட்டியபடி தீவிரமாக ஏதோ பேசிக்கொண்டு வந்தார்கள். பெரும்பாலும் தலையாரிக்கும் முஸ்லிம் அதிகாரிக்கும்தான் விவாதம் நடந்து கொண்டிருந்தது.

'இவங்களோட மாட்டு வண்டி, சட்டி பானையெல்லாம் என்னால தூக்கிக் கிட்டு போக முடியாது. நாங்க ரோடு வழியா பாகிஸ்தானுக்குப் போகலை. முதல்ல சண்டு நகர் முகாமுக்குப் போயிட்டு அங்கிருந்து ரயில்ல லாகூருக்கு அனுப்பப் போறோம். இவங்க கொஞ்சம் துணிமணி, படுக்கை, நகை, பணம் - இது மட்டும்தான் எடுத்துக்கிட்டு வரலாம். மத்ததையெல்லாம் இங்கேயே விட்டுட்டு வரச் சொல்லுங்க. அதையெல்லாம் நீங்க பாத்துக்குங்க!'

மானோ மாஜராவின் முஸ்லிம்களை பாகிஸ்தானுக்கு அழைத்துச் செல்லப் போகிறார்கள் என்பதே எதிர்பாராத செய்தி. அவர்கள் பக்கத்திலுள்ள அகதிகள் முகாமில் சில நாள் தங்கிவிட்டுத் திரும்ப வந்துவிடுவார்கள் என்றுதான் தலையாரி நினைத்துக்கொண்டிருந்தார்.

'இல்லீங்க சாமி! இதில நாங்க ஒண்ணுஞ் சொல்ல முடியாது' என்றார் தலையாரி. 'ஏதோ இரண்டொரு நாளுக்குன்னா எல்லாசாமான்செட்டையும் நாங்க பார்த்துக்குவோம். இப்ப பாகிஸ்தானுக்கே போறாங்கன்னா, திரும்பி வர எத்தினி மாசம் ஆவுமோ? சொத்து பத்துங்கறது ரொம்பப் பொல்லாத சமாச்சாரமுங்க. அது மனுசனோட மனசில விசத்தைப் பாய்ச்சி விட்டுரும்! நாங்க இதில எதையும் தொட மாட்டோம். அவங்களோட வீட்டை வேணும்னா பாத்துக்கறோம்.'

முஸ்லிம் அதிகாரி எரிச்சல்பட்டார். 'உன் கூட மல்லுக் கட்டறதுக்கு நேரமில்லய்யா. என்கிட்ட இருக்கறதே பன்னண்டு லாரி. பாக்கறீல்ல? இதுல வண்டி, மாடு எல்லாத்தையும் எப்படி அடைக்கறது?'

'அது எப்படீங்க சாமி?' என்றார் தலையாரி பிடிவாதமாக. 'நீங்க என்ன வேணாச் சொல்லுங்க, எங்க மேலே கோவிச்சுக்கிட்டாலும் பரவாயில்லே. ஆனா எங்க அண்ணன் தம்பிங்க சொத்திலே நாங்க கை வைக்க முடியாது. நீங்கபாட்டுக்கு எங்களுக்குள்ள விரோதம் மூட்டிவிட்டுட்டுப் போயிருவீங்க போல இருக்குதே!'

'அப்பிடிப் போடுங்க தலையாரி!' என்று சத்தமாகச் சிரித்தார் முஸ்லிம் அதிகாரி. 'சபாஷ்! நேத்தி வரைக்கும் அவங்களையெல்லாம் கொன்னுட்டு தான் மறு வேலைன்னு பேசிக்கிட்டிருந்தீங்களாம்... இன்னிக்கு திடீர்ன்னு கூடப் பிறந்த பாசம் பொத்துக்குதோ? நாளைக்கே மனசு மறுபடி மாறுச் சுன்னா?'

'அப்பிடியெல்லாம் குத்திக் காட்டாதீங்க, மிலிட்டரி அய்யா. நாங்க என்னிக்கும் அண்ணன் தம்பிங்களாத்தான் இருப்போம்.'

157

‘சரிய்யா, சரி. நீங்கள்ளாம் அண்ணன் தம்பிங்கதான். ஒத்துக்கறேன்’ என்றார் அதிகாரி. ‘இருந்தாலும் இத்தனை சாமானையும் என்னால எடுத்துக்கிட்டுப் போக முடியாது. உங்க பாடு, உங்க ஊர்க்காரங்க பாடு. சர்தார்ஜிகிட்ட பேசி ஒரு முடிவுக்கு வாங்க. நான் முசல்மான்களைக் கவனிச்சுக்கறேன்.’

முஸ்லிம் அதிகாரி ஜீப்பின் மீது ஏறி நின்று கூட்டத்தைப் பார்த்துப் பேசினார். வார்த்தைகளைக் கவனமாகத் தேர்ந்தெடுத்தார். ‘எல்லாரும் நல்லாக் கேட்டுக்கங்க. எங்ககிட்ட இருக்கறது பன்னண்டு லாரிங்கதான். பாகிஸ் தானுக்கு வர்றவங்க எல்லாரும் இன்னும் பத்து நிமிஷத்தில வண்டில ஏறிடணும். நாங்க இன்னும் நாலு ஊருக்குப் போகவேண்டியிருக்குது. ஒவ்வொருத்தரும் தலைச் சுமையா எவ்வளவு சாமான் தூக்கிக்க முடியுமோ, அவ்வளவு மட்டும் எடுத்துக்கிட்டாப் போதும். அதுக்குமேலே இடமில்லே. வண்டி, மாடு, கட்டிலு, பானையெல்லாம் ஊர்ல தெரிஞ்சவங்ககிட்ட கொடுத்துட்டு வாங்க. பின்னால சமயம் கிடைச்சா நாங்க வந்து அதை யெல்லாம் அள்ளிப் போட்டுக்கிட்டு வருவோம். இப்ப எல்லாத்தையும் பைசல் பண்ணிட்டு வர்றதுக்குப் பத்து நிமிஷம் தரேன். அதுக்குப் பிறகு லாரிங்க கிளம்பிடும்.’

முஸ்லிம்கள் தத்தமது மாட்டு வண்டிகளிலிருந்து இறங்கி வந்து ஜீப்பைச் சூழ்ந்துகொண்டார்கள். ஆட்சேபித்தார்கள். சத்தம் போட்டார்கள். பேசி முடித்து ஜீப்பிலிருந்து இறங்கிய முஸ்லிம் அதிகாரி மறுபடி மேலே வந்து மைக்கைப் பிடித்தார்.

‘அமைதி அமைதி! நல்லாக் கேட்டுக்குங்க. இன்னும் பத்து நிமிஷத்தில வண்டி புறப்பட்டுரும். நீங்க ஏறுவீங்களோ, ஏறமாட்டீங்களோ, எனக்குத் தெரியாது.’

இது வரை சற்றுத் தள்ளியே நின்று வேடிக்கை பார்த்துக்கொண்டிருந்த சீக்கியர்கள், இப்போது சீக்கிய அதிகாரியிடம் போய் இதற்கு ஒரு வழி கேட்கலாம் என்று நெருங்கினார்கள். ஆனால் அவரோ இவர்கள் பக்கம் திரும்பவே இல்லை. தன் மழை கோட்டின் காலரைத் தூக்கி விட்டுக் கொண்டு, அந்த மக்களையும் மாடுகளையும் வண்டிகளையும் வெறுப்புடன் முறைத்துக்கொண்டிருந்தார். சேற்றிலும் மழையிலும் லாரிகள் புகைந்து கொண்டிருந்தன.

‘ஏனுங்க, சர்தார் ஐயா?’ மீத் சிங் தயக்கத்துடன் ஆரம்பித்தார். ‘தலையாரி சொல்றதும் நியாயம்தானுங்களே? அடுத்தவங்க சொத்தில நாம கையை வெக்கலாமா? வீணா பொல்லாப்பு வருமில்லீங்களா?’

அதிகாரி மீத் சிங்கை ஏற இறங்கப் பார்த்தார். ‘ஆமாமாமாம்! ரொம்பச் சரி. பொல்லாப்பு வரும். அடுத்தவங்க பொருளைத் தொடவே கூடாது. அடுத்த வீட்டுப் பொம்பளைங்களை நிமிர்ந்துகூடப் பார்க்கக் கூடாது. எல்லாரும் நம்ம வீட்ல பூந்து கொள்ளை அடிச்சுகிட்டுப் போவாங்க; நாம பார்த்துக் கிட்டே சும்மாதான் நிக்கணும்! நம்மளோட சொந்தத் தங்கச்சிங்க கூடத்தான்

படுத்துக்கணும்! உங்களை மாதிரி ஆளுங்களுக்கெல்லாம் புத்தி வரணும்னா அதுக்கு ஒரே வழி, எல்லாரையும் பாகிஸ்தானுக்கு அனுப்பிர வேண்டியது தான்! உங்க கண்ணு முன்னாடியே உங்க அக்கா, தங்கச்சி, அம்மா எல்லா ரையும் நாசப்படுத்துவாங்க. அண்ட்ராயரு வரைக்கும் எல்லாத்தையும் உருவிக்கிட்டு, குண்டில ஒரு உதை விட்டுத் துரத்துவாங்க!'

அதிகாரியின் பேச்சைக் கேட்டதும் ஊர்க்காரர்களுக்கெல்லாம் முகத்தில் அடித்தமாதிரி ஆகிவிட்டது.

அப்போது ஓரத்திலிருந்து ஒரு கேலிச் சிரிப்பு கேட்டது. திரும்பிப் பார்த்தால், அங்கே மல்லியும் அவனுடைய ஐந்து கூட்டாளிகளும் நின்றிருந்தார்கள். குருத்வாராவில் தங்கியிருந்த அகதிகளில் சில இளைஞர்களும் அவர்களுடன் இருந்தார்கள். அனைவரும் வெளியூர்க்காரர்கள்.

'தொரை! இந்த ஊருக்காரங்க எல்லாம் தான தருமத்துக்குப் பேர் போனவங்க!' என்று இளித்தான் மல்லி. 'அவுங்களையே அவுங்களால பார்த் துக்க முடியாது. அடுத்தவங்க சொத்தையா பார்த்துக்கப் போறாங்க? ஆனா நீங்க கவலைப்படாதீங்க சர்தார் ஐயா! முசல்மான்களோட சொத்தை யெல்லாம் கவனிச்சுக்கறதுக்குதான் நாங்க இருக்குறோமே! உங்க ஆபீசரு கிட்ட சொல்லி எல்லாத்தையும் எங்ககிட்ட குடுத்துட்டுப் போவச் சொல்லுங்க. அவ்வளவும் பத்திரமா இருக்கும். அப்பிடியே நாலு சோல் ஜருங்களை இங்கே இருக்கச் சொல்லிட்டுப் போங்க. இவங்க எதையும் திருடிராம பாத்துக்கணும்ல?'

அவ்வளவுதான். அங்கே ஒரே களேபரம்! ஆளாளுக்குத் தொண்டை கிழியக் கத்தினார்கள். அங்கும் இங்கும் ஓடினார்கள். முஸ்லிம் அதிகாரி அடித்துச் சொல்லியும் கேட்காமல் அவரைச் சூழ்ந்துகொண்டு ஆட்சேபம் கிளப்பி னார்கள். தலைக்குத் தலை ஆலோசனை சொன்னார்கள்.

முஸ்லிம் அதிகாரி, சீக்கிய மக்களின் நடுவே நின்றிருந்த தன் சகாவை அணுகினார். 'இங்கே விட்டுட்டுப் போற இவங்களோட சாமானையெல்லாம் பார்த்துக்கணுமே. நீங்க ஏதாவது ஏற்பாடு செய்யறீங்களா?'

சர்தார்ஜி பதில் சொல்வதற்குள் நாலா பக்கமிருந்தும் கூச்சல், குழப்பம்! சீக்கியர்கள் மட்டும் இதெல்லாம் தங்களுக்கு சம்பந்தமில்லாத விஷயம் என்பதுபோல் ஒதுங்கி நின்று வேடிக்கை பார்த்துக்கொண்டிருந்தார்கள்.

முஸ்லிம் அதிகாரி விருட்டென்று திரும்பினார். 'நிறுத்துங்கய்யா!' என்று வெடித்தார்.

முணுமுணுப்புகள் அடங்கின. அதிகாரி, ஒவ்வொரு வார்த்தைக்கும் சுட்டுவிரலால் காற்றில் குத்திக் குத்தியபடியே ஆணித்தரமாகப் பேசினார்: 'உங்க எல்லாருக்கும் இன்னும் அஞ்சு நிமிஷம் டைம் தரேன். கையில எத்தனை மூட்டை முடிச்சு எடுத்துக்க முடியுமோ அத்தனை எடுத்துக்கிட்டு வண்டில ஏறுங்க. வராதவங்களை விட்டுட்டு நாங்க பாட்டுக்குப் போயிட்டே இருப்போம். கடைசித் தரம் சொல்லிட்டேன்!'

அப்போது சர்தார்ஜி அதிகாரி சன்னமான பஞ்சாபியில் 'பிரச்னை தீர்ந்துருச்சு!' என்றார். 'இதோ இவங்கல்லாம் பக்கத்து ஊருக்காரங்க. நிலைமை சரியாகற வரைக்கும் வண்டி, மாடு, வீடு எல்லாத்தையும் இவங்க பார்த்துக்குவாங்க. சாமானுக்கெல்லாம் ஒரு லிஸ்ட் போடச் சொல்லி நான் அனுப்பி வைக்கறேன்.'

முஸ்லிம் அதிகாரி இதற்கு பதில் சொல்லவில்லை. முகத்தில் ஓர் ஏளனப் புன்னகையை மட்டும் படரவிட்டார். மானோ மாஜராவின் சீக்கியர்களும் முஸ்லிம்களும் பரிதாபமாக விழித்தார்கள்.

ஏற்பாடுகள் எதுவும் செய்யச் சமயமில்லை. 'போய் வருகிறேன்' என்று சொல்லிக்கொள்ளக்கூட நேரமில்லை. டிரக் எஞ்சின்கள் உயிர் பெற்று உறுமின. பதான் சிப்பாய்கள் முஸ்லிம் மக்களைச் சுற்றி வளைத்து ஓட்டிப் போனார்கள். இரண்டொரு நிமிடம் மட்டும் அவர்களைத் தங்கள் வண்டி களின் பக்கம் போக அனுமதித்துவிட்டு, பிறகு லாரியில் ஏற்றினார்கள்.

ஒரே மழை, சகதி, முதுகில் குத்தி நெட்டித் தள்ளும் துப்பாக்கி முனை. ஒருவரை ஒருவர் பார்க்கக்கூட முடியவில்லை. லாரியில் இருந்தே கடைசி யாக ஒரு முறை 'போயிட்டு வாரோம்!' என்று கூவத்தான் நேரமிருந்தது.

முஸ்லிம் அதிகாரி ஜீப்பை வட்டமாகச் சுற்றி ஓட்டி எல்லோரும் ஏறிவிட்டார் களா என்று பரிசோதித்தார். பிறகு சர்தார்ஜியிடம் வந்து விடை பெற்றார். இருவரும் எந்த வித உணர்ச்சியோ, புன்னகையோ இன்றி இயந்திரத்தன மாகக் கை குலுக்கினார்கள்.

டிரக் வரிசையின் முன்பாக ஜீப் சென்றது. ஒலி பெருக்கி 'போகலாம்' என்றது. அதிகாரி 'பாகிஸ்தான்!' என்று கூவினார். அவருடைய சிப்பாய்கள் ஒரே குரலில் 'இதோ வர்றோம்!' என்றார்கள். வாகன வரிசை சேற்று மண்ணை அரைத்துக்கொண்டு சண்டு நகரை நோக்கிச் சென்றது.

சீக்கிய மக்கள் அவை கண்ணிலிருந்து மறையும்வரை பார்த்துக்கொண்டு நின்றார்கள். பிறகு கண்ணீரைத் துடைத்துக்கொண்டு கனத்த இதயத்துடன் வீடு திரும்பினார்கள்.

மானோ மாஜராவின் வேதனைகள் அத்துடன் முடியவில்லை. சீக்கிய அதிகாரி மறுபடி தலையாரியைக் கூப்பிட்டு அனுப்பினார். தலையாரியுடன் கூடவே ஊர்க்காரர்கள் அத்தனை பேரும் வந்து சேர்ந்தார்கள். யாரும் தனியாக இருக்க விரும்பவில்லை. சீக்கிய வீரர்கள் அவர்களைச் சுற்றி மனித வளையம் அமைத்துத் தடுத்து நிறுத்தினார்கள்.

அதிகாரி, முஸ்லிம்களின் உடைமைகளுக்குப் பாதுகாப்பாக மல்லியை நியமித்திருப்பதாக அறிவித்தார். மல்லியையோ அவன் ஆள்களையோ யாராவது தடுக்க முயன்றல் அவர்கள் சுட்டுத் தள்ளப்படுவார்கள் என்றார்.

பிறகு மல்லியின் கும்பலும் சீக்கிய அகதிகளும் சேர்ந்து வண்டி மாடுகளை விடுவித்தார்கள். வண்டியில் இருந்த பொருள்களை எல்லாம் கொள்ளையடித் தார்கள். பசுக்களையும் எருதுகளையும் ஓட்டிக்கொண்டு தூரத்தில் சென்று மறைந்தார்கள்.

4

கர்மவினை

அன்று காலை முழுவதும் மானோ மாஜரா மக்கள் வீட்டுக்குள்ளேயே உட்கார்ந்து வெளியே நடப்பதை விசனத்துடன் பார்த்துக்கொண்டிருந்தார்கள். மல்லியின் ஆள்களும் அகதிகளும் சேர்ந்து முஸ்லிம் வீடுகளைக் கொள்ளையடிப்பதைக் கண்டார்கள். அவர்களுக்குக் காவலாக சீக்கிய வீரர்கள் குறுக்கும் நெடுக்கும் நடந்து பாரா கொடுப்பதைக் கண்டார்கள். ஆடு மாடுகள் அடித்து இழுத்துப் போகப்படும்போது பரிதாபமாகக் கத்து வதைக் கேட்டார்கள். சத்தமாகக் கூவ ஆரம்பித்த சேவல் கோழிகள் கத்தியால் சரக்கென்று கழுத்து அறுபட்டு மௌனமாகிப் போன நிசப்தத்தைக் கேட்டார்கள்.

எல்லோரும் உட்கார்ந்து பெருமூச்சு விட்டார்கள்; பெருமூச்சு விடுவதைத் தவிர வேறு ஒன்றும் செய்ய முடியாது.

காளான் பொறுக்குவதற்காக ஆற்றங்கரைப் பக்கம் போன ஆடு மேய்க்கும் சிறுவன் ஒருவன், ஆற்றில் நீர் மட்டம் மிகவும் உயர்ந்துவிட்டது என்று வந்து சொன்னான். அதை யாரும் பொருட்படுத்தவில்லை. ஆற்றில் திடீ ரென்று வெள்ளம் வராதா, வந்து நம் கிராமத்தையே அடித்துக்கொண்டு போகாதா என்றுதான் ஆதங்கப்4 பட்டார்கள். அவர்களுடைய பெண்டு பிள்ளைகள், ஆடு

மாடுகள் எல்லாம் வெள்ளத்தில் முழுகினாலும் சரி. இந்த மல்லியும் அவனுடைய கும்பலும், அகதிகள், ராணுவத்தினர் எல்லோரும் ஆற்றோடு போய்த் தொலைந்தால் போதும்!

மனிதர்கள் முனகிப் பெருமூச்சு விட்டுக்கொண்டிருக்க, மழையும் தொடர்ந்து கொட்டியது. சட்லெஜ் நதியின் நீர் மட்டம் உயர்ந்துகொண்டே வந்தது. பொதுவாகக் குளிர் காலத்தில் பாலத்தின் நடுத் தூண்களைச் சுற்றித்தான் தண்ணீர் இருக்கும். ஆறு இப்போது பக்கவாட்டு ஓடைகள் எல்லா வற்றையும் இணைத்துக்கொண்டு அகண்ட வெள்ளமாகப் பெருக்கெடுத்தது. பாலத்தின் இந்தக் கோடியிலிருந்து அந்தக் கோடி வரை தண்ணீர் ததும்பியது; வயல்களையும் ஆற்றையும் பிரித்த தடுப்பு அணையை நீரின் நாக்குகள் நக்கிக் கொண்டிருந்தன. ஆற்றின் நடுவே இருந்த சிறு சிறு தீவுகள் அத்தனையும் மூழ்கி, புதர்களின் தலை மட்டும்தான் தண்ணீருக்குமேல் தெரிந்தது. தீவுகளில் தங்கியிருந்த நீர்ப் பறவைக் கூட்டங்கள் கரைக்கு வந்து பாலத்தின் நெடுகிலும் போய் உட்கார்ந்துவிட்டன. பாலத்தில்தான் பல நாள்களாக ரயில் எதுவும் ஓடவில்லையே!

பிற்பகல் வேளையில் மற்றொரு விவசாயி வீடு வீடாகப் போய் ‘எலே பண்ட்டா சிங்! ஆத்துல வெள்ளம் வந்துருச்சுடோய்! - ஏய் திலீப் சிங்! வெள்ளம் வந்திருச்சுடா! அணைக்கரை வரைக்கும் தண்ணி ஏறிடுச்சு!’ என்று கத்திக்கொண்டே வந்தார். ஆனால் ஊர்க்காரர்கள் சோகையாக ‘அதான் அப்பவே தெரியுமே’ என்பதுபோல நிமிர்ந்து பார்த்தார்கள்.

பிறகு மற்றொரு ஆளும் வெள்ளச் செய்தியைக் கொண்டுவந்தார். பிறகு இன்னொருவர்... இன்னொருவர்... கடைசியில் ஊரில் அத்தனை பேரும் ‘சேதி தெரியுமாப்பா? ஆத்துல வெள்ளம் வந்துருச்சு’ என்று பேசிக்கொள்ள ஆரம்பித்தார்கள். கடைசியில் தலையாரி, தானே போய்ப் பார்த்துவிட்டு வரலாம் என்று புறப்பட்டார்.

உண்மையிலேயே தண்ணீர் வரத்து மிகவும் அதிகரித்திருந்தது. இரண்டு நாள் மழையினால் மட்டும் இவ்வளவு வெள்ளம் வந்திருக்க முடியாது. மலையில் பனி உருகின கையோடு மழையும் அடித்து ஊற்றியிருக்கவேண்டும். வெள்ளம் கரையை உடைத்துவிடாமல் இருப்பதற்காக, கால்வாய் மதகு களை மூடியிருப்பார்கள். அத்தனை வெள்ளமும் ஆற்றில் திரும்பிவிட்டது!

எப்போதும் சாதுவாக ஆடி அசைந்து செல்லும் சாம்பல் நிறத் தண்ணீர், இப்போது மிரட்டும் மண்-பழுப்புப் பிரவாகமாகக் குதியாட்டம் போட்டுக் கொண்டிருந்தது. ‘உன்னால் எங்களை என்ன செய்துவிட முடியும்?’ என்று சொல்வதுபோல் அலட்சியமாக நின்றிருந்த பாலத்தின் தூண்கள் மட்டுமே அங்கே எஞ்சியிருந்த ஒரே திடப் பொருள்கள். தூண்களின் கூரான முனைகள் தண்ணீரைக் கிழித்துப் போட்டன. அந்தக் கையாலாகாத கோபத்தில் சுழலும் சுழிப்புமாகக் குமுறியது ஆறு. மழைத் துளிகள் நீர்ப் பரப்பைப் பொளிந்து கொண்டிருந்தன.

சட்லெஜ் நதியின் தோற்றம், அச்சம் தரும் காட்சியாக இருந்தது!

மாலையில் பொழுது சாய்ந்தபோது ஊர்க்காரர்கள் முஸ்லிம்களை மறந்தார்கள்; மல்லியின் பொல்லாத்தனங்களையும் மறந்தார்கள். ஆற்று வெள்ளம்தான் முக்கியத் தலைப்புச் செய்தி ஆகிவிட்டது. மறுபடியும் பெண்கள் கூரைமீது ஏறி நின்று மேற்குப் பக்கம் பார்த்தபடி இருந்தார்கள். ஆண்கள் ஒருவர் ஒருவராக ஆற்றங்கரைப் பக்கம் போய் வந்து நிலைமையை அறிவித்தபடி இருந்தார்கள்.

சூரியன் மறைவதற்குள் தலையாரி மறுபடி ஆற்றுக்குப் போனார். மதியம் பார்த்ததைவிட நீர் மட்டம் உயர்ந்திருந்தது. வெள்ளத்துக்கு மேலே தலை நீட்டிக்கொண்டிருந்த நாணல் புதர்களும் இப்போது அநேகமாக மூழ்கி விட்டன. அவற்றின் தண்டுகள் தொய்ந்து, பால் வெள்ளையான கொண் டைகள் நனைந்து மிதந்துகொண்டிருந்தன. சட்லெஜ் நதி இவ்வளவு சீக்கிரம் இத்தனை உயர்ந்து அவர் பார்த்ததே இல்லை.

நல்ல வேளையாக மானோ மாஜரா, ஆற்றிலிருந்து தள்ளி இருந்தது. மண்ணால் செய்திருந்தாலும் அணைக்கரை உறுதியாக நின்று வெள்ளத்தைத் தாங்கும் என்றுதான் தோன்றியது. இருந்தாலும் ஆற்றுக்கு இரவு முழுவதும் காவல் போட ஏற்பாடு செய்தார் தலையாரி. மும்மூன்று ஆள்களாக நான்கு குழுக்கள் அமைத்தார். அவர்கள் மாலை முதல் பொழுது விடியும்வரை காவல் இருந்து, மணிக்கு ஒரு முறை வந்து நிலைமையைச் சொல்லவேண்டும் என்றும் மற்றவர்கள் யாரும் வீட்டை விட்டு வெளியே வரவேண்டாம் என்றும் அறிவித்தார். தலையாரி செய்த இந்தப் பாதுகாப்பு ஏற்பாட்டின் கதகதப்பில், கம்பளியால் போர்த்திய மாதிரி தூங்கியது மானோ மாஜரா. ஆனால் தலையாரிக்குத்தான் தூக்கமே வரவில்லை.

நள்ளிரவு தாண்டிக் கொஞ்ச நேரம் ஆகியிருக்கும். காவலுக்கு இருந்த மூன்று பேரும் பரபரப்பாகச் சத்தம் போட்டபடியே திரும்பிவந்தார்கள். அழுந்திய நிலா வெளிச்சத்தின் அரை இருட்டில் ஆற்றில் நீர் மட்டம் எப்படி இருக்கிறது என்று தெரியவில்லை என்றார்கள். ஆனால் உதவி கேட்டு யாரோ கத்துவதுபோல் குரல்கள் கேட்டதாம். குரல்கள் ஆற்றுக்கு நடுவிலிருந்து வந்ததா, அல்லது அக்கரையிலிருந்தா என்று கண்டுபிடிக்க முடியவில்லை.

தலையாரி தன்னுடைய குரோமியம் பளபளக்கும் டார்ச் விளக்கை எடுத்துக்கொண்டு அவர்களுடன் சென்றார்.

நால்வரும் ஆற்றங்கரை மேட்டில் நின்றுகொண்டு சட்லெஜ் நதியைப் பார்த்தார்கள். எதிரே கறுப்புக் கம்பளம் மாதிரி விரிந்து கிடந்தது ஆறு. தலையாரியின் கையிலிருந்த டார்ச் லைட்டின் வெண்ணிற ஒளிக் கற்றை தண்ணீர்ப் பரப்பைக் குறுக்கும் நெடுக்குமாகத் துழாவியது. சுழித்துக் கொண்டு ஓடும் நீரைத் தவிர வேறு எதுவும் தெரியவில்லை. மூச்சைப் பிடித்துக்கொண்டு கவனித்தார்கள். தண்ணீரில் மழைத் துளி விழும் சத்தம் தவிர வேறு எதுவும் கேட்கவில்லை.

அவர்கள் கேட்டது மனிதக் குரல்தானா அல்லது நரி ஏதாவது ஊளையி ட்டதைக் கேட்டுவிட்டு வந்திருக்கிறார்களா என்று திரும்பத் திரும்ப

விசாரித்தார் தலையாரி. காவல் இருந்தவர்களுக்கே இப்போது சந்தேகம் தட்டிவிட்டது. ஒருவரை ஒருவர் கேட்டுக்கொண்டார்கள்.

'உனக்கு நல்லாக் கேட்டுச்சுல்ல, கர்னைலா?'

'அ... ஆமா! நல்லாக் கேட்டுச்சு. யாரோ வலி தாங்காம ஐயோ அப்பான்னு முனகறா மாதிரி சத்தம் கேட்டுச்சுப்பா!'

நால்வரும் ஒரு மரத்தடியில் அரிக்கேன் விளக்கை வைத்துவிட்டு அதைச் சுற்றி அமர்ந்தார்கள். மழை கோட்டுபோல அவர்கள் உபயோகித்த சாக்குப் பைகள் நனைந்து ஊறிப்போய்விட்டன. உடையெல்லாம் ஈரம் சொட்டியது.

ஒரு மணி நேரத்துக்குப் பிறகு வானம் சற்று வெளி வாங்கியது. மழை தூறலாக இளைத்து, பிறகு நின்றுவிட்டது. மேற்கே அடி வானத்தில் மேகங் களின் ஊடே நிலவு தலை காட்டியது. ஆற்று நீரில் நிலா வெளிச்சம் அகலமான அலுமினிய ஃபாயிலைப் பிரித்து விசிறியது போல் பளபளத்தது. அந்த வெளிச்சப் பிரதேசத்தில் சின்னச் சின்ன நீர்ச் சுழல்களைக்கூடப் பார்க்க முடிந்தது.

கறுப்பாகப் பெரிய மூட்டை மாதிரி ஏதோ ஒன்று ஆற்றில் மிதந்து வந்தது. அது பாலத்துத் தூணில் இடித்துத் தெறித்து விலகி, நீரோட்டத்தில் இழுபட்டு மானோ மாஜராவின் கரைப் பக்கமாக ஒதுங்கியது. அதைப் பார்த்தால் ஒரு பெரிய முரசில் நாலு பக்கமும் குச்சி செருகியிருப்பதுபோல் காணப்பட்டது. நீர்ப் பெருக்கில் முன்னும் பின்னுமாக அலைக்கழிக்கப்பட்டு, கடைசியில் நிலா வெளிச்சப் பாதைக்கு நேராக வந்தது.

நெருக்கத்தில் பார்த்தால், அது ஒரு செத்துப் போன பசு மாடு!

அதன் வயிறு பீப்பாய்போல உப்பியிருந்தது. கால்கள் விறைத்துக் கட்டையாகப் போய் மேல் பக்கமாக நீட்டிக்கொண்டிருந்தன. அதைத் தொடர்ந்து வீட்டுக் கூரைக்கு வேயும் வைக்கோல் பிரிகளும் கட்டுக் கட்டாக ஆடைகளும் மிதந்து வந்தன.

'அடப் பாவமே! ஏதோ ஊருக்குள்ள வெள்ளம் பூந்து அடிச்சுக்கிட்டு வருது போலிருக்கே!' என்றார் தலையாரி.

'உஷ்! கவனிங்க' என்று கிசுகிசுத்தார் ஒருவர். மெலிதாக யாரோ முனகும் ஒலி, தண்ணீர்ப் பரப்புக்குக் குறுக்கே மிதந்து வந்தது.

'கேட்டுச்சா?'

'உஷ்!'

அவர்கள் மூச்சை இறுக்கிப் பிடித்துக்கொண்டு கவனித்தார்கள். இல்லை. இது மனிதக் குரலே அல்ல. ஏதோ உருளும், புரளும் சத்தம் மாதிரி இருக்கிறது. மறுபடி உற்றுக் கேட்டார்கள். உருளும் சத்தம்தான். ரயில் வருகிறது!

வர வர அதன் மூச்சிறைப்பு தெளிவடைந்துகொண்டே வந்தது. முதலில் எஞ்சினின் வெளிக் கோடுகள் தென்பட்டன. கடைசியில் ரயிலும் தெரிந்தது.

164

ஆனால் ரயிலில் விளக்குகள் எதுவும் இல்லை. எஞ்சினின் முகப்பு விளக்கு கூட எரியவில்லை. இருளில் அதன் புகை போக்கியிலிருந்து மத்தாப்பூபோல் தீப்பொறிகள் தெறித்தன. பாலத்தில் ரயில் நுழைந்தபோது நீர்க் காகங்கள் சத்தமில்லாமல் எழும்பி ஆற்றின்மீது பறந்தன. ஆலாக் குருவிகள் கிறீச்சிட்டுக்கொண்டு பறந்து விலகின.

ரயில் மானோ மாஜரா நிலையத்தில் வந்து நின்றது. பாகிஸ்தானில் இருந்துதான் வருகிறது!

'என்னது, வெளக்கே போட்டுக்காம வரான்?'

'இஞ்சினு சங்குகூட ஊதலியே!'

'பேய் வண்டி மாதிரில்ல இருக்குது?'

'சாமி புண்ணியமாப் போவட்டும்; அப்பிடியெல்லாம் உங்க வாயால சொல்லாதீங்க' என்றார் தலையாரி. 'சரக்கு ரயிலுபோல இருக்குது. நீங்க கேட்ட சத்தம் அதோட விசிலாத்தான் இருக்கும். இப்ப அமெரிக்காவி லேர்ந்து வர்ற இஞ்சினெல்லாம் யாரோ மென்னியைப் பிடிக்கிறா மாதிரி தானே கத்துது!'

'இல்லீங்க தலையாரி. நாங்க சொல்ற குரலு ஒரு மணி நேரம் முன்னாடி கேட்டுச்சு. ரயிலு வரதுக்குக் கொஞ்சம் முன்னாலகூட கேட்டுச்சில்ல?' என்றார் ஊர்க்காரர்களில் ஒருவர்.

'இப்ப கேக்கலியே? ரயிலு சத்தம் போடாமத்தானே இருக்குது?'

ரயில் பாதைக்கு மறுபுறத்தில், சில நாள் முன்பு ஆயிரம் பிரேதங்கள் எரிந்த இடத்திலிருந்து நரி ஒன்று கெஞ்சுவதுபோல் நீளமாக ஊளையிட்டது. உடனே ஒரு நரிக் கூட்டமே அதனுடன் சேர்ந்துகொண்டது.

இவர்கள் முதுகுத் தண்டில் ஒரு சிலிர்ப்பு ஓடியது.

'ஆங்! இந்த நரியோட ஊளையாத்தான் இருக்கும். அதுங்கதான் கத்தும்போது சாவு வீட்டில பொம்பளைங்க அழுவற மாதிரியே இருக்கும்!' என்றார் தலையாரி.

'அதெல்லாம் இல்லேங்கறேன்ல?' என்று மறுத்தார் மற்றவர். 'நான் சொல்றேன்ல, மனுசக் குரலுதான் கேட்டுச்சு. இப்ப நீங்க பேசறீங்கல்ல, அதே மாதிரி குரலு!'

அவர்கள் உட்கார்ந்து காதைத் தீட்டிக்கொண்டு கவனித்தார்கள். இன்னதென்று அடையாளம் கண்டுபிடிக்க முடியாத விதவிதமான பொருள்கள் வெள்ளத்தில் மிதந்துகொண்டு போயின. இப்போது நிலாவும் மேற்கு அடிவானத்தில் விழுந்து மறைந்துவிட்டது. சற்று நேரம் முழு இருட்டு.

கீழ் வானம் மெல்ல வெளுக்க ஆரம்பித்தது. வௌவால்கள் வரிசை வரிசை யாக, சத்தமில்லாமல் தாழப் பறந்தன. காக்கைகள் தூக்கம் கலையாமலே

கரைய ஆரம்பித்தன. ஒரு குயிலின் உச்சஸ்தாயிக் குரல் தோப்புக்குள்ளிருந்து அம்பு போல் புறப்பட்டு வந்தது.

உலகம் விழித்துக்கொண்டுவிட்டது.

மேகங்கள் உருண்டு புரண்டு வடக்குப் பக்கம் சென்றுவிட்டன. மெல்ல எழுந்த சூரியன், மழை நனைத்த சமவெளியில் தகதகவென்ற ஆரஞ்சு வெளிச்சத்தை வெள்ளமாகப் பாய்ச்சியது. சூரிய ஒளியில் கண்ணில் பட்ட அத்தனையும் மின்னின.

ஆற்றில் நீர் மட்டம் இன்னும் உயர்ந்திருந்தது. கலங்கலான தண்ணீரில் வண்டிகள் அடித்துக்கொண்டு வந்தன. அவற்றின் நுகத்தடியில் கட்டப்பட்ட மாடுகளின் உடல்கள் வீங்கிப்போயிருந்தன. மிதந்து வந்த குதிரைகள் வெள்ளத்தின் இழுப்பில் இந்தப் பக்கமும் அந்தப் பக்கமுமாக அலைந்தபோது, அவை முதுகுத் தினவுக்காகக் கீழே விழுந்து புரள்வதுபோலத்தான் தோன்றின.

ஆண், பெண்களின் சடலங்களும் மிதந்துவந்தன!

அவர்களின் உடைகள் ஒட்டியும் ஒட்டாமலும் இருந்தன. குப்புறப் படுத்துத் தூங்கிக்கொண்டிருந்த குழந்தைகளின் கைகள் நீண்டு தண்ணீரில் அளைந்தன. அவற்றின் சின்னஞ் சிறிய புட்டங்கள் தண்ணீரில் அமிழ்ந்தும் எழுந்தும் மிதந்தன.

வானம் முழுவதும் கழுகுகளும் கருடன்களும் நிறைந்துவிட்டன. அவை கீழே சரிந்து வந்து ஆற்றில் மிதக்கும் உடல்களின்மீது உட்கார்ந்தன. அவை கொத்திய கொத்தலில் சடலங்கள் புரண்டு கொடுத்து, அவற்றின் விறைத்த கைகள் நீண்டு பறவைகளைப் பயமுறுத்தி விரட்டிவிட்டு மறுபடி தண்ணீர் சிதற அமிழ்ந்தன.

'ராத்திரியில ஏதோ ஊருக்குள்ள வெள்ளம் பூந்துருச்சு போலிருக்கு' என்றார் தலையாரி. அவர் முகம் இறுகியிருந்தது.

கூட இருந்தவர்களில் ஒருவர் 'ராத்திரி வேளையில மாடுங்களை யாரு வண்டியில பூட்டி வைப்பாங்க?' என்றார்.

'அதானே! வண்டியில ஏன் பூட்டினாங்க? சொல்லுங்க பாப்போம்?'

ஆற்றுப் பாலத்தின் கண்மாய்கள் ஊடே மேலும் மேலும் மனித உடல்கள் வந்தன!

அவை பாலத்துத் தூண்களில் மோதி சற்றுத் தயங்கின; சுழலில் சிக்கித் தட்டாமாலை சுற்றின; பிறகு நீரோட்டத்தின் போக்கில் குதித்துக் குதித்து வந்தன.

தலையாரியும் மற்றவர்களும் பாலத்தின் பக்கம் போய், கரையோரமாக ஒதுங்கின சடலங்களைப் பார்த்தார்கள்; பேச்சிழந்து நின்று வெறித்தார்கள். 'தலையாரிய்யா! இவங்க வெள்ளத்தில சாகலை. கொன்னு போட்டு ஆத்தில தள்ளியிருக்காங்க!'

நரைத்த தாடியுடன் வயதான ஆள் ஒருவர் மிதந்துகொண்டிருந்தார். சிலுவையில் அறையப்பட்ட மாதிரி கைகள் இரண்டும் நீண்டிருந்தன. பொக்கை வாய் அகலத் திறந்து ஈறுகள் தெரிந்தன. கண்ணில் மெல்லிய படலம். தலையைச் சுற்றிலும் பிரபை மாதிரி அவருடைய தலைமுடி படர்ந்து மிதந்துகொண்டிருந்தது. கழுத்தில் ஒரு பெரிய ஆழமான வெட்டு. கழுத்தின் பக்கவாட்டிலிருந்து நெஞ்சுவரை இறங்கியிருந்தது. கிழவர் கை இடுக்கில் ஒரு குழந்தையின் தலையை இன்னும் பிடித்துக் கொண்டிருந்தார். குழந்தையின் தலையின் பின்புறம் ஒரு பெரிய பொந்து!

மலை மீது மரம் வெட்டுபவர்கள் ஆற்று ஓட்டத்தில் மரக் கட்டைகளைச் சமவெளிக்கு அனுப்புவார்களே, அதுபோல் இன்னும் ஏராளமான உடல்கள் வெள்ளத்தில் மிதந்துவந்தன. சில உடல்கள் கண்மாயின் வழியே புகுந்து வேகமாக அந்தப் பக்கம் சென்றுவிட்டன. மற்றவை பாலத்துத் தூண்களில் மோதிப் புரண்டு, மறுபடி வெள்ளம் திருப்பிப் போடும் வரை காயங்களைக் காட்டிக்கொண்டிருந்தன. சிலரின் கை கால்கள் வெட்டப்பட்டிருந்தன. சிலரின் வயிறு கிழிக்கப்பட்டிருந்திருந்தது. பல பெண்களின் மார்பு அறுக்கப்பட்டிருந்தது.

பிணங்கள் ஆற்றின் போக்கில் அமிழ்ந்தும் எழுந்தும் மிதந்து கொண்டு போனபோது தலைக்கு மேலே கருடன்களும் கழுகுகளும் வட்டமிட்டன.

தலையாரியும் மற்றவர்களும் தலைப்பாகை நுனியால் முகத்தைப் பொத்திக் கொண்டார்கள். 'குருசாமீ! குருசாமீ! தயவு வேணும்' என்று கிசுகிசுத்தார் ஒருவர். 'எங்கேயோ பெரிய படுகொலை நடந்திருக்குது. நாமதான் போலீசுகிட்ட போய்ச் சொல்லணும்.'

'போலீசா! அவங்க என்ன செய்வாங்க? கேசு எளுதிப்பாங்களாக்கும்?'

வாய் குமட்ட, மனம் கனக்க அந்த நால்வர் அணி மானோ மாஜராவை நோக்கி நடந்தது. திரும்பிப் போய் ஊரில் என்ன சொல்வது என்று புரியவில்லை. ஆற்றில் வெள்ளம் அதிகரித்துவிட்டது என்று சொல்லி நிறுத்திக்கொள்வதா? சில கிராமங்கள் முழுகிவிட்டன என்பதா? தலைப்பாற்றில் எங்கோ படுகொலை நடந்திருக்கிறது என்று உண்மையைப் போட்டு உடைப்பதா? சட்லெஜில் நூற்றுக் கணக்கில் சடலங்கள் மிதப்பதைச் சொல்வதா? அல்லது வாயை இறுக மூடிக்கொண்டு சும்மா இருந்துவிடுவதா?

ஊருக்குள் திரும்ப வந்தபோது இவர்கள் கதையைக் கேட்க யாருமில்லை. எல்லோரும் கூரைமீது ஏறி நின்று ரயில்வே ஸ்டேஷன் பக்கமே பார்த்துக் கொண்டிருந்தார்கள். பல நாள் கழித்து மானோ மாஜராவுக்கு ரயில் வருகிறது. எஞ்சின் கிழக்குப் பக்கம் பார்த்தபடி இருப்பதால், பாகிஸ்தானிலிருந்துதான் வருகிறது. இந்த முறையும் நிலையத்தை யாரும் நெருங்க விடாமல் அரண் அமைத்து, ராணுவமும் போலீஸும் நிறைந்திருந்தன.

ஆற்றில் மிதக்கும் பிணங்களைப் பற்றிய செய்தியும் சீக்கிரமே ஊருக்குள் பரவியது. கூரையிலிருந்து கூரைக்கு வாய் மொழியாகத் தாவியது. பெண்களும் குழந்தைகளும் சின்னாபின்னப்படுத்தப்பட்டிருப்பதாக ஒருவருக்கு ஒருவர் கூவிக் கூவிச் சொன்னார்கள்.

கொல்லப்பட்டது யார் என்று தெரிந்துகொள்ள யாருமே விரும்பவில்லை; ஆற்றுப் பக்கம் போய்ப் பார்க்கவும் துணியவில்லை. இங்கே ரயில்வே நிலையம் பக்கம் அதைவிட சுவாரஸ்யமான காட்சி அரங்கேறிக்கொண்டிருக் கிறது! சென்ற முறை நடந்ததைவிட இப்போது மிகவும் பயங்கரமாக இருக்கப் போகிறது என்றே எதிர்பார்த்தார்கள்.

ரயிலில் இருந்த சரக்கு என்ன என்பதில் யாருக்கும் துளிக்கூடச் சந்தேகமே இல்லை. ராணுவத்தினர் மறுபடி வந்து மண்ணெண்ணெயும் விறகும் கேட்கப் போகிறார்கள். ஆனால் அவர்கள் வீட்டில் மண்ணெண்ணெய் டின்கள் காலி. இருந்த விறகோ மழையில் நனைந்து ஊறிப்போயிருக்கிறது...

ஆனால் ராணுவம் வரவே இல்லை.

அதற்குப் பதிலாக எங்கிருந்தோ ஒரு புல்டோசர் வந்து சேர்ந்தது. ஸ்டேஷ னுக்கு வெளியே - ஊர் இருந்த பக்கத்தில் - புல்டோசர் தன் பற்களை மண்ணில் புதைத்தது. மண்ணைத் தின்று மென்று துப்பி ஒரு பக்கமாகக் குவித் தபடியே நகர்ந்தது.

பல மணி நேரம் தோண்டியபிறகு ஐம்பது அடி நீளத்துக்குக் குழி ஒன்று தயாராகிவிட்டது. தோண்டிய மண் இரண்டு பக்கமும் மலையாகக் குவிந்து கிடந்தது. பிறகு இயந்திரம் ஓய்வெடுக்கப் போயிற்று; இத்தனை நேரம் சும்மா வேடிக்கை பார்த்துக்கொண்டிருந்த வீரர்களும் போலீஸ்காரர்களும் களத்தில் இறங்கினார்கள்.

அவர்கள் இரண்டிரண்டு பேராக பிளாட்பாரத்துக்குச் சென்று கான்வாஸ் துணி ஸ்ட்ரெச்சர்களைச் சுமந்துகொண்டு வந்தார்கள். ஸ்ட்ரெச்சர்களைப் பள்ளத்தில் சாய்த்துக் காலி செய்துவிட்டு மறுபடி ரயிலுக்குப் போனார்கள். இப்படி நாள் முழுவதும், பொழுது சாய்கிறவரையில் தொடர்ந்து நடந்தது.

பிறகு புல்டோசர் மறுபடி உயிர் பெற்றது. தான் மென்று துப்பிய மண்ணை யெல்லாம் மறுபடி அள்ளி விழுங்கிப் பள்ளத்தில் போய்க் கக்கியது; பள்ளம் மறைந்து சமதரையாகியது. அந்த இடமே காய்ந்து போன காயத்தின் வடு மாதிரி இருந்தது. புதைக்கப்பட்டவர்களை நாய் நரிகள் விருந்தாக்கிக் கொண்டுவிடாமல் இரவு முழுவதும் இரண்டு வீரர்கள் காவல் இருந்தார்கள்.

★

அன்று மாலையில், மானோ மாஜரா முழுவதுமே குருத்வாராவில் பூஜைக் காகக் கூடியது. சாதாரணமாக குரு ஜெயந்தி அன்றும் ஏப்ரல் மாதத்தில் புத்தாண்டு தினத்துக்கும்தான் கோவிலில் இவ்வளவு கூட்டம் இருக்கும். வயதான கிழவர்-கிழவிகள் மட்டும்தான் தினசரி தவறாமல் கோவிலுக்கு வருபவர்கள். மற்றவர்கள் குழந்தைக்குப் பெயர் வைக்க, காது குத்த, அல்லது திருமணம், சடங்கு என்றால்தான் வருவார்கள். வட்டிக் கடைக்காரரின் கொலைக்குப் பிறகே கோவிலில் கூட்டம் மெல்ல அதிகரித்துக்கொண்டுதான் இருந்தது. ஒருவரும் தனியாக இருக்க விரும்பவில்லை!

முஸ்லிம்கள் ஊரை விட்டுப் போன பிறகு ஆளில்லாத அவர்கள் வீடுகளும் அகலத் திறந்து கிடக்கும் கதவுகளும், சிலிர்க்க வைக்கும் ஒரு விதமான

பைசாசத் தோற்றம் கொண்டிருந்தன. அவற்றைக் கடந்து செல்பவர்கள் அந்தப் பக்கம் திரும்பிப் பார்க்காமல் வேகமாக நடந்தார்கள்.

ஏன் எதற்கு என்று விளக்கம் சொல்லத் தேவையில்லாமல் ஆறுதலுக்காகப் போய் உட்காரக்கூடிய ஒரே இடம் குருத்வாராதான். ஆண்கள் ஏதோ முக்கிய வேலை இருப்பதுபோல் காட்டிக்கொண்டு கோவிலுக்கு வந்தார்கள். பெண்கள் தங்கள் வீட்டுக்காரர்களுடன் போகிறோம் என்று சாக்கு ஏற் படுத்திக்கொண்டு வந்தார்கள். அவர்களுடன் கூடவே குழந்தைகளும் வந்தன.

கிரந்தப் புத்தகம் வைக்கப்பட்டிருந்த நடுக் கூடத்திலும், பக்கவாட்டில் இருந்த இரண்டு அறைகளிலும் உட்கார இடமில்லாமல் ஊர் மக்களும் அகதி களும் அடைந்து கிடந்தார்கள். நிலைப்படிக்கு வெளியே அவர்களுடைய செருப்புகள் வரிசை கட்டி நின்றன.

அரிக்கேன் விளக்கு வெளிச்சத்தில் மீத் சிங் மாலைப் பிரார்த்தனையைப் படித்தார். அவர் பின்னால் ஒருவர் நின்று சாமரம் வீசிக்கொண்டிருந்தார். பிரார்த்தனை முடிந்ததும் கூட்டம் பஜனைப் பாட்டு பாடியது.

மீத் சிங் கிரந்தத்தை மடித்து, காடியான பட்டுத் துணியில் போர்த்தி இரவுக்கு ஓய்வெடுக்க அனுப்பினார். பக்தர்கள் கை கூப்பினார்கள். மீத் சிங் கூட்டத் தின் எதிரே வந்து நின்று பத்து சீக்கிய குருமார்களின் பெயரையும் வரிசை யாகச் சொன்னார். சீக்கிய தியாகிகள், கோவில்கள் இவற்றின் பெயர்களைச் சொல்லி அவர்களின் ஆசியைக் கோரினார். ஒவ்வொரு கோரிக்கையின் முடிவிலும் கூட்டம் 'குருநாதா!' என்று குரல் கொடுத்தது.

எல்லோரும் முழந்தாளிட்டுப் பணிந்து நெற்றி நிலத்தில் பட வணங் கினார்கள். சடங்கு முடிந்தது; மீத் சிங்கும் கூட்டத்துடன் சேர்ந்து வெளியே வந்தார்.

எல்லோருமே இறுகிய முகத்துடன் காணப்பட்டார்கள். குழந்தைகள் மட்டும் தான் கவலையின்றி விளையாடிக்கொண்டு இருந்தன. அவை சண்டையிட்டு, சிரித்துத் துரத்திக்கொண்டு அறை முழுவதும் ஓடின. பெரியவர்கள் குழந்தை களை அதட்டியவண்ணம் இருந்தார்கள்.

குழந்தைகள் ஒவ்வொன்றாகத் தத்தமது தாயின் மடியில் படுத்துத் தூங்கிப் போயின. கடைசியில் பெரியவர்களும் அறையின் தரையில் அங்கங்கே நீட்டிப் படுத்தார்கள்.

என்னதான் தூங்க முயன்றாலும் அன்று நடந்த சம்பவங்கள் அவ்வளவு சீக்கிரம் மறக்கக்கூடியவையாக இல்லை. பாதி பேருக்குத் தூக்கமே வரவில்லை; மற்றவர்கள் அமைதியில்லாமல் தூங்கினார்கள். பக்கத்தில் இருப்பவரின் கையோ காலோ மேலே பட்டுவிட்டால் அலறி அடித்துக் கொண்டு எழுந்தார்கள்.

கவலையை மறந்து குறட்டை விட்டுக்கொண்டு தூங்கியவர்களுக்கும்கூட, அன்றைக்கு நடந்ததெல்லாம் கெட்ட கெட்ட கனவுகளாகத் தொடர்ந்தன.

கனவில் மோட்டார் வண்டிகளின் சத்தமும் மாடுகளின் கத்தலும் மனிதர் களின் கூக்குரலும் மறுபடி மறுபடி கேட்டன. தூக்கத்திலேயே அவர்கள் கதறி அழுததில் தாடிகள் கண்ணீரால் நனைந்தன.

அப்போது ஒரு வாகனம் வரும் சத்தம் கேட்டது. தூக்கக் கலக்கத்தில் இருந்தவர்கள் அதுவும் கனவு என்று நினைத்தார்கள். ஏற்கெனவே தூங்கிக் கொண்டிருந்தவர்கள் கனவுக்குள் இன்னொரு கனவு என்று நினைத்தார்கள். அந்தக் கனவில் ஒரு குரல் 'என்ன, எல்லாரும் செத்துப் போயிட்டீங்களா?' என்று கேட்டது. 'ஆமாம், ஆமாம்!' என்று இவர்கள் பதில் சொன்னார்கள்.

அந்த நடுநிசி வேளையில் உண்மையாகவே ஒரு ஜீப் வந்து நின்றது. காலையில் ராணுவ அதிகாரிகள் வந்தது போன்ற அதே ஜீப். ஊருக்குள் முன்னமே வந்து பழகியதுபோல் நேராக உள்ளே வந்து வீடு வீடாகச் சென்றது. 'வீட்ல யாராவது இருக்கீங்களா?' என்று கேட்டது ஒரு குரல். பதிலுக்கு நாய்கள் மட்டுமே குரைத்தன.

கடைசியில் ஜீப் குருத்வாராவுக்கு வந்து நின்றது. அதன் இஞ்சின் அணைக்கப் பட்டது. இரண்டு ஆசாமிகள் கோவில் முற்றத்தில் வந்து நின்றுகொண்டு 'யாராவது உயிரோட இருக்கீங்களா? எல்லாரும் செத்துப் போயிட்டீங்களா?' என்று உரக்கக் கத்தினார்கள்.

அத்தனை பேருக்கும் விழிப்பு வந்துவிட்டது. குழந்தைகள் அழ ஆரம்பித்தன. மீத் சிங் அரிக்கேன் விளக்கின் திரியைத் தூண்டிப் பெரிதாக்கினார். அவரும் தலையாரியும், வந்திருப்பது யார் என்று பார்க்க வெளியே வந்தார்கள்.

புதியவர்கள் தாங்கள் கிளப்பிவிட்ட பரபரப்பைக் கவனிக்கத் தவறவில்லை. தலையாரியையும் மீத் சிங்கையும் புறக்கணித்துவிட்டு நேராகப் பெரிய அறையின் வாசலுக்குப் போய் நின்றார்கள்.

திகைத்துப் போய் உட்கார்ந்திருந்த கூட்டத்தைப் பார்த்து வந்தவர்களில் ஒருவன் 'எல்லாரும் செத்துட்டீங்களா?' என்றான். மற்றவன் 'யாராவது உயிரோட இருக்கீங்களா?' என்றான்.

தலையாரி கோபத்துடன் 'இந்த ஊர்ல யாரும் சாகலை. இப்ப எதுக்கு வந்திருக்கீங்க?' என்று கேட்டார்.

வந்தவர்கள் பதில் சொல்வதற்குள், இன்னும் இரண்டு பேர் அவர்களுடன் சேர்ந்துகொண்டார்கள். அனைவரும் சீக்கியர்கள். காக்கி யூனிஃபார்ம் அணிந்திருந்தார்கள். ஒவ்வொருவர் தோளிலும் துப்பாக்கி தொங்கியது.

'இந்த ஊரே ஒரே செத்த பொணமாட்டம் கிடக்குதே?' என்று ஒருவன் சத்தமாகத் தன் தோழர்களிடம் சொன்னான்.

மீத் சிங் அமைதியாக, 'எங்க ஊருக்கு குருநாதர் தயவு இருந்திருக்குது. இங்கே யாரும் சாகலை' என்று கௌரவத்தை விட்டுக்கொடுக்காமல் சொன்னார்.

புதியவன் ஆவேசத்துடன் கையை வீசியபடி, 'இந்த ஊரு இதுவரைக்கும் சாகலைன்னா, இப்ப சாகணும்! நாண்டுகிட்டு சாகணும்! எல்லாரும் காயடிச்ச ஆம்பளைங்க!' என்றான்.

வந்தவர்கள் செருப்பைக் கழற்றிவிட்டுப் பெரிய ஹாலுக்கு வந்தார்கள். தலையாரியும் மீத் சிங்கும் அவர்களைப் பின் தொடர்ந்தார்கள். அங்கே இருந்த ஆண்களெல்லாம் எழுந்து உட்கார்ந்து தலைப்பாகையைச் சுற்றி முடிந்துகொண்டார்கள். பெண்கள் குழந்தைகளை மடியில் போட்டு ஆட்டித் தூங்க வைக்க முயன்றார்கள்.

வந்த கும்பலில் தலைவன் போல் இருந்தவன் மற்றவர்களை உட்காரச் சொல்லிக் கையமர்த்தினான். எல்லோரும் தரையில் உட்கார்ந்தார்கள். தலைவன் சண்டைக் கோழி மாதிரி சிலுப்பிக்கொண்டு நின்றான். டீன் ஏஜ் பையன்தான். சின்ன தாடி எண்ணெய் தடவித் தாடையில் ஒட்டினமாதிரி இருந்தது. பார்க்கச் சின்னவனாக, ஒல்லியாக, பெண்பிள்ளைச் சாயலுடன் இருந்தான். பளிச்சென்ற நீல நிற டர்பனுக்குக் கீழே பளபளவென்ற சிவப்பு ரிப்பன் சுற்றியிருந்தான்.

அவன் போட்டிருந்த மிலிட்டரி காக்கிச் சட்டை, சோனித் தோள்களிலிருந்து வழிந்து இறங்கிவிடும்போல் இருந்தது. கறுப்பு நிறத்தில் பட்டையாக ஸாம் பிரவுன் பெல்ட் அணிந்திருந்தான். அவனுடைய சின்ன மார்புக்குக் குறுக்கே தோல் பட்டையில் வரிசையாகத் துப்பாக்கிக் குண்டுகள் பதிந்திருந்தன. சிற்றிடையைச் சுற்றியிருந்த பெல்ட்டில் ஒரு பக்கம் தோல் பையிலிருந்து ரிவால்வர் எட்டிப் பார்த்தது. மற்றொரு பக்கத்தில் பிச்சுவாக் கத்தி. மொத்தத்தில் குழந்தைக்கு அதன் அம்மா அமெரிக்க கௌபாய் வேஷம் போட்டு அனுப்பின மாதிரி இருந்தான்.

பையன் தன் ரிவால்வர் பையை வருடினான்; புல்லட்களின் வெள்ளி மூக்குகளைத் தடவினான்; முழுத் தன்னம்பிக்கையுடன் சுற்று முற்றும் பார்த்தபடியே ‘இந்த ஊரு என்ன, சர்தார் கிராமம்தானே?’ என்றான். கேள்வியில் திமிர் தெறித்தது.

அவன் படித்த பட்டணத்துப் பையன் என்பது ஊர்க்காரர்களுக்குப் புரிந்தது. அவர்கள்தான் கிராமத்துக்காரர்களிடம் பேசும்போது அலட்சியமாக மூஞ்சியைத் தூக்கி வைத்துக்கொள்வார்கள். வயது, அந்தஸ்து எதுவும் அவர்களுக்குப் பொருட்டே அல்ல.

‘ஆமாங்க ஐயா!’ என்றார் தலையாரி. ‘நம்ம ஊரு எப்பவுமே சர்தார்ஜி ஊருதான். முசல்மான் குடிக்கூலிங்க சில பேரு இருந்தாங்க. இப்ப ஊரை விட்டுப் போயிட்டாங்க.’

‘சீ! என்ன மாதிரி சர்தாருங்க நீங்கள்லாம்?’ பையன் அடிக்க வருவது போல் உறுமினான். ‘எல்லாரும் மீசை வெச்ச ஆம்பிள்ளைங்களா? இல்லே, புடைவை கட்டின ஆம்பிள்ளைங்களா?’ என்று கேள்வியை இன்னும் விரிவாக்கினான்.

யாருக்கும் என்ன பதில் சொல்வதென்று தெரியவில்லை. குருத்வாராவுக்குள் நுழைந்து, அதுவும் பெண்களும் குழந்தைகளும் இருக்கும்போது இப்படியெல்லாம் பேசக் கூடாது என்று சொல்ல யாருக்கும் நாக்கு எழும்பவில்லை.

‘அவங்க ரயில் ரயிலா எத்தனை சர்தார்களையும் இந்துக்களையும் கொன்னு அனுப்பிக்கிட்டிருக்காங்க தெரியுமா? ராவல்பிண்டி, முல்தான், குஜ்ரண்

வாலா, ஷேகுபுரா எல்லா இடத்திலயும் எத்தனை படுகொலை நடந்திருக்கு தெரியுமா? இத்தனை பேரும் இங்க உக்காந்து என்ன புடுங்கிக்கிட்டு இருக்கீங்க? நல்லா கழுத்து வரைக்கும் சாப்பிட்டு சாப்பிட்டு தூங்கிக்கிட்டு இருக்கீங்க! இந்த லட்சணத்துல 'நான் ஒரு சர்தார்'னு வேற சொல்லிக் கிறீங்க... அஞ்சா நெஞ்சன் சர்தார்ஜி! வீரப் பரம்பரை!' தன் கிண்டல் தைக்க வேண்டும் என்பதற்காக இரண்டு கைகளையும் உயரத் தூக்கினான். 'யாராவது பதில் சொல்லுங்க பார்க்கலாம்?' என்பதுபோல் பளபளக்கும் கண்களால் கூட்டத்தை ஊடுருவினான்.

ஊர்க்காரர்கள் சற்று வெட்கத்துடன் தலையைக் குனிந்துகொண்டார்கள்.

'அதுக்கு நாங்க என்ன செய்ய முடியும் சர்தார் ஐயா?' என்று கேட்டார் தலையாரி. 'நம்ம கவர்மெண்ட்டு பாகிஸ்தானோட சண்டைக்குப் போனாக்க, நாங்களும் சண்டையில சேருவோம். மானோ மாஜராவுல, குக்கிராமத்துல ஒக்காந்துகிட்டு நாங்க என்ன செய்யறது?'

'கவர்மெண்ட்டா?' இளக்காரமாகச் சிரித்தான் இளைஞன். 'இந்த அரசாங்கத்துல என்னத்தைப் பெரிசா செஞ்சு கிழிச்சுடப் போறாங்க? அங்க உக்கார்ந்திருக்கிற அத்தனை பேரும் பண மூட்டை சேட்டுங்க. பாகிஸ்தான்ல உள்ள முசல்மான்கள் எல்லாம் அவங்க கவர்மெண்ட்டுகிட்டச் சொல்லிட்டா உங்க தங்கச்சிங்களைச் சூறையாடறாங்க? கவர்மெண்டுகிட்ட கேட்டுகிட்டா ரயிலை நிறுத்தி பெரியவங்க, சின்னவங்க, பொம்பளைங்க, குழந்தைங்கன்னு பார்க்காம எல்லாரையும் கொன்னு தள்றாங்க? உங்களுக்கு மட்டும் கவர்மெண்ட்டு வந்து ஏதோ செய்யப் போகுதாம்! ஆகா, சபாஷ்! சூரப் புலிங்க!' என்று தன் துப்பாக்கிப் பையை ஆக்ரோஷமாகத் தட்டினான்.

தலையாரி மென்று விழுங்கிக்கொண்டு, 'அதுக்காக சர்தார்ஜி ஐயா, இப்ப நாங்க என்ன செய்யணும்கிறீங்க?' என்று கேட்டார்.

'அப்பிடி வாங்க வழிக்கு!' என்றான் இளைஞன். 'சொல்றேன். நல்லா கவனமாக் காது குடுத்துக் கேளுங்க.' சற்று நிறுத்தி சுற்று முற்றும் பார்வையைச் செலுத்தினான். பிறகு சுட்டுவிரலை நீட்டி நீட்டி மானசீகமாக எதையோ குத்தியபடியே ஒவ்வொரு வார்த்தையாக அளந்து பேசினான்.

'அவங்க ஒரு இந்து அல்லது சர்தாரைக் கொன்னா, பதிலுக்கு பதிலா ரெண்டு முசல்மான்களைக் கொல்லுங்க! அவங்க ஒரு பொம்பளையைத் தூக்கிக்கிட்டுப் போய்க் கெடுத்தா, நீங்க ரெண்டு பொம்பளைங்களைத் தூக்குங்க. ஒரு வீட்டைக் கொள்ளையடிச்சா ரெண்டு வீட்டைக் கொள்ளையடிங்க. ஒரு ரயில் முழுக்கப் பிணம் இங்கே வந்தா, நீங்க ரெண்டு ரயில் நிறைய அனுப்புங்க. ரோட்ல போற ஒரு வண்டி வரிசையை அவங்க அடிச்சா, நீங்க ரெண்டு வரிசையை அடிச்சு நொறுக்குங்க... அந்தப் பக்கம் நடக்கற கொலையெல்லாம் தானா நின்னு போயிடும். அவங்களோட கொலை கொள்ளை விளையாட்டெல்லாம் நமக்கும் ஆடத் தெரியும்னு காமிச்சா போதும்!' இளைஞன் சற்று நிறுத்தி, தான் பேசியதன் விளைவு என்னவென்று கவனித்தான். எல்லோரும் வாயைப் பிளந்தபடி கேட்டுக்கொண்டிருந்தார்கள்.

வாயைப் பிளக்காமல் இருந்தவர் மீத் சிங் ஒருவர்தான். ஏதோ சொல்வ தற்காகத் தொண்டையைக் கனைத்தார். பிறகு நிறுத்திக்கொண்டுவிட்டார்.

'என்ன அண்ணே? ஏன் நிறுத்திட்டீங்க? பேசுங்க!' என்று சவால் விட்டான் இளைஞன்.

'நான் என்ன சொல்ல வர்றேன்னா...' என்று தடுமாறினார் மீத் சிங். 'நான் என்ன சொல்றேன்னா...' மறுபடி தயக்கம். 'பாகிஸ்தான்ல முசல்மான்கள் ஏதேதோ செய்யறாங்கன்னா, அதுக்கு இங்க இருக்கற அவங்க ஆளுங்க, பாவம் என்ன செய்வாங்க? இவங்களை எதுக்குக் கொல்லணும்? தப்பு செஞ்சவங்களுக்குத்தானே தண்டனை குடுக்கணும்?'

பையன் அவரை எரிப்பதுபோல் முறைத்தான். 'அப்ப, பாகிஸ்தான்ல இருக்கற சர்தார்களும் இந்துக்களும் மட்டும் என்ன தப்பு செஞ்சாங்க? எதுக்காக அவங்களை இப்படிக் கசாப்பு போடறாங்க? அவங்க மட்டும் அப்பாவி இல்லையா? அத்தனை பொம்பளைங்களை நாசம் பண்ணினாங் களே, அவங்க செஞ்ச குத்தம்தான் என்ன? சின்னக் குழந்தைங்க என்ன, கொலையா செஞ்சுட்டாங்க? அவங்களை அப்பா அம்மா கண்ணு முன்னாடியே குத்திக் குடலை உருவினாங்களே?'

மீத் சிங் அடங்கிவிட்டார். இருந்தாலும் இளைஞன் அவரை ஒரேயடியாக நசுக்கிவிடுவது என்று முடிவு செய்துவிட்டான். 'என்ன அண்ணே? சொல்ல வந்ததைச் சொல்லிடுங்களேன்.'

'இதப் பாருங்க, நான் ஒரு வயசான பூசாரி. இந்த அடிதடியெல்லாம் நமக்கு ஒத்து வராது. வேணும்னா சண்டைக்குப் போங்கன்னுதான் சொல்றேன். நம்மைக் கொல்ல வர்றவங்களைத் திருப்பிக் கொல்லுங்க... ஆனா, சண்டைக்கே வராத அப்பாவி ஜனங்களைக் கொல்றதில என்ன வீரம் இருக்குது? பொம்பளைங்க விசயத்துல பார்த்தீங்கன்னா, நம்ம கடைசிக் குரு கோவிந்த சிங், ஒவ்வொருத்தரையும் சத்தியமே பண்ணச் சொல்லியிருக்காரு. சர்தாராப் பொறந்தவன் ஒரு முசல்மான் பொம்பளையைத் தொடவே கூடாதுன்னு. இத்தனைக்கும் முசல்மான்ககிட்ட அவரு பட்ட பாடு ஆண்டவனுக்குத்தான் தெரியும். அவரோட நாலு பையன்களையும் கொன்னுட்டாங்க.'

'பெரிசு, இந்த பஜனையெல்லாம் வேற எங்கியாவது வெச்சுக்க' என்று எரிந்து விழுந்தான் இளைஞன். 'உங்களை மாதிரி ஆளுங்கதான் இந்த நாட்டுக்கே வந்து சேர்ந்த சாபம்! பொம்பளைங்களைப் பத்தி குரு என்ன சொன்னாருன்னு வாய் கிழியுதே, அதே குரு முசல்மான்களைப் பத்தி என்ன சொல்லியிருக்காருன்னு தெரியுமில்லே? 'உலகத்தில மத்த எல்லா ஜாதிக்காரங்களும் செத்துப் போயிட்டாத்தான், கடைசியா துருக்கிக்காரன்கூடச் சகவாசம் வெச்சுக் கணும்'னு சொல்லிட்டுப் போயிருக்காரு! உண்டா இல்லையா?'

'அதுவும் சரிதான்' என்றார் மீத் சிங் பலவீனமாக. 'இப்ப யாரு அவங்களோட சகவாசம் வெச்சுக்கணும்னு சொல்றாங்க? குருநாதரேகூட அவரோட படையில முஸ்லிம்களை வெச்சிருந்தாரு.'

‘அதுல ஒருத்தன்தான் அவரைத் தூங்கும்போது குத்தினவன்!’

மீத் சிங்குக்குச் சங்கடமாகிவிட்டது.

‘அவங்க ஆளுதான் குருநாதர் தூங்கும்போது அவரைக் குத்தினவன்’ என்று பையன் மறுபடி அழுத்தம் திருத்தமாகச் சொன்னான்.

‘அவங்கள்ல சில பேரு கெட்டவங்களும் இருக்கலாம். ஆனாக்க...’

‘யாராவது ஒரு நல்லவனைக் காட்டுங்க பார்ப்போம்!’

மீத் சிங்கிடம் அம்புகள் தீர்ந்துவிட்டன. வாயை மூடிக்கொண்டு தலை குனிந்துகொண்டார். மௌனம் என்றால் தோல்வியை ஒப்புக்கொண்டு விட்டதாக அர்த்தம் கொள்ளப்பட்டது.

‘அவரு கிடக்கிறாரு விடுங்க’ என்றார்கள் பலர். ‘பூசாரிக்குப் பாவம், வயசாயிருச்சு. அவரு பாட்டுக்கு பூசை, ஆரத்தின்னு இருக்கட்டும்.’

சொற்பொழிவாளன் இதில் திருப்தியடைந்து, மறுபடி கெத்தாகப் பேச ஆரம்பித்தான். ‘ஒண்ணு மட்டும் மறக்காதீங்க’ என்றான் ஞானி போல. ‘நல்லா ஞாபகம் வெச்சுக்குங்க. ஒரு முசல்மானுக்கு, நீங்க என்ன பேசினாலும் புரியாது. அவங்களுக்குத் தெரிஞ்சதெல்லாம் ஒரே பாஷைதான் - பட்டாக் கத்தி!’

கூட்டம் ஆமோதிப்பதுபோல் சலசலத்தது.

‘இங்கே இருக்கறவங்கள்ல குருநாதரோட உண்மையான தொண்டர்கள் யாரு? நம்ம சமூகத்துக்காக உயிரைத் தியாகம் பண்ணத் தயாரா இருக்கறவங்க யாரு? இங்கே மீசை வெச்ச ஆம்பளை யாரு?’ ஒவ்வொரு கேள்வியும் ஒரு சவாலாக வந்து விழுந்தது.

ஊர்க்காரர்களுக்கு தர்ம சங்கடமாக இருந்தது. இளைஞன் உசுப்பேற்றியதில் அவர்களுடைய தன்மானம் தட்டி எழுப்பப்பட்டுவிட்டது; தத்தமது ஆண்மையை நிரூபிக்கவேண்டிய கட்டாயத்தில் இருந்தார்கள். ஆனால் மீத் சிங் எதிரே இருக்கும்போது அவருக்குத் துரோகம் செய்து கட்சி மாறவும் முடியாது.

‘இப்ப நாங்க என்னங்க செய்யறது?’ என்று கெஞ்சலாகக் கேட்டார் தலையாரி.

‘என்ன செய்யணும்கிறதை நான் சொல்றேன்’ என்று தன் நெஞ்சில் கை வைத்துக் காட்டினான் இளைஞன். ‘தைரியம் உள்ளவங்க வரலாம்!’

சற்று இடைவெளி விட்டுத் தொடர்ந்தான்: ‘நாளைக்கு முஸ்லிம்களை ஏத்திக்கிட்டு ஒரு ரயில், இந்தப் பாலத்து வழியா பாகிஸ்தானுக்குப் போகுது. நீங்கள்லாம் ஆம்பளையா இருந்தா, அந்த ரயில்ல வெறும் பொணம்தான் போகணும். அங்கேருந்து எத்தனை பொணம் அனுப்பிச்சாங்களோ, அத்தனை திரும்பிப் போகணும்.’

ஒரு புழுக்கமான உணர்வு அறையில் பரவியது. பதற்றத்தில் பலர் செருமினார்கள்.

மீத் சிங் தலையை உயர்த்திப் பார்க்காமலே 'அந்த ரயில்ல எங்க ஊருக்கார முசல்மான்களும் இருப்பாங்களே' என்றார்.

'யோவ் பூசாரி! உனக்குத்தான் எல்லாம் தெரியுமோ?' ஆத்திரத்துடன் சத்தம் போட்டான் இளைஞன். 'ஏன், நீதான் அவங்களுக்கு டிக்கெட் எடுத்துக் குடுத்தியா? இல்லாட்டா, உங்க மவன் ரயில்வேயில ஆபீசரா? ரயில்ல போற முசல்மான்கள் யாரு என்னன்னு எனக்குக் கவலை இல்லை. அவங்க முசல்மான்களா இல்லையா? அதுதான் கேள்வி. அவங்க யாரும் ஆத்தைத் தாண்டி உயிரோட போகக்கூடாது. நீங்க இதுக்கு ஒத்துக்கிட்டா, மேலே பேசுவோம். பயமா இருக்குன்னா சொல்லிடுங்க. நாங்க சத் ஸ்ரீ அகால்னு சொல்லிட்டுப் போயிக்கிட்டே இருக்கோம். வேற எங்கியாவது நிசமான ஆம்பிளைங்க கிடைக்காமலா போயிடுவாங்க?'

மறுபடி நீண்ட மௌனம். இளைஞன் துப்பாக்கியின் தோல் பையில் விரலால் தாளம் போட்டபடியே சுற்றியிருந்த முகங்களை மெல்ல ஒவ்வொன்றாக ஊடுருவினான்.

அப்போது திடீரென்று ஒரு குரல் 'பாலத்தில சிப்பாய் ஒருத்தரு காவல் இருப்பாரு!' என்றது. மல்லியின் குரல்தான். இத்தனை நேரமும் அறைக்கு வெளியே இருட்டில் நின்றிருந்திருக்கிறான். தனியாக மானோ மாஜராவுக்கு வருவதற்கு அவனுக்குத் துணிச்சல் இருக்காது. இப்போது தைரியமாக குருத்வாராவுக்கு உள்ளேயே காலடி எடுத்து வைத்திருக்கிறான்.

மல்லியின் கூட்டாளிகள் பலர் வாசலில் தோன்றினார்கள்.

'ஆர்மி, போலீஸ் இதையெல்லாம் பத்தி யாரும் கவலைப்பட வேண்டியதில்லை. யாரும் நம்மைத் தடுக்க மாட்டாங்க; அத நாங்க பாத்துக்கறோம்' என்ற இளைஞன் மல்லியைப் பார்த்தபடி கேட்டான்: 'யாராவது வரீங்களா?'

'என்னோட உசிரை உங்க காலடியில வைக்கறேன்!' என்று வீர வசனம் பேசினான் மல்லி. ஜக்கா அவனை அடித்துத் துவைத்த செய்தி ஊர் முழுக்கப் பரவிவிட்டது. மானத்தைக் காப்பாற்றிக்கொள்ள ஏதாவது செய்தாக வேண்டும்!

'சபாஷ்!' என்றான் இளைஞன். 'நம்ம குருநாதர் சீக்கிய மதத்தை உருவாக்கின போது, உயிரைக் கொடுக்கத் தயாரா அஞ்சு பேர் அவர் கூட வந்தா போதும்னு சொன்னாரு. அவங்கல்லாம் கந்தர்வப் பிறவிங்க! நமக்கு அஞ்சு பேருக்கு மேலேயே தேவைப்படும். இங்கே வேற யாரு உயிரைக் கொடுக்கத் தயார்?'

மல்லியின் ஆள்களில் நான்கு பேர் படி தாண்டி வந்தார்கள். அவர்களைத் தொடர்ந்து இன்னும் பலர் வந்து நின்றார்கள். பெரும்பாலும் பாகிஸ்தானிலிருந்து வந்த அகதிகள்.

பிறகு உள்ளூர்க்காரர்களில் சிலரும் எழுந்து நின்றார்கள். முஸ்லிம் நண்பர்கள் ஊரை விட்டுப் போகிறார்களே என்று இவர்கள் சிந்தின கண்ணீர் கூட இன்னும் உலரவில்லை.

ஒவ்வொருவரும் கை தூக்கிய போது இளைஞன் 'சபாஷ்!' என்றான். அவர்களை எழுந்து தனியாக வந்து உட்காரச் சொன்னான். சீக்கிரமே ஐம்பது பேருக்குமேல் இந்தத் திட்டத்தில் சேர்ந்துவிட்டார்கள்.

'இது போதும்' என்று கையை உயர்த்தினான் இளைஞன். 'இன்னும் ஆள் வேணும்னா நான் கேக்கறேன். நம்ம திட்டம் வெற்றியாகணும்னு சாமியை வேண்டிக்கலாம், வாங்க!'

எல்லோரும் எழுந்து நின்றார்கள். குழந்தைகளைத் தரையில் படுக்க வைத்துவிட்டுப் பெண்களும் தங்கள் கணவர்களுடன் சேர்ந்துகொண் டார்கள். பட்டுத் துணியில் கிரந்தப் புத்தகம் வைக்கப்பட்டிருந்த சிறிய ஆசனத்தை நோக்கிக் கை கூப்பியது கூட்டம்.

'பூசாரி ஐயா! பூஜையை ஆரம்பிக்கிறீங்களா?' என்று சீண்டினான் இளைஞன்.

'இது உங்க காரியம் சர்தார் ஐயா. நீங்களே நடத்துங்க' என்று மீத் சிங் பணிவாக ஒதுங்கிக் கொண்டார்.

பையன் தொண்டையைக் கனைத்துக்கொண்டான். கண்ணை மூடிக் கொண்டான். குருமார்களின் பெயர்களை வரிசையாக ஒப்பிக்க ஆரம்பித்தான். திட்டம் வெற்றியடைய அவர்களுடைய ஆசிகளைக் கோரினான்.

கூட்டம் முழந்தாளிட்டு நெற்றியால் நிலம் தொட்டது.

ஆணை வைத்தோம் குரு நானக்கின்மேல்
ஆணை வைத்தோம் எங்கள் நம்பிக்கையின்மேல்
ஆசை வைத்தோம் ஆண்டவன் கருணையின்மேல்
ஆசை வைத்தோம் உலகமெல்லாம் நலம் வாழவே!

கூட்டம் எழுந்து நின்று ஜபித்தது:

சீக்கியர்கள் உலகாள
பகைவர்கள் பதறியோட
உயிர் பிழைப்பார்
சரண் புகுந்தோர்

'சத் ஸ்ரீ அகால்!' என்ற யுத்தக் கூச்சலுடன் அந்தச் சிறிய சடங்கு முடிவுக்கு வந்தது. தலைமை இளைஞனைத் தவிர மற்றவர்கள் கீழே உட்கார்ந்தார்கள்.

பிரார்த்தனை செய்தவுடன் பையனுக்குக் கொஞ்சம் பணிவு வந்ததுபோல் தோன்றியது. கைகூப்பி சபையிடம் மன்னிப்பு கோரினான்: 'அண்ணன் மாரே! அக்காமாரே! ராத்திரி இந்த நேரத்துல வந்து உங்களைத் தொந்தரவு செய்யவேண்டியதாப் போச்சு. மன்னிச்சுக்குங்க. பூசாரி ஐயா, தலையாரி ஐயா! சிரமத்துக்கு மன்னிக்கணும். நான் ஏதாவது கோவமாப் பேசியிருந்தா நீங்க ஒண்ணும் மனசில வெச்சுக்காதீங்க. எல்லாம் குருநாதர் சேவைக்காகத் தானே? இப்ப, நம்ம திட்டத்தில சேர்ந்துக்க வந்தவங்கள்லாம் பக்கத்து ரூமுக்கு வாங்க, பேசுவோம். மத்தவங்க படுக்கப் போகட்டும். சத் ஸ்ரீ அகால்.'

‘சத் ஸ்ரீ அகால்’ என்றார்கள் கூட்டத்தில் சிலர்.

முற்றத்தின் மறு பக்கத்தில் இருந்த மீத் சிங்கின் அறையிலிருந்து பெண்களையும் குழந்தைகளையும் வெளியே போகச் சொன்னார்கள். புதியவர்களும், அவர்களுடன் சேர முன்வந்த தன்னார்வலர்களும் அறைக்குள் சென்றார்கள். இன்னும் சில விளக்குகள் கொண்டுவந்து வைக்கப்பட்டன.

தலைவன் ஒரு வரைபடத்தை விரித்துக் கட்டில்மீது பரப்பினான். அரிக்கேன் விளக்கைத் தூக்கிப் பிடித்தான். படத்தைப் பார்க்க எல்லோரும் நெருக்கிச் சூழ்ந்தார்கள்.

‘படத்தைப் பாருங்க. ஆறும் பாலமும் தெரியுதா?’

கூட்டம் ஆர்வத்துடன் ‘ஆமாம்’ என்றது.

‘உங்க யார்கிட்டயாவது துப்பாக்கி இருக்குதா?’

எல்லோரும் ஒருவரை ஒருவர் பார்த்துக்கொண்டார்கள். துப்பாக்கியா? யாரிடமும் கிடையாதே!

‘பரவாயில்லை. எங்ககிட்ட ஏழெட்டு ரைஃபிள் இருக்கு. ஒண்ணு ரெண்டு ஸ்டென் கன்கூடத் தேத்திடலாம். உங்க கத்தி, ஈட்டி எல்லாத்தையும் எடுத்துக்கிட்டு வாங்க. துப்பாக்கியைவிட அதுதான் உபயோகப்படும்’ என்று சொல்லி நிறுத்தினான் தலைவன்.

‘இதுதான் நம்ம திட்டம். நாளைக்குப் பொழுது இருட்டினதும் பாலத்துல ஏறி, முதல் தூணுக்குக் குறுக்கா ஒரு கயிறு கட்டிடறோம். கயிறு, எஞ்சினோட புகைபோக்கியைவிட ஒரு அடிதான் மேலே இருக்கும். அதுக்குக் கீழே ரயில் ஓடும்போது, ட்ரெயின் மேல உட்கார்ந்திருக்கறவங்க அத்தனை பேரையும் கயிறு தட்டிக் கீழே தள்ளிவிட்டுரும். குறைஞ்சது நானூறு ஐநூறு பேரையாவது இதிலேயே வாரிடலாம்!’

கூட்டத்தினரின் கண்களில் மதிப்பும் மரியாதையும் மின்னின. ஒருவரை ஒருவர் பார்த்துத் திருப்தியுடன் தலையசைத்தார்கள்.

திரும்பிப் பார்த்தால், தலையாரியும் மீத் சிங்கும் அறை வாசலில் நின்று கேட்டுக்கொண்டிருந்தார்கள்.

இளைஞன் கோபத்துடன் அவர்களைப் பார்த்தான். ‘பூசாரி ஐயா, இதில உங்களுக்கு என்ன சம்பந்தம்? போய் பூஜை பண்ணுங்க, போங்க!’

தலையாரியும் மீத் சிங்கும் அசடு வழிய நகர்ந்தார்கள். இதற்கு மேல் இங்கே நின்றால் தனக்கும் இதே பேச்சுதான் கிடைக்கும் என்பது தலையாரிக்குத் தெரியும்.

‘தலையாரி ஐயா!’ பையன் விடாமல் தாக்கினான். ‘போலீஸ் நிலையம்ல போய் புகார் குடுக்கறதுதானே? சீக்கிரம் போங்க!’

எல்லோரும் சிரித்தார்கள். பையன் கூட்டத்தைக் கையமர்த்தினான். ‘நடு ஜாமத்துக்குமேலே சண்டு நகரை விட்டு ட்ரெயின் கிளம்பும். ரயில்ல ஒரு

லைட்டும் இருக்காது. எஞ்சின் ஹெட் லைட் கூட எரியாது. தண்டவாளத்து ஓரமா நூறு அடிக்கு ஒருத்தரா நம்ம ஆளுங்க நிப்பாங்க. எல்லார்கிட்டயும் டார்ச் லைட் இருக்கும். ரயில் பக்கத்தில வந்த உடனே ஒவ்வொருத்தரும் அடுத்த ஆளுக்கு சிக்னல் கொடுப்பாங்க. எப்பிடியும் ரயில் வர சத்தமே கேக்கும். கத்தியும் ஈட்டியும் வெச்சிருக்கறவங்க, பாலத்துகிட்டே நின்னுக்குங்க. ரயில் மேலேயிருந்து விழறவங்க எல்லாரையும் கொன்னு ஆத்தில தள்ளிடுங்க. துப்பாக்கி வெச்சிருக்கறவங்க, கொஞ்ச தூரம் தள்ளி நின்னுக்குங்க. நேரா ஜன்னலைப் பார்த்துச் சுடணும். பதிலுக்கு ரயில்லே ருந்து யாரும் சுட முடியாது. ரயில்ல பாகிஸ்தானி சோல்ஜருங்க பத்துப் பன்னிரண்டு பேருதான் இருப்பாங்க. இருட்டுல எந்தப் பக்கம் சுடணும்னு அவங்களுக்குப் புரியாது. அவங்களுக்கு துப்பாக்கியில குண்டு போடற துக்குக்கூட நேரம் இருக்காது. ரயிலை நிறுத்தினாங்கன்னா இன்னும் நல்லதாப் போச்சு; நாம ஒரு கை பார்த்துடலாம்! சரியான வாய்ப்பு கிடைச்சு துன்னா இன்னும் நிறையப் பேருங்களைத் தீர்த்துடுவோம்!'

கச்சிதமான திட்டம் என்று தோன்றியது. பதிலடி கொடுக்க முடியாத தாக்குதல். ஊர்க்காரர்களுக்கெல்லாம் ஒரே மகிழ்ச்சி.

இளைஞன் வரைபடத்தை மடித்தபடியே 'நடு நிசி தாண்டிடுச்சு' என்றான். 'எல்லாரும் போய்க் கொஞ்ச நேரம் தூங்குங்க. நாளைக்குக் காலைல பாலத் தடிக்குப் போய், யார் யாரு எங்கே நிக்கணும்னு முடிவு பண்ணுவோம். ஆண்டவனாப் பார்த்து இப்ப நம்மை இங்கே அனுப்பியிருக்காரு! வெற்றி வேல்!'

'வீர வேல்!' என்று கூவினார்கள் மற்றவர்கள்.

கூட்டம் கலைந்தது. புதிதாக வந்தவர்களுடன் மல்லியும் அவனுடைய கும்பலும் சேர்ந்து குருத்வாராவிலேயே தங்கிவிட்டார்கள். ஊர்க்காரர்களில் பல பேர், சதித் திட்டம் தீட்டப்படும்போது தாங்கள் கோவிலில் இருந்த தாகத் தெரிந்தால் பிரச்னை வரும் என்று பயந்து வீட்டுக்குக் கிளம்பி விட்டார்கள்.

தலையாரி இரண்டு ஆள்களைத் தன்னுடன் அழைத்துக்கொண்டு சண்டு நகர் போலீஸ் நிலையத்தை நோக்கிப் புறப்பட்டார்.

★

'விட்டுருங்க இன்ஸ்பெக்டரய்யா. யாரும் யாரை வேணாக் கொன்னுட்டுப் போவட்டும்!' என்றார் ஹுகம் சந்த் களைப்புடன். 'எல்லாரும் எல்லாரையும் கொல்லட்டும். நீங்க மத்த ஸ்டேஷனுக்கெல்லாம் 'இங்க ஆளு பத்தலை, இன்னும் ஃபோர்ஸ் அனுப்புங்கன்னு' சொல்லி லெட்டர் கொடுத்தனுப் புங்க. அந்த லெட்டரையெல்லாம் ஃபைல்ல பத்திரமா வெச்சுக்குங்க. கொலையைத் தடுக்கறதுக்கு நம்மால முடிஞ்ச அளவு முயற்சி எடுத்துட் டோம்னு காண்பிக்க அது போதும்.'

ஹுகம் சந்த் மிகவும் களைத்துப்போய்க் காணப்பட்டார். ஒரு வாரத்தில் அடையாளமே தெரியாதபடி வயது கூடியிருந்தார். மயிர்க் கால்களில் நரை

இன்னும் நீண்டிருந்தது. அவசரமாக ஷேவ் செய்ததில் அங்கங்கே வெட்டுக் காயங்கள். கன்னங்கள் தொங்கிப் போய், சதை மடிப்புகள் முகவாய்க் கட்டையைத் தொட்டுக்கொண்டிருந்தன. கண்களின் ஓரத்தில், இல்லாத மஞ்சள் வெளிப்பாட்டைத் தேய்க்க முயன்றுகொண்டே இருந்தார்.

'நானும் என்னதான் செய்ய முடியும்?' என்று புலம்பினார். 'உலகத்துக்கே பைத்தியம் புடிச்சுப் போச்சு! சரி. தாராளமா பாயைப் பிறாண்டட்டும். இன்னும் ஒரு ஆயிரம் பேரு செத்தாத்தான் என்ன? முன்ன மாதிரியே புல்டோசரை வரவழைச்சு எல்லாத்தையும் அள்ளிப்போட்டுப் புதைச் சுட்டுப் போறோம். இந்தத் தரம் ஆத்துப் பாலத்துல நடக்கப் போவுதுங் கறீங்க. நல்லதாப் போச்சு. புல்டோசர்கூடத் தேவைப்படாது. பேசாம தண்ணியில இழுத்து விட்டுருங்க. நாப்பது கோடி ஜனங்கள்ல ஒரு நூறு இருநூறு போயிட்டுப் போகட்டுமே? ஏதாச்சும் வாந்தி பேதி பரவினாக் கூடத்தான் இதைப் போலப் பத்து மடங்கு பேரு சாவறாங்க. யாராச்சும் கவலைப்படறாங்களா?'

பேசுவது உண்மையான ஹுகம் சந்த் இல்லை என்பது சப் இன்ஸ் பெக்டருக்குத் தெரியும். தனக்குள்ளே இருக்கும் கசப்பு முழுவதையும் கொட்டித் தீர்க்கிறார்; அவ்வளவுதான். இதுவரை பொறுமையாகக் காத் திருந்த சப் இன்ஸ்பெக்டர் இப்போது மெல்ல அவரை ஆழம் பார்க்க ஆரம்பித்தார்:

'ஆமாங்கய்யா. ஏரியாவுல என்னென்ன நடக்குது, நாம என்ன நடவடிக்கை எடுக்கறோம்னு எல்லாத்தையும் ரெக்கார்டுல குறிச்சு வெச்சிருக்கேன். நேத்து சாயங்காலம் சண்டு நகரைக் காலி பண்ண வேண்டியதாயிருச்சு. அதுக்கு ஆர்மியையும் நம்ப முடியாது, என்னோட போலீஸ்காரங்களையும் நம்ப முடியாது! அடிக்க வந்தவங்ககிட்டே, ஊர்ல பாகிஸ்தான் ஆர்மி வந்து இறங்கியிருக்குதுன்னு சும்மா போட்டுவிட்டேன். அதனால பயந்து ஓடிட்டாங்க. கடைசி நிமிசத்தில முஸ்லிம்களை வெளியே கொண்டுபோக முடிஞ்சுது. ஆனா கலவரக்காரங்களுக்கு உண்மை தெரியவந்ததும், கோவத்துல ஊர்ல உள்ள ஒவ்வொரு முஸ்லிம் வீட்டையும் கொளுத்தித் தள்ளிட்டாங்க. அதுல சில பேரு என்னைத் தேடிக்கிட்டு போலீஸ் ஸ்டேசனுக்கே வர்றதுக்கு இருந்தாங்கன்னு கேள்விப்பட்டேன். நல்ல வேளையா புத்தி மாறிடுச்சு... என்னோட நெலைமையைப் பாருங்கய்யா! வீட்டிலேர்ந்து காலி பண்றேன்னு முசல்மான்கள் எல்லாம் என்மேல கோவிச்சுக்கறாங்க. நல்லாக் கொள்ளையடிக்கலாம்னு காத்துக்கிட்டிருந்து ஏமாந்து போன சர்தாருங்களும் திட்டறாங்க. இப்ப கவர்மெண்டும் ஏதாச்சும் ஒரு காரணம் சொல்லி என்மேலே பழி போடப் போகுது. கடைசில எனக்கு மிஞ்சினது, சூப்பறதுக்கு கட்டை விரலுதான்!' சப் இன்ஸ்பெக்டர் தன் கட்டை விரலைக் காட்டிச் சிரித்தார்.

காலையிலிருந்தே ஹுகம் சந்த்தின் மனம் தன் வசத்தில் இல்லை. இப்போது அவர் சப் இன்ஸ்பெக்டருடைய அறிக்கையின் முழு அர்த்தத்தையும் உணர்ந்துகொண்டதாகத் தெரியவில்லை.

‘ஆமாமாம் இன்ஸ்பெக்டரய்யா! எனக்கும் உங்களுக்கும் இதில மிஞ்சப் போறது கெட்ட பேரு மட்டும்தான். எல்லாரும் கன்னா பின்னானு சுட்டுத் தள்ளிக்கிட்டிருக்காங்க. கூட்டமா இருந்தாப் போதும் - பஸ், ட்ரெயின், மோட்டார் வண்டிங்க, ரோடுல வரிசையா நடந்து போறவங்க - எதுவா இருந்தாலும் சரி - துப்பாக்கில இருக்கற புல்லட் எல்லாத்தையும் காலி பண்ணிடறாங்க! என்னமோ ஹோலிக்கு சிவப்புத் தண்ணி அடிக்கற மாதிரியில்ல ரத்தக் களறி விளையாட்டாப் போச்சுது? நாலா பக்கமும் புல்லட் பறந்துகிட்டிருக்கும்போது நாம அங்கே போயி என்னத்தச் செய்யறது? இந்த ஆளு ஹுகம் சந்த், நாம அவரைத் தொடக் கூடாதுன்னு புல்லட்டுக்குத் தெரியுமா? அல்லது அனுப்புனது யாருன்னு புல்லட்டுல பேருதான் போட்டிருக்குமா? அப்படியே போட்டிருந்தாலும், நம்ம உடம்புக்குள்ள புல்லட் பாஞ்சபிறகு பேரைத் தெரிஞ்சுக்கிட்டுதான் என்ன பிரயோசனம்? இல்லீங்க இன்ஸ்பெக்டர் அய்யா! பைத்தியக்கார ஆஸ்பத்திரிக்குள்ள மாட்டிக்கிட்டோம்னு வெச்சுக்குங்க - நாமளும் பைத்தியக்காரன் போல நடிக்கறதுதான் ஒரே வழி. சமயம் கிடைச்சா சுவர் ஏறிக் குதிச்சு வெளியே போயிடணும்!’

சப் இன்ஸ்பெக்டர் இந்த மாதிரி சொற்பொழிவுகளுக்குப் பழக்கப்பட்டுப் போனவர்தான். இவை மாஜிஸ்திரேட்டின் உண்மையான இதயத்தைப் பிரதிபலிப்பதில்லை.

ஆனால், தான் சூசகமாகத் தெரிவித்த ஒரு விஷயத்தை ஹுகம் சந்த் கவனிக்கத் தவறிவிட்டார் என்பதுதான் சப் இன்ஸ்பெக்டருக்கு ஆச்சரியமாக இருந்தது. ஹுகம் சந்த் எப்போதுமே சொல்லவந்ததை நேரடியாகச் சொல்ல மாட்டார். முட்டாள்கள்தான் நேரிடையாகப் பேசுவார்கள்; சாதாரண விஷயத்தைக்கூடச் சுற்றி வளைத்துப் பேசுவதுதான் ராஜ தந்திரம்! இந்தத் திறமை இருப்பதால் அவர் ஒருபோதும் வம்பில் மாட்டிக்கொள்ளாமல் தப்பித்து வருகிறார். ‘இன்ன அர்த்ததில்தான் சொன்னார்’ என்று பின்னால் யாரும் விரல் நீட்டிவிட முடியாது. அதனுடன் கூடவே, ஆசாமி மிகவும் புத்திசாலி என்ற பெயரும் கிடைத்தது.

ஹுகம் சந்த் ஜாடைமாடையாகப் பேசுவதில் எவ்வளவு வல்லவரோ, ஜாடைப் பேச்சைக் கண்டுபிடிப்பதிலும் அவ்வளவு திறமை உள்ளவர். ஏனோ இன்று காலையில் மட்டும் தன் மூளைக்கு ஓய்வு கொடுத்துவிட்டார் போலிருக்கிறது!

‘நேத்திக்கு மட்டும் நீங்க சண்டு நகர்ல இருந்திருக்கணும் அய்யா...’ சப் இன்ஸ்பெக்டர் மறுபடி தன் முக்கிய பிரச்னைக்கு வந்தார். ‘நான் மட்டும் ஒரு அஞ்சு நிமிசம் லேட்டாப் போயிருந்தேன்னு வெச்சுக்குங்க, ஒரு முசல்மான்கூட உயிரோட மிஞ்சியிருக்க மாட்டான்! நல்ல வேளையா ஒருத்தருகூட சாகலை; எல்லாரையும் பத்திரமா அழைச்சுக்கிட்டு வந்துட்டேன்.’

‘ஒருத்தரு’, ‘எல்லாரையும்’ போன்ற வார்த்தைகளை சப் இன்ஸ்பெக்டர் அழுத்திச் சொன்னார்; ஹுகம் சந்த்தின் முகத்தைக் கவனித்தார்.

அதற்கு உடனே பலன் இருந்தது! ஹுகம் சந்த் கண்ணின் ஓரங்களைத் தேய்ப்பதை நிறுத்திவிட்டார்.

‘அப்போ, சண்டு நகர்ல ஒரு முஸ்லிம் குடும்பம் கூடவா இல்லேங்கறீங்க?’ என்று, சும்மா தகவலுக்காகக் கேட்பதுபோல் கேட்டார்.

‘இல்லீங்கய்யா. ஒரு குடும்பம்கூட இல்லை!’

‘அப்ப...’ ஹுகம் சந்த் தொண்டையைக் கனைத்து சரி செய்துகொண்டார். ‘இதெல்லாம் சரியானதும் திரும்பி வந்துருவாங்கல்ல?’

‘வந்தாலும் வரலாம்’ என்றார் சப் இன்ஸ்பெக்டர். ‘திரும்பி வர்றதுக்கு இங்கே என்ன இருக்குது? அவங்க வீட்டையெல்லாம் கொளுத்திட்டாங்க. அல்லது யாராவது பிடிச்சுக்கிட்டுக் குடி வந்துட்டாங்க. அப்படியே யாராச்சும் திரும்பி வந்தாலும் அவங்க உயிரு பைசா பெறாது!’

‘இது எப்பவும் இப்படியேவா இருக்கப் போகுது? ஒரே வாரத்துல எல்லாம் எப்படித் தலைகீழா மாறுதுன்னு பாருங்க. எல்லாரும் சண்டு நகருக்குத் திரும்பி வந்து சர்தாருங்களும் முஸ்லிம்களும் ஒரே ப்ளேட்ல சாப்பிடப் போறாங்க!’

தன்னுடைய குரலில் ஒலிக்கும் நம்பிக்கை பொய்யானது என்று ஹுகம் சந்த்துக்கே தோன்றியது. இன்ஸ்பெக்டருக்கும் அதுவே தோன்றியது!

‘நீங்க சொன்னீங்கன்னா சரியாத்தான் இருக்குங்கய்யா. ஆனா அதுக்கு ஒரு வாரத்துக்கு மேலேயே ஆகும். இன்னிக்கு ராத்திரி ரயில்ல அகதிங்களை பாகிஸ்தானுக்கு அழைச்சுகிட்டுப் போறாங்க. பாலத்தைத் தாண்டி எத்தனை பேரு உசிரோட போய்ச் சேரப் போறாங்களோ, ஆண்டவனுக்குத்தான் தெரியும்! அதையும் மீறிப் போய்ச் சேர்றவங்க, அவ்வளவு சீக்கிரமா திரும்பி வரணும்னு நினைக்க மாட்டாங்க.’

சப் இன்ஸ்பெக்டரின் குறி தப்பவில்லை! ஹுகம் சந்த்தின் முகம் வெளுத்தது. இனிமேலும் பாசாங்கு செய்ய முடியாது.

‘சண்டு நகர் அகதிங்க இன்னிக்கு ராத்திரி ட்ரெயின்லதான் போறாங்கன்னு எப்படித் தெரியும்?’

‘முகாம்ல இருக்கற கமாண்டர்தான் சொன்னாரு. கேம்ப்புக்குள்ளேயே பூந்து அடிக்கப் போறாங்கன்னு பயந்துகிட்டு, பாகிஸ்தானுக்குப் போற முதல் ரயில்லயே அகதிங்களை அனுப்பணும்னு முடிவு செஞ்சுட்டாரு. அவங்க இப்ப கிளம்பலைன்னா ஒரு உயிருகூட மிஞ்சாது! ரயிலை முழு வேகத்துல ஓட்டிக்கிட்டுப் போயிட்டா கொஞ்சம் பேராவது பிழைச்சுப் போய்ச் சேருவாங்க... இந்த ஆளுங்க ரயிலைக் கவுக்கத் திட்டம் போடலை. ரயில் முழுக்க டெட் பாடியா ஏத்தி அனுப்பணும்னுதான் யோசிச்சு வெச்சிருக்காங்க.’

ஹுகம் சந்த் வலிப்பு வந்தவர்போல் நாற்காலியின் கையைக் கெட்டியாகப் பிடித்துக்கொண்டார்.

‘இதை முகாம் கமாண்டர்கிட்ட சொல்லி எச்சரிக்கை செய்யவேண்டியதுதானே? இன்னிக்கு ராத்திரி அகதிங்களை அனுப்ப வேண்டாம்னு சொல்லுங்க.’

‘ஏழைங்களோட எஜமானே!’ இன்ஸ்பெக்டர் பொறுமையாக விளக்கினார். ‘ராத்திரி ட்ரெயினை அட்டாக் பண்ணப் போறாங்கன்னு நான் கமாண்டர் கிட்ட சொல்லலை. இன்னிக்கு மட்டும் அவங்க போகலைன்னா அப்புறம் காம்ப்பே இருக்காது! இருபது முப்பதாயிரம் ஆளுங்க கையில கிடைச்ச ஆயுதத்தை எல்லாம் எடுத்துக்கிட்டு ரத்த வெறியோட அலையறாங்க. எங்கிட்ட இருக்கறது வெறும் அம்பது போலீஸ்காரங்க. அவங்களும் ஒரு சர்தார் எதிர்ல வந்துட்டா துப்பாக்கியைத் தூக்கவே மாட்டாங்க! ஆனா ஒண்ணு... ஐயா நீங்களே நேர்ல வந்து இந்தக் கும்பல்கிட்ட பேசி சமாதானப்படுத்தறேன்னு சொல்லுங்க, நான் இப்பவே கமாண்டர்கிட்ட எல்லா விவரமும் சொல்லி ரயிலை நிறுத்தச் சொல்லிடறேன்!’

சப் இன்ஸ்பெக்டர் அடிக்கக்கூடாத இடத்தில் அடித்துவிட்டார்!

‘இல்லே... இல்லே!’ திக்கினார் மாஜிஸ்திரேட். ‘ஆயுதம் எடுத்துக்கிட்டு வெறி புடிச்சு அலையற கூட்டத்துகிட்ட யாரு என்ன பேசறது? வேற ஏதாவதுதான் வழி யோசிக்கணும்.’

ஹுகம் சந்த் நாற்காலியில் சரிந்து முகத்தைக் கையால் மூடிக்கொண்டார். முஷ்டியால் நெற்றியை மெல்லக் குத்தியபடி யோசித்தார். மூளைக்குள் இருக்கும் திட்டங்களை வெளியே பிடுங்குவதுபோல் முடியைப் பிடித்து இழுத்துக்கொண்டார்.

சிறிது நேரம் கழித்து ‘அந்த வட்டிக் கடைக்காரன் கொலை கேஸ்ல ரெண்டு பேரை அரெஸ்ட் பண்ணீங்களே, அவங்க என்ன ஆனாங்க?’ என்றார்.

இந்தக் கேள்விக்கு இப்போது என்ன சம்பந்தம் என்பது சப் இன்ஸ் பெக்டருக்குப் புரியவில்லை.

‘இன்னும் லாக்கப்லதான் இருக்காங்க. இந்தக் கலாட்டா எல்லாம் ஓயறவரைக்கும் அவங்களை வெளியே விடவேண்டாம்னு ஐயாதான் உத்தரவு போட்டீங்க. போற போக்கைப் பார்த்தா அவங்க மாசக் கணக்குல உள்ளேதான் இருப்பாங்க போலிருக்குது.’

‘மானோ மாஜராவிலேருந்து எல்லா முஸ்லிம்களும் போயிட்டாங்களா, இல்லே யாராவது ரெண்டொருத்தரு போகமாட்டேன்னு தங்கிட்டாங்களா? ஏதாச்சும் பொண்ணு, கிண்ணு?’

‘இல்லீங்கய்யா. ஆம்பளை பொம்பளை, குஞ்சு குளுவான் எல்லாம் கிளம்பிப் போயாச்சு’ என்றார் சப் இன்ஸ்பெக்டர். இன்னும் அவரால் ஹுகம் சந்தின் எண்ண ஓட்டத்தைப் பிடிக்க முடியவில்லை.

‘ஆமாம், ஜக்கா ஒரு நெசவுக்காரப் பொண்ணுகூட சகவாசம் வெச்சுக் கிட்டிருக்கான்னு சொன்னீங்க இல்லே? அவ பேரு என்ன?’

‘நூரன்.’

‘ஆ..ங். நூரன். இப்ப அவ எங்கே?’

‘அவளும் போயிட்டா. அவங்க அப்பாதான் மானோ மாஜரா முஸ்லிம் களுக்கெல்லாம் தலைவர் மாதிரி. அவரைப் பத்தி நம்ம தலையாரி

ரொம்பச் சொல்லியிருக்காரு. நூரன் அவருக்கு ஒரே பொண்ணு. அவதான் திருட்டுப் பய ஜக்காகூட சுத்திக்கிட்டிருந்தா.'

'சரி. இந்த ரெண்டாவது ஆளு இருக்கானே, அவன் ஏதோ அரசியல் கட்சியில இருக்கான்ல?'

'ஆமாங்கய்யா. பீப்பிள்ஸ் பார்ட்டியோ ஏதோ சொன்னான். ஆனா அவன் முஸ்லிம் லீகுக்காரன்னு நெனைக்கறேன். பாசாங்கு பண்றான்! நான் அவுத்து...'

ஹுகம் சந்த் பொறுமையின்றி இடையில் வெட்டினார். 'ஒரு ஆர்டர் போடணும். வெத்து ஃபார்ம் வெச்சிருக்கீங்களா?'

'இருக்குங்கய்யா.' சப் இன்ஸ்பெக்டர் பையில் துழாவிச் சில பல மஞ்சள் காகிதங்களை எடுத்தார். மாஜிஸ்திரேட்டிடம் கொடுத்தார்.

ஹுகம் சந்த் கையை நீட்டி சப் இன்ஸ்பெக்டரின் பாக்கெட்டிலிருந்து பேனாவைப் பறித்தார். 'ரெண்டு கைதிங்க பேரு என்ன?' என்றபடியே காகிதங்களை மேஜையில் விரித்தார்.

'ஒருத்தன் பேரு ரௌடி ஜக்கா. இன்னொருத்தன்...'

'ரௌடி ஜக்கா...' இடை மறித்த ஹுகம் சந்த் முதல் படிவத்தை நிரப்பிக் கையெழுத்திட்டார். 'இன்னொருத்தன்?' என்று இரண்டாவது காகிதத்தை எடுத்தார்.

'இக்பால் முகம்மது - அல்லது முகம்மது இக்பால். ரெண்டில எதுன்னு தெரியலை.'

'இக்பால் முகம்மது இல்லே, இன்ஸ்பெக்டர் சார்! முகம்மது இக்பாலும் கிடையாது. இக்பால் சிங்!' என்றபடியே பரபரவென்று உற்சாகமாக எழுதினார் மாஜிஸ்திரேட்.

சப் இன்ஸ்பெக்டருக்கு ஒரே திகைப்பு! இவருக்கு எப்படித் தெரியும்? ஒரு வேளை மீத் சிங் எங்காவது இந்தப் பக்கம் வந்து மாஜிஸ்திரேட்டிடம் பேசியிருப்பாரோ?

'அய்யா! நீங்க எல்லாரையும் அப்படியே நம்பிடக் கூடாது. நானே என் கண்ணால...'

'இந்த மாதிரி நேரத்துல, இந்த மாதிரி இடத்துக்கு, படிச்ச முஸ்லிம் எவனாவது வருவானாய்யா? சர்தார் ஆளுங்க எல்லாம் ரத்த வெறி புடிச்சு அலைஞ்சுக்கிட்டிருக்காங்க; இந்த நிலைமையில எந்த அரசியல் கட்சியாவது ஒரு முசல்மானை இங்கே அனுப்பி, அமைதிப் பிரசாரம் செய்துட்டு வாடான்னு சொல்லுமா? என்ன இன்ஸ்பெக்டரய்யா, உங்க மூளையைக் கழட்டி வெச்சுட்டீங்களா?'

சப் இன்ஸ்பெக்டர் ஓய்ந்துவிட்டார். எத்தனை பெரிய லட்சியமாக இருந்தாலும் சரி, அதற்காக உயிரைக் கொடுப்பதற்கு, படித்த ஆள் எவனும் முன்வர மாட்டான்! அது மட்டுமல்ல, இக்பால் கையில் இரும்பு வளையம்

போட்டிருப்பதை சப் இன்ஸ்பெக்டர் கவனித்திருக்கிறார். சீக்கியர்கள் எல்லோரும் அணியும் அதே மாதிரி வளையம்.

'அய்யா சொன்னா சரியாத்தான் இருக்கும்! ஆனா இதுக்கும் ரயிலைக் காப்பாத்தறதுக்கும் என்னங்க அய்யா சம்பந்தம்?'

'இந்த அய்யா சொன்னா சரியாத்தான் இருக்கும்!' என்றார் ஹுகம் சந்த் வெற்றிப் பெருமிதத்துடன். 'போகப் போகத்தான் உங்களுக்குப் புரியும். சண்டு நகர் போற வழியில யோசிச்சுக்கிட்டே போங்க. போனதுமே ரெண்டு கைதிங்களையும் விடுதலை பண்ணிருங்க. அவங்களை உடனடியா மானோ மாஜராவுக்குப் போகச் சொல்லுங்க. தேவைப்பட்டா நீங்களே வண்டி வெச்சுக் கொடுத்து அனுப்புங்க. சாயங்காலத்துக்குள்ள அவங்க ஊருல இருந்தாகணும்.'

சப் இன்ஸ்பெக்டர் காகிதங்களைச் சேகரித்துக்கொண்டு சல்யூட் அடித்தார். சைக்கிளில் ஏறிப் போலீஸ் ஸ்டேஷனுக்கு விரைந்தார். கொஞ்சம் கொஞ்ச மாக அவர் மனத்தில் இருந்த குழப்பப் பனி மூட்டம் விலகியது. மழை பெய்து ஓய்ந்ததற்கு அடுத்த தினம்போல் ஹுகம் சந்த்தின் திட்டம் தெள்ளத் தெளிவாகப் புரிந்தது!

★

'நீங்க போயிப் பார்க்கும்போது மானோ மாஜராவுல நிறைய மாறுதல் இருக்கும்...' சப் இன்ஸ்பெக்டர் மேஜையைப் பார்த்தபடியே இயல்பாகப் பேசினார். மேஜைக்கு மறுபுறத்தில் இக்பாலும் ஜக்காவும் நின்றிருந்தார்கள்.

சப் இன்ஸ்பெக்டர் இப்போது நேரடியாக இக்பாலைப் பார்த்துப் பேசினார். 'உக்காருங்களேன் தம்பி? நாற்காலி இருக்குதா? ஏய்! உன் பேரு என்ன? அய்யாவுக்கு ஒரு நாற்காலி கொண்டாந்து போடு' என்று ஒரு கான்ஸ்டபிளை நோக்கி இரைந்தார்.

'நீங்க என்கிட்ட கோவிச்சுக்கிட்டு இருப்பீங்க. தெரியும் தம்பி! ஆனா இதில என் தப்பு எதுவும் இல்லை. என்னோட டியூட்டியை நான் செய்யணுமில்ல? நீங்க படிச்சவரு. நான் இப்பிடியெல்லாம் ஜனங்களைக் கண்ட்ரோல் செய்யலேன்னா என்ன ஆகும்னு உங்களுக்கே தெரியுமில்லையா?'

கான்ஸ்டபிள் இக்பாலுக்கு ஒரு இருக்கை கொண்டுவந்து போட்டார்.

'உக்காருங்க. நீங்க போறதுக்கு முன்னாடி காப்பி, டீ எதுனா வாங்கிட்டு வரச் சொல்லட்டுமா?' சப் இன்ஸ்பெக்டர் குழைவாகச் சிரித்தார்.

'ரொம்ப நன்றி. பரவாயில்லை. நான் நின்னுக்கறேன். இவ்வளவு நாளா உங்க லாக்கப்புல உட்கார்ந்தே இருந்துட்டேனா... நீங்க சட்டு புட்டுனு உங்க ஃபார்மாலிட்டீஸை எல்லாம் முடிச்சீங்கன்னா நான் புறப்படுவேன்.' இக்பால் துளிக்கூடப் புன்னகை செய்யாமல் பேசினான்.

'நீங்க எப்ப வேணா, எங்க வேணா போகலாம். உங்களை மானோ மாஜ ராவுக்கு அழைச்சுக்கிட்டுப் போக ஜட்கா வண்டிக்குச் சொல்லியிருக்கேன்.

கன் வெச்சுக்கிட்டு ஒரு கான்ஸ்டபிளையும் துணைக்கு அனுப்பறேன். இப்ப சண்டு நகர்ல துணையில்லாம தனியா நடமாடறது பத்திரம் இல்லை.'

சப் இன்ஸ்பெக்டர் ஒரு மஞ்சள் பேப்பரை எடுத்துப் படித்தார். 'ஜக்கத் சிங். அப்பா பேரு ஆலம் சிங். வயசு இருபத்து நாலு, சர்தார் ஜாதி. ஊரு மானோ மாஜரா. ரௌடி நம்பர் பத்து!'

'ஆமாங்க அய்யா!' என்றான் ஜக்கா புன்னகையுடன். போலீஸ் நிலையத்தில் தனக்குக் கிடைத்த மரியாதையெல்லாம் அவனைப் பாதிக்கவே இல்லை. அரசாங்கத்துக்கும் அவனுக்கும் இருக்கும் தொடர்பு எளிமையானது; இருவரும் எதிரெதிர்கட்சி! தனிப்பட்ட மனிதர்களைப் பற்றி இதில் பேச்சே இல்லை. இன்ஸ்பெக்டர்களும் போலீஸ்காரர்களும் காக்கிச் சட்டை போட்ட மனிதர்கள். அவ்வப்போது அவனைக் கைது செய்வார்கள், திட்டுவார்கள், சில சமயம் அடிப்பார்கள். ஆனால் அவர்கள் திட்டுவதிலோ, அடிப்பதிலோ, தனிப்பட்ட விரோதமோ வெறுப்போ எதுவும் இல்லை. எனவே அவர்கள் தனி மனிதர்கள் இல்லை. அவர்களுக்குப் பெயர் கிடையாது. எல்லோருமே ஒரு ஆடு புலி ஆட்டத்தில் காய்கள். இதில் நாம் வெட்டுப்படாமல் தப்பித்துக்கொண்டே இருக்கவேண்டியதுதான். வெட்டுப்பட்டால் நம் துரதிர்ஷ்டம்!

'உன்னை விடுதலை செய்யறேன். ஆனா 1947 அக்டோபர் ஒண்ணாம் தேதி அன்னிக்குக் காலைல பத்து மணிக்கெல்லாம் டெபுடி கமிஷனர் மிஸ்டர் ஹுகம் சந்த்துக்கு முன்னால நீ ஆஜராகணும். இதுல ஒரு கை நாட்டு வை.'

சப் இன்ஸ்பெக்டர் தட்டையாக ஒரு தகர டப்பியைத் திறந்தார். உள்ளே ஒரு கறுப்பு மைப் பட்டி இருந்தது. ஜக்காவின் கட்டை விரலைப் பிடித்து ஈர மையில் தேய்த்துக் காகிதத்தில் பதித்து அழுத்தினார்.

'நான் போவலாமுங்களா?' என்றான் ஜக்கா.

'சின்னய்யா கூட நீயும் வண்டியில போயிரு. இல்லாட்டி இருட்டறதுக்கு முன்னாடி போய்ச் சேர மாட்டே.' சப் இன்ஸ்பெக்டர் ஜக்காவை நிமிர்ந்து பார்த்து மெல்ல அழுத்தமாகச் சொன்னார்: 'நீ பார்க்கிறபோது மானோ மாஜரா ரொம்ப மாறியிருக்கும்.'

இரண்டு பேருமே அவர் மானோ மாஜராவைப் பற்றிச் சொன்னதைக் கவனித்ததாகத் தெரியவில்லை. சப் இன்ஸ்பெக்டர் மற்றொரு காகிதத்தை விரித்துப் படித்தார்: 'மிஸ்டர் இக்பால் சிங், சமூக சேவகர்.'

இக்பால் அந்தக் காகிதத்தை ஏளனமாகப் பார்த்தான். 'ஏன், முகம்மது இக்பால், முஸ்லிம் லீகுன்னு எழுதலையா? உங்க இஷ்டப்படி டாக்குமெண்ட்டையும் தயாரிக்கறீங்க, உண்மையையும் தயாரிக்கறீங்க!'

சப் இன்ஸ்பெக்டர் இளித்தார். 'தப்பே செய்யாதவங்க உலகத்தில யாரு? தப்பு செய்யறது மனித குணம், மன்னிக்கறதுதான் கடவுள் குணம்' என்று சொல்லிவிட்டு, 'நான் என் தவறை ஒப்புக் கொள்கிறேன்' என்றார் ஆங்கிலத்தில்.

'ஆகா! என்ன தாராள மனசு!' என்றான் இக்பால். 'இந்திய போலீஸ் தப்பே செய்ய மாட்டாங்கன்னு இல்லே நினைச்சேன்!'

‘நீங்க என்ன வேணும்னா கிண்டல் பண்ணிட்டுப் போங்க. ஆனா ஒண்ணு மட்டும் தெரிஞ்சுக்குங்க. நீங்க மட்டும் நினைச்சபடி லெக்சர் கொடுத்துக் கிட்டு சுத்திக்கிட்டிருந்தீங்கன்னா, அப்புறம் ஏதாவது சர்தார் கும்பல்கிட்ட மாட்டிக்கிட்டா அவ்வளவுதான்! அவங்க நீங்க பேசற பேச்சையெல்லாம் நின்னு கவனிக்க மாட்டாங்க. உங்க துணியை அவுத்து சுன்னத் பண்ணியிருக் கான்னு பார்ப்பாங்க. நீள முடியும் தாடியும் வளக்காதவங்களுக்கு இப்பல்லாம் இந்த ஒரே டெஸ்ட்தான் பண்றாங்க. அப்புறம் உடனே கொலைதான்! நீங்க எனக்குத்தான் நன்றி சொல்லணும்.’

இக்பால் பதில் சொல்லும் மன நிலையில் இல்லை. அவன் யாருடனும் பேச விரும்பாத விஷயம் இது. சப் இன்ஸ்பெக்டர் இவ்வளவு உரிமை எடுத்துக் கொண்டு தன்னுடைய அந்தரங்கங்களைப் பற்றிப் பேசியது அவனுக்குச் சுத்தமாகப் பிடிக்கவில்லை.

‘மானோ மாஜராவில எல்லாமே தலைகீழா மாறிப் போயிருச்சு!’ என்று மூன்றாவது முறையாக சப் இன்ஸ்பெக்டர் எச்சரிக்கை செய்தார். ஜக்காவோ இக்பாலோ எந்த உணர்ச்சியும் காட்டவில்லை.

இக்பால் கையிலிருந்த புத்தகத்தை மேஜைமீது வைத்தான். நன்றி என்றோ, போய் வருகிறேன் என்றோ சொல்லிக்கொள்ளாமல் விருட்டென்று வெளி யேறினான். ஜக்கா செருப்பை அணிந்துகொள்ளக் காலால் துழாவினான்.

‘மானோ மாஜராவிலேருந்து எல்லா முஸ்லிம்களும் போயிட்டாங்க!’ அதிரடியாக அறிவித்தார் சப் இன்ஸ்பெக்டர்.

ஜக்காவின் கால்கள் உறைந்தன. ‘எங்க போயிட்டாங்க?’

‘நேத்திக்கு எல்லாரையும் அகதி முகாமுக்கு அழைச்சுக்கிட்டுப் போனாங்க. இன்னிக்கு ராத்திரி ரயில்ல அவங்க பாகிஸ்தானுக்குப் போறாங்க.’

‘ஊருக்குள்ள ஏதாச்சும் பிரச்சினையா, இன்ஸ்பெக்டரய்யா? அவங்கல்லாம் ஏன் போயிட்டாங்க?’

‘அவங்க இந்தச் சமயத்துல ஊரை விட்டுப் போயிருக்கலேன்னா நேர மேல போயிருப்பாங்க! வெளி ஆளுங்க நிறையப் பேரு ஊருக்குள்ள பூந்துட்டாங்க. முசல்மான்களையெல்லாம் கொன்னுகிட்டுத் திரியறாங்க. மல்லியும் அவன் ஆளுங்களும் வேற அவங்ககூடச் சேர்ந்துகிட்டாங்க. மானோ மாஜராவில யாராவது முஸ்லிம்கள் இருந்திருந்தா மல்லி இந்நேரம் அவங்களைத் தீர்த்துக் கட்டியிருப்பான்! அவங்களோட ஆடு மாடு, குதிரை கோழி, பாத்திரம் பண்டம் எல்லாத்தையும் சுருட்டிக்கிட்டான். சும்மா சொல்லக் கூடாது; மல்லி பெரிய ஆளுதான்!’

உடனடியாக ஜக்காவின் கோபம் தலைக்கு ஏறியது!

‘அந்தப் பன்னி மவன், அம்மா கூடப் படுக்கறவன், தங்கச்சிக்கும் மவளுக்கும் மாமா வேலை பாக்கறவன்... அவன் மட்டும் மானோ மாஜ ராவில காலடி எடுத்து வைக்கட்டும்; என் மூங்கில் கழியை எடுத்து அவன் குண்டில சொருகிடறேன்!’

சப் இன்ஸ்பெக்டர் விஷமப் புன்னகை பூத்தார். 'ஏய் சர்தார்! உனக்குப் பேச்சு மட்டும்தான் வாய் கிழியுது. ஏதோ அவன் அசந்திருந்த நேரத்துல முடியைப் பிடிச்சு இழுத்து அடிச்சுட்டேன்னா, உடனே பெரிய ஆம்பளை சிங்கமா நீ? மல்லி என்ன, ரெண்டு கைக்கும் மருதாணி பூசி வளையல் போட்ட பொம்பளையா? அவன் மானோ மாஜராவில காலடி எடுத்து வெச்சிட்டான். வேண்டிய மட்டும் கொள்ளையடிச்சிருக்கான். இன்னும் அங்கதான் இருக்கான். நீ போனா பாக்கத்தானே போறே...'

'நான் வரேன்னு கேட்ட உடனேயே குள்ள நரி மாதிரி ஓடிப் போயி ஒளிஞ்சுக்குவான் பாருங்க!'

'அவனோட கூட்டம் பூரா அங்கத்தான் இருக்குது. வெளி ஆளுங்க வேற பல பேரு சேர்ந்துக்கிட்டிருக்காங்க. எல்லார் கிட்டயும் துப்பாக்கியா இருக்குது. உனக்கு உசிரு மேல ஆசை இருந்தா, பார்த்துப் பக்குவமா நடந்துக்க!'

ஜக்கா தலையாட்டினான். 'சரிங்க இன்ஸ்பேட்டரய்யா. அடுத்த முறை என்னைப் பார்க்கும்போது மல்லியைப் பத்தி விசாரிங்களேன்!' என்று சொல்லும்போதே அவன் கோபம் மறுபடி அணை உடைந்தது. 'அவன் குண்டில நான் காறித் துப்பலே, என் பேரு ஜக்கத் சிங் இல்லை!' என்று சொல்லித் தன் கையிலேயே எச்சில் துப்பித் தன் தொடையில் துடைத்துக்கொண்டான். அவன் கோபம் ஜுரம்போல் அனல் வீசியது. 'ஜக்கத் சிங்கைப் பார்த்துக் கண் அடிச்சவனை மட்டுமில்ல, அவனோட அப்பனே வந்தாலும் ஒரு கை பார்த்திருப்பேன். சுத்திலும் காக்கிச் சட்டை போட்ட போலீஸ்காரங்க இருக்காங்களேன்னுதான் பார்த்தேன்!' என்று நெஞ்சை நிமிர்த்திக் காட்டினான்.

'சரிப்பா, சரி, சர்தார் ஜக்கத் சிங்! நீ பெரிய வீரன்தான், ஒத்துக்கறோம். உன்னோட நினைப்புல மட்டுமாவது நீ வீரன்தான்!' என்று புன்னகை புரிந்தார் சப் இன்ஸ்பெக்டர். 'இருட்டறதுக்குள்ள வீட்டுக்குப் போய்ச் சேரு. சின்னய்யாவையும் உன்கூட அழைச்சுக்கிட்டுப் போ. சின்னய்யா, உங்களுக்கு பயமே வேணாம். இந்த ஜில்லாவிலயே வீரமான ஆளு உங்க கூட துணைக்கு இருக்கான்!'

சப் இன்ஸ்பெக்டரின் கிண்டலுக்கு ஜக்கா பதில் சொல்ல முயற்சிப்பதற்குள் ஒரு போலீஸ்காரர் வந்து குதிரை வண்டி தயாராக இருப்பதாகத் தெரிவித்தார்.

'சத் ஸ்ரீ அகால், இன்ஸ்பெக்டரய்யா! மல்லி என் பேர்ல புகார் குடுக்கறதுக்கு உங்ககிட்ட அலறிக்கிட்டு வருவான் பாருங்க. அப்ப தெரியும், ஜக்கத் சிங் வெறும் பேச்சோட நிறுத்திக்கற ஆளு இல்லேன்னு!'

சப் இன்ஸ்பெக்டர் சிரித்தார். 'சத் ஸ்ரீ அகால், ஜக்கத் சிங்கம்! சத் ஸ்ரீ அகால், இக்பால் சிங்ஜி!'

இக்பால் திரும்பிப் பார்க்காமல் வெளியேறினான்.

★

பிற்பகலில் குதிரை வண்டி சண்டு நகரை விட்டுப் புறப்பட்டது. அமைதியான நீண்ட பயணம். இந்த முறை ஜக்கா முன்புறத்தில் வண்டிக்காரருக்கும்

போலீஸ்காரருக்கும் நடுவே உட்கார்ந்துகொண்டான். பின் இருக்கை முழுவதும் இக்பாலுக்குக் கிடைத்தது. வண்டியில் யாரும் பேசுகிற மனநிலையில் இல்லை. வீட்டை விட்டு வெளியே கிளம்புவதே ஆபத்தாக இருக்கும் சூழ்நிலையில் போலீஸ்காரர்கள் போலாவை வற்புறுத்தி வண்டியை எடுத்துவரச் செய்திருந்தார்கள். அந்தக் கோபத்தையெல்லாம் அவன் தன் நோஞ்சான் குதிரைமீது காட்டினான். பாவம், அதற்கு இடைவிடாத சவுக்கடி, வசவு! மற்றவர்கள் அவரவர் கவலைகளில் மூழ்கியிருந்தார்கள்.

கிராமப்புறங்கள் மயான அமைதியில் இருந்தன. மழைத் தண்ணீர் தேங்கிய நிலம், மேடு பள்ளங்கள் மறைந்து சமமாகக் காட்சியளித்தது. வயல்களில் ஆண் பெண் யாரும் காணப்படவில்லை. ஆடு மாடுகள்கூட மேயவில்லை. வழியில் இருந்த இரண்டு கிராமங்களிலும் நாய்களைத் தவிர வேறு நடமாட்டமே இல்லை. இரண்டொரு இடங்களில் யாரோ சட்டென்று ஒரு சுவருக்குப் பின்னால் ஒளிந்து கொள்வது, அல்லது ஒரு மூலையிலிருந்து எட்டிப் பார்ப்பது தெரிந்தது. அவர்கள் கையில் ஈட்டியோ துப்பாக்கியோ இருந்தது.

ஜக்காவும் போலீஸ்காரரும் சீக்கியர்கள் என்பது வெளிப்படையாகத் தெரிகிற விஷயம்; அவர்களுடன் தான் போவதால்தான் யாரும் வண்டியை நிறுத்தி விசாரிக்கவில்லை என்பது இக்பாலுக்குப் புரிந்தது. இந்த இடத்தை விட்டு எப்படியாவது தப்பித்துப் போனால் போதும். இங்கே உயிர் தப்புவதற்கே, தான் ஒரு சீக்கியன் என்று நிரூபிக்கவேண்டியிருக்கிறதே! மானோ மாஜரா வுக்குப் போனவுடனேயே பெட்டி படுக்கையை எடுத்துக்கொண்டு, கிடைக்கிற முதல் ரயிலைப் பிடித்துவிடவேண்டும்.

ஆனால் ரயிலெல்லாம் ஓடுகிறதா என்பதே தெரியவில்லை. அப்படியே ஓடினாலும் அதில் ஏறுவது பத்திரம்தானா? சே! போயும் போயும் நமக்கு இப்படி ஒரு பெயரை வைத்துத் தொலைத்திருக்கிறார்களே! வேறு பெயரா கிடைக்கவில்லை? இக்பாலாம், இக்பால்! அது போதாதென்று 'இது' வேறு. ஒரு மனிதன் உயிர் பிழைப்பதே ஒரு சின்னத் தோல் இருக்கிறதா இல்லையா என்பதைப் பொருத்து ஆகிவிட்டதே! இதெல்லாம் இந்தியாவைத் தவிர வேறு எங்கே நடக்கும்? வேறு ஒரு சூழ்நிலையாக இருந்தால் சிரிப்புக்கு இடமான விஷயம் இது. இப்போது நடப்பதோ சோகக் காட்சி.

இன்னும் பல நாளைக்கு மானோ மாஜராவிலேயே தங்கியிருக்கவேண்டியது தான். பாதுகாப்புக்காக மீத் சிங்கின் கூடவே ஒட்டிக்கொண்டிருக்கவேண்டும். அந்த ஆளும் அவர் மூஞ்சியும்! தினசரி காலையும் மாலையும் வயல் வெளியில் போய்க் குந்தியிருந்துவிட்டு வரும் ஆசாமி. அந்த நினைப்பே குமட்டியது. எப்படியாவது தில்லிக்குப் பறந்து போய்விட்டால் மறுபடி நாகரிகத்தைக் கண்ணால் பார்க்கலாம்.

தில்லிக்குப் போனவுடன் நாம் கைதான விஷயம் பற்றிக் கட்சிக்கு அறிக்கை தரவேண்டும். கட்சிப் பத்திரிகையில் முதல் பக்கத்தில் என் போட்டோ வுடன் செய்தி வரும்: 'ஆங்கிலேய அமெரிக்க முதலாளித்துவ முதலைகளின் முகத்திரை முழுவதும் கிழிந்தது! (என்ன எதுகை மோனை!) தோழர் இக்பால் எல்லைப் பகுதியில் கைது!' நான் பெரிய ஹீரோவாகவே ஆகிவிடுவேன்...

ஜக்காவுக்கு நூரனைப் பற்றிய கவலைதான் பெரிதாக இருந்தது. அவன் வண்டியில் தன்னுடன் வந்தவர்களை நிமிர்ந்து பார்க்கவில்லை; ஊரையும் கவனிக்கவில்லை. மல்லியைப் பற்றிக்கூட மறந்துவிட்டான். நூரன் மட்டும் இன்னும் மானோ மாஜராவிலேயே இருப்பாள் என்று மனத்தின் ஓரத்தில் ஒரு நம்பிக்கை இருந்தது. இமாம் பக்ஷை யாருமே ஊரை விட்டுப் போகச் சொல்லியிருக்க மாட்டார்கள். அப்படியே அவர் எல்லா முஸ்லிம்களுடன் சேர்ந்து போயிருந்தாலும், நூரன் வயல் வெளியில் எங்காவது போய் ஒளிந்துகொண்டிருப்பாள். அல்லது ஜக்காவின் அம்மாவிடம் வந்திருப்பாள். ஆனால் அம்மா அவளை விரட்டாமல் இருந்திருக்கவேண்டுமே... அவள் மட்டும் நூரனை விரட்டியிருந்தால் நடக்கிறதே வேறு! ஜக்கா வீட்டை விட்டே வெளியே போய்விடுவான்; திரும்பி வரவே மாட்டான். அம்மா பிறகு வாழ்நாள் முழுவதும் அதற்காக வருத்தப்பட்டுக்கொண்டே இருக்க வேண்டியதுதான்.

ஜக்கா யோசனையில் ஆழ்ந்திருந்தான். கவலையும் ஆத்திரமும் அவனை மாறி மாறி அலைக்கழித்தன. வண்டி வேகத்தைக் குறைத்து சந்தில் நுழைந்தது. ஜக்கா ஓடுகிற வண்டியிலிருந்து குதித்து இறங்கி இருட்டில் மறைந்தான். போய் வருகிறேன் என்று யாரிடமும் ஒரு வார்த்தைகூடச் சொல்லிக் கொள்ளவில்லை.

இக்பால் வண்டியிலிருந்து இறங்கிச் சோம்பல் முறித்தான். வண்டிக்காரனும் கான்ஸ்டபிளும் கிசுகிசுவென்று ஏதோ பேசிக்கொண்டார்கள். 'உங்களுக்கு வேற ஏதாச்சும் வேணுங்களா சின்னய்யா?' என்றார் கான்ஸ்டபிள்.

'இல்லே, இல்லே. ஒண்ணும் வேண்டாம். தாங்க்ஸ். ரொம்ப உதவி செஞ்சீங்க' என்றான் இக்பால். அவனுக்கு குருத்வாராவுக்குள் தனியாக நுழையத் தயக்கமாக இருந்தது. ஆனால் அவர்களை, 'என்கூட வந்துவிட்டுப் போங்களேன்' என்று சொல்லவும் கூச்சம்.

'சின்னய்யா, ரொம்பத் தொலைவு திரும்பிப் போவணும். என் குதிரை நாள் முளுக்கத் தீனி தண்ணி இல்லாம ஓடிக்கிட்டு இருக்கு. காலம் வேற கெட்டுக் கிடக்கில்ல. ஒங்களுக்கே தெரியும்.'

'சரி சரி. நீங்க திரும்பிப் போயிக்குங்க. சத் ஸ்ரீ அகால்.'

'சத் ஸ்ரீ அகால்.'

குருத்வாராவின் முற்றம் முழுவதும் அங்கங்கே அரிக்கேன் விளக்குகளின் வெளிச்சம். கிடைத்ததை வைத்துச் சமாளித்து மண் அடுப்புகளில் பெண்கள் சமையல் செய்துகொண்டிருந்தார்கள். நடு ஹாலில் மீத் சிங் பிரார்த்தனை சொல்லிக்கொண்டு இருந்தார். அவரைச் சுற்றி வட்டமாக ஒரு கூட்டம் கூடியிருந்தது. இக்பால் தன் உடைமைகளை வைத்திருந்த அறையின் கதவில் பூட்டு தொங்கியது.

இக்பால் ஷூவைக் கழற்றினான். கர்ச்சீப்பை எடுத்துத் தலைமீது போட்டுக்கொண்டான். கூட்டத்தோடு கூட்டமாகச் சேர்ந்துகொண்டான். சிலர் நகர்ந்து அவனுக்கு இடம் கொடுத்தார்கள். இரண்டொருவர் தன்னைப் பார்த்துவிட்டுக் கிசுகிசுவென்று பேசிக்கொண்டதைக் கவனித்தான் இக்பால்.

அங்கே இருந்தவர்களில் பெரும்பாலானவர்கள் பட்டணத்துக்காரர்கள் மாதிரி உடை அணிந்திருந்தார்கள். கொஞ்சம் வயதானவர்கள். அனைவரும் அகதிகள் என்று தெரிந்தது.

பிரார்த்தனை முடிந்தவுடன் மீத் சிங் பெரிய கிரந்தப் புத்தகத்தை வெல்வெட் துணியில் மூடி அதே கட்டிலில் ஓய்வெடுக்க அனுப்பினார். வேறு யாரும் கேள்வி எழுப்பும் முன் இக்பாலைப் பார்த்துப் பேசினார்: 'சத் ஸ்ரீ அகால், இக்பால் சிங் ஐயா! நல்ல வேளையாப் போச்சுது, நீங்க திரும்பி வந்துட்டீங்க. பசிக்குதுங்களா தம்பி?'

தன் பெயரில் உள்ள சிங் என்பதை அவர் வேண்டுமென்றே அழுத்திச் சொன்னார் என்பதை உணர்ந்தான் இக்பால். சுற்றிலும் இருந்தவர்கள் இறுக்கம் குறைந்து சுதாரித்தார்கள். ஒரு சிலர் திரும்பி இவனைப் பார்த்து 'சத் ஸ்ரீ அகால்' சொன்னார்கள்.

'சத் ஸ்ரீ அகால்' என்ற இக்பால் எழுந்து மீத் சிங்கிடம் போனான். மீத் சிங் அவனைக் கூட்டத்தினரிடம் அறிமுகப் படுத்தி வைத்தார்: 'இவருதான் சர்தார் இக்பால் ஐயா. சமூக சேவை செய்யறவரு. சீமையில பல வருசம் இருந்துட்டு வந்திருக்காரு.'

சீமையிலிருந்து வந்திருக்கும் ஆசாமியைப் பல விழிகள் பிரமிப்புடன் நோக்கின. மேலும் பல சத் ஸ்ரீ அகால்கள் ஒலித்தன. இக்பாலுக்குக் கூச்சமாகப் போய்விட்டது.

'நீங்க சர்தார்தானுங்களா?' விசாரித்தார் ஒருவர்.

'ஆமாம்!'

இரண்டு வாரம் முன்னால் இதே கேள்வியை யாராவது கேட்டிருந்தால் 'இல்லை' என்றுதான் ஆணித்தரமாக பதில் வந்திருக்கும். 'எனக்கு மதமே கிடையாது' என்றோ, 'மதத்தினால் யாருக்கும் பைசா பிரயோசனமில்லை' என்றோகூடச் சொல்லியிருப்பான். இப்போது நிலைமையே வேறு!

எது எப்படியோ, இக்பால் பிறந்தது ஒரு சீக்கியக் குடும்பத்தில்தான்.

'சீமையில போய் உங்க முடியை வெட்டிக்கிட்டீங்களாக்கும்?' என்றார் மற்றொருவர்.

'இல்லீங்க' என்றான் இக்பால் குழப்பத்துடன். 'நான் நீளமா முடி வெச்சுக்கவே இல்லை. நான் முடி வளர்க்காத, தாடி இல்லாத சர்தார்!'

'உங்க அப்பா அம்மா, எங்களைப் போலப் பளைய பஞ்சாங்கம் கிடையாது போலிருக்கு' என்று அவன் உதவிக்கு வந்தார் மீத் சிங். இதனால் கூட்டத்தின் சந்தேகம் நீங்கியது. ஆனால் இக்பாலுக்கு மட்டும் சங்கடமாக இருந்தது.

மீத் சிங் தன் டிரவுசர் நாடாவில் தொங்கிக்கொண்டிருந்த சாவிக் கொத்தைத் துழாவி எடுத்தார். கிரந்தப் புத்தகத்துக்குப் பக்கத்தில் வைத்திருந்த அரிக்கேன் விளக்கை எடுத்துக்கொண்டு முற்றத்தைத் தாண்டி எதிர்ப்பக்கத்து அறைக்குச் சென்றார்.

‘உங்க சாமானையெல்லாம் பத்திரமா ரூம்புல போட்டுப் பூட்டி வெச்சிருக்கேன். எடுத்துக்குங்க. உங்களுக்கு சாப்பிட ஏதாச்சும் கொண்டுவரேன்.’

‘வேண்டாங்க பூசாரி அய்யா. சிரமப்படாதீங்க. நான் கையோட நிறையப் பொட்டலம் கொண்டுவந்திருக்கேன். அது இருக்கட்டும், நான் போனதுக்கப்புறம் என்ன நடந்துது? இவங்கல்லாம் யாரு, புதுசா இருக்காங்களே?’

பூசாரி கதவைத் திறந்தார். உள்ளே மாடப் பிறையில் இருந்த எண்ணெய் விளக்கை ஏற்றினார். இக்பால் தன் பையைத் திறந்து உள்ளே இருந்த அனைத்தையும் கட்டில்மீது பரத்தினான். தாமிர-தங்க நிறத்தில் டின் டின்னாக மீன் ஊறுகாய், வெண்ணை, சீஸ் எல்லாம் இருந்தது. அலுமினிய முள் கரண்டி, கத்திகள். செல்லுலாயிடில் கப்-சாஸர்கள்.

‘பூசாரி ஐயா, என்ன நடந்துச்சு?’ என்று மறுபடி கேட்டான் இக்பால்.

‘என்ன... நடந்துச்சா? இன்னும் என்ன நடக்கலைன்னு கேளுங்க! ரயிலு ரயிலா மானோ மாஜராவுக்கு செத்த பொணம் வந்துச்சு. ஒரு லோடு எரிச்சோம், இன்னொண்ணைப் புதைச்சோம். ஆத்துல வெள்ளம் மாதிரி பொணங்க மிதந்துச்சு. முசல்மான்களையெல்லாம் ஊரை விட்டுக் கூட்டிக்கிட்டுப் போயிட்டாங்க. அந்த இடத்துல பாகிஸ்தான் அகதிங்க வந்திருக்காங்க... இன்னும் என்ன வேணும், சொல்லுங்க?’

இக்பால் ஒரு செல்லுலாயிட் தட்டையும் தம்ளரையும் கைக்குட்டையால் துடைத்தான். வெள்ளி ஃப்ளாஸ்க்கைக் குலுக்கிப் பார்த்தான். அது நிரம்பியிருந்தது.

‘அந்தக் குப்பியில என்ன வெச்சிருக்கீங்க?’

‘இதுவா? இது வந்து... மருந்து!’ என்று இக்பால் தடுமாற்றமாகச் சொன்னான். ‘சாப்பிடறதுக்கு முன்னால பசி வரதுக்கு மருந்து’ என்று புன்னகையுடன் சேர்த்துக்கொண்டான்.

‘சாப்பிட்டபுறம் அது செரிமானம் ஆவறதுக்கும் ஒரு மாத்திரையா?’

இக்பால் சிரித்தான். ‘ஆமாம். அப்புறம் வெளிக்குப் போறதுக்கு ஒரு மருந்து! அது சரி, உங்க ஊர்ல ஏதாவது கொலை கிலை நடந்து போச்சா?’

‘இல்லியே’ என்றார் பூசாரி சாதாரணமாக. அவருடைய சுவாரஸ்யம் முழுவதும் இக்பால் ஊதும் காற்றுத் தலையணையின் மேல்தான் இருந்தது. ‘ஆனா கொலையெல்லாம் நடக்கத்தான் போவுது! இதுல தூங்கறதுக்கு நல்லா இருக்குமில்லே? சீமையில எல்லாரும் இதிலதான் தூங்குவாங்களோ?’

‘கொலை நடக்கப் போவுதா! என்ன சொல்றீங்க நீங்க?’ என்றான் இக்பால், மெத்தையின் நுனியில் அடைப்பானைத் திணித்துக்கொண்டே. ‘அதான் எல்லா முஸ்லிம்களும் ஊரை விட்டே போயிட்டாங்கல்ல?’

‘ஆமாம். ஆனா இவங்க இன்னிக்கு ராத்திரி பாலத்துகிட்டே ரயிலைச் சுத்தி வளைச்சு அடிக்கப் போறாங்க. சண்டு நகர், மானோ மாஜரா முசல்மான்க எல்லாரையும் ஏத்திக்கிட்டு ரயில் பாகிஸ்தானுக்குப் போவுது. உங்க தலைகாணில காத்து ரொம்பிருச்சு!’

'அவங்கன்னா யாரு? நம்ம ஊருக்காரங்க கிடையாதுல்ல?'

'அவங்க எல்லாரையும் எனக்குத் தெரியாது. மிலிட்டரி உடுப்பு போட்டு கிட்டு சில பேரு வண்டியில வந்தாங்க. துப்பாக்கியெல்லாம் வெச்சிருந் தாங்க. புதுசா வந்த அகதிங்களும் போயி அவங்ககூடச் சேர்ந்துகிட்டாங்க. இந்த ரௌடி மல்லி இல்லே, அவனும் அவனோட கூட்டமும் வேற சேர்ந்துக்கிச்சு. ஊருக்காரங்க சில பேரும் இதில உண்டு. குண்டா இருக்கற ஆளு யாராச்சும் இதில படுத்தா வெடிச்சுப் போயிராது?' என்றார் மெத்தையைத் தட்டிக்காட்டி.

'அப்பிடியா?' என்றான் இக்பால், மீத் சிங்கின் கேள்வியைப் புறக்கணித்து விட்டு. 'இப்பத்தான் அவங்களோட விஷமம் புரியுது. இதுக்காகத்தான் போலீஸ் மல்லியை விடுதலை செஞ்சிருக்காங்க. இப்ப ஜக்காவும் அவங்க கூடச் சேர்ந்துப்பான்னு நினைக்கறேன். எல்லாமே திட்டம் போட்டுத்தான் நடந்திருக்கு.' இக்பால் மெத்தையில் பரவிப் படுத்துத் தலையணையை அக்குளில் இடுக்கிக்கொண்டான். 'பூசாரி ஐயா, உங்களால இதை நிறுத்த முடியாதா? நீங்க சொன்னா எல்லாரும் கேப்பாங்க.'

மீத் சிங் அவன் காற்று மெத்தையைத் தட்டி நீவிச் சரி செய்துவிட்டுத் தரையில் உட்கார்ந்தார். 'இந்தக் கௌட்டு பூசாரி சொல்றதை யாரு கேப்பாங்க? காலம் கெட்டுக் கிடக்கு, இக்பால் சிங் அய்யா! ரொம்பக் கெட்டுக் கிடக்கு. இதுல சாமியாவது பூதமாவது? ஒண்ணும் கிடையாது. புயலு, காத்தெல்லாம் தானா வீசிட்டு ஓயட்டும்னு நாம மூலைல ஒடுங்கிட்டுக் கிடக்கவேண்டியதுதான். புதுசா கல்யாணம் ஆனவங்க இதில படுத்துக்க முடியாது!' என்று மெத்தையை வாஞ்சையுடன் தட்டினார்.

இக்பால் கிளர்ந்து எழுந்துவிட்டான். 'அதெப்படி, நீங்க இதை விட்டுற முடியும்? 'நேத்து வரைக்கும் நீங்கள்லாம் மாமா மச்சான், அண்ணன் தங்கச் சின்னு கூப்பிட்டுக்கிட்டு இருந்தவங்கதானடா அந்த ரயில்ல போறாங் க'ன்னு எடுத்துச் சொல்ல வேண்டியதுதானே?'

மீத் சிங் பெருமூச்செறிந்தார். தோளில் கிடந்த துண்டால் ஒற்றைக் கண்ணீர்த் துளியைத்துடைத்துக்கொண்டார். 'நான் சொல்லி என்ன ஆவப் போவுது? நாம என்ன செய்யறோம்னு அவங்களுக்கே நல்லாத் தெரியும். கொலை பண்ணுவாங்க; பண்ணிட்டு நேரா சாமி கும்புடறதுக்கு இங்கேதான் வருவாங்க! பாவத்தைப் போக்கறதுக்கு உண்டியல்ல துட்டு போடுவாங்க. இக்பால் ஐயா, உங்க கதையைச் சொல்லுங்களேன். உங்களுக்கு ஒண்ணும் ஆகலியே? போலீஸ் டேசன்ல அவங்க உங்களை நல்லா கவனிச்சுக் கிட்டாங்களா?'

'ஆமாமாம். எனக்கு ஒண்ணும் ஆகலை' என்று இக்பால் பொறுமையின்றி வெட்டினான். 'நீங்க இதுக்கு ஏதாவது செய்யுங்களேன். நீங்கதான் செய்யணும்!'

'நான் செய்ய வேண்டியதெல்லாம் செஞ்சாச்சு தம்பி. தப்பு எது, சரி எதுன்னு எடுத்துச் சொல்றது மட்டும்தான் என் வேலை. அவங்க தப்பு வழியிலதான் போவேன்னு பிடிவாதம் பிடிச்சா என்ன செய்ய முடியும்? 'இவங்களை

மன்னிச்சு விட்டுருங்க சாமீ'ன்னு ஆண்டவன்கிட்டச் சொல்லுவேன். மத்ததெல்லாம் போலீஸ் பாடு, மாயிஸ்டிரேட் பாடு, உங்க பாடு!'

இக்பால் திகைத்துப் போனான். 'நானா? நான் இதில என்ன செய்யறது?' என்றான் அப்பாவியாக. 'இதுக்கும் எனக்கும் என்ன சம்பந்தம்? அவங்கள்லாம் யாரு என்னன்னே எனக்குத் தெரியாது. புதுசா வந்த ஆளு, நான் சொல்றதையா அவங்க கேக்கப் போறாங்க?'

'நீங்க எங்க ஊருக்கு வரச்சே அவங்ககிட்ட பேசப் போறேன்னு சொல்லிக் கிட்டுத்தானே வந்தீங்க? அதை இப்போ பேசுங்களேன்?'

இக்பாலுக்குக் கவலை வந்துவிட்டது. 'பூசாரி அய்யா, ஜனங்க துப்பாக்கி, ஈட்டியைத் தூக்கிக்கிட்டுத் திரியறப்போ நீங்களும் துப்பாக்கி, ஈட்டியால தான் பதில் சொல்ல முடியும். அது முடியலேன்னா அவங்ககிட்டேருந்து விலகி இருக்கறதுதான் நல்லது.'

'நானும் அதைத்தானே சொல்றேன்! உங்க சீமையில இதுக்கு வேற ஏதாச்சும் வளி இருக்கும்னு நினைச்சேன். இருங்க, உங்களுக்குக் கொஞ்சம் கீரைக் கஞ்சி கொண்டு வர்றேன். இப்பத்தான் வெச்சேன்.' மீத் சிங் எழுந்து கொண்டார்.

'இல்லீங்க, பூசாரி அய்யா. எனக்கு வேண்டியது அத்தனையும் டின்னுல கொணாந்திருக்கேன். ஏதாவது தேவைன்னா கேக்கறேன். சாப்பிடறதுக்கு முன்னாடி கொஞ்சம் வேலை இருக்கு.'

மீத் சிங் அரிக்கேன் லைட்டைக் கட்டிலுக்குப் பக்கத்திலிருந்த ஸ்டூலில் வைத்துவிட்டு வெளியேறினார்.

இக்பால் தட்டு, கத்தி, கரண்டி, டின் எல்லாவற்றையும் மறுபடி தன் மூட்டைக்குள் திணித்தான். ஜுரம் மாதிரி அவன் உடலில் ஒரு வேகம் வந்தது. காதலியிடம் தன் காதலைத் தெரிவிக்கும்போது வருகிற ஜுரம் அது. இப்போது, ஏதோ ஒரு பிரகடனம் செய்யவேண்டிய நேரம். ஆனால் என்ன பிரகடனம் செய்வது என்றுதான் தெரியவில்லை.'

வெளியே போய் வன்முறைக் கும்பல்களிடம் பேசவேண்டுமோ? கணீரென்ற குரலில், 'நீங்கள் செய்வதெல்லாம் தவறு, அதர்மம்' என்று சொல்லிவிடலாமா?

சினிமாக் கதாநாயகர்கள்போல நான் கூட்டத்தை நோக்கி நேராக நடப்பேன். கேமரா ஃப்ரேமில் கூட்டம் அசையாமல் அப்படியே இருக்கும். நான் மட்டும் பெரிதாகிப் பெரிதாகிக் கேமராவை நோக்கி வருவேன். சுய கௌரவத்தைச் சிறிதும் விட்டுக் கொடுக்காமல் அடி உதைகளை வாங்கிக் கொண்டு அப்படியே கீழே சரிவேன். துப்பாக்கிக் குண்டுகள் மழையாகப் பொழிந்தால் இன்னும் நல்லது... இக்பாலின் முதுகுத் தண்டில் சிலிர்ப்பு ஒன்று ஓடியது.

ஆனால், அவனுடைய மகத்தான தியாகத்தைப் பார்ப்பதற்கு அங்கே ஒருவரும் இருக்க மாட்டார்கள்! எவ்வளவோ பேரைக் கொன்றதுபோல்

இவனையும் கொன்று போட்டுவிட்டுப் போய்க்கொண்டே இருப்பார்கள். அவர்களைப் பொருத்தவரையில் இவன் நடுநிலையாளனே இல்லை. 'ஆடையை அவிழ்த்துப் பார். சுன்னத் செய்திருக்கிறான். எனவே இவன் முஸ்லிம்!' என்பார்கள். ஒரு உயிர் அநியாயமாக வீணாகப் போகும். அத்துடன் சரி.

இதனால் கிடைக்கப் போகும் பலன்தான் என்ன? ஒரு சில இழிபிறவிகள், தங்களைப் போன்ற வேறு சில இழிபிறவிகளை வெட்டிச் சாய்க்கின்றன. அதனால் என்ன குறைந்து போய்விடப் போகிறது? வருடா வருடம்தான் இந்த நாட்டில் நாற்பது லட்சம் குழந்தைகளைப் பெற்றுத் தள்ளுகிறோமே?

இது என்ன, கெட்டவர்களிடமிருந்து நல்லவர்களைக் காப்பாற்றும் புனிதக் கடமையா? எதிர்த் தரப்பினருக்கு ஒரு சந்தர்ப்பம் கிடைத்தால் அவர்களும் இதையேதான் செய்யப்போகிறார்கள். ஆற்றுக்கு அந்தப் பக்கத்தில் ஏற்கெனவே அதைச் செய்துகொண்டும் இருக்கிறார்கள். ஊகூம். இது ஒன்றும் பயனில்லை. ஊர் குழப்பத்தில் இருக்கும்போது நம்முடைய உயிரைக் காப்பாற்றிக் கொள்ளுவதுதான் உத்தமமான கடமை.

இக்பால் சின்னக் குப்பியின் மூடியைத் திருகித் திறந்தான். தம்ளரில் தாராளமாக விஸ்கியை ஊற்றிக்கொண்டான். ஒரே முழுங்கில் அதைத் தொண்டைக்கு அனுப்பினான்.

நாலா பக்கமும் குண்டுகள் பறக்கும்போது, தலையை வெளியே நீட்டிப் பார்த்தாலே நமக்குத்தான் அடிபடும். புல்லட்டுக்குக் கட்சி வேற்றுமை கிடையாது. நல்லவர்கள் கெட்டவர்கள் என்றுகூடப் பார்க்காது. முக்கிய மானவர்-அற்பமானவர் என்றெல்லாம் அதற்குத் தெரியாது.

சினிமாத் திரையில் காட்டுவதுபோல் நாம் தீக்குளிப்பதை நாலு பேர் பார்த்தார்களானால் அந்தத் தியாகத்துக்கு அர்த்தம் உண்டு. உலகத்துக்கு அதில் ஒரு பாடம் இருக்கும். ஆனால் இங்கே என்ன நடக்கப்போகிறது? அடுத்த நாள் காலையில் ஆயிரம் பிணத்துடன் நம் பிணமும் கிடக்கும். ஒரு வித்தியாசமும் தெரியாது. முடி வெட்டி, முகச் சவரம் செய்து, சுன்னத்கூடச் செய்துகொண்ட ஏதோ ஒரு சவம். படுகொலை செய்யப்பட்ட எத்தனையோ முஸ்லிம்களில் இவனும் ஒருவன் இல்லை என்று யாருக்குத் தெரியப் போகிறது? இவன் ஒரு சீக்கியன் என்பதும், தான் செய்வதன் விளைவுகளை நன்றாகத் தெரிந்துகொண்டே துப்பாக்கிக் குண்டுகளை எதிர்கொண்ட வீரன் என்பதும் யாருக்காவது தெரியுமா? தீமை தோற்று நன்மை வெல்லவே அவன் இந்தத் தியாகம் செய்தான் என்பதுதான் தெரியுமா? கடவுளுக்குத் தான்... இல்லை. இதில் கடவுளை இழுக்க வேண்டாம்... அவர் தேவையில்லை.

இக்பால் மற்றொரு விஸ்கி ஊற்றிக்கொண்டான். அதில் மூளை கூர்மை யடைந்ததுபோல் தோன்றியது.

தியாகம் செய்வதற்கும் ஒரு நோக்கம் வேண்டும். எடுத்த காரியம் நல்ல காரியம் என்றால் மட்டும் போதாது; நல்ல விஷயத்துக்காக இவன் தியாகம்

செய்தான் என்பது உலகத்துக்குத் தெரியவேண்டும். நாம் செய்வது சரி என்பது நம் மனத்துக்கு மட்டும் தெரிந்து என்ன பயன்? அந்தத் திருப்தியை அனுபவிக்க முடியாமல் நாம்தான் செத்துப் போயிருப்போமே!

பள்ளிக்கூடத்தில் ஒரு நண்பனைக் காப்பாற்றுவதற்காகப் பிரம்படியை ஏற்றுக்கொள்வதுபோல இல்லை இது. அதில் நம் தியாகத்தை ரசிப்பதற்கு உயிருடன் இருப்போம். இந்தக் கதையிலோ நம் உயிரே போய்விடப் போகிறது. சமுதாயத்துக்கு இதனால் எந்த நன்மையும் இல்லை; சமுதா யத்துக்கு இந்த விஷயம் தெரியவே வரப்போவதில்லை! உயிர் போனபிறகு நமக்கும் இதனால் பிரயோசனம் இல்லை.

திரையில் தோன்றும் கதாநாயகனுக்கு எதிரே ஆயிரக்கணக்கான பேர் கவலை யுடனும் அதிர்ச்சியுடனும் அவனையே பார்த்துக்கொண்டிருப்பார்கள். அவர்கள் ஒரு பாடம் கற்றுக்கொள்ளத் தயாரான மனநிலையிலும் இருப் பார்கள். அதுதான் முக்கியம்; கற்றுக் கொள்கிறவன் தயாராக இருக்கும்போது தான் தியாகம் செய்பவன் தன் தியாகத்தைச் செய்யவேண்டும். இல்லா விட்டால் அத்தனை தியாகமும் வீண்!

இக்பால் மறுபடி தம்ளரை நிரப்பிக்கொண்டான். இப்போது எல்லாம் தெளிவடைந்துகொண்டே வந்தது.

இந்தச் சமுதாயமே அழுகிப் போய்க் கிடக்கிறது. இதை நீ நம்பினால் உன் முதல் கடமை, அழிப்பது! சிலேட்டைத் துப்புரவாக அழித்துவிட்டு மறுபடி புதிதாக எழுது. இதில் சின்னச் சின்ன நாச வேலைகளைக் கண்டு உள்ளம் கலங்கிவிடக் கூடாது. தீ வைப்பவர்களின் பக்கம்தான் நாமும் நின்று ஒத்து ழைக்கவேண்டும்; அந்தத் தீயில் தார்மிகத் தண்ணீர் ஊற்றி அவித்து விடக் கூடாது. அப்போது பிறக்கிற மாபெரும் குழப்பத்தில், அழுகிப் போனது எல்லாம் முழுகிப் போய்விடவேண்டும். சுயநலம், சகிப்பின்மை, பேராசை, பொய், அடிவருடித்தனம் எல்லாம் முழுகிவிடவேண்டும். தேவைப்பட்டால் ரத்தத்தில்!

இங்கே இருக்கின்ற போலி வேஷங்களால் இந்தியாவுக்கே மலச் சிக்கல் வந்துவிட்டது. மதங்களையே எடுத்துக்கொள்ளுங்கள்: ஒரு இந்துவைப் பொருத்தவரை மதம் என்றால் ஜாதி வித்தியாசத்தை நிலை நாட்டுவது, பசு மாட்டைக் காப்பாற்றுவது. அவ்வளவுதான். முஸ்லிம்களைக் கேட்டால் சுன்னத் செய்துகொண்டு ஹலால் மாமிசம் சாப்பிடுவதே போதுமானது. சீக்கியர்களுக்கோ, நீளமாக முடி வளர்த்துக்கொண்டு முஸ்லிமை வெறுப்பது தான் மதம்! கிறிஸ்தவர்கள் என்பவர்கள் சோளாத் தொப்பி வைத்த இந்துக்கள். பார்ஸிகளுக்கு நெருப்பைக் கும்பிட்டுக் கழுகுக்குச் சோறு வைத்தால் தீர்ந்தது கடமை.

மதத்தின் ஆணி வேராக இருந்திருக்கவேண்டிய தர்ம நியாயங்களை எல்லாம் கவனமாகச் சுருட்டிப் பரணில் தூக்கிப் போட்டுவிட்டார்கள். தத்துவத்தைப் பற்றி இத்தனை கூக்குரல் எழும்புகிறதே, அதில் ஏதாவது சரக்கு இருக் கிறதா? இந்தக் குழப்பக் குட்டைக்கு 'மறை பொருள்' என்று பெயர் வேறு!

அப்புறம் இவர்களுடைய யோகா! டாலர் சம்பாதிக்க யோகாவைவிட நல்ல வழி இருக்கிறதா? 'தலைகீழாக நில். சப்பணம் போட்டு உட்கார். மடிந்து உன் மூக்கால் உன் தொப்புளிலேயே கிச்சு கிச்சு மூட்டிக்கொள்.' யோகா செய்தால் ஐம்புலன்களையும் ஆளலாம். பெண்கள், 'போதும் போதும் விட்டுடுங்க!' என்று கெஞ்சும்வரை அவர்களுக்கு சுகம் தரலாம். கண்ணைத் திறக்காமலேயே கூப்பிடலாம்: 'அடுத்தவ வாம்மா!'

மறு பிறப்பு என்பது மற்றொரு மூடு மந்திர தந்திரம். ஒரு மனிதன் காளையாகப் பிறக்கலாம்; குரங்காக, வண்டாக அல்லது எண்பத்து நாலு லட்சம் உயிரினங்களில் ஏதாவது ஒன்றாகப் பிறக்கலாம். இதற்கெல்லாம் என்ன ஆதாரம் என்கிறீர்களா? நாங்கள் ஆதாரங்களைத் தேடி முட்டாள்தன மாக நேரத்தை வீணடிப்பதில்லை; அதெல்லாம் மேற்கத்தியப் பழக்கம். நாங்கள் மாய மந்திரக் கிழக்கு நாட்டு மக்கள். எங்களுக்கு நிரூபணம் வேண்டாம், நம்பிக்கை போதும். காரண காரியம் வேண்டாம், நம்பிக்கை போதும்.

தத்துவ இயலின் அஸ்திவாரம், சிந்தனை. நாங்கள் சிந்தனை என்பதையே ஒதுக்கித் தள்ளிவிட்டோம். கற்பனைச் சிறகை விரித்தே எட்ட முடியாத உயரங்களுக்குப் பறப்போம். எல்லாவிதமான படைப்புத் துறைகளிலும் செப்பிடு வித்தை காட்டுவோம். ஒரு கயிறை செங்குத்தாக வானத்துக்கு எழும்ப வைப்போம். ஒரு சின்னப் பையன் அதில் ஏறி மறைந்து போவான். இதையெல்லாம் கண்ணை மூடிக்கொண்டு உலகம் நம்பிக்கொண்டிருக்கும் வரை எங்கள் பிராண்ட் மோசடி செழிக்கும்!

கலையை, இசையை எடுத்துக்கொள்ளுங்கள். தற்கால இந்திய இசை, கட்டடக் கலை, சிற்பக் கலை எல்லாமே இப்படிப் படுதோல்வி அடைந்து விட்டது ஏன்? ஏனெனில் நாம் கி.மு.வைத் திரும்பித் திரும்பிப் பார்த்துக் கொண்டே இருக்கிறோம். திரும்பிப் பார்ப்பதில் தவறில்லை. அதுவே ஒரு பழக்கம் ஆகிவிடாதவரையில். பிறகு அது ஒரு சுமை. பிறகு கலை தேங்கிப் போய்விடுகிறது. சர்வ சாதாரணத்தையே 'எவ்வளவு அற்புதமாக இருக்கிறது' என்று பாசாங்கு செய்து சமாளிக்கப் பார்க்கிறோம். அல்லது நவீன சினிமா இசை மாதிரி ஒரேயடியாக பாரம்பரியத்தைக் கைவிட்டு விலகி வந்துவிடுகிறோம். ஹவாய் கித்தார், வயலின், அக்கார்டியன், க்ளாரி னெட் எல்லாம் வைத்துக்கொண்டு டாங்கோ, ரும்பா, சாம்பா என்று ஏதாவது ஆட்டத்துக்கு வாசிப்பதுதான் சினிமா இசை. கண்றாவி! மற்ற எல்லா வற்றையும் கொளுத்தும்போது இதையும் மறக்காமல் கொளுத்தவேண்டும்.

தான் என்ன நினைக்கிறோம் என்பது இக்பாலுக்கே புரியவில்லை. இன்னொரு விஸ்கி ஊற்றிக்கொண்டான்.

கெட்டது எது என்பதை அறிவதுதான் நல்லதை உணர்வதற்கு முதல் படி. சுவரெல்லாம் இற்று விழுந்துகொண்டிருக்கும் வீட்டின்மேல் இரண்டாம் மாடி கட்டுவதால் என்ன பயன்? வீட்டை இடித்துத் தள்ளிவிடுவதுதான் நல்லது. நமக்கோ இந்தச் சமுதாயத்திலும் நம்பிக்கை கிடையாது, அதன் மதிப்பீடு

களிலும் நம்பிக்கை கிடையாது. பின்னே எதற்காக அதன் விதிமுறைகளைக் கட்டிக்கொண்டு அழ வேண்டும்? முட்டாள்தனம்! பேடித்தனம்!

அவர்கள் கோழைத்தனம் என்று சொல்வதெல்லாம் நம்மைப் பொருத்தவரை வீரம்; அவர்களின் வீரம், நமக்குக் கோழைத்தனம். இதெல்லாம் நாமே சூட்டுகிற பெயர்கள்தானே? கோழையாக இருப்பதற்கே ஒரு வீரம் தேவை. இது கொஞ்சம் முரண்பாடுபோல் ஒலிக்கிறது; ஆனால் மேற்கோள் காட்டு வதற்கு நன்றாக இருக்கும். குறித்து வைத்துக்கொள். இன்னொரு விஸ்கி போடு. விஸ்கி தண்ணீர் மாதிரி இருக்கிறதே! சுவையே இல்லை.

இக்பால் ஃப்ளாஸ்கைக் குலுக்கினான். திரவம் குலுங்கும் மெல்லிய சத்தம் கேட்டது. காலியாகவில்லை. நல்ல வேளை.

கடவுளோ மனிதனோ, நாம் எப்படி வாழ வேண்டும் என்று விதிமுறை எதுவும் ஏற்படுத்தியிருக்கிறார்களா? உலக நடப்பைக் கவனித்தால் அப்படி எதுவும் இருப்பதாகத் தெரியவில்லை. பாதி நேரம் தர்மம் ஜெயிக்கிறது, பாதி நேரம் அதர்மம் ஜெயிக்கிறது. சில சமயங்களில் அதர்மத்துக்குத்தான் பெரிய வெற்றி கிடைக்கிறது. கடைசியில் என்ன நடக்கும் என்பதை யாராலும் சொல்ல முடியாது. இந்த நிலையில் நாம் என்ன செய்யவேண்டும்? எது எக்கேடு கெட்டால் நமக்கென்ன என்று எல்லாவற்றையும் ஒதுக்கித் தள்ளக் கற்றுக்கொள்ள வேண்டியதுதான். இங்கே எதற்குமே அர்த்தமில்லை...

பக்கத்து ஸ்டூலில் விளக்கு எரிய, கையில் ப்ளாஸ்டிக் தம்ளரைப் பிடித்தபடி இக்பால் தூங்கிப் போனான்.

குருத்வாராவின் முற்றத்தில் மண் அடுப்புகள் எரிந்து முடிந்து சாம்பல் பூத்திருந்தன. அவ்வப்போது வீசிய காற்று ஒரு கொள்ளிக்கட்டையை விசிறி விடும். விளக்குகள் அமர்த்தப்பட்டிருந்தன. பெரிய அறையில் ஆண், பெண், குழந்தைகள் பரவிக் கிடந்து தூங்கினார்கள்.

மீத் சிங் விழித்திருந்தார். அறையைப் பெருக்கிக் கூட்டி அந்தக் களேபரத்தை யெல்லாம் ஒழித்துக்கொண்டிருந்தார். அப்போது யாரோ கதவை இடிக்கும் சத்தம் கேட்டது. மீத் சிங் பெருக்குவதை நிறுத்திவிட்டு முற்றத்தில் இறங்கினார். 'யாரு?' என்று அவர் வாய் முணுமுணுத்தது. தாழ்ப்பாளைத் திறந்தார்.

ஜக்கா உள்ளே வந்தான்.

இருட்டில் பார்ப்பதற்கு எப்போதையும்விடப் பெரியவனாகத் தெரிந்தான். அவன் உருவம் நிலைக் கதவை மறைத்தது. 'என்னப்பா ஜக்கத் சிங், எங்க இந்த நேரத்துல?' என்றார் மீத் சிங்.

'பூசாரி அய்யா...' என்றான் ஜக்கா தழைந்த குரலில். 'குருசாமியோட கடாச்சம் வேணும். எனக்காக ஏதாச்சும் பாட்டு படிக்கிறீங்களா?'

'கிரந்தப் புஸ்தகத்தை ராத்திரிக்குத் தூங்கப் பண்ணியாச்சே' என்றார் மீத் சிங். 'உனக்கு இப்ப என்ன வேணும்?'

ஜக்கா பொறுமையின்றி 'அதனால பரவாயில்லே' என்றான். அவனுடைய கனமான கை ஒன்று மீத் சிங்கின் தோள் மீது விழுந்தது. 'சுருக்க ஏதாச்சும் நாலு வரி பாட்டு படிங்களேன்.'

மீத் சிங் முனகிக்கொண்டே அவனை உள்ளே அழைத்துச் சென்றார். 'வளக்கமா நீ கோவிலுக்கே வர மாட்டியே? இந்த நேரத்துல புஸ்தகத்தை மூடி வெச்சு எல்லாரும் தூங்கியாச்சு. இப்ப வந்து குருநாதர் பாட்டு படிங்கறே... அதெல்லாம் தப்பு. உனக்காக வேணா காலைல சொல்ற சுலோகம் படிக்கிறேன்.'

'என்ன வேணா படிங்க! படிச்சாப் போதும்.'

மீத் சிங் ஒரு விளக்கை எடுத்துத் திரியைத் தூண்டிவிட்டார். கரி படிந்த அதன் சிம்னி பிரகாசமடைந்தது. கிரந்தப் புத்தகம் வைக்கப்பட்டிருந்த கட்டி லுக்குப் பக்கத்தில் அமர்ந்தார். ஜக்கா ஒரு சாமரத்தை எடுத்து அவர் தலைக்கு மேல் வீச ஆரம்பித்தான்.

மீத் சிங் ஒரு சிறிய பிரார்த்தனைப் புத்தகத்தை எடுத்தார். தன் நெற்றியில் வைத்துக் கும்பிட்டார். அதில் முன்பு படித்து அடையாளம் வைத்திருந்த பக்கத்தைத் திறந்து படிக்க ஆரம்பித்தார்.

காலமும் பருவமும் படைத்தவன் எவனோ
மாருதம் வீசி மழையினைப் பெய்து
தீயினை ஆக்கித் திரிதலம் செய்தவன்
நியாயக் கோவிலாய் நிலத்தையும் படைத்தான்
பல்வித மிருகம் பறவை பூச்சி
பற்பல பெயரில் படைத்தவன் எவனோ
அவனே சமைத்த விதிமுறை இதுவாம்
சொல்லையும் செயலையும் சீர்தூக்கி
சத்தியமளிக்கும் சத்திய நாயகன்
ஆண்டவன் சபையை அலங்கரி புருஷர்
செய்கை அனைத்தும் சன்னிதி உவக்கும்
செய்யும் கருமம் செவ்விரு பாலாம்
சுவைத் தீங்கனியாய் இனிக்கும் செய்கை
முதிர் நிலை எய்தா மூடச் செய்கை
என்றிவ்விரண்டே இனிவரும் விதியாம்
அறிவாய் பெறுவாய் அன்பனே, நானக்.

மீத் சிங் பிரார்த்தனைப் புத்தகத்தை மூடி மறுபடி நெற்றியில் வைத்து வணங் கினார். பிறகு காலை நேரப் பிரார்த்தனையின் பின்னுரையை முணு முணுத்தார்.

நீர் நிலம் காற்றால்
ஆனவர்கள் நாமெல்லாம்
மண்ணால் செய்த சிசுவுக்கு
குருவின் வார்த்தைகள்போல்

உயிர் மூச்சு தருவது காற்று
பெற்ற அன்னை பூமி
சமுத்திரம் தந்தை.

அவருடைய குரல் தேய்ந்து மறைந்தது. ஜக்கத் சிங் சாமரத்தை வைத்துவிட்டு, கிரந்தப் புத்தகத்தின் முன்பு நெற்றி தரையில் தேய வணங்கினான். 'இது நல்ல பாட்டுங்களா?' என்றான் வெள்ளந்தியாக.

'குருநாதர் சொன்னது எல்லாமே நல்ல வார்த்தைதான்...' மீத் சிங் திடமாகச் சொன்னார்.

'அதுக்கு அர்த்தம் என்னங்க சாமீ?'

'அர்த்தம் தெரிஞ்சுகிட்டு நீ என்ன செய்யப் போறே? எல்லாம் குருநாதர் சொன்ன வார்த்தை. அவ்வளவுதான்... நீ ஏதாச்சும் நல்லது செய்தா, குருநாதர் உனக்கு உதவி செய்வாரு. கெட்டது செய்யப் பார்த்தியோ, அவரே வந்து தடுப்பாரு! திரும்பத் திரும்ப விடாம தப்பு செய்துகிட்டே இருந்தா அவரு தண்டனை குடுப்பாரு. நீ வருத்தப்பட்டுத் திருந்தினா, மன்னிச்சுருவாரு.'

'சரீங்க பூசாரிய்யா. அர்த்தம் தெரிஞ்சு எனக்கு என்ன ஆவப் போவுது? சத் ஸ்ரீ அகால்.'

'சத் ஸ்ரீ அகால்.'

ஜக்கா மறுபடி நெற்றியால் நிலம் துடைத்து எழுந்துகொண்டான். தூங்கிக்கொண்டிருக்கும் ஜனங்களினூடே புகுந்து வளைந்து சென்று செருப்பை அணிந்துகொண்டான். அறைகளில் ஒன்றில் விளக்கு வெளிச்சம் தெரிந்தது. ஜக்கா எட்டிப் பார்த்தான். தலையணை மீது இருந்த கலைந்த தலை முடியை அடையாளம் கண்டுகொண்டான்: இக்பால் தூங்கிக்கொண்டிருந் தான். அவன் நெஞ்சின்மீது வெள்ளி ஃப்ளாஸ்க் இருந்தது.

'சத் ஸ்ரீ அகால், சின்னய்யா' என்று மென்மையாகச் சொன்னான். பதில் இல்லை. 'தூங்கிட்டீங்களாய்யா?'

'அவரைத் தொந்தரவு செய்யாதே' என்று கிசுகிசுத்தார் மீத் சிங். 'அவருக்கு உடம்பு சரியில்லே. தூங்கறதுக்கு மருந்து சாப்பிட்டிருக்காரு.'

'சரிங்கய்யா. நான் அவருக்கு சத் ஸ்ரீ அகால் சொன்னேன்னு சொல்லிருங்க.'

ஜக்கத் சிங் குருத்வாராவிலிருந்து வெளியேறினான்.

★

'ஒரு கிழட்டு முட்டாளைப் போல அடி முட்டாள் கிடையாது!' இந்த வாக்கியம் ஹுகம் சந்த்தின் மூளைக்குள் திரும்பத் திரும்பச் சுற்றி வந்தது. விலக்கப் பார்த்தாலும் அது விலக மறுத்தது. 'கிழட்டு முட்டாளைப் போல அடி முட்டாள் கிடையாது!'

ஐம்பது வயது தாண்டிவிட்டது. கல்யாணம் ஆனவன் நான். இந்த வயதில் பெண்கள் பின்னால் அலைவதே தவறு. அதிலும் நம் மகள் வயதில்

இருக்கும் ஒரு பெண்ணிடம் உணர்வுபூர்வமாக ஒட்டுதல் ஏற்படுவது… அதுவும் ஒரு முஸ்லிம் விலை மாதிடம்!

ரொம்பவே அசட்டுத்தனம். புத்தி கழண்டு போய்விட்டதுபோல் இருக் கிறது. வயதானாலே ஒரு முட்டாள்தனம் வந்துவிடுகிறது.

காலையில் அவர் போட்ட திட்டத்தை நினைத்து ஏற்பட்டிருந்த உற்சாக மெல்லாம் வடிந்துவிட்டது. கவலை, என்ன நடக்குமோ என்று தெரியாத குழப்பம், வயதாகிவிட்டது என்ற எண்ணம், இவைதான் மேலோங்கி இருந்தன. அந்த ரௌடியையும் சமூக சேவகனையும் பற்றி ஒன்றும் தெரிந்துகொள்ளாமலேயே அவர்களை விடுதலை செய்தாகிவிட்டது. அவர்கள் நம்மை விடப் பெரிய வீரர்களாக இருக்கப்போகிறார்களா என்ன? சில இடதுசாரி சமூகசேவகர்கள் அஞ்சா நெஞ்சர்கள்தான். தெரியும். ஆனால் அந்த ஆசாமியைப் பார்த்தால் அறிவுஜீவிமாதிரி இருந்தான். நாற்காலியை விட்டு எழுந்திருக்காத டைப். மற்றவர்கள் தங்கள் கடமையை ஒழுங்காகச் செய்யவில்லை என்று குறை கூறுவதுடன் சரி. தானாக உருப்படியாக ஒன்றும் செய்ய மாட்டான்.

அந்த ரௌடி, எதற்கும் துணிந்தவன் என்று பெயர் வாங்கியவன்தான். ரயில் கொள்ளை, காரை வழிமறிப்பது, கொலை, கொள்ளை எல்லாவற்றிலும் ஈடுபட்டிருக்கிறான். ஒன்று, பணத்துக்காகச் செய்வான், அல்லது பழிக்குப் பழி என்று அலைவான். மல்லியுடன் கணக்கு தீர்த்துக்கொள்வதற்காக அவன் ஏதாவது செய்தால்தான் உண்டு. ஜக்கா வருவதைப் பார்த்து மல்லி ஓடிப்போய்விட்டான் என்றால், இவனுக்கு அதில் ஆர்வம் போய்விடும். யார் கண்டது, இவனே அந்தக் கூட்டத்துடன் சேர்ந்துகொண்டு ரயிலில் போகிறவர்களைக் கொள்ளை அடித்தாலும் அடிப்பான். ஒரு பெண்ணுக்காக உயிரைப் பணயம் வைக்கிற வர்க்கமே இல்லை அவன். நூரன் செத்தால் என்ன, இன்னொருத்தியைப் பிடித்துக்கொள்வான்.

ஹுகம் சந்த் தன் செயலை நினைத்தே கவலைப்பட்டார். வேறு யாராவது நம்முடைய வேலையைச் செய்யட்டும் என்று சும்மா இருந்துவிட முடியுமா? சட்டம் ஒழுங்கைக் காப்பாற்றுவது ஒரு மாஜிஸ்திரேட்டின் கடமை.

ஆனால், அதற்குப் பின்பலமாக அதிகாரம் இருக்கவேண்டும். அதிகாரத்தை எதிர்த்து ஒன்றுமே செய்ய முடியாது. அதிகாரம் எங்கே இருக்கிறது? தில்லியில். அந்த தில்லியில் உட்கார்ந்திருப்பவர்கள் எல்லாம் என்ன செய்து கொண்டிருக்கிறார்கள்? சட்ட சபையில் அருமையான சொற்பொழிவு ஆற்றிக் கொண்டு இருக்கிறார்கள்! அவர்களுடைய தற்பெருமையை ஊதிப் பெரி தாக்க ஒலிபெருக்கிகள் இருக்கும். பார்வையாளர்கள் வரிசையில் அழகான வெளிநாட்டுப் பெண்கள் உட்கார்ந்து பிரமிப்புடன் பார்த்துக்கொண்டிருப் பார்கள். 'உங்க நேரு இருக்கிறாரே, அவர் பெரிய ஆள். இன்றைக்கு உலகத்தில் இருப்பதிலேயே பெரிய ஆள் அவர்தான் என்று நினைக்கிறேன். எவ்வளவு அழகாகவும் இருக்கிறார்! அருமையாகச் சொன்னாரே… நீண்ட நாள்களுக்கு முன் நாம் விதியுடன் சந்திப்பு நடத்தினோம். இப்போது நம்

வாக்குறுதியை நிறைவேற்றவேண்டிய நேரம் வந்துவிட்டது. முழுதாக இல்லாவிட்டாலும், பெருமளவுக்கு...'

ஆமாம், பிரதமர் அவர்களே! நீங்கள் உங்கள் விதியைச் சந்தித்தீர்கள். இன்னும் பலரும் அவரவர் விதியை.

ஹுகம் சந்த்தின் சகா, பிரேம் சிங் என்று இருந்தார். லாகூரிலிருந்து தன் மனைவியின் நகைகளை எடுத்துக்கொண்டு வந்துவிடலாம் என்று போனார். அவர் தன் விதியை ஃபெலட்டி ஹோட்டலில் சந்தித்தார். அதுதான் ஐரோப்பிய துரைமார்கள் பரஸ்பரம் மற்றவர் மனைவியுடன் சல்லாபம் செய்யும் இடம். பாகிஸ்தானிய எம்.பிக்கள் கூடி ஜனநாயகம் பேசிச் சட்டம் இயற்றும் சபைக்குப் பக்கத்தில் இருந்தது அந்த ஹோட்டல். பிரேம் சிங் அங்கே தங்கியிருந்த வெள்ளைக்காரர்களுடன் சேர்ந்து பியர் குடித்துக் கொண்டு பொழுதைக் கடத்தினார். அவருக்குத் தெரியாது, புதர் வேலிக்கு வெளியே ஒரு டஜன் தலைகள் அவருக்காகக் காத்திருந்தன என்று. எல்லாம் துருக்கிக் குல்லாய் அல்லது பதான் முண்டாசு அணிந்த தலைகள்.

சிங் மேலும் மேலும் பியர் குடித்தார். தன் ஆங்கிலேய நண்பர்களையும் ஆர்க்கெஸ்ட்ரா குழுவினரையும்கூட வற்புறுத்திக் குடிக்கச் சொல்லிக் கொண்டிருந்தார். வேலிக்கு வெளியே அவருடைய விதி பொறுமையாகக் காத்திருந்தது. வெள்ளைக்காரர்கள் ஏராளமாக பியரும் விஸ்கியும் குடித்து விட்டு, பிரேம் சிங் ஒரு மாமனிதர் என்று பாராட்டிக்கொண்டிருந்தார்கள்.

பிறகு சாப்பாட்டுக்கு நேரமாகிவிட்டது என்று ஒவ்வொருவராகப் புறப் பட்டார்கள். 'குட் நைட் மிஸ்டர்... உங்க பேரு சரியாப் புரியலை. ஆ... மிஸ்டர் சிங் இல்லே? ரொம்ப நன்றி மிஸ்டர் சிங். அப்புறம் பார்க்கலாம்.' சாப்பாட்டு அறையில் 'கிழவர் நல்ல மனுஷன்யா. இன்னும் ஸ்டெடியா தம்ளரைப் பிடிச்சுகிட்டிருக்காரே!' என்று பேசிக்கொண்டார்கள்.

இசைக் குழுவினர் கூட வழக்கத்தைவிட அதிகமாக பியர் குடித்திருந்தார்கள். குழுவின் தலைவர் மெண்டோஸா, கோவாக்காரர். 'உங்களுக்குப் பிடிச்ச பாட்டு என்ன வாசிக்கலாம் சார்?' என்று கேட்டார். 'நேரம் ஆகிக்கிட்டிருக்கு சார். நாங்க ப்ரொக்ராமை முடிக்கணும்.'

பிரேம் சிங்குக்கு ஐரோப்பியப் பாட்டு ஒன்றின் பெயர்கூடத் தெரியாது. மூளையைக் கசக்கிக்கொண்டு யோசித்தார். முன்பு ஒரு ஆங்கிலேயர் 'பனானாஸ்' என்றோ என்னவோ ஒரு பாட்டை விரும்பிக் கேட்ட ஞாபகம் வந்தது. 'பனானாஸ்' என்றார் ப்ரேம் சிங். 'இன்றைக்கு வாழைப்பழம் கிடை யாது' என்ற பாட்டு!

'எஸ் சார்!'

மெண்டோஸா, மக் மெல்லோ, டிசில்வா, டிசாரம், கோமஸ் எல்லாரும் சேர்ந்து பனானாஸ் வாசித்தார்கள். பிரேம் சிங் புல்வெளியில் நடந்து வாசல் கேட்டை நெருங்கினார். அவருக்காகக் காத்திருந்தவர்களும் வேலிக்கு மறு புறம் கேட்டை நோக்கி நகர்ந்தார்கள். பிரேம் சிங் புறப்பட்டுப் போவதைப் பார்த்தவுடன் இசைக் குழுவினர் தேசிய கீதம் பாட ஆரம்பித்துவிட்டார்கள்.

அடுத்து சுந்தரியின் கதை:

சுந்தரி, ஹுகம் சந்திடம் வேலை செய்த ஆடர்லியின் மகள். குஜ்ரண் வாலாவுக்குப் போகும் சாலையில் அவள் தன் விதியைச் சந்தித்தாள்.

சுந்தரிக்குக் கல்யாணம் நடந்து நாலு நாள்தான் ஆகியிருந்தது. கை முழுவதும் சிவப்பு ப்ளாஸ்டிக் வளையல்கள் அணிந்திருந்தாள். உள்ளங்கையில் இட்ட மருதாணி இன்னும் கருஞ் சிவப்பு மாறவில்லை. மன்ஸாராமுடன் அவள் இன்னும் படுக்கையைப் பகிர்ந்துகொள்ளவில்லை. இந்த உறவினர்கள் அவர்களை ஒரு நிமிடம் தனியாக விட்டால்தானே? முக்காட்டின் வழியாகக் கணவனின் முகத்தைக்கூடச் சரியாகப் பார்க்கவில்லை.

இப்போது கணவனுடன் குஜ்ரண்வாலாவுக்குப் போய்க்கொண்டிருக்கிறாள். அந்த ஊரில் அவனுக்கு பியூன் வேலை. செஷன்ஸ் கோர்ட் வளாகத்தில் அவனுக்கென்று ஒரு சிறிய அறை இருந்தது. அங்கே உறவினர்கள் யாரும் இருக்க மாட்டார்கள். அங்கு போனவுடன் நிச்சயம் என் கணவன் என்னை முயற்சிப்பான்.

ஆனால் இவனுக்கு அப்படி ஒன்றும் அதில் ஆர்வம் இருப்பதாகத் தெரியவில்லையே... பஸ்ஸில் இருக்கும் பயணிகளிடம் சத்தமாகப் பேசிக் கொண்டு வருகிறான். ஆனால் இந்த ஆண்களே இப்படித்தான். தனக்கு ஒன்றும் ஆசை இல்லாததுபோல் நடிப்பார்கள்.

ஏன், அவளைப் பார்க்கிறவர்கள் யாராவது, அவளுக்கு அவன்மேல் எத்தனை ஆசை என்பதைச் சொல்ல முடியுமா? முகத்தை மூடி முக்காடு போட்டுக் கொண்டு ஒரு வார்த்தை கூடப் பேசாமல் அல்லவா இருக்கிறாள்? 'வளை யலை நீயாகக் கழற்றிவிடாதே. அது துரதிர்ஷ்டம்' என்று அவள் சினேகி திகள் சொல்லியிருந்தார்கள். 'அவர் காதல் செய்து உன்னைத் துவம்சம் பண்ணும்போது எல்லா வளையலும் தானாக உடையவேண்டும்!'

ஒவ்வொரு கையிலும் ஒரு டஜன் வளையல்கள் இருந்தன. மணிக் கட்டிலிருந்து முழங்கைவரை வளையல் மூடியிருந்தது. விரலால் அவற்றைத் தொட்டுப் பார்த்தாள். கடினமாக இருந்தாலும் உடையக் கூடியதுதான். வளையல் உடையவேண்டும் என்றால் கணவன் நிறைய அணைத்து நிறைய பலாத்காரம் செய்யவேண்டும்.

பஸ் மெல்ல நின்றது. இவள் பகல் கனவிலிருந்து மீண்டாள். சாலையை மறித்துக்கொண்டு பெரிய பாறாங்கற்கள் கிடந்தன. திடீரென்று நூற்றுக் கணக்கானவர்கள் பஸ்ஸைச் சூழ்ந்துகொண்டார்கள். எல்லோரையும் பஸ்ஸிலிருந்து இறக்கினார்கள்.

சீக்கியர்கள் அனைவரும் உடனே வெட்டிக் கொல்லப்பட்டார்கள். தாடி வைக்காதவர்களை ஆடை உரித்துப் பார்த்தார்கள். சுன்னத் செய்திருந்தவர்கள் மன்னிக்கப்பட்டார்கள். செய்யாதவர்களுக்கு அங்கேயே சுன்னத் செய்து வைக்கப்பட்டது. முன் தோலை மட்டுமின்றி முழுவதையும் நீக்கினார்கள். அதுவரை சரியாகப் பார்த்தே அறியாத அவள் கணவனை முழு நிர்வாண

மாக்கிக் காண்பித்தார்கள். சிலர் அவனுடைய கையையும் காலையும் பிடித்துக்கொள்ள, ஒருவன் மன்ஸாராமின் ஆண்மையை வெட்டி இவள் கையில் கொடுத்தான்.

பிறகு அந்தக் கும்பல் அவளுடன் காதல் உறவு கொண்டது. அவளுக்கு வளையலைக் கழற்றவேண்டிய அவசியமே இருக்கவில்லை. அவள் தெருவில் கிடக்க, ஒருவன் பின் ஒருவனாக அவளை ஆட்சி செய்த போது அத்தனை வளையல்களும் நொறுங்கிவிட்டன. அவளுக்கு நிறைய அதிர்ஷ்டம் வந்து சேர்ந்திருக்கும்.

சுந்தர் சிங்கின் கதை வேறு மாதிரி.

ஹுகம் சந்த் தான் அவனை ராணுவத்தில் சேர்த்துவிட்டார். அவனும் திறமையாக வேலை செய்தான். நல்ல வாட்டசாட்டமான சர்தார்ஜி. பர்மா, எரித்ரியா, இத்தாலி போன்ற இடங்களில் நடந்த போர்களில் கலந்துகொண்டு பல பதக்கங்கள் வாங்கினான். அரசாங்கம் சிந்து மாகாணத்தில் அவனுக்குக் கொஞ்சம் நிலம் கொடுத்தது. சுந்தர் சிங் தன் விதியைச் சந்திக்க ரயிலில் வந்து சேர்ந்தான்.

கூடவே மனைவியையும் மூன்று குழந்தைகளையும் அழைத்து வந்திருந்தான். ரயில் பெட்டியில் நாற்பது பேர் உட்காரலாம்; பன்னிரண்டு பேர் படுக்கலாம். அன்று அதில் ஆண்களும் பெண்களுமாக ஐநூறு பேருக்கு மேல் இருந்தார்கள். மூலையில் ஒரே ஒரு சின்ன டாய்லெட்; தண்ணீர் கிடையாது. நிழலிலேயே 115 டிகிரி வெய்யில் காய்கிற பருவம். ஆனால் கண்ணுக்கு எட்டிய வரை நிழலோ, சின்னப் புதரோ கூட இல்லை. சூரியன், மணல், சூரியன். அவ்வளவுதான்.

எல்லா நிலையங்களிலும் ரயில் பாதை ஓரமாக ஈட்டி ஏந்திய கும்பல்கள் நின்றன. ஒரு நிலையத்தில் ரயிலை நான்கு நாள் மடக்கிப் போட்டுவிட்டார்கள். யாரையும் இறங்கவிடவில்லை. சுந்தர் சிங்கின் குழந்தைகள் தண்ணீரும் உணவும் வேண்டிக் கதறின. பெரியவர்களும்தான். சுந்தர் சிங், தன் சிறுநீரைக் குழந்தைகளுக்குக் குடிக்கத் தந்தான். கடைசியில் அதுவும் உலர்ந்துவிட்டது. பொறுக்க முடியாமல் போனபோது சுந்தர் தன் ரிவால்வரை எடுத்துக் குழந்தைகளைச் சுட்டான்.

ஷங்காரா சிங்: வயது ஆறு. நீளமான பொன் பழுப்புத் தலைமுடியைக் கொண்டையாகப் போட்டிருந்தவன். தீபு: வயது நாலு. சுருண்ட கண் இமைகள். அம்ரோ: நாலு மாதக் குழந்தை. அம்மாவின் வற்றிப்போன மார்பை ஈறுகளால் கௌவிக்கொண்டு முகம் முழுவதும் சுருக்கங்களுடன் வெறி பிடித்ததுபோல் அழுதுகொண்டிருந்தது.

சுந்தர் சிங் தன் மனைவியையும் சுட்டான். அதன் பிறகு தைரியம் போய்விட்டது. தன் நெற்றியில் துப்பாக்கியை வைத்துக்கொண்டான். ஆனால் ட்ரிக்கரை இழுக்கவில்லை. இப்போது தற்கொலை செய்துகொள்வதில் அர்த்தம் இல்லை. ரயில் கிளம்பி நகர ஆரம்பித்துவிட்டது. மனைவி குழந்

தைகளின் சடலங்களை வெளியே தள்ளிவிட்டுத் தனியாக இந்தியாவுக்கு வந்து சேர்ந்தான்.

சுந்தர் சிங் தன் வாக்குறுதியை நிறைவேற்றவில்லை; அவன் குடும்பத்தினர் மட்டும்தான் நிறைவேற்றினார்கள்.

ஹுகம் சந்த் பரிதாபமாக உணர்ந்தார். இருள் கவிந்துவிட்டது. ஆற்றுத் தவளைகள் கூப்பிட்டன. வராந்தாவில் இருந்த மல்லிகைச் செடியைச் சுற்றி மின்மினிப் பூச்சிகள் மினுக்கின. பணியாளர் கொண்டுவந்த விஸ்கியை வேண்டாம் என்று திருப்பி அனுப்பிவிட்டார். பணியாளர் மேஜைமீது உணவை எடுத்துவைத்தார். ஹுகம் சந்த் எதையும் தொடவில்லை. விளக்கை எடுத்துப் போகச் சொல்லிவிட்டுத் தனிமையில் இருட்டில் வெற்றுவெளியை வெறித்துக்கொண்டு உட்கார்ந்திருந்தார்.

அந்தப் பெண்ணை ஏன் சண்டு நகருக்குத் திருப்பி அனுப்பினோம், ஏன்? ஏன்? முஷ்டியால் நெற்றியைக் குத்திக்கொண்டார் ஹுகம் சந்த். அவள் மட்டும் இப்போது என்னுடன் இந்த பங்களாவில் இருந்தால், மற்றபடி உலகம் எக்கேடு கெட்டாலும் பரவாயில்லை. ஆனால் அவள் என்னுடன் இல்லை; அந்த ரயிலில் இருக்கிறாள். ரயிலின் கடகட சத்தம் காதில் கேட்பதுபோல் இருந்தது.

ஹுகம் சந்த் நாற்காலியிலிருந்து கீழே சரிந்தார். முழங்கையால் முகத்தை மறைத்துக்கொண்டு கதறி அழுதார். பிறகு வானத்தை நோக்கித் தலையை உயர்த்திப் பிரார்த்தனை செய்ய ஆரம்பித்தார்.

★

பதினொரு மணிக்கு நிலவு உதயமாயிற்று. அந்த நிலாகூடக் களைத்து, சோர்ந்து காணப்பட்டது. சமவெளி முழுவதும் பரவிய சோகையான அதன் ஒளியில் உலகமே தெளிவிழந்து காணப்பட்டது. பாலத்தின் அருகே வெளிச்சமே இல்லை. ரயில்வேயின் உயரமான ஆற்றங்கரை மேடு ஒரு கறுத்த நிழல் போர்வையை நீளமாக விரித்திருந்தது.

சிக்னல் அருகே இருந்த இயந்திரத் துப்பாக்கிக் கூண்டைப் பாதுகாத்துக் கொண்டிருந்த மணல் மூட்டைகள் இருப்புப்பாதையின் இரு புறமும் சிதறிக் கிடந்தன. கை காட்டி மரம் ஒரு ராட்சசக் காவலாளிபோல் மௌனமாக நின்று நடப்பதையெல்லாம் கவனித்துக்கொண்டிருந்தது. ஒன்றன்மேல் ஒன்றாக அதன் இரண்டு பெரிய முட்டை வடிவக் கண்கள் சிவப்பாக ஒளிர்ந்துகொண்டிருந்தன. சிக்னலின் இரண்டு கைகளும் விறைப்புடன் இணையாக நின்றன. கரையோரத்தில் புதர்கள், காடு மாதிரி மண்டிக்கிடந்தன. அங்கொன்றும் இங்கொன்றுமாகச் சிறிய சுழல்களைத் தவிர, ஆறுகூட மினுமினுப்பு காட்டாமல் அமைதியாக, கரும்பலகை போல் இருந்தது.

கரையிலிருந்து சற்றுத் தொலைவில் அடர்த்தியான நாணல் புதர்களுக்குப் பின்னால் ஒரு ஜீப் நின்றுகொண்டிருந்தது. அதன் எஞ்சின் மெலிதாக உறுமிக்

கொண்டிருந்தது. வண்டியில் யாருமில்லை. ஆள்கள் அனைவரும் ரயில்வே லைனின் இரண்டு பக்கமும் சில அடி தூரத்துக்கு ஒருவராகப் பரவியிருந் தார்கள். அவர்கள் துப்பாக்கிகளையும் ஈட்டிகளையும் காலுக்கு இடையில் வைத்துக்கொண்டு குந்தி உட்கார்ந்திருந்தார்கள்.

பாலத்தின் முதல் இரும்புக் கிராதிக்குக் குறுக்காக ஒரு தடிமனான கயிறு கட்டப்பட்டிருந்தது. தண்டவாளத்துக்கு மேலே சுமார் இருபது அடி உயரத்தில் இருந்தது கயிறு.

இருட்டில் ஆள் அடையாளம் தெரியாததால் ஒருவருக்கொருவர் சத்தமாகப் பேசிக்கொண்டிருந்தார்கள். அப்போது ஒரு குரல் 'ஷ்! கவனிங்க!' என்றது.

அவர்கள் உற்றுக் கவனித்தார்கள். ஒன்றுமே இல்லை. நாணலில் காற்று புகுந்து வரும் சலசலப்புதான் கேட்டது.

'சத்தம் போடாதீங்க!' என்று ஆணையிட்டான் தலைவன். 'இப்பிடிப் பேசிக்கிட்டே இருந்தீங்கன்னா ரயில் வர்ற சத்தத்தைக் கவனிக்காம விட்டுடுவீங்க.' அவர்கள் தழைந்த குரலில் பேசிக்கொள்ள ஆரம்பித்தார்கள்.

ஸ்டீல் கம்பிகள் கீச்சிட்டன. சிக்னல்களில் ஒன்று கீழே இறங்கியது. அதன் முட்டைக் கண், சிவப்பிலிருந்து பளிச்சென்ற பச்சைக்கு மாறியது. கிசுகிசுத்த குரல்கள் நிசப்தமாயின. ஆள்கள் எழுந்து தண்டவாளத்துக்குப் பத்தடி தூரத்தில் அங்கங்கே நின்றுகொண்டார்கள்.

இப்போது தொடர்ந்து எஞ்சினின் முழக்கமும் நடுநடுவே பெருமூச்சும் கேட்டன. ஒரு ஆள் ஓடிப்போய் தண்டவாளத்தில் காதை வைத்துக் கேட்டான். 'டேய் முட்டாள்! வாடா இங்கே!' என்று ரகசியக் குரலில் தலைவன் கடிந்துகொண்டான்.

'ரயிலுதான்!' வெற்றியுடன் அறிவித்தான் காது வைத்துக் கேட்டவன்.

'திரும்பி வாடாங்கறேன்' என்று கடுமையாக அதட்டினான் தலைவன்.

ரயில் சத்தம் கேட்ட சாம்பல் நிறத் திசைவெளியை நோக்கி எல்லாக் கண் களும் குவிந்தன. பிறகு அவை கயிற்றைப் பார்த்தன. கயிறு இரும்புக் கம்பி போல் விண்ணென்று இருந்தது. ரயில் மட்டும் வேகமாக வந்தால் பல பேரை அது வெள்ளரிக்காய் மாதிரி இரண்டு துண்டாக ஆக்கிவிடும்! அவர்கள் உடலில் ஒரு நடுக்கம் பரவியது.

ஸ்டேஷனுக்கு வெகு தொலைவில் வெளிச்சப் பொட்டு ஒன்று தோன்றியது. அது மறைந்து, இன்னும் பக்கத்தில் மற்றொரு புள்ளியாகத் தோன்றியது. பிறகு மற்றொன்று, மற்றொன்று... அருகே, அருகே நெருங்கி வந்தது அந்த ஒளிப் பொட்டு.

எல்லோரும் அந்த விளக்கையும் ரயிலின் சத்தத்தையுமே கவனிக்க ஆரம்பித்தார்கள். இப்போது பாலத்தின் பக்கம் ஒருவரும் பார்க்கவில்லை.

திடீரென்று ஒரு மனித உருவம் இரும்புக் கிராதியின் மேல் ஏற ஆரம்பித்தது!

அந்த ஆள் கயிறு கட்டியிருந்த இடத்தை நெருங்கினபோதுதான் அவனைக் கவனித்தார்கள். முடிச்சு வலுவாக இருக்கிறதா என்று சோதிக்கிறான் போலிருக்கிறது. முடிச்சை இழுத்துப் பார்க்கிறான். நன்றாகத்தான் கட்டியிருக்கிறோம். எஞ்சினின் புகை போக்கி இடித்தாலும் கயிறே அறுந்துபோகுமே தவிர, முடிச்சு கழன்று போகாது.

அவன் இப்போது கயிற்றின் மீது பாம்புபோல் ஊர்ந்து செல்ல ஆரம்பித்தான். அவன் கால்கள் முடிச்சின் அருகில் இருந்தன. கைகள் கிட்டத்தட்டக் கயிற்றின் நடுப்பகுதிவரை நீண்டன. உயரமான பெரிய உருவம் அவனுக்கு!

ரயில், பாலத்தை நெருங்கிக்கொண்டிருந்தது. புகை போக்கியிலிருந்து நெருப்புப் பொறிகள் பறக்க, கரிய பூதம் போல் எஞ்சின் வந்தது. அதன் பெருமூச்சு, ரயிலின் தடதடப்பில் அமிழ்ந்து எழுந்தது.

வெளிறிய நிலா வெளிச்சத்தில் ரயில் முழுவதையும் தெளிவாகப் பார்க்க முடிந்தது. எஞ்சினின் நிலக்கரித் தொட்டியிலிருந்து கடைசி கம்பார்ட் மெண்ட் வரையில், ரயில் கூரைமீது இடைவெளி இல்லாமல் அடைசலாக ஒட்டிக்கொண்டு மனித உருவங்கள் உட்கார்ந்திருந்தன!

அந்த ஆள் இன்னும் கயிற்றின் மீதுதான் ஊர்ந்துகொண்டிருந்தான். தலைவன் எழுந்து நின்று வெறிக் கூச்சல் போட்டான்: 'இறங்கி வாடா! மடையா, மடையா! செத்துருவே! உடனே இறங்குடா!'

அந்த ஆள் குரல் வந்த பக்கம் திரும்பிப் பார்த்தான். பிறகு இடுப்பிலிருந்து ஒரு சிறிய கிர்பான் கத்தியை எடுத்துக் கயிற்றை அறுக்க ஆரம்பித்தான்.

'யார்றா இவன்? என்ன செய்யறான்?'

எதுவும் செய்வதற்கு நேரமில்லை. அவர்கள் பாலத்தையும் ரயிலையும் அவசரமாக மாறி மாறிப் பார்த்தார்கள். இவன் வேக வேகமாகக் கயிறை அறுத்துக்கொண்டிருந்தான்.

தலைவன் துப்பாக்கியைத் தோளுக்கு மேலாக உயர்த்தினான்; சுட்டான்.

குறி தப்பவில்லை!

கயிற்றில் ஏறியவனின் கால்களில் ஒன்று முறிந்து தொங்க ஆரம்பித்தது. மற்றொரு கால் இன்னும் கயிற்றுடன் பின்னியிருந்தது. அவன் கைகள் வெறி பிடித்தது போல் வேக வேகமாகக் கயிறை அறுத்துக்கொண்டிருந்தன.

எஞ்சின் சில அடிகள் தூரத்தில் நெருங்கிவிட்டது. அதன் விசில் சத்தம் விட்டு விட்டுப் பீறிட்ட போதெல்லாம் தீக்கங்குகளை வானத்தில் விசிறி அடித்தது.

யாரோ மறுபடி சுட்டார்கள்.

கயிற்றில் இருந்தவனின் உடல் நழுவியது. ஆனால் அவன் கையாலும் மோவாயாலும் தொங்கிக் கொண்டான். மூச்சைப் பிடித்துக்கொண்டு உயர எழும்பி இடது பக்க அக்குளில் கயிற்றை அழுத்திக்கொண்டு, வலது கையால் அறுப்பதைத் தொடர்ந்தான்.

கயிறு திரி திரியாக அறுந்துவிட்டது. ஒரே ஒரு மெல்லிய கடைசி இழைதான் பிடிவாதமாக ஒட்டிக்கொண்டிருந்தது. அவன் கத்தியால் வெட்டிப் பார்த்துவிட்டுப் பல்லால் கயிற்றைக் கடிக்க ஆரம்பித்தான்.

இப்போது எஞ்சின் ஏறக்குறைய அவனுக்குக் கீழே வந்துவிட்டது. சரமாரியாகத் தோட்டாக்கள் அவனைத் துளைத்தன. அவன் உடல் ஒரு நடுக்கத்துடன் செயல் அடங்கியது. கயிறு நட்ட நடுவில் அறுந்தது. அவன் கீழே விழுந்தான்.

ரயில் அவன் மீது ஏறியது. பாகிஸ்தானை நோக்கிப் பயணத்தைத் தொடர்ந்தது.